சாதுவான பாரம்பரியம்

சாதுவான பாரம்பரியம்

ஃப்ரான்ஸ் எமில் சீலன்பா (1888-1964)

ஃபின்லாந்தின் மிகச் சிறந்த இலக்கிய ஆளுமைகளில் ஒருவராகக் கருதப்படும் ஃப்ரான்ஸ் எமில் சீலன்பா எளிமையான பெற்றோருக்கு மகனாக இரண்டு அறைகள் கொண்ட வீட்டில் 1888இல் பிறந்தார். ஃபின்னியக் குடியானவனின் தாளமுடியாத வறுமையைச் சிறுவயதி லேயே அறிந்த சீலன்பா அதனைச் ‘சாதுவான பாரம்பரியம்’ என்னும் தனது நாவலில் அழுத்தமாகச் சித்திரித்துள்ளார். இலக்கணப் பள்ளிக்கூடக் கல்விக்குப் பிறகு ஹெப்ரின்கி பல்கலைக்கழகத்தில் சென்று இயற்கை அறிவியல் கற்றார். ஐந்தாண்டுகளுக்குப் பிறகு தனது சொந்த ஊரான ஹமீயுக்கிரொ-விற்குத் திரும்பியபின் எழுதத் தொடங்கினார். தனது முதல் நாவல் வெளியிடப்பட்ட 1916இலிருந்து நாவல்கள், சிறுகதைகள், கவிதைகள் எனத் தொடர்ந்து எழுதினார். ஆங்கிலத்தில் மொழிபெயர்க்கப்பட்ட சீலன்பாவின் ஆக்கங்களில் ‘சாதுவான பாரம்பரியம்’ இரண்டாவதாகும். முதல் நாவல் ‘இளமையி லிருக்கும்போது தூங்கியவள்’.

‘ஃபின்லாந்துக் குடியானவர்கள் பற்றிய ஆழமான புரிதலுக்காகவும், அவர்கள் வாழ்வை, இயற்கையுடனான அவர்களின் உறவை நேர்த்தியான கலையாக வெளிப்படுத்தியமைக்காகவும்’ 1939இல் இலக்கியத்திற்கான நோபல் பரிசு ஃப்ரான்ஸ் எமில் சீலன்பாவுக்கு வழங்கப்பட்டது.

தனது 75ஆம் வயதில் 1964இல் மரணமடைந்தார்.

முடவன் குட்டி முகம்மது அலி (பி. 1953)

மொழிபெயர்ப்பாளர்

இயற்பெயர் மு.கா. முகம்மது அலி. கடையநல்லூரில் பிறந்தவர். தாயார்: நாகூர் மீறாள். தந்தை: காதர் நாகூர்.

பெங்களூர் பிஎஸ்என்எல் நிறுவனத்தில் 41 ஆண்டுகள் பணி. பணி ஓய்விற்குப் பின்னர் கடையநல்லூரில் வசிக்கிறார். சபா நக்வியின் *'In good Faith'* நூலையும் ஜெய்ராம் ரமேஷின் *'Indira Gandhi: A Life in Nature'* என்ற நூலையும் ஆங்கிலத்திலிருந்து தமிழில் மொழிபெயர்த்துள்ளார். இவை 'வாழும் நல்லிணக்கம்'(2015), 'இந்திரா காந்தி: இயற்கையோடு இயைந்த வாழ்வு' (2019) எனத் தமிழில் காலச்சுவடு வெளியீடாக வெளிவந்துள்ளன. 'முடவன் குட்டி' என்ற புனைபெயரில் கவிதை, சிறுகதை எப்போதாவது எழுதுவதுண்டு. அவை *திண்ணை, சமரசம்* ஆகிய பத்திரிகைகளில் வெளிவந்துள்ளன. வாசிப்பதில் ஆர்வம் அதிகம்.

மனைவி: தாமரை. மகன்: முகம்மது கஸ்ஸாலி.

மின்னஞ்சல்: thamaraiali@gmail.com

ஃப்ரான்ஸ் எமில் சீலன்பா

சாதுவான பாரம்பரியம்

ஆங்கிலத்திலிருந்து தமிழில்
முடவன் குட்டி முகம்மது அலி

காலச்சுவடு பதிப்பகம்

அன்பார்ந்த வாசகருக்கு,

வணக்கம்.

காலச்சுவடு நூலை வாங்கியமைக்கு நன்றி.

நூலின் உள்ளடக்கம், உருவாக்கம், அட்டைப்படம் இன்ன பிற அம்சங்கள் பற்றிய உங்கள் கருத்துகளையும் ஆலோசனைகளையும் காலச்சுவடு வரவேற்கிறது. தகவல், எழுத்து, வாக்கியப் பிழைகள் தென்பட்டால் கட்டாயம் தெரிவித்து உதவுங்கள். நூல் தயாரிப்பில் கடும் குறைபாடு இருப்பின் மாற்றுப் பிரதி உங்களுக்குக் கிடைக்கக் காலச்சுவடு ஏற்பாடு செய்யும்.

மின்னஞ்சல்: publisher@kalachuvadu.com

காலச்சுவடு நாகர்கோவில் தலைமையகத்துக்கும் கடிதம் அனுப்பலாம்.

தங்கள்
எஸ்.ஆர். சுந்தரம் (கண்ணன்)
பதிப்பாளர் — நிர்வாக இயக்குநர்

HURSKAS KURJUUS by F.E. SILLANPÄÄ

Copyright © F.E. Sillanpää's heirs

First published by Otava Publishing Company Ltd. in 1930 with the Finnish title *Hurskas kurjuus*.

Published in the Tamil by arrangement with Otava Group Agency, Helsinki.

சாதுவான பாரம்பரியம் ❖ ஃபின்னிஷ் நாவல் ❖ ஆசிரியர்: ஃபிரான்ஸ் எமில் சீலன்பா ❖ ஆங்கிலத்தில்: அலெக்ஸாண்டர் மேட்ஸன் ❖ ஆங்கிலத்திலிருந்து தமிழில்: முடவன் குட்டி முகம்மது அலி ❖ முதல் (குறும்) பதிப்பு: டிசம்பர் 2017, நான்காம் (குறும்) பதிப்பு: செப்டம்பர் 2021 ❖ வெளியீடு: காலச்சுவடு பப்ளிகேஷன்ஸ் (பி) லிட்., 669, கே.பி. சாலை, நாகர்கோவில் 629001

caatuvaana paaramapariyam ❖ Tamil translation of Finnish Novel ❖ Author: Frans Emil Sillanpää ❖ Alexander Matson (English) ❖ Tamil Translation from English by Mudavan Kutti Muhammad Ali ❖ Language: Tamil ❖ First (Short) Edition: December 2017, Fourth (Short) Edition: September 2021 ❖ Size: Royal ❖ Paper: 18.6 kg maplitho ❖ Pages: 208

Published by Kalachuvadu Publications Pvt.Ltd., 669, K.P. Road, Nagercoil 629001, India ❖ Phone: 91-4652-278525 ❖ e-mail: publications@kalachuvadu.com ❖ Printed at Adyar Students xerox Pvt. Ltd., No.9, Sunkuraman Street, Parrys, Chennai 600001

ISBN: 978-93-86820-34-1

09/2021/S.No. 814, kcp 3200, 18.6 (4) uss

பொருளடக்கம்

	முகப்பு	9
I.	பிறப்பும் குழந்தைப் பருவமும்	13
II.	நலிந்த உறவுகள்	52
III.	வாலிபப் பருவம்	78
IV.	வாழ்வின் இதயம்	97
V.	மரணத்தின் வலிமை	129
VI.	கிளர்ச்சியாளன்	156
	பின்னுரை: மொழிபெயர்ப்பாளர் குறிப்பு	205

முகப்பு

சர்ச் பதிவேட்டின்படி யோகன் ஆப்ரகாம் பெஞ்சமின் மகன் யூஸி தொய்வோலா – அல்லது யூகா தொய்வோலா அல்லது யான்னெ.

அவன் அருவருப்பான தோற்றமுடைய வயதான ஆசாமி. வாழ்வின் பிற்பகுதியில், நெற்றியில் தொங்கிய சிறுகொத்து முடி தவிர அவன் தலை முழுக்கவும் வழுக்கையாகி விட்டிருந்தது. முன்பு எப்போதோ ஓரம் ஒதுக்கப்பட்டிருந்த கொஞ்சநஞ்ச முடி அவன் அணிந்திருந்த தொப்பிக்கு வெளியே கழுத்திலும் காதுகளிலும் நீட்டிக்கொண்டிருந்தது. கலப்பின நாய்க்கு வளர்ந்திருப்பதைப் போன்ற தாறுமாறான ரோமம் அவன் முகம் முழுவதையும் மறைத்திருந்ததால் தெளிவாகத் தெரிந்தது கூர்மையான மூக்கு மட்டுமே. அவன் கண்களைச் சுற்றிலும் ரோமம் வளர்ந்திருந்தது. அணிந்திருந்த தொப்பியும் முன்னே நீட்டிக்கொண்டிருந்தது. அதனால் முகத்தில் கண்கள் இருக்கும் குழிகளில் கடுமை மிகுந்த இரு ஒளிப்புள்ளிகளையே காணமுடிந்தது. நாகரிக மான எந்த மனிதனும் அதனுள் பார்க்கத் தயங்குவான். உள்ளுணர்வின் உந்துதலில் அவ்வப்போது ஒரு சிலருடைய பார்வையை ஒருவன் தவிர்க்க நேரும். ஆனால் அதற்கான காரணங்களைப் போலல்லாமல் முற்றிலும் வேறான காரணங்களுக்காக யூஸி தொய்வோலாவின் பார்வையைத் தவிர்ப்பது எல்லோருக்கும் வழக்கமாகிவிட்டிருந்தது. மலைக்கவைக்கும் அம்சம் எதுவும் அவன் கண்களில் இல்லை; அந்தக் கண்கள் வெளிப்படுத்துவதைப் புன்னகைக் கான முயற்சியாக அர்த்தம்கொள்ள முடியும்; ஆனால் மனநோயின் அறிகுறி அந்தக் கண்களில் இருந்தது. ஒருவன் தனது மனோபலத்தைச் சோதித்தறியும் கடினமான தேர்வு எதுவெனில், ஒரு பைத்தியத்தின் சிரிக்கும் கண்களுள் நீண்ட நேரம் பார்த்துக்கொண்டிருப்பதுதான். ஏனெனில் எக்காரணம் கொண்டும் ஏற்றுக்கொள்ள முடியாத, அதைப் போன்றதோர் கிறுக்குத்தனம் தனக்குள்ளும்

இருக்கிறதெனும் பிரக்ஞையை சக மானுடக் கிளர்ச்சி சார்ந்து, அந்தக் கண்களின் முறுவல் ஜாடை செய்வதாகத் தோன்றுகிறது.

யூஸி தொய்வோலா, நிச்சயம் பைத்தியமல்ல. அவன் மூளை தளர்ந் திருக்கலாம். ஆனால் அதன் சமநிலை குலையவில்லை. உண்மையில் அவனைச் 'சூழ்ச்சிமிக்க மூர்க்கன்' 'கைதேர்ந்த கிளர்ச்சியாளன்' என்பதாக அப்பகுதி விவசாயிகள் கருதினர். கிளர்ச்சியின்போது கொடுமையான ஒரு கொலையில் அவன் சம்பந்தப்பட்டிருந்தான் என்பது தெரியவந்தபோது மேற்கொண்டு எந்த விசாரணையுமின்றி உடனடியாக அவன்மீது தீர்ப்பு வழங்கப்பட்டது. அந்த மாவட்டக் குற்றத் தடுப்புப் பணியில் ஈடுபட்டிருந்த அதிகாரி அவன் வாழ்வையும் அவனோடு வேறு எட்டு நபர்களின் வாழ்வையும் ஒரு வசந்தகால இரவில் முடிவுக்குக் கொண்டுவந்தார்.

அப்பகுதி மக்கள் அசட்டையான மெத்தனப் போக்கைக் கொண்டவர்கள். மரண தண்டனை போன்ற சம்பவம் தங்களூரில் நிகழக்கூடும் என்பதை எதிர்பார்த்திருக்கமாட்டார்கள். அதனால் மரண தண்டனை வழங்கப்பட்டதும் அதன் விளைவு அவர்களை லேசாகக் கதிகலங்கச் செய்துவிட்டது. முதல் சில நாட்களில் அது பற்றிய பேச்சு வரும்போதெல்லாம் அவர்களின் குரல் கிட்டத்தட்ட நடுங்கிற்று. ஆனால் யூஸி தொய்வோலாவின் இறுதிக் கணங்களில் நடந்த சிறிய சம்பவம் அடக்க முடியாத சிரிப்பை வரவழைத்தது. ஏனெனில் அதுபோன்ற சம்பவம் ஏதோ ஒருவகையில் அவன் இயல்பிற்கே உரித்தானது. இடுகாட்டில் அவர்களுக்காகவே தோண்டப்பட்டுத் தயார் நிலையிலிருந்த புதைகுழியுள் கிளர்ச்சியாளர்கள் சுடப்பட்டனர். யூஸி அங்கே கடைசியாக வர நேர்ந்தது. புதைகுழியுள் அவன் நின்றுகொண்டிருக்க வேண்டும். அதற்குப் பதிலாக, சங்கடத்தைத் தவிர்ப்பதற்காகவோ என்னவோ அங்கே கிடந்த பிணங்களின் மேல் அவன் விழுந்துகிடந்தான். இத்தகைய நடத்தை முழுக்கவும் யூஸியின் இயல்பிற்குரியதுதான். இல்லையா? ஆனால் அவ்வாறு விழுந்துகிடந்த நிலையிலேயே அவன் சுடப்படவில்லை. நிற்குமாறு ஆணையிடப்பட்டு அதன் பின்னரே சுடப்பட்டான்.

"போர் தோல்வியில் முடியாதிருக்க வேண்டுமானால், போரின் போது கொல்வதில் ஒருவன் மகிழ்வடைய வேண்டும்" – ஃபின்னிய தேசத்துப் போர் வீரனொருவன் பேனா மையில் இவ்விதம் எழுதினான் (சாய்வெழுத்து அவனது). இதில் உண்மை இருக்கலாம்.

ஆனால் போர், அதனளவில் ஒன்றுமில்லை என்பதே அதன் மிகச் சரியான பொருள். அது தனிப்பட்ட ஒருவனின் தலைவிதிக்கும் பலரின் கூட்டுத் தலைவிதிக்கும் இடையேயான ஒருவிதக் குறுகியகால உறவாகும். அது கடந்துபோகிறது. ஆனால் தொடர்புடைய தலைவிதிகளோ வெற்றி கொள்ளப்பட்ட பொக்கிஷங்களாக இருக்கின்றன. இந்த விதத்தில் அவை அனைத்தும் சமமானவை. யுத்தங்களுக்குப் பிறகு ஒரு தனி மனித ஆத்மா ஒரு தருணத்தை மிக விரைவில் அடைய முடியும்; என்னதான் விரும்பி முயன்றாலும் இனி அவசியமற்ற மேற்பரப்பில்

பார்வை தங்கி நிற்க முடியாத தருணம். உடல்ரீதியான கடுமையான முயற்சிகள், அழுக்கு, பசி, கொடூரங்கள் ஆகியவற்றில் அது தங்காது; அது தடுக்கவே முடியாத ஆழத்தினுள் ஊடுருவுகிறது. அங்கே அனைவரும் தங்களின் வேறுபட்ட போக்குகளில் சலனமற்று நிலைகுத்தி நிற்பது போல் இருக்கின்றனர். அங்கே யாரொருவரும் மற்றவரைவிடப் புனிதமானவரல்ல: அல்லது எவரும் ஏனையோரைக் காட்டிலும் நியாய அடிப்படையில் அதிக அளவு ஏற்புடையவருமல்ல. ஏனெனில் போர் புரியும் தரப்புகளின் காரணகர்த்தா மூலமாகச் சூழ்நிலைகளே மோதுகின்றன. இது பற்றிய குறைந்தபட்ச அறிவும் போரிடுபவர்களிடம் இல்லை. போரில் இறந்தவர்கள் தங்களின் கல்லறைகளிலிருந்து எழுந்திருப்பார்களேயானால் தனித்தனிக் கல்லறைகளில் தாங்கள் ஏன் இந்த விதமாகப் புதைக்கப்பட்டிருக்க வேண்டுமென வியந்து நிற்பர். இந்தப் பாரபட்சத்தின் அர்த்தம் என்ன என்பது குறித்த எண்ணமே அவர்களிடம் இராது. யூஸி தொய்வோலாவும் அந்த அதிகாரியும் முன்பே அறிமுகமானவர்கள்; எங்கேயோ ஓர் இரவில் அந்த அதிகாரி யூஸியைச் சுட்டான். அது நிச்சயம் முன் தீர்மானமின்றி அசட்டையான முறையில் நிகழ்ந்திருக்க வேண்டும். உண்மையில் யூஸி எவ்வளவு முக்கியமானவன் என்பதை அந்தச் சமயத்தில் அந்த அதிகாரி முழுவதும் காணத் தவறிவிட்டதால் அது நிச்சயம் முன் தீர்மானமின்றி அசட்டையான முறையில் நிகழ்ந்திருக்க வேண்டும்.

I

பிறப்பும் குழந்தைப் பருவமும்

யூஸி தொய்வோலா நில உடைமைப் பாரம்பரியத்தி லிருந்து வந்தவன். அந்தச் சூழ்நிலையை இன்றைய இளம் தலைமுறையினரில் சிலர் அறிந்திருக்கமாட்டார்கள். இவ்விதமிருக்கையில் மிக முந்திய அவனது கடந்தகால வாழ்க்கை குறித்து யாருக்கு என்ன ஆர்வம் இருக்க முடியும் . . ? இருந்தாலல்லவா அதுபற்றி அவர்கள் விசாரித்தறிய வேண்டும் . . ? மிக மரியாதைக்குரிய அவனது உறவினர்கள் இரண்டு மூன்று தேவாலய வட்டாரங்கள் தள்ளி இப்போதும் வாழ்கின்றனர். எனினும் அவன் அவர்களிடமிருந்து முழுக்கவும் விலகி அந்நியப்பட்டிருந்தான். தனது புரட்சிகரமான செயல்பாடுகளால் அவன் பேராபத்திற்கு உள்ளானபோது யூஸி அவர்களை நினைத்துக்கூடப் பார்த்ததில்லை.

1857இல் தென்மேற்கு ஃபின்லாந்திலுள்ள ஒரு தேவாலய வட்டாரத்தில் ஹர்ஜகங்காஸ் கிராமத்திலுள்ள நிக்கிலா பண்ணையில் கிறிஸ்துமஸ் தினத்திற்கு முந்தைய ஒரு வெள்ளிக்கிழமை மாலையில் அவன் பிறந்தான். இலையுதிர் காலப் பண்டிகைக்கு முந்தைய நாளின் வினோதமான சூழ்நிலை பண்ணை வீட்டிலும் முற்றங்களிலும் வலுவாக நிலவியது. இந்தச் சூழ்நிலை, பேறுகால நிலையிலுள்ள ஒரு பெண்ணிடமிருந்து பிரகாசமாக ஒளி வீசும் புதிரான சூழலோடு கலந்தது. காலை முழுவதும் மழை கொட்டியது. மாலையில் வானம் தெளிவானது. காட்டரசு மரக்காடுகளிலும் இளநிறங்களுடைய பூர்ச்ச மரங்கள் மீதும் உயிர்ப்புள்ள பசுமை யான ஊசியிலை மரங்கள் மீதும் சூரியன் ஒளி வீசினான்.

புகையிலைக்கறை படிந்த தாடையுடன் மாடி அறையி லிருந்து வெளியே முற்றத்திற்குப் போகும் படிக்கட்டுகளில் கால் தடுமாற இறங்கி வந்துகொண்டிருந்தான் அவன். ஐம்பது வயதிருக்கும். கூன் விழுந்து தளர்ந்த நிலையிலிருந்தான். அவன் பெஞ்சமி. நிக்கிலா பண்ணை எஜமானன். இடுப்பு

வாரினால் இழுத்துக் கட்டப்பட்டிருந்த கரடுமுரடான, அழுக்கடைந்த மேலங்கி அணிந்திருந்தான். மேற்பித்தான் போடப்படாமல் மேலங்கியும் சட்டையும் திறந்திருந்ததால், இலையுதிர் காலக் காற்றில் சதைப் பற்றில்லாத அவன் மார்பு வெளியே தெரிந்தது. வீழ்ச்சியை நோக்கி மெல்ல நகர்ந்துகொண்டிருந்தான் அந்த மனிதன். இந்த நிலையில் இருக்கும் வயதான நில உரிமையாளன், மேற்சட்டையுடன் பண்ணை வெளியில் அங்கே இருப்பவன் – சிறிது தூரம் தள்ளி ஒரு கொட்டகையில் கொதித்துக்கொண்டிருக்கும் பிராந்தி பாத்திரம். இவை அனைத்தும் அந்த இடத்தின் அடிப்படைப் பண்புடன் இசைவாகக் கலந்திருந்தன. இந்த இசைவு மண் மணம் வீசும் வீட்டு அஸ்திவாரத் தளங்களிலும், பழகி உவர்த்த வீட்டு மூலைகளிலும் வெளிப்பட்டது. பெஞ்சமி மூன்று முறை மணமானவன். அவன் மூன்றாம் மனைவி முதல் குழந்தைக்குத் தாயாகும் நிலையில் இப்போதிருந்தாள். கைகள் முழுவதும் வெளியே தெரியும்படி உடையணிந்திருந்த மதுக் குவளைப் பணிப்பெண் (விருந்தில் குடிகலம் பரிமாறுபவள். பணிப்பெண் என்பதாகக் குறிப்பிடப்படுவாள். மொ.பெ) வியர்த்து வடியும் முகத்துடன் குளிப்பக[1]த்திற்குத் தண்ணீர் எடுத்துச் சென்றுகொண்டிருந்தாள். அந்தச் சமயத்தில் கிராமத்திற்குப் புறப்படத் தயாராக இருந்த பெஞ்சமியைக் கண்டதும்,

"ஏ கிழவா ... இன்று மாலை வீட்டிலிரு" – பணிப்பெண் உரக்கக் கத்தினாள்.

"ஏய் கிழட்டுப் பிசாசே ... உனது கழுநீர்த் தொட்டியைத் திறந்து விடாதே" உறுமியவாறு கிராமத்தை நோக்கி நடந்தான் பெஞ்சமி. அவனது வயதான முகத்தில் தெரிந்த லேசான புன்னகையில் சுயதிருப்தி இருந்தது. வெளியே உள்ள அமைதியான பகல் வெளிச்சத்தையும் அதற்குச் சமமான முதிய மனிதனுக்குள் இருக்கும் அமைதியான ரகசிய எண்ணங்களையும் அந்தப் புன்னகை எதிரொளித்தது.

"...பெண்கள் குழந்தை பெறுகிறார்கள் ... அவர்கள் எப்போதும் அப்படித்தான் ... இந்த நிமிடமே எனது மூன்றாம் மனைவி ஒரு குழந்தையைப் பெற்றிருப்பாள் ... ஆனால் அந்தப் பணிப்பெண் ... இனி மேலும் அவளுக்குக் குழந்தை பிறக்காது ... ஹா ... ஹா ... பசங்களா ...

... நான் ஒலிவா பண்ணைக்குக் கிளம்புகிறேன். கிழவன் ஒலிவாவைப் பார்ப்பதற்கு ... அவன் ஒன்றும் மோசமானவன் இல்லை, அவன் கொக்கெமாக்கியிலிருந்து நிஜமாகவே வந்தவனென்றால். (கொக்கெமாக்கி என்பது ஃபின்லாந்தின் ஒரு பகுதி. அங்கு பேசும் மொழியின் பெயரும் அதுவே.) பெரும்பாலான நேரங்களில் என்னைப் போல் அவனும் குடிபோதையிலிருப்பான்... இப்போது அவன் குடிக்காதிருந்தால் அதிலும்

1 குளிப்பகம்: பெரிய குளிக்கும் அறை. ஃபின்லாந்தில் ஏறத்தாழ ஒவ்வொரு வீட்டிற்கும் ஒரு குளிப்பகம் உண்டு. அது வீட்டிலிருந்து தள்ளிச் சிறிது தூரத்தில் கட்டப்பட்டிருக்கும். நீராவிக் குளியலும் இதில் அடங்கும். நண்பர்களும் குடும்பத்தினரும் குளிப்பகத்தில் இளைப்பாறிக் கொள்வர். குழந்தைகள் காப்பகங்களோ, பொது சுகாதார நிலையங்களோ வளர்ச்சியுறாத அந்தக் காலகட்டத்தில், குளிப்பகத்தில் தான் குழந்தைப் பேறு நிகழ்ந்தது. குளிப்பகம் ஃபின்லாந்து கலாச்சாரத்தின் ஒரு முக்கியக் கூறு ஆகும்.

ஆச்சரியமில்லை. அவனை எதுதான் தடுத்து நிறுத்த முடியும்..? நல்ல உயரமும் திடகாத்திரமான கரடியின் தோற்றத்தில் வாலிப வயது மகன் அவனுடன் இருக்கிறான்... ரை[2] அபரிமிதமாய்க் கொட்டிக் கிடக்கிறது... அந்தப் பேய் சிறிதளவும் ஏழையாவதில்லை . . . எனக்கோ ஏற்கனவே மூன்றாவது மனைவி இருக்கிறாள். மீண்டும் ஒரு குழந்தையும் பிறக்கப் போகிறது.பணிப்பெண் அங்கே அதிகாரம் செய்துகொண்டிருக்கிறாள். ஆனால் பெண்களையும் அவர்களின் ஆட்டங்களையும் சீக்கிரமே தடுத்து நிறுத்துவேன் . . . அவர்களை அவர்களுக்கான இடத்தில் வைப்பதுதான் நல்லது... என் மனைவியர் ஒவ்வொருவரும் என்னிடம் பிரம்படி வாங்கி இருக்கிறார்கள். பணிப்பெண்ணும் விரைவில் அடிவாங்குவாள்..."

பெஞ்சமி குடித்திருந்த மது அதன் அற்புத இனிமையுடன் அவன் நாளங்களுள் இறங்கிற்று. பெர்ரி பழக் கொத்துக்கள் போல அவன் கன்னங்கள் ஒளிர்ந்தன. தனது உற்சாகமான மனநிலையை வெளிப்படுத்த அருகே யாராவது இருக்கிறார்களாவென அவன் கண்கள் தேடின. உருளைக்கிழங்கு தோண்டி எடுக்கும் சிலரிடம் சண்டையிட முயன்றான். ஹுசாரியின் மகனான சேட்டைக்காரப் பயலிடம்,

"தந்தை வீட்டிலிருக்கிறாரா..?" எனக் கேட்டான்.

"ஆம்" என்றான் அந்தப் பயல்.

"அங்கே என்ன செய்கிறார்..?"

"தெரியாது/"

"அவர் உன் அம்மாவுக்கருகே இருப்பார்" – கேலியாகச் சிரித்துக் கொண்டே கூறியவாறு பின்னர் ஒலிவா போகும் பாதையில் திரும்பினான்.

பெஞ்சமியின் மூன்றாவது மனைவியின் பெயர் மையா. அவன் இப்போது பார்க்கப் போய்க்கொண்டிருக்கும் பண்ணையின் முந்தைய எஜமானனின் மகள். அதாவது கொக்கெமாக்கியிலிருந்து வந்த இப்போதைய பண்ணை எஜமானன் ஒலிவாவின் பெண்ணல்ல; மையாவின் சகோதரன் தனது ஒலிவாப் பண்ணையை இவனுக்கு விற்றிருந்தான். (ஃபின்லாந்தின் தென்பகுதியில்) தாம்பெரெ நகரின் மறு பகுதியிலிருக்கும் பண்ணைக்குள் மையாவின் சகோதரன் திருமணம் செய்துகொள்வதென்ற முடிவுக்கு வந்திருந்தான். அதனால் பழைய ஒலிவா வீடு அவனுக்குத் தேவையற்றுப் போனது. அதனால் அதனை விற்றான். இது அவன் சகோதரி மையாவை மிகவும் பாதுகாப்பற்ற நிலைக்குத் தள்ளிவிட்டிருந்தது. – அவளுக்கெனச் சொந்தமாகக் கொஞ்சம் ரூபிள்ஸ் கையிலிருந்தது. ஆனால் அதனை யாரும் விரும்பியதாகத் தெரியவில்லை. குறிப்பிட்ட விதத்தில் தனது தோற்றம்

---

2 ரை: கோதுமை தானிய வகையைச் சேர்ந்த தானியம். இதன் மாவில் ரொட்டி (ப்ரெட்) தயாரிக்கப்படுகிறது. கால்நடைகளுக்குத் தீவனமாகவும் சிலவகை விஸ்கி, வோட்கா தயாரிப்பிலும் இது பயன்படுத்தப்படுகிறது. ரை தானியப் பயிர் குளிரையும் பனியையும் – (மிதமான அளவு) தாங்கக்கூடியது. விவசாயிகள் குளிர்கால ரை தானியத்தை இலையுதிர் காலத்தில் பயிரிடுவர்.

இருக்கவேண்டும் என்பதற்காகத் தன்னை அலங்கரித்துக்கொள்ள அவள் மேற்கொண்ட முயற்சிகள் சிரிப்பை வரவழைத்தன. கோமாளித்தனமாக அதில் ஏதோ இருந்தது. மையா குழந்தை ஒன்றைப் பெற்றெடுத்தாள். முறைகேடாகப் பிறந்த அந்தக் குழந்தை வெகு சீக்கிரமே இறந்துவிட்டது. அதற்குள் கையிலிருந்த ரூபிள்ஸ் அனைத்தும் செலவாகிவிட்டது. மையாவிற்கு ஒரே வழிதான் தென்பட்டது. பெண்களுக்காக எப்போதும் திறந்திருக்கும் அதே வழி. பணிப்பெண்ணாக வேலையில் சேர்ந்தாள். மையா திடமனம் கொண்டவளில்லை. அதனால் பிறரின் நல்லெண்ணத்தை அவள் இழக்க நேரிடும் என மக்கள் ஆரூடம் கூறினர். அந்த ஆரூடங்கள் பலிக்கவில்லை. நிக்கிலா பண்ணை எஜமானி கிறிஸ்துமஸ் சமயத்தில் இறந்தாள். அந்த இலையுதிர் காலத்தில்தான் பணிப்பெண்ணாக மையா அங்கு சென்றாள். "இதோ பெஞ்சமியின் அடுத்த மனைவி" என மக்கள் பேசிக்கொண்டனர். அவர்களின் இந்த ஆரூடம் பலித்துவிட்டது. நிக்கிலா பண்ணையின் குளிப்பக மேடையில் மையா படுத்திருந்தாள். பணிப்பெண் லொவீசா மையாவுக்கு உதவியாகப் பரபரப்பாக வேலை செய்துகொண்டிருந்தாள்.

தனக்குக் குழந்தை பிறக்கப்போகும் ஒரு சந்தர்ப்பத்திற்காக மிகுந்த எதிர்ப்பார்ப்புடனும் நம்பிக்கையுடனும் காத்திருந்தாள் மையா; பெஞ்சமியின் மனைவியாக அவளது வாழ்க்கை அதுவரையில் குளறுபடியாகவும் ஒத்திசைவற்றும் இருந்து வந்திருந்தது. தன் கணவனுக்கு ஒரு வாரிசைப் பெற்றுத் தரவேண்டும். அப்போதுதான் அவள் சரியாக வாழ்வைத் தொடங்க முடியும். இந்த யோசனை பலவீனமான அவளின் சிறிய மூளையில் இப்போதுதான் உறைத்தது. சரியான தொடக்கமில்லாத குறை அவளது குற்றமல்ல. பண்ணை உரிமையாளர்கள் பெண்களின் வாழ்விற்கென நிர்ணயிக்கப்பட்ட பாதை உண்டு; அந்தப் பாதையைப் பின்பற்ற அவள் வாழ்க்கை எப்படியோ தவறிவிட்டது. அதற்காக அவள்மேல் எப்படிப் பழி சுமத்த முடியும்? ஐந்தாண்டுகள் பணிப்பெண்ணாக அவள் செய்த வேலை அந்தஸ்தில் தாழ்வானது என்பதை அவள் உணரவில்லை. அந்த நிலை தற்காலிகமானதுதான். சரியான தொடக்கம் அமையும் வரை பணிப்பெண்ணாகவே அவள் தொடர்ந்தாள். அந்தச் சமயத்தில் தான் பெஞ்சமியின் சூசகக் குறிப்புகளால் சட்டென அவன் மேல் உணர்ச்சிப்பூர்வமான ஈடுபாடுகொண்டாள்; அவன் பண்ணை எஜமானன், வயதானவன்; புகையிலைக் கறைபட்ட கன்னம், குடிப்பதில் அதிகப் பிரியம், மனைவியை இழந்தவன். அவனைப் பற்றிய இந்த நிஜங்களில் ஏதோ சில, மையாவிற்குப் பிடித்திருந்தது. அவனைப் பற்றி இவ்விதமாக அவள் உணர்ந்தபோதிலும் அந்தஸ்தில் தாழ்வான தனது நிலைமை அவள் மனதைவிட்டுப் போகவில்லை; இந்தப் பண்ணைக்குப் பொருத்தமான ஜோடியாக பெஞ்சமியுடன் நான் இருக்க வேண்டும் என்ற எண்ணம் அவள் மனதில் பிறந்ததற்கும் தாழ்வான நிலைமையே காரணம்.

சட்டப்பூர்வமாக அவனுக்கு மனைவியாகப் போகிறோம் என்பது உறுதியாகத் தெரிந்த பின்னரே அவள் மனதில் இந்த எண்ணம் பிறந்தது.

'மனைவியை இழந்தவனும் பண்ணை உரிமையாளரின் மகனுமாகிய பெஞ்சமிக்கும் பண்ணை உரிமையாளர் – மரியா ஜோஸஃபினா

செஃபானியா தம்பதியரின் திருமணமாகாத மகள், இளம்பெண் மையாவிற்கும்' என்பதாக அடுத்த ஞாயிறன்று சர்ச்சில் வெளிவர இருக்கும் அறிவிப்பைக் கற்பனைசெய்து, அதில் வாழ, ஒரு முழு வாரமும் அவளுக்கிருந்தது. ஆனால் பாதிரியார் அறிவிப்போ 'அதே பண்ணையின் பணிப்பெண்' என்பதாகவே தொடங்கிற்று. திருமணமாகாத இளம்பெண் என்பதான ஒருசொல்லும் அந்த அறிவிப்பில் இல்லை. இதில் மட்டுமல்லாது, மற்ற விதங்களிலும் சரியான தொடக்கம் தனக்கு அமையவில்லை என்பதை விரைவிலேயே அவள் கண்டுகொண்டாள். திருமணம் அவளது நிலைமையில் எத்தகைய மாற்றத்தையும் கொண்டுவரவில்லை என்பதே உண்மை. பெஞ்சமியை எஜமான் என்பதைத் தவிர வேறு எந்தப் பெயராலும் அவளால் அழைக்க முடியவில்லை. பெண்களும் அவளை மையா என முன்பு போலவே அழைத்தனர். பொதுவாகப் பெண்களைப் பற்றிய தனது உணர்வைத் தெரிவிக்க 'கிழட்டுப் பிசாசுகள்' என்னும் அவமதிப்பான சொல்லையே பெஞ்சமி மீண்டும் பயன்படுத்தினான். உற்சாகமான மன நிலையில் இருக்கும்போது "பெண் இனம்" என்று கூறினான்.

மனைவியாகப் போகிறோம் என நம்பிக்கைகொண்டிருந்த கால கட்டத்தில் மையாவை சதா அழுத்திக்கொண்டிருந்த பெயரற்ற அதே கவலை, அவள் திருமணத்திற்குப் பிறகும் தொடர்ந்தது. சரியான தொடக்கம் ஒத்திவைக்கப்பட வேண்டியதாகவே எப்போதும் இருந்தது. விஷயங்கள் இந்த விதமாக நடந்திருக்க வேண்டும் அந்த விதமாக இருந்திருக்க வேண்டும் என ஏதேதோ அவள் நினைத்தாள். ஆனால் இவை அனைத்தும் மற்றொரு நாளுக்குத் தள்ளிவைக்கப்பட வேண்டியதாயிற்று. தன்னை நிலைநாட்டிக் கொள்வதற்காக எளிய முயற்சியைத் தன்னடக்கத்துடன் மேற்கொள்ள ஆரம்பித்தாள் மையா: பணிப்பெண் இனிமேல் வீட்டிற்கு வரக்கூடாது என்பதற்காக அவளிடம் மூர்க்கமாக நடக்கத் தொடங்கினாள். ஆனால் அதன் விளைவோ வேறு விதமாக இருந்தது. ஒரு நாள் கடும் வெறுப்புடன் வீடு வந்த எஜமான் "ஏ கிழட்டுப் பிசாசுகளே ... மாடுகளே ... உங்கள் வேலையை மட்டும் பாருங்கள் ... இல்லையெனில் என்ன செய்வேன் தெரியுமா ..." எனக் கத்தினான். தன்னைத் துன்புறுத்திக்கொண்டிருக்கும் முதுமை, அருவருப்பு ஆகியவற்றின் மொத்த வலுவையும் மூலதனமாக்கிக் கொண்டவன் போல் தனது மேன்மையை எல்லாக் கிழட்டுப் பிசாசுகள் மீதும் பறைசாற்றினான். சரியான தொடக்கமில்லாத குறையால் பெஞ்சமி யின் வாழ்க்கை அவதிக்கு ஆளானதில்லை; மையா அவனை மதிக்க வேண்டியதிருந்தது. அவன்மேல் வன்மம் ஏதுமில்லை என்பதாகப் பணிப்பெண் காட்டிக்கொண்டாள்; அவள் மையாவுடன் முன்பிருந்ததை விடவும் அதிக நட்புணர்வுடன் இருந்தாள்.

இதனைவிடவும் நல்ல தொடக்கம் தனக்கு அமையப்போவதில்லை என மையாவிற்குப் புரிய ஆரம்பித்தது. கடுமையான வேலைச் சுமைகளுக் கிடையே வாய்த்த தனிமையான தருணங்களில் தனது நிலைமை குறித்து அவள் யோசிக்க ஆரம்பித்தாள். அவளுக்கு ஏற்கனவே வயதாகிவிட்டது ... இத்தகைய பண்ணையில் எறியப்பட்டுவிட்டாள் ... ஒரே வார்ப்பில் நீண்ட நாட்களாக நிலைத்துவிட்டிருந்த பெஞ்சமியின் வயதான பரபரப்பான

முகம்... குடியில் ஊறிய மனம்... எது நடந்தாலும் அசைக்க முடியாத உச்ச அதிகாரம் கொண்ட பெஞ்சமி... இதற்கிடையே தாங்கள் அறிந்த ரகசியங்களோடு பணிப்பெண்ணும் அவளுடைய பெண் பிள்ளைகளும்... மந்தமான அந்தக் கிராமத்துப் பார்வையாளர்கள்... இதுபோன்ற யோசனைகளும் நினைவுகளில் ஆழ்ந்துபோகும் தருணங்களும் அவளை மிகவும் சோர்வுறச் செய்தன. அவளின் முன் பற்களில் இரண்டு ஏற்கனவே விழுந்துவிட்டன. வாரிசும் இல்லை. அதற்கான நம்பிக்கையும் இதுவரை இல்லை. இந்தச் சூழ்நிலையில் பெஞ்சமி இறந்துவிட்டால் அவளின் கதி என்னவாகும்...?

துயரத்தில் அலைமோதிக்கொண்டிருந்த அந்தச் சமயத்தில்தான் வாரிசு பிறக்குமென்ற நம்பிக்கை அவளுக்கு வந்தது. இப்போது அவன் வாரிசை அவள் சுமந்துகொண்டிருந்தாள். இந்தக் காலகட்டத்தில் அவளது கன்ன எலும்புகளுக்கிடையே இருந்த நனைந்த கண்கள் கனவுகளில் மிதந்தவாறு வெளியே பார்த்துக்கொண்டிருந்தன. இப்போது குழந்தை பிறக்க இருந்தது. அவள் எதிர்காலம் குறித்து யோசிக்க வேண்டும். அதற்குக் கட்டாயமாக எவ்வளவோ திட்டமிட வேண்டும். குழந்தையைக் கவனித்துப் பேணிப் பாலூட்டி வளர்க்க வேண்டும். பரம்பரைச் சொத்து வீணாகிவிடாமல் குழந்தைக்காக அதனை அதிகரிக்கச் செய்வதில் கவனமாக இருக்க வேண்டும். இவ்விதமான எண்ணங்கள் அழையாமலேயே அவள் மனதில் வந்தன. கவலைகொண்டாள் மையா. சீரான முறையில் திட்டமிடப்பட வேண்டிய எந்த விஷயமும் அவள் மனதை அழுத்திச் சோர்வுறச் செய்தது; வெற்றி கிடைக்குமெனவும் நல்ல பலன் விளையுமெனவும் கற்பனை செய்தாள். கற்பனை நிறைவேற அவள் திட்டமிட்டுச் செயல்பட வேண்டும். அதற்குத் தெம்பும் ஆற்றலும் தேவை என்பதையும் உணர்ந்தாள். தனது வாழ்க்கையில் சிறிய துன்பங்களை ஆயிரக்கணக்கில் ஏற்கனவே அனுபவித்திருந்தாள் மையா; ஆனால் ஒரு துன்பமும் உண்மையில் அவளை விட்டு ஒருபோதும் நீங்கியதில்லை. நீங்கியிருக்க வேண்டும்தான். இப்போது ஈவா, மார்க்கே, பெஞ்சமியின் முதுமை என மேலும் துன்பங்கள். அவளது திருமண வாழ்வுகூடப் பிற எல்லாப் பெண்களையும் போல ஏன் அமையவில்லை...? இவற்றையெல்லாம் யோசிக்கையில் ஒருவர் வந்துசேரும் இடம்: இனிச் செய்ய வேண்டிய முயற்சி என எதுவும் நம் கையில் இல்லை என்பதே.

அதேநேரம் இயற்கை இதுபோன்ற கோரிக்கைகளைக் கண்டு கொள்வதில்லை. அது அதன் போக்கில் தன் வேலையைச் செய்தவாறு சென்றுகொண்டேயிருக்கிறது. இயற்கையின் பரிபூரணமான துல்லியமான தொடர்ச்சி ஒரு புறம்; மனித நம்பிக்கைகள் மறுபுறம்; வாழ்வின் அனைத்து அவலங்களின் மையம் வேறொரு புறம் என இவை அனைத்தும் இந்தச் சூழ்நிலைகளிலும் கண்கூடாகத் தெரிகின்றன. கடவுளால் முற்றிலும் புறக்கணிக்கப்பட்ட காட்டின் தன்னந்தனி மூலையில் மலர் தன் இனத்தின் தன்மைக்கேற்ப மலர்வதைப் போல. ஆனால் மையாவின் வேளை வந்தபோது அவளது கவலைகளின் அழுத்தம் சற்றுத் தணிவுற்றது. முழு நிறைவான தோர் லட்சிய நிலையை அடைந்துவிட்டதான உணர்வுகொண்டாள்

அவள். ஈவாக்கள், மார்க்கேக்கள், பெஞ்சமிகள், பணிப்பெண்கள் என இவர்களெல்லாம் இந்த நிலையில் ஒரு பொருட்டா என்ன..?

பேக்கரியிலிருந்து சற்றுத் தள்ளியிருந்த ஒலிவாவின் அறையில் கொழுப்பினாலான மெழுகுத்திரி எரிந்துகொண்டிருந்தது. அதன் மஞ்சள் ஒளியில் மூன்று பேர் அமர்ந்திருந்தனர். ஒருவன் பா ஒலிவா (பா). அறுபது வயதிற்குள் இருந்தான். கன்னங்கள் நன்கு ஓரம் மழிக்கப்பட்டிருந்தன. அடர்த்தியான வெள்ளைத் தாடி கன்னத்தில் ஒரு காதிலிருந்து மறு காதிற்கு நீண்டிருந்தது. அவன் கொக்கெமாக்கியைப் (மொழி) பேச்சு வழக்கில் பேசினான். அவனது கழுத்தும் முதுகும் இறுக்கமற்று நேராக நிமிர்ந்திருந்தன. குவளைமதுவையும் காலிசெய்த முறையில் கண்ணியம் இருந்தது. பெஞ்சமி அவனைப் பரிகசிக்கத் தொடங்கினான். பா ஈவிரக்கமற்ற தனது மவுனத்தால் பெஞ்சமியை அடக்கினான். அவன் தன் மகன் ஃப்ரான்ஸுடன் இருந்ததால் பா–வுடன் சண்டை இழுக்கப் பயந்தான் பெஞ்சமி. இருபது வயதில், தோளுக்கு மேல் சமமாகக் கத்தரிக்கப்பட்ட தலை முடியுடன், தந்தையைப் போலவே திடகாத்திரமாக இருந்தான் ஃப்ரான்ஸ். புன்னகையற்ற முகம். அவ்வப்போது உதட்டிலிருந்து கறாராக ஒரு வாக்கியத்தை நழுவவிட்டான். அவன் தனக்காகவே பேசினான். எனினும் என்னுடைய தந்தை பா முடிவாக என்ன பேசுவானோ அதை உறுதிசெய்வதாகவே அவனது பேச்சின் குறிப்புகள் இருந்தன. அவர்கள் குடித்தனர். போதைகொள்ளவில்லை. தனது வீட்டில்தான் பெஞ்சமி எப்பேர்ப்பட்ட கொடுங்கோலன்? ஆனால் இங்கே அவர்களுக்குச் சொந்தமான பண்ணையில் அவன் நின்றான். தங்கள் நிபந்தனைகள் அனைத்தையும் ஏற்றுக்கொள்ளும்படி பெஞ்சமியை அவர்கள் இணங்க வைப்பதுபோல் தெரிந்தது.

இங்கேயும் அங்கேயுமாக கொக்கெமாக்கி மனிதர்கள் அந்தத் தேவாலய வட்டாரத்தில் குடியேறத் தொடங்கினர். அவர்கள் பரந்த மார்புடையவர்கள். உள்ளூர் வாழ்வின் அங்கீகரிக்கப்பட்ட நடத்தையைக் கண்மூடித்தனமாகப் புறக்கணித்தனர். சால்வையையும் ஆட்டுத்தோல் கோட்டையும் உடையாக அணிந்தனர். சர்ச்சிற்கு வெளியேயும் கரடுமுரடான தங்களின் வட்டார வழக்கு மொழியிலேயே ஒருவருக்கொருவர் பேசிக்கொண்டனர்.

மெழுகுத்திரியின் சுடர் நடுக்கம் அனேகமாக முடிவிற்கு வந்திருந்தது. நிக்கோலா பண்ணை எஜமானனான பெஞ்சமியும் இதேநிலையில் தான் இருந்தான். “மெழுகுத்திரி அணைந்துபோகும் வரைதான் உனது வாழ்வு நீடித்திருக்கும் போல் தெரிகிறது” என்றான் பா ஒலிவா. குடியில் பெஞ்சமி போதைகொள்ளத் தொடங்கிய சமயம் பா உற்சாகமானான். “அந்தப் பணத்தை உனக்குத் தரமாட்டேன். அதனால் என்மேல் நீ வன்மம் கொள்வதில் ஒரு பயனில்லை. உனது பண்ணை நிலங்கள் எப்படிப் பட்டதென எனக்கென்ன தெரியும்..? உனக்கு மீண்டும் சொல்கிறேன். எங்கேயாவது சுற்றுவது... திருமணம் செய்துகொள்வது போன்ற உனது வழக்கமான செயல்கள்...”

குடி மயக்கத்திலிருந்தபோதிலும் தனக்கும் அவர்களுக்கும் இடையே இருந்த பெரிய இடைவெளியையும் அவர்களின் வலிமையையும்

பெஞ்சமியால் உணர முடிந்தது. அவர்கள் விரும்பாமலேயே தானும் தனது பண்ணையும் ஏற்கனவே அவர்களுக்குக் கைமாறிக்கொண்டிருப்பதாகத் தோன்றிற்று. எரிச்சலின் அறிகுறிகள் பெஞ்சமியிடம் தென்படலாயின. அங்கிருந்து எழுந்தான். அது பற்றி ஏதேனும் செய்ய வேண்டுமென்ற உத்தேசம் கொண்டவன் போலத் தோன்றினான். ஆனால் பா அவனிடம்,

“எழுந்து வீட்டுக்குப் போய் உன் மனைவியைப் பார் . . . இப்போதே அவள் குழந்தை பெற்றிருப்பாள் என நினைக்கிறேன் ...” என்றான்.

பா வும், ஃப்ரான்ஸுசும் பெஞ்சமியை வெளியே அழைத்துச் சென்றனர். வெளியே முற்றத்தின் கும்மிருட்டில் இருப்பதாக உணர்ந்தான் பெஞ்சமி. கிராமத்தின் மறுமுனை நோக்கி அடிமேல் அடிவைத்து நடக்கத் தொடங்கினான். அவன் கண்கள் இருட்டைத் துழாவின. அவனது தினசரி வழமை குறித்த பிரக்ஞை முழுவதையும் குடி துடைத்துவிட்டிருந்தது. அதனால் புனைவுகளற்ற, அடிப்படையான வாழ்வின் அம்சங்களை மட்டுமே அவன் கண்டான்; சூழ்நிலைகளை அவற்றின் உப்புச் சப்பற்ற தன்மைகளோடு அவனால் காண முடிந்தது. இந்தப் பூமி, தொலைவிலுள்ள ஆகாயம், அதோ அந்தக் கொக்கெமாக்கி மனிதர்கள் – இவற்றை எவ்வளவு கடும் உணர்ச்சி வேகமும் எதிர்கொண்டு வெல்ல முடியாது. எத்தனையோ பிறவற்றை எதிர்கொள்ளக் கடும் உணர்ச்சி வேகம் உதவியிருக்கிறது. சில விஷயங்களை உணர்ச்சி வேகத்தால் வெற்றிகொள்ள முடியாது. அதே நேரம் அவற்றைப் புறக்கணிக்கவும் முடியாது. ஏமாற்றமும் கடுங்கோபமும் அவன் மனதை நிரப்பிற்று. ஏதோ சில விஷயங்களால் தனது மரியாதை அச்சுறுத்தி அடக்கப்படும் நிலை வரலாம் என்ற சந்தேகம் வயதான பெஞ்சமியைக் கிட்டத்தட்ட நொறுக்கிற்று. தொண்டைக்குள் ஏதோ உறுமியபடி சாலையருகே கீழே அமர்ந்தான்.

நிக்கிலா பண்ணையின் கூடத்திலிருந்த விளக்குமாடத்தில் சிறிய மரத் தீப்பந்தம் எரிந்துகொண்டிருக்கிறது. சிவந்த தலைமுடி கொண்ட மகள்கள் இருவர் மீதும் அதன் ஒளி விழுகிறது. மூத்தவள் ஈவா. இளையவள் மார்க்கே. பெஞ்சமியின் இரண்டாம் திருமணத்தில் பிறந்த இவர்கள் தோற்றத்தில் தன் தாயைக் கொண்டிருக்கின்றனர். இப்போது உயிரோடு இருக்கும் பிள்ளைகள் இவர்கள் இருவர் மட்டுமே. மந்தமான இயல்பு கொண்டவர்கள். தனியே இருக்கும்போதும் அவர்கள் பேசிக்கொள்வது மிகக் குறைவு. இருந்தபோதிலும் ஒருவர் மற்றவரின் சகவாசத்தையே எப்போதும் நாடுகின்றனர். அன்று மாலை அவர்களுக்கிடையே அன்பின் பிணைப்பு மிக நெருக்கமாக இருக்கிறது. குழந்தைப் பருவத்தில் அவர்கள் இருவரும் ஆடிக் களித்த அந்த வீட்டுக்கூடம் அந்த மாலை நேரம் முழுவதும் அவர்களுக்காக மட்டுமே இருப்பதுதான் காரணம். எஜமானி வீட்டில் இல்லை. பண்ணை எஜமானனும் வெளியே சென்றிருக்கிறார். பண்ணை ஒப்பந்த வேலைக்கு ஆட்கள் பணியமர்த்தப்பட்டு மதுபானக் கொண்டாட்டம் நடக்கும் வருடத்தின் இந்தச் சமயத்தில் வேலையாட்கள் வீட்டிலிருக்கவும் வாய்ப்பில்லை. செங்கல் கணப்படுப்பின் சிறு சிறு கீறல்களிலிருந்து சிள் வண்டுகள் மட்டுமே ஓயாமல் கத்திக்கொண்டிருக் கின்றன. கணப்படுப்பிலிருந்து மரப்பட்டைகள் சடசடவென எரிந்து

சாம்பலாகிச் சுருள்கின்றன. மார்க்கே தீப்பந்தத்தின் கீழமர்ந்து கிறிஸ்துவ மதக் கொள்கைகளைப் பற்றிய வினா–விடைப் புத்தகத்திலுள்ள (கிறிஸ்துவ வினா–விடைப் புத்தகம் எனக் குறிப்பிடப்படும் – மொ.ர்) பாடத்தை முனகியவாறிருக்கிறாள். சற்றுத் தூரத்தில் ராட்டையில் நூல் சுற்றிக்கொண்டிருக்கிறாள் ஈவா. நூலிழையை அடுத்த வரித்தடத்திற்குச் கொண்டுபோக ராட்டையை நிறுத்தும் ஒவ்வொரு தடவையும் மார்க்கே படிப்பதை நிறுத்தி அவளிடம் ஏதோ சொல்ல முயல்கிறாள். ஆனால் ஈவா உடனடியாக நூல் சுற்றத் தொடங்கிவிடுவதால் ராட்டையின் விர் சத்தம் மார்க்கேயை ஒன்றும் பேசவிடாது செய்துவிடுகிறது. மார்க்கே தனது விரலை ஈரமாக்கிக்கொண்டு படிப்பைத் தொடர்கிறாள். அவள் சற்று விளையாட்டுத்தனம் கொண்டவள். தேவாலய முழு உறுப்பினராகும் நிலையை ('உறுதிப்பாடு' எனக் குறிப்பிடப்படும் மொ.ர்) இன்னும் அவள் அடையவில்லை. ஈவாவோ ஏறத்தாழ வளர்ந்துவிட்டவள்.

அந்தச் சிறார்களின் சின்னஞ்சிறு வாழ்வின் நிகழ்வுகளும் சூழ்நிலைகளுமே அவர்கள் மனநிலையின் மூலப்பொருட்களாய் உள்ளன. கோடை மெல்ல மறைய, குளிர் காலம் நெருங்குகிறது. மாலை வேளைகளில் தீப்பந்தங்கள் ஏற்றப்படுகின்றன. வருடா வருடம் திரும்பத் திரும்ப நிகழ்ந்துவரும் இதனைக் காணும் அவர்கள், தாங்கள் வளர்ந்துவருவதாக உணர்கின்றனர். கடந்த வசந்தத்திற்கு முன், ஏறத்தாழ இதே சமயத்தில் அம்மா இறந்துபோனாள்; அதன் பின்னர் மையா இந்த வீட்டையே தனது சொந்த வீடாகக் கொண்டிருக்கிறாள். மாடி அறைகளுக்கும் வைப்பறைகளுக்கும் சகஜமாகப் போய்வருகிறாள். குழந்தை பெறப்போகிறாள். தந்தை எப்போதும் குடிபோதையிலேயே இருக்கிறார். அம்மா இறந்த பிறகு இப்போதுதான் தங்களுக்கு நல்லநேரம் வாய்த்திருப்பதாக அவர்கள் உணர்கின்றனர். தந்தை பெரும்பாலும் வெளியேதான் இருக்கிறார். வீட்டிற்குத் திரும்பிவரும்போது வழக்கமாக அம்மாவை அடிப்பது போல அவர் அவர்களை அடிப்பதில்லை. ஈவாவிடம் சாவி இருக்கிறது. அதனை அவள் பத்திரமாக வைத்துக்கொண்டிருக்கிறாள். அதனால் பணிப்பெண் என்னதான் பண்ணையைச் சுற்றித் திரிந்தாலும் திருடுவதற்கு முன்பு போல் பொருட்கள் கிடைப்பதில்லை. மிகக் குறைவாகவே கிடைக்கிறது. தந்தையிடம் பணிப்பெண் நெருங்கிய பழக்கத்துடன் பேசுகிறாள். அவன் கோபமாக இருக்கையிலும் அவள் அவனுக்கு ஒருபோதும் பயப்படுவதில்லை.

மார்க்கே புத்தகத்தை மடியில் வைத்துவிட்டுச் சகோதரியிடம் பேச முயன்றாள்.

"அப்பா மீண்டும் எங்கே போயிருக்கிறார் . . ?

"ஒலிவாவிற்கு என்று நினைக்கிறேன்."

"லொவீசா ஏன் எப்போதும் இங்கேயே இருக்கிறாள் . . ?"

"தந்தையிடம் அவள் எப்போதும் அப்படிச் சிரித்துக்கொண்டிருப்பானேன் . . ?"

"பணிப்பெண் ஒருசமயம் அவரின் பிரியத்துக்குரியவளாக இருந்தாள்."

“சரி. ஆனால் மையா இங்கிருக்கையில் அவளும் ஏன் இன்னும் இங்கிருக்க வேண்டும்? மையா எப்படி நடந்துகொள்கிறாள் பார்த்தாயா..? அதுபோல் நடந்துகொள்ள மையாவிற்கு என்ன உரிமை உள்ளது..?

“அவள் எஜமானியாக இருக்கிறாள்.”

“நமது அம்மா எஜமானியாக இருந்தாள்.”

“ஆம். இப்போது மையாதான் இருக்கிறாள். அவள்தான் குழந்தை பெறப்போகிறாளே... எனவே இப்போது உனக்குப் புரிந்திருக்கும்..?

“அவள் எவ்விதம் குழந்தை பெறமுடியும் . . ? குளிப்பகத்தில் அவள் ஏன் குழந்தை பெற வேண்டும்..?” மார்க்கே விடாது தொடர்கிறாள்.

“மையாவிடமே கேள்” மூத்த சகோதரியிடமிருந்து இதையே அவள் பதிலாகப் பெற முடிந்தது.

“நீ எப்போது குழந்தை பெறப்போகிறாய்..?”

“பூ... இன்னொரு பெரிய நாளில்... செர்ரி பழம் கனியும்போது...” – களைத்துச் சோர்ந்த புன்முறுவலுடன் பதில் சொன்னாள் ஈவா. எழுந்து நூல் நூற்கும் ராட்டையைத் தள்ளிவைத்தாள். கொட்டாவி விட்டவாறு தலையைக் கோதினாள்.

நிக்கிலா பண்ணை வீடு. சிவந்த தலைமுடியும் சிறிய கண்களும் கொண்ட அந்தச் சிறுமிகள் மட்டுமே தனியாய் இருந்தனர். அவர்கள் சோர்வுடன் படுக்கையைத் தயார் செய்யத் தொடங்கினர். மையாவும் பணிப்பெண்ணான லொவீசாவும் குளிப்பகத்திலேயே இன்னுமிருந்தனர். பண்ணை எஜமானன் கிராமத்தில் எங்கோ இருந்தான். அந்த இரவின் கும்மிருட்டில், ஒரு குடிகாரப் பண்ணைக் கூலி எருமை மாடு போல எப்போதாவது கத்தினான். அந்தக் கிராமத்தில் வெளியே கேட்ட ஒரே சத்தம் அதுதான். அப்போது இந்த மூன்று குழுவும் – ஈவா, மார்க்கே; மையா, பணிப்பெண்; பண்ணை எஜமானன் – ஆழ்மனதில் தங்களை அறியாமலேயே ஒருவரிடமிருந்து ஒருவர் விலகித் தங்களின் பாதுகாப்பான கூடுகளுக்குள் ஒடுங்கிக்கொண்டனர். ஈவா தீப்பந்தத்தை அணைத்தாள். புகை அடைப்பானை இழுத்து மூடினாள். கணப்படுப்பிற்குப் பின்புறம் சுவருக்கு மிக அருகேயிருந்த கட்டிலில் படுத்தாள். மார்க்கே அவளை அரவணைத்தவாறு படுக்கக் காத்திருந்தாள். ஈவாவுக்கு அது அவ்வளவாகப் பிடிக்கவில்லை. இருந்தபோதும் அவ்விதமே நடக்கும்படி விட்டுவிட்டாள்.

பரபரப்பாக நடக்கும் சத்தம் வராந்தாவிலிருந்து வந்தது. பணிப்பெண் எஜமானின் அறைக்குள் போனாள். பேக்கரிக்குள் நுழைந்து கூடத்திற்குப் போகும் வாசல் கதவைத் திறந்து பின்னர் வெளியே போய்விட்டாள். ஓர் ஆண் குழந்தை ஏற்கனவே இந்த உலகிற்கு வந்திருந்தது. குழந்தை குளிப்பாட்டப்பட்டுப் பல மடிப்புகள் கொண்ட துணியால் சுற்றி மூடப்பட்டிருந்தது. பணிப்பெண் ஒரு கூடையைக் கொண்டுவந்தபோது குழந்தையின் தாய் அதன் மார்பில் தன் கையால் சிலுவைக் குறியிட்டுப்

பிரார்த்தனை செய்தவாறு ஏதோ மந்திரத்தை முணுமுணுத்தாள். பெருமூச்சுவிட்டவாறு மீண்டும் படுத்துக்கொண்டாள். அவள் மனதில் மகிழ்ச்சியிருந்தது; கைகால்களில் அசதியிருந்தது. அந்தக் கணங்களில் பயமோ கடும் முயற்சிக்கான உந்துதலோ இல்லை; குளிப்பகத்தின் அமைதியில் தன் குழந்தையுடன் தனியே அவளால் இருக்க முடிந்தது.

செஞ்சேனைக் கிளர்ச்சி[3]க்கு அறுபதாண்டுகளுக்கு முன் கிறிஸ்துமஸ் சனிக்கிழமைக்கு முந்தைய நாள். பூமியில் தொலைதூரத்திலுள்ள ஓர் இருண்ட மூலையில் நிக்கிலா பண்ணைக் குளிப்பகத்தில் ஒரு மணிநேர வயதுடைய மர்மமான ஓர் உயிரின் மூச்சுவிடும் ஒலி அதன் கூடையில் கேட்டது. பிறப்பதற்கான சுபமுகூர்த்த வேளையல்ல அது. நேரங்கெட்ட நேரமுமல்ல. சாதாரணச் சூழ்நிலைகள்தாம்.

தட்டுத் தடுமாறித் தனது படுக்கைக்கு வந்துகொண்டிருந்தார் தந்தை. கூடத்திலிருந்த ஈவா அந்தச் சத்தத்தில் கண் விழித்தாள். எதைப் பற்றியோ தொடர்ந்து அவர் முணுமுணுத்துக்கொண்டிருப்பது காதில் விழ, இரண்டாம் முறையும் தூக்கத்திலிருந்து விழித்தாள். கதவிற்கு அருகேயிருந்த கட்டிலிருந்து “ஏய் கிழவா . . . தொணதொணப்பதை நிறுத்து. இல்லையெனில் நான் எழுந்து வந்து உன்னை நிறுத்தச் செய்ய வேண்டியது வரும்” என்ற அதட்டலில் தந்தையின் முணுமுணுப்பு நின்றது.

தந்தையை இவ்விதம் அதட்டியது பண்ணைக் கூலியான ஆபெலி. அவனும் தாமதமாகவே வீட்டிற்கு வந்திருந்தான்.

பெஞ்சமி சிறிது நேரம் வாய்மூடி இருந்தான். பிறகு மீண்டும் எழுந்து தனக்குத்தானே முனகியவாறு வராந்தாவிற்குச் சென்று லொவீசாவை அழைத்தான். படுக்கையிலிருந்த பண்ணைக்கூலி கிளுகிளுப்புடன் சிரித்தான். இவை அனைத்தும் ஈவாவின் காதில் தெளிவாக விழுந்தது. வழக்கத்திற்கு மாறாக இதில் ஒன்றுமில்லை என்பது அவளுக்குத் தெரியும். மார்க்கே காதில் ஒன்றும் விழவில்லை. ஈவாவை நெருக்கமாக அணைத்தவாறு ஆழ்ந்த தூக்கத்தில் இருந்தாள். உறக்கத்தில் ஈவாவைத் தனது தாயாக அவள் நினைத்துக்கொண்டிருக்கலாம் என்பது போலத் தெரிந்தது.

(வாழ்க்கையில் சரியான தொடக்கமின்மை, கூடிக்கொண்டே போகும் வயது, எதிர்காலம் குறித்த கவலை போன்ற) சொந்தக் காரணங்களால் குழந்தை வேண்டுமென்ற விருப்பமும் நம்பிக்கையும் கொண்டிருந்தாள் மையா. குழந்தை பிறந்த பின்னர், இயற்கையே பரிசாக வழங்கும் பவித்திரமான மனநிலையை அனுபவமாக உணர்ந்தாள். இந்த மனநிலை மறைந்து சர்வ வல்லமை கொண்ட தினசரி வாழ்வு மீண்டும் மேலெழுகையில், முணுமுணுப்பின்றி, பொறுமையுடன் சகித்துக்கொள்ளப்படும் ஒரு நிகழ்வாக குழந்தைப் பிறப்பு அமைந்துவிடுகிறது. அவ்விதமாகவே கௌரவமான மனிதர்கள் அதனை ஏற்றுக்கொள்கின்றனர். அதுமட்டுமல்லாது வாழ்க்கை வழக்கமாக ஏதோ ஒரு வடிவத்தில் அதனுடன் கொண்டுவரும் சுமைகளில் ஒன்றுதான் குழந்தைப் பிறப்பு; மனித வாழ்விற்கு லேசான

3 செஞ்சேனைக் கிளர்ச்சி: 1917இல் நடந்த ஃபின்லாந்து உள்நாட்டுப் போர்.

ஒரு சலிப்பூட்டும் சுவையையும் பங்களிப்பாக அது வழங்குகிறது. ஒரு குழந்தை பிறந்த சிறிது காலத்திற்குள் இறந்துபோனால் அது குழந்தை பிறந்தபோதிருந்ததைவிட அதிக மகிழ்ச்சியுடன் கொண்டாடப்பட வேண்டிய சந்தர்ப்பமாகும். தாய் கண்ணீர் விடலாம். ஆனால் அது ஆனந்தக் கண்ணீரென வெளிப்படையாகவே ஒத்துக்கொள்கிறாள்.

'குழந்தை உயிர் வாழவேண்டும். தனக்கு அது முக்கியமானது' – தனதருகே குழந்தையில்லாதபோதும் மையாவின் மனதில் எப்போதும் இருந்த ஞாபகம் இதுதான்; குழந்தையைப் பற்றிப் பெஞ்சமி கொஞ்சமும் கவலைப்படுவதில்லை என்னும் எண்ணம் மையாவின் மனதில் சில சமயங்களில் பளிச்செனத் தோன்றுவதுண்டு. அதுபோன்ற கணங்களில் பெஞ்சமி மீதான புதிய உணர்வுகள் அவள் நெஞ்சில் எழுந்தன. இந்த உணர்வுகள் கணவனுக்கும் மனைவிக்குமிடையேயான பேச்சிலும் தெளிவாகத் தெரியத் தொடங்கின. கணவனும் மனைவியும் அந்தரங்கமாகச் சல்லாபம் செய்துகொண்டிருக்கும் நேரங்களில் பகிர்ந்துகொள்ளும் சிணுங்கலான கடிந்துகொள்ளும் தொனியை இந்தச் சந்தர்ப்பங்களின் போதும் தக்கவைத்துக்கொள்ள இயற்கையாகவே மையா முயன்றாள். பெஞ்சமியுடன் தனியே இருக்கையில் அவனை 'தாங்கள்' எனக் கொச்சைச் சிரிப்புடன் துடுக்காக அழைத்தாள். இவ்விதம் அவள் அழைப்பது தனக்கு எப்படியோ பிடித்திருப்பதாகப் பெஞ்சமிக்குப் பட்டது. தனது மதிப்பும் செல்வாக்கும் அதிகரித்துவருவதாக மையா உணர்ந்தாள்

யூஸி குட்டிப்பயல். பிறர் உதவியின்றி ஓடித்திரியவோ தனியே சாகசம் செய்யவோ அவனால் இயலவில்லை. இவ்விதம் இருந்தவரை யூஸிக்கு ஒரு நாள் மற்றொரு நாளைப் போலவே இருந்தது. உடைந்து பழுதான ஒரு மரத்தொட்டில் வீட்டுக்கூடத்தின் மூலையில் இருந்தது. யூஸியின் பெரியம்மா மகள் மார்க்கே தொட்டிலருகே அமர்ந்திருந்தாள். மாலையின் மங்கிய ஒளி. தொட்டிலில் இரண்டே வயதான யூஸி. அவன் கால்கள் மார்க்கேயின் மடிமேல் கிடந்தன. தேய்ந்து பழுதான தரையின் மேற்பரப்பில் நீட்டிக்கொண்டிருந்த முண்டுகள் தொட்டிலின் அடிப்பக்கத்தில் இடித்து அதைக் குலுக்க , தாழ்வான குரலில் சலிப்புடன் பாடியவாறு தொட்டிலை ஆட்டினாள் மார்க்கே. பயல் உறங்குவதில்லை. அவ்வப்போது எழுந்து உட்கார முயன்று அம்மாவைக் கேட்டு அழும் ஒவ்வொரு தடவையும் மார்க்கே அவனைப் பலமாகக் கீழே தள்ளி அமர்த்துவாள். வளர்ந்து வரும் இருளும் தெள்ளுப்பூச்சிகளும் மூட்டைப் பூச்சிகளும் குழந்தையைக் கடுமையாய்த் துன்புறுத்துகின்றன.

குட்டிப்பயல் யூஸி இருபதாவது தடவையாக விழித்து அழுது கொண்டிருக்கிறான். மார்க்கே பிரயாசையுடன் தொட்டிலிலிருந்து அவனைத் தூக்குகிறாள். வளைந்த அவன் கால்களைத் தன் கைகளோடு சேர்த்தணைத்து ஜன்னலருகே அவனைக் கொண்டுசெல்கிறாள். அங்கே மங்கலான பகலொளி அசையா நிழற்படமாய் வானிலிருந்து தொங்குகிறது. கிணற்றுக்கும் மாட்டுக்கொட்டகைக் கதவிற்கும் அருகே மனிதர்கள் நடமாட்டத்தைக் காணும் குழந்தை அமைதியடைகிறது. பின்னர் தணிந்த குரலில் ஒரே சீராக அழத் தொடங்குகிறது. வெளியே

படீரெனக் கதவு அறைந்து மூடும் சத்தம், உள்ளே சில் வண்டின் கிறீச் – ஒலி. விசுவாசமான குடும்ப அமைப்பு சார்ந்த அந்த நாட்களின் உயிர்த் துடிப்பு. மரத்தாலான தீப்பந்தங்களின் காலம்... இப்போது தனது சலிப்பின் மீதே சலிப்புக்கொள்கிறாள் மார்க்கே. தன் கரங்களிலுள்ள குழந்தையின் கண்ணீர்க் கோடு படிந்த இறுகிய முகத்தை உணர்ச்சியேதுமின்றி உற்றுப் பார்த்தவாறிருக்கிறாள். 'மையாவின் மகன்; என் தந்தைதான் இக்குழந்தைக்கும் தந்தை.

ஆபெலியும் பண்ணை வேலையாளான குஸ்தாவும் கூடத்திற்குள் வருகின்றனர். தினக் கூலியான மஸ்த்தோமாக்கி வீட்டு முன்வாயிற் கதவைக் கடந்து செல்வதைக் காணமுடிகிறது. முற்றத்திலிருந்து வரும் மையாவின் காலடியோசை பேக்கரி இருக்கும் திசையில் தேய்ந்து மறைகிறது. மாலைப் பொழுதின் தொடக்கம்.

ஆபெலி தனது மேலங்கியைக் கழற்றிக் கையுறையையும் ஈரமான கந்தல் காலுறையையும் கணப்படுப்புக் கம்பிகளின் மேல் விரித்துக் காயப் போடுகிறான். உத்தரத்தின் மீதிருந்த தீப்பந்தக் கட்டு ஒன்றைக் கீழே கொணர்கிறான். தீக்குச்சியைத் தேடி எடுத்துக் காரை பூசிய கணப்படுப்புச் சுவற்றின் மேல் அதனை உரசித் தீப்பந்தத்தைக் கொளுத்துகிறான். குழந்தை யின் தணிந்த அழுகைக் குரல் நிற்கிறது. அது தன் கண் இமைகளை லேசாகச் சிமிட்டுகிறது. குழந்தை முழுவதும் சோர்ந்துபோய்விட்டது. ஆனால் மார்க்கே அதனைத் தொட்டிலில் போட முயல்கையில் அது வீறிட்டழுகிறது.

ஆபெலி ஒரு பனிச்சறுக்குவண்டி செய்வதற்குத் தேவையான பொருட்களைக் கொண்டுவந்திருக்கிறான். பெஞ்சில் அரைத் தூக்கம் போட்டுக்கொண்டிருக்கிறான் குஸ்தா. அவன் சோம்பேறி. வெளிப்படை யாகச் சொன்னாலொழிய எதையும் செய்யமாட்டான். வீட்டுக்கூடத்திற்கு வரும் எஜமானி மையா, தாவிப் பாய்ந்து குழந்தையை மார்க்கேயிடமிருந்து வாங்கிப் பால் கொடுக்க மார்பைத் தருகிறாள். மூன்றாண்டுகளாக இது தொடர்ந்து வருகிறது. தாய்ப்பால் குடிப்பதை யூஸி இன்னும் நிறுத்தவில்லை. பால்குடி நிறுத்துவதைச் சும்மாவேனும் தள்ளிப்போட்டவாறிருக்கிறாள் மையா.

ஒரு எஜமானியாகத் தனது கடமைகளை நன்கறிந்தவள் மையா. பாடங்களைப் படித்துப் பயிற்சி செய்யும்படி குஸ்தா, மார்க்கே இருவருக்கும் கட்டளையிடுகிறாள். கிறிஸ்துவ வினா–விடைப் புத்தகத்தை எடுக்கப்போகிறான் குஸ்தா. ஆனால் மார்க்கே புத்தகத்தை எடுக்கச் சிறிது தயங்க, 'உன் தந்தை வரட்டும். சொல்கிறேன்' என அவனைப் பயமுறுத்துகிறாள் மையா.

குஸ்தா முனகியவாறு ஆர்வத்துடன் படிக்கத் தொடங்குகிறான். 'ஒவ்வொரு நாளும் எங்களுக்குள் இன்னும் வாழும் முதிய ஆதமே பதில் சொல்வாயாக ம்... ம்... ம் பிராயச்சித்தமும், திருந்தி மேம்படுதலும்... ம்... ம்... தீய காமங்கள் சகலமும்... ம்... ம்... மூழ்கடிக்கப்படும் – தினந்தோறும் அவை மீண்டும் மேலெழும்... ம்..." ஓர் இணைப்பைச்

சரியாகப் பொருத்தும் வேலையில் கவனமாக ஈடுபட்டுக்கொண்டிருக்கும் ஆபெலிக்கு நல்ல வெளிச்சம் வேண்டியதிருக்கிறது. அதனால் அவன் 'டேய் பையா... இங்கே வா... இந்த விளக்கைப் பிடி" எனக் குஸ்தாவிடம் உறுமுகிறான்.

வானூர்தியின் உஸ் சத்தம், நூல் நூற்கும் ராட்டையின் கிர் கிர் ஒலி, கிறிஸ்துவ வினா–விடைப் புத்தகத்தின் புரியாத வரிகள். அக்குளில் தீப்பந்தக் கட்டு ஒன்றுடன் கூடத்திற்குள் வந்தான் பெஞ்சமி. கட்டுகளைத் துண்டு துண்டாக நறுக்க ஆரம்பித்தான். அன்று முழுவதும் குடிமயக்கமில்லாது நிதானத்தில் இருந்தான். அதுபோன்ற நாட்களில் அவனிடம் ஏதோ கண்ணியம் இருந்ததைப் பிறர் கவனிக்கத் தவறவில்லை.

ஒன்றிரண்டு மணிநேரம் கழித்து வெவ்வேறு வயதுடைய அனைவரும் தூக்கத்தில் ஆழ்ந்திருந்தனர். காலச் சமுத்திரத்தில் நிராதரவாய்த் தத்தளித்துக் கொண்டிருக்கும் பாமர மனிதர்களை, தனிவேறான, தனித்துவம் வாய்ந்த, உயிருள்ள ஒரு பொருள் கவனித்துக்கொண்டிருப்பது போல, பழக்கமில்லாத காடுகளின் இருளடர்ந்த இரவு உறங்குபவர்களைச் சூழ்ந்து பெருமூச்செறிகிறது. காலப்போக்கை மாற்றியமைக்கும் கேடுகள் நிகழ இருக்கும் அறுபதுகள் பிறந்திருக்கின்றன. இந்த வீட்டில் வசிப்போர் ஒருவர் துணையுடன் மற்றொருவர் இருக்க நேர்ந்துள்ளது தற்செயலான ஒன்று. எனினும் வர இருக்கும் அந்த ஆண்டுகளில் கேடுகள் நிகழ இருக்கின்றன என்பதைக் குறிப்புணர்த்தும் சிள்வண்டின் கீச்சொலியைத் தெய்வத்தின் குரலாகக் கேட்டுணர முடிகிற காதுகள் அந்த வீட்டில் வசிக்கும் ஒருவரிடமும் இல்லை. அந்த ஏழு தனித்தனியான உயிர் மூச்சுக்கள் அங்கு இருப்பதற்கான தங்கள் உரிமையை வலியுறுத்துகின்றன; அவ்வகையில் அந்த அறையின் கூட்டுச் சூழலுக்குத் தம்மை ஒப்படைக்கின்றன.

அவர்களுள் மிக இளையவன் மூச்சுவிடும் சப்தம் ஏறத்தாழக் கேட்க முடியாதபடி இருக்கிறது. சிறுபயல் யூஸி தாயின் மடியில் ஒரு வழியாகத் தூங்கிவிட்டிருக்கிறான். மக்கிய வாடையடிக்கும் தொட்டிலில் அவனைக் கிடத்துகிறாள் அவன் தாய். அந்தச் சின்னஞ்சிறு உடல் தனது பல்வேறு கூறுகளுடன் அங்கே படுத்திருக்கிறது. அதுவும் காலச் சமுத்திரத்தின் போக்கில் தன்னுணர்வற்றுப் போராடியவாறு முன்னோக்கிப் போய்க் கொண்டிருக்கிறது. தொலைவிலுள்ள இளமைப் பருவத்தை நோக்கி; இன்னும் தொலைவிலுள்ள முதிய வயதினை நோக்கி; ஒருவராலும் முன்கூட்டியே அறியமுடியாத மரணத்தை நோக்கி. அதன் பின்னர் முடிவற்ற அந்தச் சமுத்திரத்தின் கரை புலனுக்கு எட்டாது இன்னும் மறைந்துகிடக்க, முன்பிருந்தது போலவே எல்லாமும் இருக்கும். சதை, ரத்தம், உள்ளே மறைந்திருக்கும் எலும்புகள். இவை சேர்ந்த மிகச் சிறிய குறிப்பிட்ட கூட்டமைப்பு சரியாக இல்லையென்றால் மரணத்தை நோக்கிய பயணம் தொடக்கத்திலிருந்தே தொந்தரவு தருவதாகும். எலும்புகளின் கண்ணுக்குத் தெரியாத சின்னஞ்சிறிய அணுக்களில் ஒரு செயல்பாடு நிகழ்ந்துகொண்டிருக்கிறது. இச்செயல்பாட்டின் விளைவான தொடை எலும்புகளின் படிப்படியான வளைவு, பெருத்த தலைஓடு முதலான வளர்ச்சி முடிவுகளைத் தாண்டி வேறு எதையும் யாரும் காண்பதில்லை.

இருள் நிலைகொள்கிறது. நம்பமுடியாத சுறுசுறுப்புடன் தொட்டிலின் ஒரு மூலையிலிருந்து திடீர்விசையுடன் படுக்கை விரிப்பின்மேல் வேகமாக ஓடுகிறது ஒரு மூட்டைப்பூச்சி. எதனை நாடிச் செல்கிறதோ அதனைக் கண்டுபிடிக்கும் வரை.

இச்சிந்தனைகள் தொடர்பான அனைத்துச் செய்திகளும் மூளையின் நொய்மையான அறைகளில் வந்து சேர்ந்தவாறுள்ளன. இச்செய்திகள் கலங்கலாகும்போது தொலை தூரக் குரல் ஒலியெழுப்பத் தொடங்குகிறது. அதன் அலைகள் பிற மூளைகளின் புதிரான செயல்பாடுகளுள் ஊடுருவு கின்றன. ஆனால் ஒரு மூளையில் மட்டுமே இக்குரல் எதிர்வினையை எழுப்புகிறது.

பெஞ்சமி குறட்டைவிட்டு உறங்கிக்கொண்டிருக்கிறான். படுக்கையி லிருந்து எழுந்த மையா தனது வீங்கிய கண்களைத் தேய்க்கிறாள்; விலாவைச் சொரிந்தவாறு குழந்தை யூஸியின் தொட்டிலை ஆட்டுகிறாள். யூஸியின் அழுகைச் சத்தம் கூடுகிறது; அவன் தனது படுக்கைத் துணிகளை இழுத்து அலைக்கழிக்கிறான். அவனுக்குப் பால் கொடுக்கப் பதற்றத்துடன் தொட்டிலில் குனிகிறாள் மையா. பால் குடியை நிறுத்தும் அந்த நாள் எப்போது விடியும்..? ஆழ்ந்த அந்த நள்ளிரவு நேரத்தில் அவள் மார்பிலிருந்த ஆகக்குறைந்த பாலையும் பேராசையுடன் பையன் உறிஞ்சுகிற போது அவள் உள்ளம் நிறைவான உணர்வில் ஒருவிதத் திகட்டலும் காண்கிறது. இது (குழந்தைக்குப் பாலூட்டுவது) நாளடைவில் மிகவும் அயர்ச்சி தருவதாகும். பண்ணையின் கடன் சுமை அவளுக்குத் தெரியும். (குழந்தைக்குப் பால் கொடுக்கையில் சுறுசுறுப்பாகப் பண்ணை வேலைகள் செய்ய முடியாதாகையால்).

பால்குடித்த பையன் அமைதியடைகிறான் – சிறிது நேரம்தான்; வெளியேயும் உள்ளேயுமிருக்கும் மாற்றத்தை உருவாக்கவல்ல கண்ணுக்குத் தெரியாத ஓராயிரம் தாக்கங்கள் தங்கள் வேலையை நிதானமாகத் தொடர்கின்றன. சின்னஞ் சிறிய ஓர் உயிரை மனிதத் தன்மை கொண்ட தனிமனிதனாக மெல்ல வடிவமைக்கின்றன. படுக்கையில் பெஞ்சமிக்கு அருகே இருந்த மையா பெருமூச்சுடன் கைகால் நீட்டிச் சோம்பல் முறிக்கிறாள். குஸ்தா உறக்கத்தில் பேசுகிறான். உறங்குகிறவர்களின் மூச்சுவிடும் ஒலி தவிர – அங்கே எல்லாமும் அமைதி. கணப்படுப்புச் சுவரோரம் கிடந்த கிறிஸ்துவ வினா–விடைப் புத்தகத்தின் மேலட்டையை ஒரு சிள்வண்டு கரம்புகிறது.

புலன்கள் சார்ந்த பதிவுகளையே அந்த நாட்கள் யூஸியின் மனதில் விட்டுச் சென்றன: சூரியக் கதிரொளியோ நிலா வெளிச்சமோ கிடந்த தரை, திட்டிய குரல்கள், எரியும் தீப்பந்தத்தின் சடசட ஒலி. அடுத்து வந்த கிறிஸ்துமஸ் நாளின் காட்சி: மேற்கூரையிலிருந்து தொங்கும் வைக்கோல் திரை, தரையின் மீது விரித்திருக்கும் வைக்கோல், மெழுகுத்திரிகள், ஏசு பிரான் மீதான துதிப்பாடல்கள். இவை அவன் மனப்பதிவுகள். எனினும் அவன் மனதில் நிரந்தரமாக இருக்கப்போகும் அடுத்தடுத்த நினைவுகள் பின்வரும் நிகழ்ச்சிகள் தொடர்பானவை.

வீட்டின் பெரிய கூடத்தில் தனியே இருந்தான் யூஸி. எங்கு போகவும் அவனுக்கு அப்போது விருப்பம் இல்லை. பேக்கரியிலிருந்து அப்போதுதான் வந்திருந்தான். அவன் தாயார் அவனுக்கு அரை கப் காபி கொடுத்திருந்தாள். அவனுக்கு ஐந்து வயதாகிவிட்டதென அங்கே பேசிக்கொண்டனர். அவன் சிறு பையன். சன்னல்களையும் சன்னல் சட்டங்களையும் தரையில் அமர்ந்தபடி வெறித்துப் பார்த்துக்கொண்டிருந்தான். ஏதோ நின்றுவிட்டது போல அப்போது தோன்றியது. அல்லது எப்போதுமே அது அப்படித்தான் இருந்ததா? நின்றுவிட்டதை இப்போதுதான் அவன் கவனித்தானா? சனிக்கிழமை, ஞாயிற்றுக்கிழமை, செவ்வாய்க்கிழமை . . . குழம்பியும் அறிந்தும் தெளிந்தும் மெல்ல வளர்ந்தான் அந்த ஐந்து வயதுச் சிறுவன்.

வராந்தாவில் காலடிச்சத்தம் கேட்டது. அடுத்த நிமிடம் தந்தை பெஞ்சமி அறையிலிருந்தான். வயதான பெஞ்சமியும் சின்னஞ் சிறு யூஸியும் எதிர் எதிரே; தவிர்க்க முடியாத கணநேர ஆழ்மன உறவு இருவருக்கு மிடையே உருவானது. பெஞ்சமியின் மனஆழங்களுள் யாருமே அறியாத ரகசிய மனிதன் ஒருவன் விழித்தான்; தாக்குவதற்காகப் பதுங்குமிடத்தி லிருந்து ஒரு வன விலங்கு மறைவாக ஊர்ந்துவருவதைக் கவனமாகப் பார்த்துக்கொண்டிருப்பது போல் அவன் தோன்றினான். இந்தப் பயல் யூஸியை ஏதேனும் செய்தாக வேண்டும். சிரித்தவாறு அவனையே பார்த்துக்கொண்டிருந்த பெஞ்சமி சட்டென அவனைத் தாவிப் பிடித்துக் கணப்படுப்புச் சுவரோரம் தூக்கிச் சென்றான்.

பெஞ்சமியின் சட்டைப் பையில் சுட்ட சிவப்பு முள்ளங்கிகள் சில இருந்தன. ஒன்றை எடுத்துப் பையனிடம் கொடுத்துச் சாப்பிடும்படி உத்தரவிட்டான். பையன் கீழ்ப்படிந்தான். தனக்குப் பிடித்திருந்ததா இல்லையா என்பதில் அவனுக்கு எந்த நிச்சயமும் இல்லை. என்ன நடந்து கொண்டிருந்தது என்பதும் புரியவில்லை. பழக்கமான புகையிலை, மதுவின் நெடியை அவனால் அடையாளம் கண்டுகொள்ள முடிந்தது. பெஞ்சமியின் ரோமம் அடர்ந்த முகத்தைத் தன் முகத்துடன் ஒப்புநோக்கி வழக்கத்திற்கு மாறான கோணத்திலிருந்து பார்த்தான். சரியாகச் சொல்வதெனில் தந்தை பயங்கரமானவர். கணிக்க முடியாத அவர் இன்னும் சிரித்துக்கொண்டும் வேலை செய்துகொண்டுமிருந்தார். வாயிலிருந்த புகையிலைத் துண்டை வெளியே எடுத்தான் பெஞ்சமி. அதனை நிதானமாக வேண்டுமென்றே யூஸியின் வாய்க்குள் வேடிக்கையாகத் திணித்தான். தடுக்கவோ தப்பி யோடவோ யூஸி பயந்தான். அவன் முகம் கோணிற்று. சத்தமிட்டு அழுதான். குடியால் மந்தமாகிவிட்ட வயோதிகனான பெஞ்சமிக்கு அது வெறுப்பு கலந்த சந்தோஷத்தைத் தந்தது. மையாவின் பையன் . . . மையாவிற்கும் ஏதேனும் கெட்டது செய்ய வேண்டுமென்ற கொடுமையான வினோத ஆசை அவனுள் எழுந்தது. மையாவைச் சரியாக அடித்திருக்கிறோமா என்பதை அவனால் நன்றாக நினைவுப்படுத்திக்கொள்ள முடியவில்லை. அவளுக்கு முன்னர் இரு மனைவியர் அவனுக்கு இருந்தனர். அதனால் யாரை எவ்விதம் நடத்தினோம் என்பதை நினைவுபடுத்திக்கொள்வதில் அவனுக்குச் சிரமம் இருந்தது.

கூடத்திலிருந்த பெஞ்சமி புகையிலை நெடியடிக்கும் தனது கைவிரலைப் பையனின் வாய்க்குள் வலுக்கட்டாயமாகத் திணித்துக்கொண்டிருந்தான்.

பையனை அவனிடமிருந்து கீழே இறக்கிவிடும் எண்ணத்துடன் அங்கே வந்த மையா,

"நீ என்னதான் செய்ய நினைத்துக்கொண்டிருக்கிறாய் . . ? திருப்பியும் குடித்திருக்கிறாயா . . ?" என்றாள்.

"ஆம் . . . நன்றாகவே. கிழட்டுப் பிசாசே" – வயதான வெற்றுக் குரலில் உறுமுகிறான் பெஞ்சமி. அதில் பொய்க்கோபம் வெளிப்படையாகவே தெரிகிறது. மையாவைத் தள்ளுகிறான்.

"குடிகாரனே . . . அடுத்த வருஷம் வருமானத்திற்கு என்ன செய்யப் போகிறாய் . . ? மகனை ஆதரவில்லாமல் விடப்போகிறாய்" – என்றாள் மையா.

கடுமையான கோபத்துடன் அவளிடம் திரும்பிய பெஞ்சமி "இப்போது வாயை மூடப்போகிறாயா . . . கிழட்டுப் பிசாசே . . ." என்றான்.

சூழ்நிலை இவ்விதம் மாறியதைத் தனக்குச் சாதகமாக்கிக்கொண்டு கணப்படுப்பின் மேடையிலிருந்து கீழே குதித்தான் யூஸி. உதடுகளை மடித்துத் தேய்த்தவாறு தரை அதிர அம்பு போல் முற்றத்திற்குப் பாய்ந்தான். மாலை நெருங்கிக்கொண்டிருந்தது. பணிப்பெண் லொவீசாவின் கணவனான தாவெட்டி பூர்ச்சமரப் பட்டையிலான கூடையைக் கையிடுக்கில் வைத்துக்கொண்டு உதடுகளைச் சேர்த்துச் சுருக்கிக் கிட்டப் பார்வைக் கோளாறுள்ளவனுக்குரிய கூர்ந்த பார்வையுடன் வீட்டு முன் வாசல் வழியே வந்துகொண்டிருந்தான்.

"வீட்டில் தந்தை இருக்கிறாரா . . ?" கரகரப்பான குரலில் கேட்டான்.

யூஸி பதிலேதும் கூறவில்லை. தாவெட்டியின் நினைவில் யூஸி மோசமான காலிப்பயல் என்ற எண்ணமே இனி எப்போதும் நிலைத்திருக்கும். நிக்கிலா பண்ணை எஜமானனான பெஞ்சமிக்குப் புகையிலை கொண்டு வந்திருந்தான் தாவெட்டி. பெஞ்சமிக்குச் சொந்தமான புகையிலைச் செடிகள் பனியால் சேதமடைந்துவிட்டன. சிறிது நேரம் சென்றபின் கூடத்திற்கு நழுவினான் யூஸி.

"கிழட்டுப் பிசாசு ஒருத்தி உனக்கும் இருக்கிறாள்" தாவெட்டியிடம் கூறினான் பெஞ்சமி. கூடை அவனது முழங்காலருகே திறந்து கிடந்தது. "உனது கிழட்டுப் பிசாசை உன்னைவிடவும் நன்கறிவேன். என்ன . . ?"

"எஜமானனே . . . அடுத்துக் குளிர் காலம் வரப்போகிறதே. வருமானத் திற்கு என்ன செய்யப்போகிறீர்கள் . . ?"

"அது பற்றி நீயொன்றும் கவலைப்பட வேண்டாம். உனது கிழட்டுப் பிசாசைப் பற்றிப் பேசிக்கொண்டிருக்கிறேன். எப்போதாவது அவளுக்குச் சரியான அடி கொடுத்திருக்கிறாயா . . ?"

கூடத்தினுள் நுழைந்தாள் மையா. அவளைப் பார்த்துத் திரும்பினான் பெஞ்சமி. அவன் கண்களில் யூஸி தென்பட்டான்.

"ஆ . . . அந்த மடையன் இன்னுமா இங்கிருக்கிறான் . . ? அவனுக்குக் கொஞ்சம் புகையிலை கொடுக்கிறேன்." பெஞ்சமியின் குரலில் அன்பும்

இணக்கமும் இருந்தன. எனினும் அவனிடமிருந்து விலகிக் கதவருகே நகர்ந்தான் யூஸி. கதவைத் தனக்குப் பின்னால் படாரெனச் சாத்தி வெளியேறினாள் மையா. “என்ன . . ? நான் உன்னை . . .” கோபத்தில் வெடித்துப் பெஞ்சிலிருந்து எழுந்தான் பெஞ்சமி. எனினும் அவளைப் பின்தொடர்ந்து போகவில்லை. கடுங்கோபத்துடன் மீண்டும் அமர்ந்தான்.

“ஓ... வரும் குளிர் காலத்தில் ஏழைகள் என்ன செய்யப்போகிறார்கள்? பயிர் விளைச்சல்தான் பொய்த்துப்போய்விட்டதே... நிக்கிலா பண்ணையில் கொஞ்சமாவது ரை தானியம் விளைந்திருக்கிறது” பேச்சை மாற்ற இவ்விதம் புதுமுயற்சி செய்தான் தாவெட்டி.

“நீலிக்கண்ணீர் வடிக்காதே . . . வா. கொஞ்சம் குடி” கத்தினான் பெஞ்சமி.

இந்தத் தடவை பயிர் விளைச்சல் மோசம் என அங்கலாய்த்துக் கிழவனைத் தன்பக்கம் இழுப்பதில் தோல்வியுற்றதால் புண்பட்டுப் போனான் தாவெட்டி. எனினும் குடி ஏதோ நல்லதுக்குத்தான் என எண்ணியவாறு பெஞ்சமியைப் பின்தொடர்ந்தான். இருவரும் மாடி அறைக்குச் சென்றனர்.

இதோ இந்தச் சங்கிலித் தொடரான நிகழ்வுகளும் அவை விட்டுச் சென்ற பதிவுகளும் யூஸியின் நினைவில் மிகத் தெளிவாக உள்ளன: இந்த நண்பகல் நிகழ்வுகளை அவற்றின் உயிரோட்டமுள்ள பதிவுகளாகத் தன் வாழ்வின் இறுதிவரை அவன் மனம் சிலசமயங்களில் உணர்வதுண்டு.

பணிப்பெண்ணின் பிள்ளைகள் அதே மாலையில் நிக்கிலாவிற்கு வந்திருந்தனர். யூஸி அவர்களை வம்புக்கிழுத்தான். பையன் ஒருவன் மேல் துப்பினான். அதைச் சொல்லப் பெஞ்சமியிடம் அவன் ஓடினான். கடுமையாக உதை வாங்க இருந்தான் யூஸி. சாயங்காலம் முழுவதும் பிள்ளைகளின் கூச்சலும் குழப்பமாகவே இருந்தது. எப்படியோ சூழ்நிலை அமைதியானது. பின்னர் தாவெட்டியை அழைத்துப்போக லொவீசா வந்தாள். கைத்தாங்கலுடன் வீட்டிற்கு அழைத்துப் போகும் நிலையில்தான் அவன் இருந்தான். லொவீசா உணர்ச்சிவசப்படாது நடைமுறை சாத்திய மான வழியிலேயே அவனைச் சமாளித்தாள்; மற்றவர்கள் தன்னைக் கவனித்துக்கொண்டிருந்தனர் என்பது பற்றியோ, கணவனை அதிகாரம் செய்வதை அவர்கள் விமர்சிப்பர் என்பது பற்றியோ அவளுக்கு அக்கறை யில்லை. வீட்டில் பசி பட்டினி இல்லாதிருக்க ஏதாவது செய்ய முடிந்தால் அதுவே அவளுக்குப் போதும்.

அந்தக் காலகட்டத்தின் இயற்கையான வழிமுறைகள் ஏற்கனவே உடையத் தொடங்கியிருந்தன. காலச் சக்கரத்தில் 60களின் தொடக்கம் (1862). தானிய விளைச்சல் முதன்முதலாகக் கடுமையாகப் பொய்த்துப்போனதால் ஃபின்லாந்தின் பல பகுதிகளில் பல்வேறு மக்கள் பாதிப்படைந்தனர். ஆனால் 1866, 67, 68 ஆண்டுகளின் கொடிய பஞ்சத்தால் பெரும் நெருக்கடிக்கு உள்ளாகிச் சீர்குலைவுற்ற மக்கள் வாழ்வை ஒப்பிடுகையில், மக்களுக்கு இப்போது நேர்ந்த பாதிப்பு மிக மிகக் குறைவாகும்.

மிகக் கொடும் பஞ்சத்தால் ஃபின்லாந்து சூறையாடப்படுவதற்கு முந்தைய வருடங்களில் ஹர்ஜகங்காஸ் கிராமத்தின் குறுகலான தெருக்களில் விளையாடிக்கொண்டிருந்த சிறுவர் பட்டாளத்தில் மையா நிக்கிலாவின் பையன் யூஸியும் ஒருவன். அவனது மெலிந்த கழுத்தில் பெரிய தலை இருந்தது. அவன் அணிந்திருந்த உள்ளாடைக்கு வெளியே , வளைந்த அவன் கால்கள் தெரிந்தன. எப்போதும் அவன் வாய் திறந்தபடியே இருந்தது. சற்றே இறுகிய அவனது சிறிய கண்கள் இமையாது சுற்றிலும் பார்த்தவாறிருந்தன.

பல ஏற்ற இறக்கங்கள் கொண்ட சிறிய பாறைக் குன்று கிராமத்தின் மத்தியில் அழுத்தமாய் நின்றிருந்தது. இது பன்றிமலை என அறியப்பட்டது. கிராமத்துப் பன்றிகளின் மேய்ச்சல் நிலமாகவும் குட்டிச் சிறுவர்களுக்குப் பிடித்தமான பொழுதுபோக்குமிடமாகவும் அந்தக் குன்று இருந்தது. மலையின் பக்கவாட்டுச் சாய்தளத்தில் பாழடைந்த ஒரு சிறிய வீடு இருந்தது. அதனருகே ஆப்பிள் மரங்களும் அங்கொன்றும் இங்கொன்றுமாகப் பெரிய செர்ரி மரங்களும் நின்றிருந்தன. பல பையன்களுடன் ஒரு குடும்பமே அந்தச் சிறிய வீட்டில் இருந்தது. பன்றிமலைப் பசங்கள் எனப் பின்னர் இழிவாக அறியப்பட்ட அக்குழுவிலிருந்த பையன்கள் நாடோடிகளாகவும் போக்கிரிகளாகவும் இருந்தனர். இளம் பெண்களோ பல வழிகளில் கெட்ட பெயரெடுத்திருந்தனர். ஹுசாரி, பெல்டாரி பண்ணைகளின் குழந்தை களும் பணிப் பெண்ணின் இரண்டு குழந்தைகளும் நிக்கிலாவின் யூஸியும் அங்கே இருந்தனர்.

உடையைப் பொறுத்தவரை சிறுவர்களுக்கும் சிறுமிகளுக்குமான வேறுபாடு மிகக் குறைவாகவே இருந்தது. சுமார் பத்து வயதாகும்வரை இடுப்புவார் அணியாது தளர்வான மேலங்கியையே பையன்களும் அணிந்தனர். கோடை காலத்தில் சட்டை மட்டுமே அணிந்த ஐந்து வயதுக் குழந்தைகள் தலைமுடி காற்றில் பறக்க ஓடியாடித் திரிந்தனர். பையன்களின் தலைமுடி நுனி கிளிப்பில் சேர்த்துக் கட்டப்பட்டிருந்தது. கொஞ்ச தூரத்திலிருந்து பார்த்தால் அவர்கள் தலையில் கிண்ணங்கள் கவிழ்த்து வைக்கப்பட்டிருந்தது போலத் தோன்றியது. அவர்கள் செர்ரி மரங்களின் மீதேறி அவற்றின் கிளைகளிலிருந்து தலைகீழாகத் தொங்குகையில் கிண்ணங்களாய்த் தோன்றிய தலைமுடி பிரிந்த பிடரிமயிராய்த் தோற்ற மளித்தது. பையன்கள் இவ்விதம் மரமேறித் தொங்கும் ஆள் நடமாட்ட மில்லாத குறுகலான சந்தில் நிக்கிலா பண்ணையிலிருந்து பணிப்பெண் களைப்புடன் ஆடி அசைந்துவருவது, முதுகை விறைப்பாக நிமிர்த்தி வைத்துக்கொண்டு பா ஒலிவா எப்போதாவது நடை மேற்கொள்வது போன்ற காட்சிகள் இலையுதிர் காலத்துத் தெளிவான மாலை நேரங்களில் மங்கலான வரைபடமாகத் தென்படும். .

சிறுவர்களைப் பொறுத்தவரை கட்டற்ற சுதந்திரமும் விளையாட்டுகளும் சாகசங்களும் கொண்டதாக ஒவ்வொரு நாளும் இருந்தது. ஒவ்வொரு நாள் மாலைப் பொழுது முடியும்போதும் வாழ்வின் ஒரு நீண்ட பகுதி முடிவுக்கு வருவதாக இருந்தது. சிறுவயது நாட்களில் பெற்ற வளமும் நிறைவும் வாழ்வின் எந்தக் கட்டத்தைவிடவும் இதுவே மிக நீண்ட பகுதியாகும்

என்னும் எண்ணத்தைத் தந்தது. வானத்திற்கும் பூமிக்குமிடையே தங்களின் புலனுணர்வும் முளைவிடும் அறிவும் உணர்ந்து பற்றிக்கொள்ள முடிந்த எதனையும் சிறுவர்கள் தங்களுக்காகத் தேர்வுசெய்துகொள்ளும் முழுச் சுதந்திரம் அந்த நாட்களின் நடப்பில் இருந்தது.

சிறுவர்களுக்கு எதிரான மிகப் பெரியதோர் உலகம் எங்குமிருந்தது. 'வயதில் பெரியவர்களின்' உலகம்தான் அது. வயல் காடுகளும் நிலங்களும் வீடுகளும் பிராணிகளும்கூட அந்த உலகுள் இருந்தன. இவை அனைத்துமே வயதில் பெரியவர்களின் நோக்கங்களையும் லட்சியங்களையும் மறைத்துக் கொண்டிருந்தன. அந்த நோக்கங்கள் பிள்ளைகளால் கட்டாயமாக நிறைவேற்றப்பட வேண்டியவை – அதற்கான ஆற்றல் அவர்களுக்குக் கைவரப்பெறும்போது. தேவையான கருவிகளைச் சுமந்துகொண்டு குறுகலான தெருக்களில் வயதில் பெரியவர்கள் வயல் காடுகளுக்குச் சென்றனர். வழக்கம் போலக் கவலையுடனேயே வீடு திரும்பினர். சில சமயம் குடித்தனர். குழந்தை முக்கியமாக நினைக்கும் ஒவ்வொரு விஷயத்திற்கும் அவர்கள் நேர்மாறாகவே இருந்தனர். வயதில் பெரிய ஆள் ஒருவர்கூடப் பன்றிமலைக் குன்றின் உச்சியில் ஏறியதேயில்லை. இயற்கையின் புதிர் நிறைந்த பிரச்சினைகளில் வயதில் பெரியவர்களும் ஒன்று. அவ்வப்போது அவர்கள் குழந்தைகளைப் 'பேணி வளர்ப்பதால்', குழந்தைகள் அவர்களுக்கு எப்போதும் பயப்பட வேண்டும். தலை ரோமத்தைப் பிடுங்குதல், கையை முறுக்குதல், பிரம்பு அல்லது பெல்ட் அல்லது பிய்ந்த செருப்பால் அடித்தல் போன்ற எத்தனையோ வடிவங்களில். குழந்தை வளர்ப்பு எந்த வடிவத்தையும் எடுக்கலாம்: கவனம் முழுவதையும் பிள்ளைகளுக்காகக் கொஞ்ச நேரமாவது அர்ப்பணித்துக்கொள்ளப் பெரியவர்களுக்கு அமைந்த ஒரே வாய்ப்பு குழந்தை வளர்ப்புதான். மகிழ்வின் மெலிதான சிலிர்ப்பை குழந்தை ஒன்று பெரியவர்களுக்கு வழங்குவதும் அந்தச் சமயத்தில்தான். உதாரணமாக: கோடைகால மாலை நேரத்தில் பசும்புல் அடர்ந்த முற்றத்தில் கிராமத்துப் பெரியவர்கள் கூடி ஏதாவது பேசிக்கொண்டிருப்பர். கட்டுக்கடங்காமல் அடம்பிடிக்கும் சிறுபிள்ளைகள் பற்றிய பேச்சு வரும்போது குழந்தை வளர்ப்பு பற்றிய உணர்வு தந்தையிடமோ அல்லது வேறொருவர் மனதிலோ எழுவதுண்டு. அந்தச் சமயங்களில் அடம்பிடிக்கும் பையன்களுக்குக் கிடைக்கப்போகும் கடுமையான அடியும் உதையும் சிலரின் உள்ளத்தை ஈர்க்கும். இது போன்ற விஷயங்களில் பெரியவர்களிடையே பரஸ்பரப் புரிந்துணர்வு இருப்பதைக் கண்கூடாகக் காணலாம். அடம்பிடிக்கும் சிறு பிள்ளைகளால் பாதிப்பிற்குள்ளான தந்தைக்கு ஒன்றிரண்டு கனிவான சொற்களைப் பிறர் வழங்குவதும் உண்டு. பின்னர் புகையிலைத் துண்டுகளை வாய்க்குள் தள்ளுவர்; துப்புவர்; மீண்டும் கண்டிப்பான மனிதர்களாகிவிடுவர்.

சிறுவர்களைப் பொறுத்தவரை வயதில் பெரியவர்கள் உலகம் என்பது அனைத்து ஆண்களும் மிகச் சில பெண்களும் மட்டுமே கொண்டது. இதரப் பெண்களும் அசிங்கமான கிழவிகளும் சிறுவர்களைவிடவும் ஒரு படி மேலானவர்கள். சிறுவர்கள் விளையாட்டுகளில் ஒரு சில தடைசெய்யப் பட்டிருப்பதற்கான குறிப்பு தென்படுவதைப் போல, அவர்கள் காஃபி அருந்தும் பாங்கிலும் தடைசெய்யப்பட்டதான ஏதோ ஒரு குறிப்பு

இருந்தது – கணவனுக்குத் தெரியாத சொந்த ரகசியங்களும் இவர்களிடமுண்டு. வீட்டில் ஆண் கோபத்தில் பாய்கையில் இவர்கள் அடங்கிப் போய்விடுவர். இந்தப் பெண்கள் வாழ்வின் அடிப்படை வண்ணம் சாம்பல். இவர்கள் செய்பவற்றை ஆண்கள் எப்போதாவது கண்டுபிடித்துவிடுவர். இது சாம்பல் நிறத்தின் ஒரு கூறு ஆகும். உண்மையான ஆண் மகன் ஒருவனின் வாழ்வின் ஒரு பகுதி தன் மனைவியின் தந்திரங்களை அவ்வப்போது கவனமாகக் கண்டுபிடிப்பது. இதனை வேவு பார்த்தல் எனக் கருதுவது சரியாகாது.

இடுப்பிற்குக் கீழ் ஆணின் சட்டையும் பெல்ட்டும் துருத்திக் கொண்டு நிற்கும் பகுதியில்தான் உண்மையான ஆண்மை சுவாசித்துக் கொண்டிருந்ததைப் போல் தோன்றியது.

பெல்ட் அணிந்த காற்சராய் முன்னும் பின்னும் சற்றே தளர்ந்த நிலையில் காணப்படுவது ஓர் ஆண்மகனுக்குரிய லட்சணமாகக் கருதப்பட்டது. ஓர் ஆண் இந்த அம்சங்களைப் பெற்றுவிட்டால் அவன் புகையிலை மெல்லலாம், மது அருந்தலாம், பெண்கள் பின்னால் செல்லலாம், காமம் சம்பந்தமாய்க் கெட்ட வார்த்தை பேசலாம், சிறுவர்களைப் பற்றிப் பேசுகையில் 'மோசமான சேட்டைக்காரப் பயல்' என்பது போன்ற சொற்களைக் கூறலாம்.

தளர்வான மேலங்கி உடுத்தும் சிறுவயது; இடுப்பு வாருடன் கால்சட்டை அணியும் பருவம். இரண்டிற்குமிடையே கையில்லாத அரைச்சட்டையும் கால்சட்டையும் ஒன்றாக இணைந்த உடை அணியும் ஒருவன் முட்டாள் எனக் கருதப்படுகிறான். இவனை மனக் குழப்பமுடைய தடுமாறும் இளைஞன் எனவும் நாகரிகமாக அழைப்பதுண்டு. மனக் குழப்பமுடைய பருவத்திலுள்ளவனுக்கு வாய்க்கும் பவித்திரமான நிகழ்வு உறுதிப்பாடு வகுப்பாகும். (கிறிஸ்துவ தேவாலயத்தின் முழு உறுப்பினராகும் நிலை அடைய நடத்தப்படும் வகுப்பு). கிறிஸ்துவத் திருக்கோயில் சடங்கில் (அப்பமும் திராட்சை ரசமும் பகிர்ந்துகொள்ளும் சடங்கு) பங்குபெறுவது பெரியவர்களின் விசித்திர உலகின் ஓர் அம்சமாகும். இந்தப் புனிதச் சடங்கிற்குப் பிறகு ஒரு பையனுக்கும் அவனது குழந்தைப் பருவ உலகிற்கு மிடையே மிகப் பெரிய இடைவெளி உருவாகிறது. வெகுவிரைவில், புதிர் நிறைந்த அச்சந்தரும் வயதில் பெரியவர்களின் அனுசரணையான தோழமைக்குள் அவன் நழுவிவிடுகிறான். வயது வந்தோருக்கு மட்டுமேயான ரகசிய விஷயங்கள் பற்றி இடைவெளியின் மறுபக்கத்தில் இன்னுமிருக்கும் சிறுவர்கள் அவனிடம் கேட்கின்றனர். தெளிவற்ற சில சொற்களையே இதற்கான பதிலாகக் கேலியுடன் நழுவவிடுகிறான் அவன்.

எனினும் 'மிக ரகசியமான' விஷயங்கள் யாவும் பன்றிமலை முழுமையாக அறிந்தவைதாம். 'வயதுவந்த ஆண் பெண்' இருவரின் வித்தியாசங்கள் சரியாகக் கவனத்தில் கொள்ளப்பட்டன. தெளிவற்ற சந்தேகங்களைப் போக்கக் கற்பனை உதவிற்று. முதலில் கேலியாய்ச் சிரித்தும் பின்னர் உணர்ச்சி மயமான நிலையில் மூச்சுத் திணறியும் பல (ஆண்–பெண்) விளையாட்டுகள் அங்கே நடந்தேறின. தங்களின் செய்கைகள் பெரியவர்களுக்குத் தெரிந்துவிடுமோ என்னும் நினைப்பே

அவர்களைப் பீதியுறச் செய்தது. சில குழந்தைகள் பேசத் தொடங்கும் நிலையிலேயே இருந்தன. ஆதலால் அவர்களைப் பற்றிக் கவலையில்லை. சில சமயங்களில் மூன்றே வயதான இக்குழந்தைகளில் ஒன்று அழுதவாறு வீட்டிற்கு ஓடும். குழந்தையைக் கேலிசெய்தது யாரெனத் தெரிந்துகொள்ளக் கோபத்துடன் வெளியே வருவாள் குழந்தையின் தாய். அதனால் உரிய காலத்திற்கு முன்பே விளையாட்டு முடிவிற்கு வந்துவிடும். மீண்டும் விளையாட்டைத் தொடங்க ஏறத்தாழ சாயங்காலமாகிவிடும்... குறுக்கீடு ஏதும் இல்லாதிருந்தால் கிளர்ச்சியூட்டும் விளையாட்டுகள் தொடர்ந்து நடக்கும். அது கிராமத்திற்கு வெளியே வெகுதூரம் இழுத்துச் சென்றுவிடும். தாமதமாக வீடு திரும்பினால் உதை கிடைக்கும் என்ற பயம் வந்ததும் விளையாட்டு நின்றுவிடும். சில சமயங்களில் இந்தப் பயம் நிஜமாகி விடுவதும் உண்டு. சில சமயங்களில் வீட்டில் தந்தை எங்கோ வெளியே சென்றிருப்பார்; தாயார் அண்டை வீட்டு முதியவள் ஒருத்தியுடன் காஃபி குடித்துக்கொண்டிருப்பாள். இணக்கமான அந்தச் சூழ்நிலையில் பயந்தபடி அவனுக்கு அடி உதை எதுவும் கிடைப்பதில்லை. இதனால் கிடைக்கும் மகிழ்ச்சி அந்த நாளின் வளமான அனுபவங்களுக்குக் கூடுதல் ஒளி சேர்க்கும்.

ஒன்பதாம் வயதுவரை வழக்கமான வாழ்வின் கட்டங்களை யூஸி கடந்தான். இருபது வயதில், ஏன் முப்பதில்கூடப் பன்றிமலை நாட்களின் நினைவுகள் திடீரென அவன் மனதில் ஒன்று திரளும். திருமணமாகும் வரை இந்த நினைவுகளை அவனால் முழுவதுமாக மறக்க முடிந்ததில்லை. ஆனால் குழந்தைகள் பிறந்த பின்னர் – தற்செயலாகக்கூடப் பன்றிமலையின் உல்லாச விளையாட்டுகளோடு தன் குழந்தைகளை ஒருபோதும் அவன் தொடர்புப்படுத்திப் பார்த்ததில்லை.

பன்றிமலை விளையாட்டுகள் யூஸியின் ஒன்பதாம் வயதில் முடிவுக்கு வந்தன. வழக்கமான ஆயிரம் ஏரிகள் விளையாட்டுடன் மேலும் பல ஆட்டங்களைச் சிறுவர்கள் அந்த ஆண்டு விளையாடினர். மக்கள் காலண்டரிலுள்ள எண்களை ஒவ்வொன்றாக 1,8,8,6 என வாசிக்கத் தொடங்கினர். அவர்களில் சிலருக்கு ஏற்கனவே வாசிக்கத் தெரியும். ஓராயிரத்து எண்ணூற்றி எண்பத்தாறு என அவர்கள் சேர்த்து வாசித்தனர்.

கோடை மழை ஓயவில்லை. தொடர்ந்து பெய்துகொண்டிருந்தது. புனித ஜாக்கப் தினத்திற்குப் பிறகு மழை பெய்யாதிருந்த நாள் ஒன்றுகூட இல்லை. சேறும் சகதியுமான சாலைகளிலும் ஈரமான வயல்வெளிகளிலும் மழை பெய்துகொண்டேயிருந்தது. வயதான முதியோர் கவலைகொண்டனர். இளைஞர்கள் அமைதியாக இருந்தனர். குழந்தைகள் மங்கலான சன்னல் கண்ணாடி வழியே சோர்வுடன் வெளியே பார்த்துக்கொண்டிருந்தனர். விளையாட்டுத் திடலுக்கு இனிப் போகவே முடியாதோ என்னும் பயம் அவர்கள் ஆழ்மனதில் இருந்தது. வெளியே போனால் குளிர் காற்று மெல்லிய மேலங்கியைத் துளைத்து மழைத் துளிகளை உள்ளே செலுத்தி விடும்; கடுங்குளிர் கால் விரல்களைப் பதைபதைக்கச் செய்துவிடும்; கதகதப்பிற்காக வீட்டிற்குள் ஓடவேண்டியது வரும்.

வயதில் பெரியவர்களின் இந்த மனக் கவலையும் தோற்றங்களும் சிறுபிள்ளைகளின் மனதில் மங்கலாகப் பிரதிபலித்தன; பிரகாசமான அறுவடை நாட்களும் விதை விதைக்கும் தினங்களும் அவர்களுக்கு இல்லாமலே போயின. அவ்வப்போது தூறல் நிற்கும். அப்போது விதை நெல்லையும் சகதி மண்ணைத் தோண்டி எடுக்கப்பட்ட உருளைக் கிழங்குகளையும் பெரியவர்கள் உள்ளே கொண்டுவந்தனர். அல்லது இலையுதிர்கால விதைப்பில் முழங்கால்வரை சேற்றில் நின்று வேலை செய்தனர். இவற்றையெல்லாம் காணும் சற்று மூத்த குழந்தைகள் இயல்பாகவே அமைதியாக இருந்தனர். பெஞ்சமி இரண்டு நாட்கள் தாம்பரெ நகருக்குச் சென்றிருந்தான். யூஸிக்கும் மையாவிற்கும் அந்தக் கோடை காலத்தின் மகிழ்ச்சியான தினங்களாக அவை அமைந்தன. நிக்கிலா பண்ணையில் அறுவடை செய்த ரை தானியம் விதைப்பிற்கு ஏற்றதாக இல்லை. அதனால் பண்ணைப் பசுக்களிடமிருந்து முடிந்தவரை பால் கறந்து அதனால் கிடைத்த பணத்தைக் கொண்டு விதை வாங்க அங்கே சென்றான் பெஞ்சமி. திரும்பி வரும்போது மிகக் கொஞ்சமாகவே அவனிடம் தானிய விதை இருந்தது. போதிய அளவு இல்லை. முதன் முதலாகப் புழக்கத்திற்கு வந்திருந்த பாட்டிலில் அடைக்கப்பட்ட மதுவும் கொண்டுவந்திருந்தான். விதை வியாபாரியின் கடன் ஒப்பந்தத்தில் – முதன்முதலாகக் கையெழுத்திட்டிருந்தான். மையா அவ்வப்போது திருடிச் சேகரித்து ஒளித்துவைத்திருந்த விதை தானியம் கொஞ்சம் கைவசமிருந்தது. பழைய சாமான் வாங்குபவனிடம் அதனைக் கொடுத்துப் பண்டமாற்றாக அவனிடமிருந்து காஃபி வாங்கிக்கொண்டாள். இந்த முறை மையாவின் இந்தத் திருட்டைக் கண்டுபிடித்துவிட்டான் பெஞ்சமி. சச்சரவு ஆரம்பித்தது. நிற்க இரண்டு நாளானது. அவ்வப்போது இதுபோன்ற சண்டைகள் தீயாய்ப் பற்றிப் பின் முழுச் சண்டையில் முடியும்.

இலையுதிர்காலப் பனியும் குளிர்காலப் பனியும் ரை பயிர் விதைத்திருந்த வயல்களில் சீக்கிரமே இறங்கிற்று. இருந்தும் பாதிப் பயிரையே பனி விட்டு வைத்திருந்தது. நிக்கிலாவின் பெரும்பகுதி நிலம் விதைக்கப்படாமலே விட்டுவிட வேண்டியதானது.[4] கிறிஸ்துமஸிற்கு முன்பிருந்தே பாதிக்குமேல் சாவியாய்ப் போய்விட்ட ரை தானிய மாவினால் ரொட்டி (ப்ரெட்) செய்யப்பட்டது. அனைத்துப் புனிதர் தினத்திற்குப் பிறகு பெஞ்சமியும் யூஸியும் மட்டுமே பண்ணையில் எஞ்சியிருந்தனர். பண்ணை வேலை இரண்டு பண்ணைக் குத்தகை[5] உழவர்களிடம் விடப்பட்டிருந்தது.

4. 1866, 1867, 1868 ஆண்டுகளில் ஃபின்லாந்தில் கொடிய பஞ்சம் நிலவிற்று. கடும் குளிர், மழை இவற்றால் உணவு தானியப் பயிர்கள் பெருமளவு சேதமடைந்தன. உணவுப் பற்றாக்குறை மக்களைப் பிச்சையெடுக்கும் நிலைக்குத் தள்ளிற்று. பஞ்சத்தால் ஒன்றரை லட்சம் பேர் மாண்டனர். பட்டினி ஆண்டுகள் எனவும் தேசத்தின் நெடிய நிழலெனவும் ஃபின்லாந்து வரலாறு இதனைப் பதிவுசெய்கிறது. மொ.ர.

5. ஒரு விவசாயி அதாவது நில உடைமையாளன் அல்லது பண்ணை எஜமானன், தனது விளை நிலத்தின் சிறுபகுதியை ஒரு உழவனுக்குக் குத்தகைக்கு விடுவான். குத்தகை உழவன் அந்தச் சிறிய குத்தகை நிலத்தில் உழுது பயிரிட்டு அதன் விளைச்சலையும் தனக்கு எடுத்துக்கொள்வான். குத்தகை நிலத்தில் ஒரு சிறிய வீட்டிலேயே உழவன் தங்கிக்கொள்வான். இதற்கு ஈடாக அந்தக் குத்தகை உழவன் பண்ணை உரிமையாளனின் பெரும்பகுதி நிலத்தில் உழுது பயிரிட்டு மகசூலை அவனுக்குத் தரவேண்டும். இரு நிலங்களும் வேலியால் பிரிக்கப்பட்டிருக்கும்.

நல்ல வெட்டு மரங்கள் நிறைந்த காடுகளின் நடுவே பெருகிவரும் துரதிருஷ்ட அலையால் சூழப்பட்டு வாராவாரம், மாதாமாதம், போராடிக்கொண்டிருந்த இந்த மக்களுக்கு 'பின்லாந்து தேசம்' என்னும் சொல்லுக்கு ஒரு அர்த்தமுமில்லை. ஜூன் மாதம் வந்தது. பனி மேகங்களின் மென்மையான ஒளி பன்றிமலைச் சாய்தளங்களில் எதிரொளித்தது. ஏரிகளின் வெண்ணிறப் பனி உறைவில் அது மின்னிற்று. ரை தானிய மஞ்சள் நிறத் தளிர்கள் வயல்களில் தாறுமாறாகப் பின்னிக்கிடந்தன. அதிகாலை மூன்று மணிக்கு முற்றத்தில் நடந்துபோய்க் கொண்டிருக்கும் ஹர்ஜகங்காஸ் உழவன் ஒருவன் இக்காட்சிகளைக் காண்பான். உரிய நேரத்திற்கு முன்பாகவே தனது படுக்கையிலிருந்து எழுந்திருக்க முயலும் நோயாளியைப் போல, மனதைக் கலக்கும் திடீர் மகிமையுடன் மத்திய கோடைகாலமும் தொடர்ந்த வாரங்களும் வந்தன. இது எதிர்பாராத திருப்பம். இது நல்லதற்கான அறிகுறி அல்ல. மனிதர்கள் கலங்கினர். செப்டம்பர் வந்தது. இந்த மாதத்தின் முதல் சில நாட்களும் பிரகாசமாகச் சிரிக்கும் காலைப் பொழுதுகளும் 'மனிதா ஏன் இந்தக் கலக்கம்? கொண்டாடும் பண்டிகை நாட்களல்லவா இவை..? இதனை உன்னால் காண முடிய வில்லையா..? ஒரு புதிய யுகம் விடிந்துகொண்டிருக்கிறது' என அவனுக்குப் பதில் சொல்வது போலத் தோன்றியது.

இந்த நிகழ்வைக் கொண்டாடுவதற்காகவோ என்னவோ இது போன்ற உறைபனிப் படிமங்களால் அழகூட்டப்பட்ட மூன்று காலைப் பொழுதுகளைத் தொடர்ச்சியாக இயற்கை வழங்கியிருந்தது. ஒன்றே போதுமானதாய் இருந்தபோதிலும். குறுகலான தெருக்களில் ஜனங்கள் உள்ளொடுங்கி நடந்து சென்றுகொண்டிருந்தனர். நிதானமும் கோமாளித் தனமான கம்பீரமும் கொண்ட பெஞ்சமியும் அவர்களில் ஒருவன். ஹூஸாரியின் வயலில் வேலை செய்துகொண்டிருந்தவர்கள் கண்ணில் பட்டனர். மற்ற நேரங்களில் அந்த வேலை பற்றி ஆபாசமாக ஏதேனும் அவன் சொல்லியிருப்பான்; ஆனால் கேலிப் பேச்சிற்கான சமயமல்ல அது. பெரும்பகுதி ரை தானியப் பயிர் சேதமுற்று மக்கள் வாழ்வு துயரம் நிரம்பியதாக இருந்தது. மிக மிகக் குறைந்த அளவே விளைந்திருந்த ரை தானியக் கதிர் அறுவடைக்குப் பிறகு வெட்டிய தண்டுகளை அள்ளிச் சிறு சிறு வைக்கோல் கட்டுகளாக அவர்கள் கட்டிக்கொண்டிருந்தனர். பெஞ்சமி அவர்களை அமைதியாகக் கடந்து சென்றான். உண்மையான சிரத்தையுடன் காலை வணக்கம் சொன்னான். கண்ணீருக்கு அருகே இருந்தது அவன் குரல்.

நீண்ட தயாரிப்புகளுக்குப் பிறகு, எங்கோ தொலைவிலிருந்து கேட்கும் முணுமுணுப்புக் குறிப்புகள் போல, எந்நேரமும் கொஞ்சம் நம்பிக்கைக் கும் இடமளிக்கும் கவனத்துடன், அந்தப் பீதியூட்டும் – விருந்தினன் (மரணம்) இறுதியாய் வந்து, வதைக்கும் நம்பிக்கையின் சுமையிலிருந்து பாதிக்கப் பட்டோரை விடுவித்தான். ஹர்ஜகங்காஸ் கிராமத்தில் ரை தானியம் சிறிதளவு பயிரிட்டவன் பா ஒலிவா மட்டுமே. இந்த நல்லதிர்ஷ்டம் பற்றிப் பெரிதாக அவன் அலட்டிக்கொள்ளவில்லை. "பைன் மரப்பட்டை சாப்பிடுவதற்குப் பொருத்தமான நேரம் வருவதற்குள் இலையுதிர் காலம் வந்துவிடும் என்பதை நினைக்கக் கடினமாக இருக்கிறது" என்றான்.

சென்ற ஆண்டில் கிறிஸ்துமஸ் முன் தினத்தை நிக்கிலா குடும்பத்தி லுள்ள அனைவரும் ஒன்றுசேர்ந்து கொண்டாட இருந்தனர். அப்போது சாயங்கால அரை இருள் வந்துவிட்டிருந்தது. இதுபோன்ற சமயங்களில்கூடச் செய்வதற்கு வேலை இருந்தது. கிறிஸ்துமஸ் முன் தினத்திலும் வழக்கத்திற்கு மாறான ஏதேதோ வேலைகள் குடும்பத்தினரை இரவுவரை சுறுசுறுப்பாக இருக்கவைத்தன. இருட்டிய பின்னர் கட்டாயமாக அவர்கள் வீட்டிற்குள் சென்றேயாக வேண்டும். அதுவரை கிறிஸ்துமஸ் பற்றி யோசிப்பதற்கு யாருக்கும் சிறிதும் அவகாசம் இருப்பதில்லை. இந்தச் சந்தர்ப்பத்தில் கிறிஸ்துமஸ் பற்றி அளவுக்கு மீறி யோசனையில் ஆழ்ந்துவிடாதிருக்கக் கடின உழைப்பாளர்கள் தனிக்கவனம் எடுத்துக்கொண்டனர். கிறிஸ்துமஸ் சமாதான உணர்வில் எல்லோரும் ஒன்றுசேர அவர்கள் அவசரம் காட்டுவ தில்லை. எனினும் அறியாமையும் முரட்டுத்தனமும் கொண்டவர்களாக வெளியே தெரியும் இந்த மனிதர்கள் துக்கமும் பூடகமுமான இயற்கையுடன் கொண்ட நீண்ட தொடர்பின் மூலம் தங்களின் ஆன்மாவின் ஆழங்களில் ஒரு ரகசிய உணர்திறனைப் பரம்பரைச் சொத்தாகவே கொண்டுள்ளனர்; தங்களின் குழந்தைப் பருவத்தைய கிறிஸ்துமஸ் தேவதையின் சிறகடிப்பைக் காற்றில் கேட்பதாக இப்போதும்கூடப் பலர் கற்பனைசெய்து கொள்கின்றனர். சிறகடிக்கும் கற்பனைச் சத்தத்தில் தன்னந் தனியனான கடின உழைப்பாளியின் காலடி, சற்றுத் தடுமாற அவன் மனம் நிகழ்கண யதார்த்தமான பஞ்ச கால கிறிஸ்துமஸ் வருடத்தில் சரணடைகிறது. நீண்ட நேரம் வெளியே இருக்க முயல்கிறான் பெஞ்சமி . . . கிறிஸ்துமஸ் தேவதை பற்றி மற்றவர்களும் நிச்சயமாகக் கேள்வியுற்றிருப்பர். பேரிடர் தரும் தீமையின் அறிகுறி அதன் பாதையில் இருப்பதாகத் தோன்றுகிறது. இதனைப் பிறர் தன் கண்களில் கண்டுகொள்வதில் அவனுக்கு விருப்பமில்லை.

எப்படியோ எப்போதுமில்லாத அதிசயம் போல இந்த வருடம் இந்த மாலைப் பொழுதை 'கிறிஸ்துமஸ் முன்தினம்' எனக் காலம் தன் போக்கில் கைபிடித்து அழைத்துவந்திருக்கிறது. காலத்தின் போக்கைப் பிடித்து நிறுத்தப் பனியால் முடியவில்லை.

மாலைப் பொழுதின் மங்கலான ஒளி. முதியவன் பெஞ்சமி கூடத்தில் சன்னலருகே அமர்ந்திருக்கிறான். களைப்புடன் வெளியே முற்றத்தையே மந்தமாக வெறித்துப் பார்த்துக்கொண்டிருக்கிறான்; சண்டை பிடிக்கப் போதுமான சக்தி இப்போது அவனிடமில்லை. அச்சந்தரும் எண்ணங்கள் அவன் மனதை அழுத்தவில்லை. கிறிஸ்துமஸ் தேவதையின் சிறகடிப்பையும் அவன் கேட்கவில்லை. காலி அறையில் சோம்பியிருப்பது சுகமாக இருக்கிறது; அவனது மனநிலையில் இப்போதிருப்பது அலுப்புத்தான்.

கிறிஸ்துமஸ். முதியவனான பெஞ்சமி எத்தனையோ பிரமாண்டமான கிறிஸ்துமஸ்களைப் பார்த்திருக்கிறான். கிறிஸ்துமஸ் உணர்வு அவனது நாடி நரம்புகளில் தங்கு தடையற்று ஓடுகிறது. சாராயம், பீர், பன்றி இறைச்சியால் அவை நிரம்பிப் பருத்திருக்கின்றன. இதுபோன்ற கிறிஸ்துமஸ் தினங்களில்தான் ஓர் எஜமான உணர்வு ஏற்படும். அண்டை வீட்டு ஹுஸாரியைப் பார்க்கப் பெஞ்சமி புறப்படும்போது அவன் வீட்டிலுள்ள பெண்களும் சேட்டைக்காரப் பயல்களும் பயந்து செத்துவிடுவர்.

ஹாூஸாரி விஷயத்தில் பெஞ்சமி வைத்ததுதான் சட்டம். பெஞ்சமி – ஹாூஸாரியின் பழக்கம் சண்டையில்தான் தொடங்கிற்று. பின்னர் குதிரைகளை மாற்றிக்கொண்டனர். இப்போது ஹாூஸாரியின் பேக்கரி அறையிலேயே இருவரும் அருகருகே படுத்துக்கொள்கின்றனர். நீண்ட நேரம் தூங்குவதில்லை. ஏனெனில் அதிகாலையிலேயே அவர்கள் பனிச்சறுக்கு வண்டியில் தேவாலயத்திற்குப் போகவேண்டும் . . . அந்த நாட்களில் கிறிஸ்துமஸ் ஆழ–அகல–உயரம் கொண்டதாக இருந்தது. கிறிஸ்துமஸிற்குப் பின்னர் புனித ஸ்டீஃபன் இரவிலிருந்து 12ஆம் இரவுவரை பற்பல கொண்டாட்டங்கள் தொடர்ந்து நிகழும். கட்டற்ற களிப்புமிகு கிறிஸ்துமஸ் பண்டிகைகள். வயதான கிழட்டுப் பிசாசுகள் அப்போது இளமையுடன் இருந்தனர்.

பஞ்ச கால வருடத்தின் கிறிஸ்துமஸ் மாலை வேளை. கடந்த கால இனிய நினைவுகள். இப்போது நினைவுகூர்வதில் சலிப்பு. இந்த உலகில் தான் தனியே இருப்பதாக அவனுக்குத் தோன்றுகிறது; இங்கே வம்பு செய்துகொண்டிருப்போர் மேல் கோபமும் வெறுப்பும் வருகிறது. தனது சீரழிவை நேரில் காணவும் கிட்டத்தட்ட அவர்கள் போலவே தானும் ஆகிவிடுவதைப் பார்ப்பதற்காகவுமே அவர்கள் இருக்கின்றனர். பணிப்பெண் இன்னும் உயிருடன் இருக்கிறாள். அவள் முதியவளாகிவிட்டாள். வயதாகி முதுமையடைந்துவிட்டால் இப்பெண்கள் ஒன்றுமேயில்லை.

கடினமான இந்த நாட்களிலும் மதுபானத் தட்டுப்பாடே இல்லாத ஒருவனைப் பெஞ்சமிக்குத் தெரியும். பா ஒலிவாவைப் பற்றிய நினைவுகளில் ஆழ்ந்தான். தன்னைவிடவும் அவன் வயதில் மூத்தவன். எனினும் தனது உலகையோ இங்குள்ள பிறரின் உலகையோ சார்ந்தவனல்ல. பெஞ்சமியை யும் பிற அனைவரையும்விட ஒவ்வொரு விதத்திலும் அளவிட முடியாதபடி மேலானவன்; யாரோடும் ஒட்டாமல் அவன் தனியாக இருப்பது எரிச்சல் தருகிறது. தான் குடிக்கும் அளவு பா ஒலிவாவும் மது குடிக்கிறான் என்பது பெஞ்சமிக்கு நன்றாகவே தெரியும். இருந்தும் அவன் நல்ல ஆரோக்கியத்துடனும் பணக்காரனாகவும் இருக்கிறான். முழுவதும் கலப்படமில்லாத ரை தானிய மாவால் செய்யப்பட்ட ரொட்டியையே பெரும்பாலும் சாப்பிடுகிறான்; அவனது ரை தானியம் முழுவதையும் பனி கொண்டுபோய் விடவில்லை. மூன்று – வண்டி நிறைய தானியம் அவனது சொந்தத் தேவாலய வட்டாரமான கொக்கெமாக்கியிலிருந்து வந்தது. எல்லாவற்றுக்கும் மகுடம் வைத்தாற்போல் பெஞ்சமி அவனுக்குக் கடன்பட்டிருந்தான். அறுநூறு ரூபிள் . . . முன்தின கிறிஸ்துமஸ் சமயத்தில் இது சம்பந்தமாக அவனுடன் பேசுவதில் பயனில்லை.

பெஞ்சிலிருந்து எழுந்த பெஞ்சமி வெளியே முற்றத்திற்கு வந்தான். எங்கு போவதெனத் தெளிவாகத் தெரியவில்லை. குன்றின் அருகே குளிரில் நடுங்கிக்கொண்டிருந்த யூஸியைப் பார்த்ததும் அவனைத் திட்ட வேண்டும் போலிருந்தது. அப்போது பல்வேறு வகைப்பட்ட பிச்சைக்காரர் கூட்டமொன்று ஒரு பெரிய பனிச்சறுக்கு வண்டியை இழுத்துக்கொண்டு குளிப்பகத்தின் பின்புறத்திலிருந்து வருவது கண்ணில்பட்டது. இந்த நேரத்தில் இது வழக்கமாகக் காணும் காட்சிதான். அவர்களோடு ஒப்பிடுகை யில் தான் ஒரு நில உரிமையாளன், ஒரு எஜமானன் எனப் பெஞ்சமி

உணர்வதுண்டு. அதனால் அவர்களைப் பார்த்ததும் ஊக்கமும் உற்சாகமும் கொள்வான் பெஞ்சமி.

'கிறிஸ்துமஸ் சமாதானம் உண்டாவதாகுக' ஃபின்லாந்து வடபகுதி வட்டார வழக்கில் அந்தப் பிச்சைக்காரர்கள் அவனுக்கு முகமன் கூறினர்.

"வடபகுதி மனிதர்களின் சமாதானமொன்றும் எங்களுக்கு வேண்டாம்" என்றான் பெஞ்சமி. "ஒரவைனென் ஊருக்கு மூட்டை கட்டுங்கள். அங்கே ஆரோக்கிய மையம் இருக்கிறது. நான் சொல்வது காதில் விழுகிறதா..? உள்ளே வரக்கூடாது" என்றான்.

பெஞ்சமி ஒலிவா பண்ணைக்குப் புறப்பட்டான். பிச்சைக்காரர்கள் – அல்லது வடபகுதி மக்கள் திரும்பிப் போவது பற்றிய விஷயத்தை யூஸியிடம் விட்டுவிட்டான். தங்களின் சொந்தத் தேவாலயப் பகுதியில் பட்டினி கிடப்போர் பிச்சைக்காரர்கள் என அழைக்கப்படுவதில்லை; சிறுவன் யூஸி ஐம்பதாண்டுகளுக்குப் பிறகு பெரியவனாகி யூகா தொய்வோலாவானான்; போர் நடந்துகொண்டிருந்த காலம் அது. அப்போதும் வடபகுதி மக்கள் என்னும் சொல் காதில் விழுந்தாலே அவர்கள் மிகமோசமான ஒருவித அந்நியர்கள் என்றே நினைத்தான்; இந்தக் கிறிஸ்துமஸ் சூழல் யூஸியின் மனதில் நிலைகொண்டுவிட்டது.

பெஞ்சமி வீட்டைவிட்டுப் புறப்பட்டான். அவன் சிறிது தூரத்தில் மறைந்தவுடன் பன்றிமலையிலிருந்த சிறிய வீட்டிற்குக் குதிரைப் பாய்ச்சலில் ஓடினான் யூஸி. தாமதமான அந்த வேளையிலும் வீட்டைவிட்டு வெளியே போகும்படி ஏதோ இயல்புணர்வு அவனைத் தூண்டிற்று; நிஜமான கிறிஸ்துமஸ் நிக்கிலா வீட்டிற்கு நிச்சயம் வரப்போவதில்லை; பன்றி மலையில் அதனைக் கண்டுகொள்ளலாம் என்னும் எதிர்பார்ப்பு அவனிடம் இருப்பதாகத் தெரிந்தது. ஆ... இந்த மாலை வேளையைப் பன்றிமலைப் பையன்களுடன் கழிக்க முடிந்தால்..! யூஸிக்கு விளையாட்டுத் தோழர்கள் வீட்டில் யாருமில்லை.

யூஸியின் வருகையால் பன்றிமலைக் குடும்பத்தில் அனைவரும் ஆச்சரியமடைந்தனர். மோசமான மனநிலையில் பெஞ்சமி இருந்திருப்பான்; அதனால்தான் யூஸி இங்கே வந்திருக்கிறான் என நினைத்தாள் அந்த வீட்டிலிருந்த குஸ்தாவா. யூஸியிடம் சாதுரியமாக விசாரித்த பின்னர், வீட்டில் சண்டையேதும் நடக்கவில்லை என்பது தெரியவந்தது. பெஞ்சமி எங்கோ வெளியில் சென்றிருக்கிறான். யூஸி இங்கே வந்துவிட்டான். நல்லது, ஒருவகையில் இது எளிதாகப் புரிந்துகொள்ளக்கூடிய விஷயம்தான். வேகவைத்த முள்ளங்கி மணம் அந்த அறைக்குக் கிறிஸ்துமஸ் சாயல் தந்தது. ஆனால் அதில் சிறிதளவும் அவர்கள் தனக்குத் தரப்போவதில்லை என்பதை யூஸி சரியாகவே யூகித்திருந்தான். அவனது மனநிலையில் நிழல் விழுந்தது; புரிந்துகொள்ள முடியாத கிறிஸ்துமஸ் சகுனம் போல் அறையிலிருந்து சத்தமின்றி நழுவினான்; உள்ளுணர்வின் தூண்டலால் இங்கே சிறுபயணம் மேற்கொண்ட யூஸிக்கு இப்போது வீடு திரும்புவதைத் தவிரச் செய்வதற்கு ஒன்றுமில்லை. வீடு தூரத்திலிருந்தது. வானத்தில் நட்சத்திரங்கள் முகம்காட்டத் தொடங்கியிருந்தன. கீழே மெல்ல நடந்து கொண்டிருந்தான் யூஸி. மற்ற இரவுகளைப் போலவே வீட்டில் தீப்பந்தம்

எரிந்துகொண்டிருந்தது. குளிப்பகத்துக்குச் செல்லும் முன்னர் எஜமானனின் வருகைக்காக அனைவரும் காத்துக்கொண்டிருந்தனர். ஆனால் நேரம் செல்லச் செல்லக் குளிப்பகம் குளிர்ந்துகொண்டிருந்தது. அதனால் பெஞ்சமி இல்லாமலேயே பொது – நீராவிக் குளியல் எடுத்துக்கொள்ள வேண்டிய தானது.

அன்று மாலை நிக்கிலா குடும்பத்திலுள்ளோர் வேறு விதங்களிலும் விசித்திரமாக நடந்துகொண்டனர். பா ஒலிவா கிறிஸ்துமஸ் சமாதானத்தை முழுவதுமாகத் தனதாக்கிக்கொண்டிருந்தான்; குளித்து முடித்துத் தாடியைக் கோதிக்கொண்டிருந்தபோது பெஞ்சமி அழையாமலேயே இடையே புகுந்து அவனோடு சேர்ந்துகொண்டான். கடனைப் பற்றிப் பேச இது சரியான சந்தர்ப்பமா..? கிறிஸ்துமஸ் – கொண்டாட்ட மது அருந்துவதற்கு இன்னும் நேரமிருந்தது; தேவமகிமை பற்றிய துதிப் பாடல் முடிந்ததும் பண்ணையாட்கள் அனைவரும் இரவு உணவிற்காக மேசையில் கூடுவர். கடன் பற்றிப் பேசத் தக்க தருணம் அதுதான். பா ஏறத்தாழ நிதானம் இழந்துவிட்டான்.

“நீ தர வேண்டிய கடன் தொகை பற்றி உனக்கும் தெரியும். அறுநூறு ரூபிள். இரண்டு வருடங்களாக வட்டியும் தரவில்லை. அது கடன் தொகையோடு சேர்க்கப்படும் . . . பணத்திற்காகவோ அல்லது கடனாகவோ நான் யாருக்கும் மது விற்பதில்லை என்பது உனக்குத் தெரியும். ஆனால் அதற்கான வட்டியைக் கடன் தொகையுடன் கூட்டிக்கொள்வேன். அது இன்னும் இரு நூறு மார்க்கை நெருங்கிவிடும் . . .”

“சரி. துளி மது உனக்குத் தருவதில் பெரிதாக எனக்கொன்றும் ஆகிவிடப்போவதில்லை. கிறிஸ்துமஸ் உணர்வு பெற உனக்கு அது போதும். உன்னிடம் குவளை அல்லது வேறேதும் இருக்கிறதா . . ?”

“சட்டப்படி எனது உரிமைகளுக்காக உனது சொத்துக்களைப் பறிமுதல் செய்ய வேண்டிய நிலை வந்தால் என்மேல் விரோதம் கொள்ளாதே. மொத்தத் தொகை இரண்டாயிரத்து அறுநூறு மார்க் கடவுளின் சமாதானம்.”

குளித்து முடித்த பின்னர்க் கூடத்தில் சிறிது பதற்றம் நிலவியது. பெஞ்சமிக்காகக் காத்திராமல் அவர்கள் மட்டும் குளிக்கச் சென்றதற்குப் பெஞ்சமி என்ன சொல்வானோ? மையா குளிப்பகத்திலேயே இன்னுமிருந் தாள்; கூடத்தின் தரையில் சம்பிரதாய வைக்கோல் பரப்புவதற்கு ரகசியமாக வைக்கோல் எடுத்துவர வேண்டியதிருந்தது. அதனால் எல்லாரும் சென்ற பின்னர் தாமதமாகவே குளிக்கச் சென்றாள் மையா. ஆனால் தரையில் பரப்பிய வைக்கோல் நன்றாக இல்லை. அன்று காலையில் மாட்டுத் தீவனத்திற்காகக் களஞ்சியத்திலிருந்து கொண்டுவந்த வைக்கோல் அது. இரண்டு வருடப் பழையது. வைக்கோல் பரப்பிய தரையில் கடமையுணர்வுடன் அமர்ந்தான் யூஸி. அதிலிருந்து பூஞ்சணம் பூத்த வாடை அடித்தது. வயதான பெரியவர்கள் மட்டுமே அவனைச் சுற்றியிருந்ததால் தனிமையை உணர்ந்தான் யூஸி. அந்த அறையில் பதற்ற உணர்வு இருந்தது.

பெஞ்சமி முன்வாசலில் வந்துகொண்டிருக்கும்போதே அவன் காலடிச் சத்தத்தை அடையாளம் கண்டுகொள்ள முடிந்தது. அவன் கண்கள் வழக்கத்திற்கு மாறான பிரகாசத்துடன் வாசலிலிருந்தே மின்னின. அவன் மூச்சுவிடுவது எப்போதும் போலல்லாது சத்தமாகக் கேட்டது. ஓரளவு பருமனான மது போத்தல் அவன் கையிடுக்கில் இருப்பதைக் கூடத்திலிருந் தவர்கள் கவனித்தனர். வெட்கமில்லாமல் பெஞ்சமி அதனைத் தூக்கி வந்திருந்தான். அந்தப் பாத்திரம் பண்ணைக்குச் சொந்தமானதல்ல; கிராமத்தில்தான் எங்கேயோ அது அவனுக்குக் கிடைத்திருக்க வேண்டும்.

பெஞ்சமி உடனடியாகச் சண்டையை ஆரம்பிக்காதிருந்தது ஆச்சரியம். யாரும் எதுவும் பேசவில்லை; யூஸி வைக்கோல் படப்பிலிருந்து வெளியே நகர்ந்திருந்தான். மது போத்தலைத் தனது அலமாரிக்குக் கொண்டு போனான் பெஞ்சமி. அலமாரிக் கதவை மெல்ல இழுத்துத் திறந்தான்; பின் மெதுவாக அதை மூடினான். ஒரு வார்த்தையும் பேசாது வெளியே போய் விட்டான். நடை தடுமாறிற்று; மிகக் கடினமான அந்த வருடங்களில் பெஞ்சமிதான் எவ்வளவு முதுமையடைந்துவிட்டான் என்பதை விசேஷமான இதுபோன்ற தருணங்களில் தெளிவாகவே காணமுடியும். இனிமேலும் பெஞ்சமியிடம் யாருக்கும் பயமில்லை. அவன் வீட்டுக்கூடத்தை விட்டு வெளியே சென்றபின் பெண்கள் முகத்தில் குறுஞ்சிரிப்பு தெரிந்தது. இருந்தும் துயர் மிகுந்த இந்தக் கிறிஸ்துமஸ் தினத்திலும் குடியில் நனைய அந்தக் கிழட்டு ஆந்தையிடம் போதிய வாழ்வு இன்னுமிருந்தது.

கடன் பற்றிப் பேசுவதற்காகப் பெஞ்சமி ஒலிவா சென்றது வீட்டில் யாருக்கும் தெரியாது. இதுபோன்ற புதிர் நிறைந்த சூழ்நிலைகளில் வேலையாள் ஆபெலி வீட்டிலிருந்திருப்பானேயானால் பெஞ்சமியைப் பின்தொடர்ந்து சென்றிருப்பான். குளிப்பகத்திலிருந்து இன்னும் திரும்பி வராத மையாவிற்கு ஏதேனும் ஆபத்து நிகழ்ந்திருக்குமாவென ஓடிப்போய்க் கவனித்திருப்பான். ஆனால் அவன்தான் மூன்றாண்டுகளுக்கு முன்பே பண்ணையைவிட்டு வெளியேறிவிட்டானே! மையா பெரிய அபாயத்தில் இருந்திருக்க முடியாதெனக் கூடத்திலிருந்த அனைவருக்கும் தெரியும். நிக்கிலாவில் வாழ்க்கை எல்லா வகைகளிலும் கீழிறங்கிவிட்டிருந்தது.

கடந்த நாட்களை மீட்கும் வலுவில்லாத ஒரு முயற்சி இரவு உணவிற்கு முன் நிகழ்ந்தது. நீராவிக் குளியலுக்காக உடைகளைப் பாதி களைந்து கொண்டிருக்கும்போதே, இந்த விஷயங்கள் அனைத்தும் தன்னைத் தளர்ச்சியடையச் செய்வதாகப் பெஞ்சமி உணர்ந்தான். அவனைக் குளிப்பகத்திலேயே விட்டு வீடு திரும்பினாள் மையா. உணவு மேசை விரிப்பதற்கும் பாதுகாப்பாகச் சேமித்துவைத்திருக்கும் வழக்கமான இடத்திலிருந்து மெழுகுத்திரியை எடுத்துவருவதற்குமே அவளுக்கு நேரம் இருந்தது. பெஞ்சமி வெறுங்காலுடனும் சட்டையுடனும் (வழக்கமாக அணியும் மேல் கோட் இல்லாது) தட்டுத் தடுமாறி வீட்டிற்குள் வந்து அலமாரி அருகே போனான். மதுப்போத்தலிலிருந்து மூன்று பெரிய மிடறு உள்ளே தள்ளினான். போதை தலைக்கேறியது. படுக்கையிலேயே உட்கார்ந்திருந்தான். கசப்பான இந்த வாழ்வில் அவனது கடைசி கிறிஸ்துமஸ் இதுவாகவே இருக்கும். எவ்வளவு எனச் சரியாகச் சொல்ல முடியாத அளவு

அவன் எக்கச்சக்கமாகக் கடன்பட்டிருந்தான். எப்படியானால் என்ன? குடித்திருந்த மதுதான் அவன் மூளையில் மந்தமாகவேனும் இன்னும் உள்ளதே. யூகா கண்ணில் பட்டான். அவனை இம்சைப் படுத்தாதிருக்கப் பெஞ்சமியால் ஒருபோதும் முடிந்ததில்லை. வீட்டில் எல்லோருமிருந்தனர். எனவே பையனுடன் விளையாடும் சந்தர்ப்பம் இதுவல்ல. பெஞ்சமியின் பார்வை வைக்கோல் களஞ்சியத்தின் மீது விழுந்தது.

"மாட்டுத் தீவனத்தை வீட்டுக்குள் கொண்டுவந்தது யார்..?" – கத்தினான் பெஞ்சமி.

"இப்படி ஒரு மாட்டுத் தீவனம் அங்கிருந்தாலென்ன? இங்கிருந்தாலென்ன? என்ன பெரிய வித்தியாசம்..?" – என்றாள் மையா.

"என்ன வித்தியாசமென்பதை உனக்குக் கற்றுத் தருகிறேன். கிழட்டுப் பிசாசுகளே... பன்றிகளே." உறுமியவாறு, மெழுகுத்திரியைக் கீழே தள்ளிவிடும் உத்தேசத்துடன் மேசையை நோக்கித் தடுமாறி நடந்தான் பெஞ்சமி. அவன் கைக்கு எட்டாத தூரத்தில் மெழுகுத்திரியைத் தள்ளிவைத்தாள் மையா. அவன் தரையில் விழுந்தான். இருகைகளாலும் வைக்கோலை அள்ளி வீட்டிற்கு வெளியே கொண்டுபோக முயன்றான்.

"உன்னை நீயே முட்டாளாக்கிக்கொள்வதை முதலில் நிறுத்து" எனக் கூறியவாறு அவனைத் தடுக்க முயன்றாள் மையா.

"மாட்டுத் தீவனத்தை வைத்துக்கொண்டு என்ன செய்யப் போகிறோம் என்பதை இந்த ஒலிவா பிச்சைக்காரர்களுக்குக் காட்டு கிறேன்" நடுங்கினான் பெஞ்சமி. (வைக்கோலை வெளியே கொண்டு போகும்) இந்தப் போராட்டத்தில் கீழே விழுந்து தனது இடுப்பைக் காயப்படுத்திக்கொண்டான். அவனால் உதவியின்றி எழுந்திருக்க முடிய வில்லை. முனகியவாறே மையாவின் உதவியை வேறு வழியின்றிப் பெற்றுக்கொண்டான். படுக்கையில் பத்திரமாக இருந்தவாறு "குடிக்க இன்னும் கொஞ்சம் மது கொடு" – மூச்சுத் திணறக் கூறினான் பெஞ்சமி. மையா கண்டுகொள்ளவில்லை. ஆதரவற்ற நிலையில் சத்தமாக உறுமினான். 'மது பாட்டிலை எடுத்துத் தா.' அவனை ஆராய்வது போல் பார்த்தாள் மையா. "அலமாரியில் கொஞ்சமிருக்கிறது" அசட்டையாகச் சொன்னாள் மார்க்கே.

முதியவன் பெஞ்சமி நிக்கிலா உறங்குகிறான். கிறிஸ்துமஸ் முன்தினக் கொண்டாட்ட உணவிற்காக வீட்டிலுள்ளோர் அமர்கின்றனர்; சொர சொரப்பான ரை தானியத் தொலி கேக், புளித்து நீர்த்துப்போன பால், ஆட்டிறைச்சி, வேகவைத்த முள்ளங்கி. ஒரு மெழுகுத்திரி தனித்து எரிந்து கொண்டிருக்கிறது.. உணவு மேசையைச் சுற்றிலுமிருந்தவர்களின் ஒடுங்கிய முகங்கள் மேல் அதன் மஞ்சள் ஒளி வீசுகிறது. சடசடவெனப் பனி நொறுங்குகிறது; இந்த வேளையில் மற்ற வீடுகளிலுள்ள குடும்பத்தினர் பலர் இதே உணர்வுடன் உணவருந்திக்கொண்டிருக்கின்றனர். அந்தக் குடும்பங்களிலிருந்து வாழ்த்தினைக் கொண்டுவருகிறது பனி. அச்சமும் அமைதியும் கொண்ட கண்களுடன் ஆண்களும் பெண்களும்; மெல்லிய கழுத்துடைய சிறார்கள் சிரமத்துடன் மென்றுகொண்டிருந்தனர்.

விழுங்கிய ஒவ்வொரு கவளத்திலும் கண்ணுக்குத் தெரியாத கண்ணீரும் சேர்ந்திருக்கிறது.

தனது நட்சத்திரங்களுடன் உயர்ந்த வானம் ஒரு தாழ்வுற்ற மக்களுடைய வரலாற்றின் இந்தக் கட்டத்தைக் குனிந்து பார்க்கிறது. வாழ்வின் நடுங்கும் சுடரை அணையவிடாமல் காப்பதற்காக அந்த மக்கள் கூட்டம் மேற்கொண்டிருக்கும் முயற்சிகளை உற்றுக் கவனிக்கிறது. அவர்களுக்கு நேரவிருக்கும் எதிர்பாராத விதிகள், சற்று மகிழ்ச்சியான தருணங்கள், இப்போதுள்ளதைவிடவும் மிக மோசமான நிராசைக் காலங்கள் – இரண்டு, ஐந்து பத்தாண்டுகள், நூற்றாண்டுகளைத் தாண்டிக் கவனிக்கிறது. மாண்டுகொண்டிருக்கும் பிச்சைக்காரனுக்குக் கனன்று கொண்டிருக்கும் கண்களுடைய ஒரு புலிக்கு அருகே லட்சக்கணக்கில் தங்கம் புதைந்துகிடக்கும் அடர்ந்த காடுகளைப் பார்க்கிறது வானம். காடுகளின் நடுவே மரங்கள் அகற்றப்பட்ட வெளியில் வானம் பழைய கிராமங்களைக் காண்கிறது. அங்கே ஒருவன் விரைவில் தனக்குக் கிடைக்கவிருக்கும் பண்ணைகள் பற்றிச் சுகமாகக் கனவுகள் கண்டு கொண்டிருக்கிறான், மற்றொருவன் தனது பூர்வீக வீட்டில் உறங்கும் கடைசி கிறிஸ்துமஸ் இதுதான் என்ற நினைவுடன் ஆழ்ந்து உறங்குகிறான், அங்கே நாடோடிகளால் நிரம்பிய அகதி முகாம்கள், ஆரோக்கிய மையங்கள், வரவிருக்கும் தேவைகளுக்கென இன்னும் ஒதுக்கப்படாத பகுதிகள் எல்லாம் மெல்ல மெல்ல மறைந்துகொண்டிருக்கின்றன. இக்காட்சிகள் பல்வேறுபட்டவை. இவற்றை மொத்தமாக ஒன்றுசேர்ந்த ஒரு பொதுவான சாம்பல்நிற இசைவாகப் பார்க்கிறது வானம். இவை அடியோடு சிதறிப் போவதற்கான காலம் இன்னும் வரவில்லை. ஆனால் பூமி, வானத்தின் சாரத்தில் சில சக்திகள் மறைவாகவும் ரகசியமாகவும் ஏற்கனவே செயல்பட்டுக்கொண்டிருக்கின்றன. சென்ற கிறிஸ்துமஸ் முன்தினம். அதனை இந்தத் தூரத்திலிருந்து பின்னோக்கிப் பார்க்கையில் அது மிகவும் சுவாரசியமாகவே தெரிகிறது. ஆனால் அப்போது அது மகிழ்ச்சியற்ற காலம். உணவிற்குப் பின் தேவமகிமைப் பாடல்கள் சிலவற்றை மையா இசையுடன் பாட முயன்றாள். ஆனால் மிகவும் தணிவான தொனியில் அதனைத் தொடங்கியதால் அவளுடன் பிறர் இணைந்துகொள்ள முடியவில்லை. அதனால் இரண்டு மூன்று பாடல்களுக்குப் பிறகு பாடுவதை நிறுத்தி விட்டாள்.

குழந்தைத்தனமாகப் பன்றிமலை சென்று வந்தது, கிறிஸ்துமஸ் சாகசமாக அது வளர்ந்து பரிமாணம் கொண்டது, வேகவைத்த முள்ளங்கி மணம் கிறிஸ்துமஸ் விருந்தின் குறியீடானது, பழைய நினைவுகள் மீண்டெழ உதவிய தந்தையின் தடுமாற்றங்கள் என அந்த நாளின் அனுபவங்கள் விட்டுச் சென்ற தெளிவற்ற பதிவுகள் யூஸியின் மனநிலையில் இருந்தன. இரவு உணவிற்குப் பின் வைக்கோல் பரப்பப்பட்டிருந்த தரையில் அமர்ந்தான். கடைசியில் தூக்கம் வந்தது. தெளிவற்ற மாயத் தோற்றங்களை அது முழுமையாக்கிற்று. மிகச் சிறிய இந்தச் சங்கிலிக் கோர்வை நிகழ்வுகளால் அவை விழித்துக்கொண்டன.

எப்போதுமே பிச்சைக்காரர்களை வீட்டிலிருந்து விரட்டிவிடுவான் பெஞ்சமி. ஆனால் இந்தக் கிறிஸ்துமஸின் போது வந்த முதல் நாடோடிக்

கூட்டம் நிக்கிலா வீட்டிற்குள் நுழைந்து கால்கொள்ள முயன்று ஒருவகையில் அதில் வெற்றியும் பெற்றது. நிக்கிலா குடும்பத்தினர் படுத்துத் தூங்கப் போகும் நேரத்தில் ஒரு கிழவி இரண்டு குழந்தைகளுடன் மிகுந்த சிரமத்துடன் வழி தேடிக் கூடத்திற்கு வந்துவிட்டாள். அந்தக் குழந்தைகளின் தாய் சாலையில் இறந்துவிட்டதாகப் பிரகடனம் செய்தாள். முதியவனான பெஞ்சமி தூக்கத்திலிருந்து விழிக்காததால் வைக்கோலில் அந்த இரவைக் கழிக்க அவர்கள் அனுமதிக்கப்பட்டனர். அவர்கள் வருகையால் விழித்த யூஸி பாதி உணர்வு நிலையில் கிடந்தான். தூங்கும் மூடுபனி சூடியிருந்த அவனது நிர்வாண ஆன்மாவில் இந்த ஊர்சுற்றிகளின் சித்திரம், பதிவாவதற்குப் போதுமானதாக அவனது பாதி உணர்வு நிலை இருந்தது. தான் தூக்கத்தில் ஆழ்ந்திருந்தபோதே நிஜமான கிறிஸ்துமஸ் வந்துவிட்டதான உணர்வுகொண்டான் யூஸி.

அன்று காலையில் பெஞ்சமி மோசமான மனநிலையிலிருந்தான். அவன் உடல் மிகவும் பலவீனமாக இருந்தது. அதனால் பெரிதாகத் தொந்தரவு ஏதும் அவனால் செய்ய முடியவில்லை. பிச்சைக்காரர்களுடன் சண்டையிட்டான். வயதான பெண்மணி அங்கேயே ஒட்டிக்கொண்டாள். வீட்டிலிருந்த மிகக் குறைந்த பாலையும் குழந்தைகளுக்காக ஒரு சொட்டு விடாமல் வழித்துக்கொண்டாள். அடுத்த நாள் இரவும் அங்கேயே இருந்த அவள் ரை தானியத்தின் தொலியால் செய்யப்பட்ட ரொட்டியை அனுபவித்துச் சாப்பிட்டாள். அதிலிருக்கும் நல்ல விஷயங்களை மதிப்பீடு செய்து கூறினாள். நிறைய உள் தகவல்களுடன் நாட்டின் பொதுவான நிலை குறித்துப் பேசினாள். ரீகிமக்கியில் ரயில் இருப்புப் பாதை வேலை தொடங்க இருப்பது, பலதரப்பட்ட அகதிகளின் பெயர்கள் என எல்லோரும் அறிந்த விஷயங்களைப் பற்றிச் சளசளத்தாள். ரொட்டி சுடுவது பற்றி அறிவுரை சொன்னாள். சுருக்கமாக மேம்பட்ட அறிவாளி ஒருவரைப் போல் ஒவ்வொரு வகையிலும் நடந்துகொண்டாள். ஈரம் கலந்த ஒரு மாதிரியான பிச்சைக்கார வாடை அவள் உடையிலிருந்து வந்துகொண்டிருந்தது. நிக்கிலா கூடத்தின் இயற்கையான சூழலில் நீண்டகாலமாக இருந்து வரும் புகையிலை – பூமிமண் இவற்றின் மணத்தோடு அது ஒன்று கலந்தது. கிறிஸ்துமஸிற்கு மறுநாள் தனது கந்தல் துணிமூட்டையுடனும் இரண்டு குழந்தைகளுடனும் தாம்பெரெ நகர் இருக்கும் திசையில் சென்றாள்.

நிக்கிலா குடும்பத்தின் கடைசிக் கட்டம் தொடங்கியிருந்தது. அதன் பின்னர்ப் பிச்சைக்காரர்கள் அங்கே அடிக்கடி வந்தனர். விரட்டப்படவில்லை. வீட்டில் கொஞ்சமாகவே உணவிருந்தது தெரிந்தும் கிறிஸ்துமஸ் சமயத்தில் இரண்டு குழந்தைகளோடு வந்த அந்த வயதான பெண்மணியைப் போலவே இவர்களும் நடந்துகொண்டனர்; வீட்டிலுள்ளோரிடம் கோரிக்கைகள் வைப்பதால் பயனில்லை என்பதால் அவற்றைக் கைவிட்டனர். ஒன்றிரண்டு நாட்கள் பெஞ்சமியின் வீட்டைத் தமது வீடாகவே கருதி நடந்துகொண்டனர். பிச்சைக்காரன் சட்டைப் பை நிறைய பீன்ஸ் வைத்திருந்தான். அதனைச் சமைத்து நிக்கிலா வீட்டிலுள்ள அனைவரும் உண்டனர். கடுமையாகக் கோபம்கொள்ள முயன்றான் பெஞ்சமி. ஆனால் கடைசியில் வேறு வழியில்லாமல், அந்த உணவையே சிறிது சாப்பிட்டான்.

குடும்பத்தின் சம்பிரதாய ஒழுங்கு தளர்ந்தது. அந்த வீட்டின் நிரந்தரமான அம்சமாக ஏற்கனவே ஆகிவிட்டிருந்த பிச்சைக்காரர்களின் வாடையுடன் அது கரைந்து, அதற்கேற்பப் பொருந்திக்கொண்டதுபோலத் தோன்றியது. தன் வயதையொத்தப் பலரைப் பிச்சைக்காரக் கூட்டத்தில் யூஸி பார்த்தான்; உலகு பெரியது என்னும் மங்கலான சிந்தனை உணர்வு பிரக்ஞையில் விழித்தது; விந்தையான அந்த வாடை எங்கோ அவனை வசீகரிப்பதாகத் தோன்றிற்று. வீட்டையும் வெளியே முற்றங்களையும் தன் விருப்பப்படி சுற்றித் திரிய முடியும்; ஒருவரும் அவனைக் கண்டுகொள்ள மாட்டார்கள்; மரணத்தை மிக அருகிலே பார்த்தான். பிச்சைக்காரர்களைப் பின்தொடர்ந்து போகும் விருப்பம் நீண்ட நாட்களுக்கு முன்னரே அவனிடம் வந்துவிட்டது. விரைவில் இங்கிருந்து வெளியேறிவிடுவோமென உள்ளுணர்வால் அவன் அறிந்துகொண்டது போலத் தெரிந்தது. ஆனால் எப்போது . . ?

முதியவனான பெஞ்சமியைப் பொறுத்தவரை ரகசிய சந்தேகங்களும் சுய வேதனையும் கொண்டவையாக அந்த நாட்கள் இருந்தன. மது முழுவதையும் குடித்து முடித்திருந்தான். இரண்டாம் தடவையாக பா ஒலிவாவிடம் செல்ல வெட்கப்பட்டான். ஏன் வெட்கப்பட வேண்டும்? முதல் தடவை சென்றபோது கடன் பற்றிக் கூறினான் ஒலிவா. அவன் அவ்விதம் கூறியிருக்கக் கூடாது. கிறிஸ்துமஸிலிருந்து அவன் உடல் அபாயகரமாக வலுவிழந்துவிட்டதாகத் தோன்றியது. அதனால் எல்லா விதமான மகிழ்ச்சியற்ற எண்ணங்களும் குறிப்பாகத் தனியே இருக்கையில் அவனை அழுத்தத் தொடங்கின. கண்டிப்பான தொனியும் அழுத்தமான உச்சரிப்பும் கொண்ட கண்ணுக்குத் தெரியாத மதகுருவின் நீண்ட போதனை காதில் விழுவதாகத் தனிமையான தருணங்களில் அவனுக்குத் தோன்றுவதுண்டு. பெஞ்சமியின் வாலிபப் பருவத்திலிருந்து தொடங்கி ஏஜமானனாகப் பண்ணையில் அவன் கோலோச்சிய காலத்தில் நிகழ்ந்த சம்பவங்கள் எல்லாவற்றையும் கூறினார். அதன் பின்னர் ஆண்டுக் கணக்காகத் தொடர்ந்த துன்பகாலம், அவற்றின் காரணங்கள் தன்மை முதலானவற்றையும் விவரித்து முடித்தார். பெஞ்சமிக்குப் புரிபடாத விஷயங்கள் பற்றிப் பேசியபோது அவருடைய குரல் தாழ்ந்தது. அதில் கனிவுமிருந்தது. ஒரு விஷயம் பற்றி எதுவுமே அந்தப் போதனையில் இல்லை. ஆனால் திடீரென ஒரு மின்வெட்டுத் தெறிப்பில் மதபோதனையின் நோக்கமும் பொருளும் தெளிவானது; அதற்குக் காரணம் கண்ணுக்குத் தெரியாத மதபோதகர் கூறாதுவிட்ட அந்த ஒரு விஷயம் – அவன் இறந்து கொண்டிருந்தான். கால மாற்றத்தை அவன் காணப்போவதில்லை, ஏனெனில் மாற இயலாதவனாக அவனே இருந்தான் என்பதுதான். நற்கதி இழந்தோரோடு நாளை நரகில் அவன் சேர்வானா . . ? இது போன்ற விஷயங்களை அவன் நினைத்துப் பார்த்ததேயில்லை. ஆனால் சுவர்க்கம் பற்றிய விளக்கங்களால் உணர்ச்சி மிகுந்த ஈடுபாட்டிற்கு அவன் ஆளாகி விடுவதுண்டு. இவ்விதமான சிந்தனைகள் வரும்போதெல்லாம் அது எழுப்பும் மனச்சித்திரம் இதுதான்: பெண்தன்மை கொண்ட மென்மையான குரலில் தனது பாபப் பிழைகளை ஒப்புக்கொண்டு மரணப் படுக்கையில் தான் கிடப்பதான சித்திரம். புகையிலை மெல்லும், மது வாடையுடனிருக்கும்

மனிதனொருவன் கடைசியில் தன்னைக் கண்டுகொள்ள முடியும் சூழ்நிலை இதுதான்.

இப்போதெல்லாம் மற்றவர்களுடன் சேர்ந்து சர்ச்சுக்குப் போகிறான் பெஞ்சமி. உற்சாகமான மனநிலையில் எல்லா விஷயங்களையும் வேடிக்கையாகப் பேசுவது போல, சர்ச் சம்பந்தமாகவும் பேசுகிறான். இவ்விதம் ஒருபோதும் பெஞ்சமி இருந்ததில்லை. அவன் வாழ்க்கை இதுவரை எடுத்திராத வடிவம் இது. சாதாரண மனிதனைப் போல் மதகுரு போதனை செய்தால் அவரைக் கவனித்துக் கேட்க முடியும். பாப விமோசனம் தொடர்பான செய்திகள் இருந்ததும், (பாபம் செய்யும்) சேட்டைக்காரப் பயல்கள் இருந்ததும் அதே வகுப்பறைதான். இந்த உலகில் இதனைப் பொறுமையாகத் தாங்கிக்கொள்ள வேண்டியதிருக்கிறது. உணர்வுடைய ஒருவரால் இதனைத் தாங்கிக்கொள்வது மிகமிகக் கடினம். ஆனால் இப்போது கண்ணுக்குத் தெரியாத ஒரு மதகுரு பெஞ்சமியிடம் போதனை செய்தார். பெஞ்சமி தானாகவே பாபங்களை ஒத்துக்கொண்டு சிறு வயதுப் பையனாக மாறிவிட அவர் விரும்பினார். பெஞ்சமி சாகும் தறுவாயில் இருக்கிறான். கடன்பட்டிருக்கிறான். எல்லாவகையிலும் பலவீனமாகி விட்டிருக்கிறான். இதோ இந்த நொடியில் கணப்படுப்பு அருகே உள்ள பெஞ்சில் பிச்சைக்காரனொருவன் மூச்சுத் திணறிக்கொண்டிருக்கிறான். கடன்களை அடைக்க முடியாதவர்களின் உடைமைகளையும் சொத்தையும் பறிமுதல் செய்யும் நீதிமன்ற அதிகாரிகள் சீக்கிரமே அவன் வீட்டிலிருப்பர் என்பதை அவனால் உணர முடிகிறது. நிஜமான மனிதர் எவரேனும் பெஞ்சமியை இப்போதிருக்கும் மனநிலையில் உணர்ந்து பார்க்க முடிந்தால் அவன் சட்டைக் காலரை வேடிக்கையாகப் பிடித்துத் தூக்கி ஒரு சிறுபயலை உலுக்குவது போல் உலுக்குவார். கத்தரித்து மீசை சீராக்கப்பட்ட வயதான மனிதனான பா ஒலிவா இதுபோன்ற ஒரு நிலை அடைவதைக் கற்பனை செய்யவும் முடியாது. அவன் செய்வதெல்லாம் கொக்கெமாக்கி பேச்சு வழக்கைக் கர்ணகடூரமாகப் பேசுவது மட்டுமே.

பயங்கரமான வலிப்பும் நடுக்கமும் திடீரெனப் பெஞ்சமியின் உடலை உலுக்கின; சமீபத்திய எண்ணங்களால் அவன் மூளை தொட்டால் ஒட்டிக்கொள்ளும் நிலையை அடைந்திருந்தது. அவன் பீதிகொண்டான். உதடுகளும் கைகளும் நடுங்கின. அவனுக்குக் காய்ச்சல் வருவதுபோல் இருந்தது. அவன் மனம் அதுவாக இயங்கிற்று; பா ஒலிவாவின் காலிப் போத்தலை அலமாரியிலிருந்து எடுத்தான். பண்ணையின் பத்திரங்களைச் சட்டைக்குள் மார்பருகே திணித்துக்கொண்டான். நடுங்கியவாறு வேகமாய் வெளியேறினான்.

தந்தை செல்வதை யூஸி பார்க்கிறான். ஏதோ நடக்கப்போவதாக அவனுக்குத் தோன்றுகிறது. முன்கூட்டியே அவன் தயாராகிவிட்டான். பெஞ்சில் மூச்சுத் திணறிக்கொண்டிருக்கும் அந்த வடபகுதிப் பிச்சைக் காரனைப் பரபரப்புடன் பார்க்கிறான். பிச்சைக்காரர்கள் இன்னும் அதிகமாகத் தென்படுகிறார்களாவென அவ்வப்போது சன்னலுக்கு வெளியே எட்டிப் பார்க்கிறான். அதோ ஒருவன் வந்துகொண்டிருக்கிறான்.

ஆனால் பெஞ்சமியும் அங்கு வருகிறான். ஒரு கையில் மதுப் போத்தல். மற்றொரு கையில் ஐந்து பெரிய ரொட்டிகள். தனது பேக்கரியில்

செய்யப்பட்ட சூடான ஒரு ரொட்டியையும் நிக்கிலாவிற்கு ஒருபோதும் ஒலிவா அனுப்பியதில்லை; இந்தக் குறையை அவன் இப்போது ஈடு செய்து கொண்டிருப்பதாகத் தோன்றுகிறது. பெஞ்சமியின் பேய் போன்ற உருவம் வாசலை நிரப்பி நிற்கிறது. கொண்டுவந்திருக்கும் ரொட்டியைப் பெஞ்சமி தங்களுக்குத் தருவான் என்னும் நம்பிக்கையில் அப்போது அங்கே வந்திருந்த புதிய பிச்சைக்காரர்கள் அவனை ஏக்கத்துடன் பார்க்கின்றனர். ஆனால் பெஞ்சமியோ ரொட்டியையும் மதுப் போத்தலையும் தனது அலமாரிக்குக் கொண்டுசெல்கிறான். கேட்க வேண்டிய தேவை இல்லாமலேயே மிக எளிதாக அவனுக்குக் கிடைத்தவை. ஆனால் பண்ணையின் பத்திரங்கள் இப்போது ஒலிவாவில் இருக்கின்றன. பெஞ்சமியைப் பொறுத்தவரை அவனை அழுத்திக்கொண்டிருந்த சுமை அகற்றப்பட்டுவிட்டதாகத் தோன்றியது; அவனது குளிர் நடுக்கம் இதமான வெப்பத்திற்கு வழிவிட்டிருக்கிறது. இப்போது படுக்கையில் ஓய்வாகத் தலை சாய்க்கும் நேரம்.

“ஒரு சக – ஏழைக்கு எஜமான் ஏதேனும் கொடுக்கப்போவதில்லையா.? உங்களுக்குத்தான் உதவி கிடைத்துள்ளதே . . ?” நேற்றிலிருந்து வீட்டிலேயே இருந்துகொண்டிருக்கும் வடக்குவாசி கேட்டான். பிச்சைக்காரர்கள் இருப்பது அப்போதுதான் பெஞ்சமியின் நினைவுக்கு வந்தது.

“சக ஏழை . . ? இதோ நான் யாரென உனக்குக் காட்டுகிறேன் . . !”

ஏதாவது ஆயுதம் கிடைக்காதாவென அங்குமிங்கும் பார்த்தான். அவன் கால்கள் தள்ளாடின. குடி, காய்ச்சல், நம்பிக்கை அனைத்தையும் இழந்துவிட்ட நிலை; இந்தச் சூழ்நிலையில் அடமானம்வைப்பதென முடிவு செய்தான். இதனால் விடுதலை அடைந்துவிட்டதான உணர்வுகொண்டான். இவை பழைய மனநிலையை அவனுள் எழுப்பின. உள்ளுக்குள் எரிந்தான்: அலமாரியில் மது, வீட்டைக் காலிசெய்யும் நிலை பின்னர் அமைதியாகத் தலை சாய்ப்பது. வீடு வயல்கள் எல்லாம் போய்விட்டன. கடவுளே . . ! வாழ்வின் அஸ்திவாரங்களே போய்விட்டன. பிச்சைக்காரர்களோடு யூஸியையும் காண்கிறான். அவனது பிரக்ஞையின் கால் பகுதியில் மையா தொடர்பான வாழ்வின் பகுதி ஒரு மின்வெட்டாய்த் தெரிகிறது; நடுங்கும் வாழ்வின் அந்தச் சுடர் வெறுப்பூட்டும் சீர்கேடான குழப்பமாக அவனைக் கடந்துபோகிறது. பிரச்சினைக்குத் தீர்வு காண வேண்டிய அந்தத் தீர்மானமான கணத்தில் பனிச்சறுக்கு வண்டி மணிகள் ஒலிப்பது வெளியிலிருந்து வருகிறது; சறுக்கு வண்டிகள் நிற்கின்றன; கரடித்தோல் கம்பளத்துடன் கறுப்பு நிறத்தோற்றம் கொண்ட பருமனான ஆள் ஒருவர் தெரிகிறார். கடனுக்காகச் சொத்தைப் பறிமுதல் செய்யும் நீதிமன்ற அதிகாரி அவர். பிச்சைக்காரர்கள் திடுக்கிடுகின்றனர், பெஞ்சமி தன்னை விழுங்கிக் கொண்டிருக்கும் தன் இதயத்தின் பேராசையை மறந்துபோகிறான். தன் உணர்விழந்த அவனுடைய கையில் மதுப்புட்டி ஊசலாடிக்கொண்டிருந்தது.

நீதிமன்ற அதிகாரி எதுவும் கேளாமலேயே சூழ்நிலையை விளங்கிக் கொண்டார்; பிச்சைக்காரர்களை ஒரே நிமிஷத்தில் விரட்டிவிட்டார். அவர்கள் சென்றபின் அங்கு மிஞ்சியிருந்தது ஓர் இறுக்கமான மவுனமும் பழக்கமான துர்நாற்றமும். பெஞ்சமியின் காதுகளில் கிர்ரென்ற சத்தம் தொடர்ந்து கேட்டவாறிருக்கிறது. அவனது விடுதலைக்கான நடவடிக்கைகள்

பெரும் பாய்ச்சலுடன் முன்நகர்ந்துகொண்டிருக்கின்றன. அதிகாரி வீட்டிலிருக்கிறார். பெஞ்சமி முற்றிலும் சோர்வடைந்திருக்கிறான். ஒரு திருவிழா நாளாக இருக்கிறது. சரிசெய்யவே முடியாத விஷயங்கள் இப்போது நடந்துகொண்டிருக்கின்றன. அதிகரித்துக்கொண்டிருக்கும் காய்ச்சலும் பருமனான அதிகாரியும் இதற்கெனவே ஒன்று சேர்ந்திருப்பது போலத் தோன்றுகிறது. குளிர் காலத்தின் கடுமை ஏற்கனவே முடிவிற்கு வந்திருந்தது; காற்றடித்துச் சேர்ந்துள்ள நீலநிறப் பனிக் குவியலில் மாலைச் சூரியன் பிரகாசிக்கிறான். வசந்த கால வருகையின் குறிப்பு அதில் தெரிகிறது. ஒரு பிச்சைக்காரன்கூடக் கண்ணில் படவில்லை. அதிகாரியிடம் பெஞ்சமி தெரிவிக்க முடிந்ததெல்லாம் இதுதான்:

“ஆம் – கணக்கு அப்படித்தான். இப்போதிருந்து குறைந்தது இரண்டு வாரம். சரி. முயல்கிறேன். நான் சுகவீனனாக இருக்கிறேன் . . .” விஷயங்கள் மும்முரமாக நடந்துகொண்டிருந்தன. குடிப்பதற்கு அதிகாரிக்கு மது வந்தது.

“அந்தக் கிழட்டுப் பிசாசுகள் காஃபி கொடுத்திருக்கலாம்” – என்றான் பெஞ்சமி.

“ஒன்றும் வேண்டாம். அவசரமாகப் போகவேண்டும்” என்றார் அதிகாரி.

பனிச்சறுக்கு வண்டி வெளியே கிரீச்சிட்டது. வண்டி மணிகள் ஒலித்தன. பூர்வீகத்து வீட்டில் நிலைத்த மவுனத்தில் தனித்துவிடப்பட்டிருந்தான் பெஞ்சமி. நிஜமான தனிமை. பதற்றமான திடீர் அனுபவங்கள் முழுவாழ்வின் முதலும் கடைசியுமான மனநிலையை அவனுள் எழுப்பிற்று. யார் மீதும் எதன் மீதும் ஒரு குன்றி மணியளவு வெறுப்பும் அப்போது அவனிடம் இல்லை. புகையிலை படிந்த வெள்ளரி போன்ற அவன் தாடை நடுங்கிற்று; அவன் அழுதான், சங்கிலித் தொடராகப் பல நூறு ஆண்டுகளாக நீளும் நில உரிமையாளர்களின் கடைசி அழுகை.

ஒலிவா பண்ணைக்குச் சமீபத்தில் சென்றிருந்தபோது ஹர்ஜகங்காஸ் கிராமத்துச் சந்துகளில் அவன் நடந்தான். கடைசியாக வெளியே மேற்கொண்ட பயணம் அதுதான்.

அதே நாள் இரவில் அவன் மரணமடைந்தான். “ஒரு பண்ணை விவசாயியின் நாயைப் போல் நான் சாகவில்லை.” அவன் வாயிலிருந்து வந்த கடைசி வார்த்தைகள் இவை. மிருதுவான அந்தக் குரலில் நிறைந்த மகிழ்ச்சியிருந்தது. நற்பண்புகள் கொண்ட உள்ளூர்ப் பெரிய மனிதனின் கடைசிச் சொற்கள் போல் அவை இருந்தன. குடிபோதையில் இருக்கையில் அந்தப் பெரிய மனிதனைப் போல் பெஞ்சமி நடந்துகொள்ளும் வழக்கமுண்டு.

பெஞ்சமி மரணமடைந்த பின்னர் சிறு பையனான யூஸியின் கனவு நனவானது. துல்குவிலிருந்த கிராமத்து அலுவலகங்களில் வரி பாக்கிக்காக நிக்கிலா பண்ணை விற்கப்பட்டது. பெஞ்சமிக்குப் பெருந்தொகையைக் கடனாகத் தந்த பா ஒலிவா அதிக விலை கேட்டான்; தனது கடைசி மகனான அன்டூவைப் பண்ணையின் எஜமானனாக்கினான். ஒன்றுமில்லாது துடைத்தெறிந்த வீட்டிலிருந்து தன் மகனுடன் மையா வெளியேற வேண்டியதானது. தங்கி இருக்கத் தன் பிறந்த ஊரை அவள் தேர்வு

செய்யவில்லை. பிள்ளைப் பருவ நாட்களிலிருந்தே தன் சின்னஞ்சிறு வாழ்வில் எத்தனையோ ஏமாற்றங்களை அவள் சந்தித்திருந்தாள். கண்ணீரைத் துடைத்துக்கொண்ட மையா தனது அதிர்ஷ்டத்தை வெளியூரிலிருக்கும் தன் சகோதரனிடம் சோதித்துப் பார்க்கத் தீர்மானித்தாள். அவன் சூழ்நிலை நன்றாக இருப்பதாக வதந்தி இருந்தது.

ஒரு நாள் காலையில் தட்டுமுட்டுச் சாமான்களையும் பிறவற்றையும் வாசலுக்கு வெளியே நின்ற ஒரு பனிச்சறுக்கு வண்டிக்குத் தன் தாய் கொண்டுபோவதை யூஸி பார்த்தான். காஃபிக் கொட்டைகள் சில எப்படியோ அவளுக்குக் கிடைத்தன. ஒலிவாவிடமிருந்து கிடைத்த ரொட்டியின் மேற்பகுதித் துண்டுகள் சில அதிசயமாய் மீதமிருந்தன. அது அவர்களது காலை உணவானது. மீதியாகக் கொஞ்சம் சேமித்து வைத்தனர். அவர்களின் பயணம் தொடங்கிற்று. வீடு அவர்களுக்குப் பின்னால் மறைந்தது.

மையா வண்டியை இழுத்தாள். கையில்லாத அரைச் சட்டை பேன்ட் இரண்டும் சேர்ந்த ஓர் உடையையும் பெஞ்சமியின் ஒரு மேல் கோட்டையும் அணிந்த யூஸி வண்டியைத் தள்ளினான். பெஞ்சமியின் மற்றொரு கோட்டை மையா அணிந்திருந்தாள். ஒளிர் பனியில் பிரகாசமாக ஒளி வீசினான் வசந்த காலச் சூரியன். யூஸி ரகசியமாகப் பின்னால் திரும்பிப் பார்த்தான். கண் புருவ வளைவாகக் காட்சி தந்தது பன்றிமலை. அங்கேதான் மனதிற்குப் பிடித்த எத்தனை எத்தனை விளையாட்டுகள் . . ? கடைசி முறையாக விழுங்கினான் – கடினமாக. வசீகரமான நாடோடி வாழ்வின் சோகத் திருப்பம்.

பயணத்தின் தொடக்கத்தில் அவர்கள் தனியே இருந்தனர். தனது முதல் பத்து வருட வாழ்வில் ஞாபகத்திலிருந்த அனைவரையும், பின்னர் எங்கெங்கோ சிதறிக் காணாமல் போனவர்களையும் நினைவுகூர்ந்து கொண்டிருந்தான் யூஸி. ஆபெலி, குஸ்தா, தந்தை பெஞ்சமி யாவரும் நினைவிற்கு வந்தனர். இந்தத் தூரத்திலிருந்து, வினோதமான இந்தச் சூழலிலிருந்து பார்க்கையில் அவர்கள் அனைவரும் ஒன்றுபோலத் தெரிந்தனர். புதிர்தான்.

பயணத்திற்குத் துணையாகப் பலர் வருவதை யூஸியும் மையாவும் விரைவிலேயே கண்டுகொண்டனர். பிரதான சாலைக்கு வந்தனர். திறந்த வெளி தென்படும் எல்லா இடங்களிலும் நாடோடிகளின் தொடர்ச்சியான நீள் வரிசையை அவர்கள் கண்டனர். நடந்தும் பனிச்சறுக்கு வாகனங்களில் குவிந்தும் பெரும்பாலோர் சென்றுகொண்டிருந்தனர். எப்போதாவது மெலிந்த ஒரு குதிரை கண்ணில் பட்டது. சிறு பயணக் குழுக்கள் நடுவே மைப்புள்ளி போல் பனிச்சறுக்கு வண்டியோ அல்லது குதிரை வண்டியோ தெரிந்தது. இந்தக் குழுக்களிலுள்ளோர் வழக்கமாகச் சேர்ந்தே இருந்தனர். அதனால் கூட்டம் அதிகமானாலும் ஒவ்வொரு குழுவிற்குமிடையே சில கஜ இடைவெளி இருந்தவாறிருந்தது.

பயணம் பழகியறியா உணர்வால் அதிகப் பரபரப்பு கொண்டது மனம். சலிப்பூட்டும் களைப்பு இதனால் மறைந்தது. மாலை வேளையில் பரபரப்பு மேலும் அதிகமானது. இருபுறமும் வேலி சூழ்ந்த பாதுகாப்பான சாலை

வளைந்து மீண்டும் திறந்த நிலவெளிக்குக் கொண்டுசென்றது; தூரத்தில் சிவப்பு மைல் கல் தெரிந்தது. அதன் காலருகே கிடக்கும் கறுப்பான ஏதோ ஒன்றைப் பார்ப்பதற்குப் பயணிக்கும் ஒவ்வொருவரும் சிறிது நின்றனர். இறந்த மனிதனின் சடலம்; வளர்ந்த பெண்ணின் உடையுடன் திக்குத் தெரியாது தடுமாறும் கண்களுடன் சிறுமி ஒருத்தி அந்தச் சடலத்தினருகே நின்றுகொண்டிருந்தாள்.

மையாவிற்கும் யூஸிக்கும் முன்னால் போய்க்கொண்டிருந்த குழுவிலிருந்த ஒருவன் "வா கிராமத்திற்குப் போகலாம். இல்லையானால் இரவில் ஓநாய்கள் உன்னைப் பிடித்துத் தின்றுவிடும்" என அந்தச் சிறுமியிடம் கூறினான்.

ஆனால் அவளோ இறந்த மனிதனின் சடலத்திற்கு அருகிலேயே நின்றாள். அவளின் வெற்றுப் பார்வை அவளுக்கு முன்னால் வெறித்திருந்தது.

அன்று மாலை சற்றே பெரிய கிராமத்திற்கு அந்த நாடோடிகள் வந்தனர். அங்கே அவர்கள் சிறு சிறு குழு குழுக்களாகப் பிரிந்து வெவ்வேறு வீடுகளுக்குச் சென்று தங்கினர். மையாவும் யூஸியும் ஒரு வீட்டின் இருண்ட முன்வாசலுக்குச் சென்று கதவைத் திறக்க முயன்றனர். ஆனால் வீடு உள்ளே தாழிடப்பட்டிருந்தது; ரொட்டி தயாரிக்கும் வேலை அங்கே நடந்து கொண்டிருந்தது. மாவு பிசையும் விசுக் ஒலி அவர்கள் காதில் விழுந்தது. கதவைச் சடசடவெனத் தட்டிய பின்னர் வீட்டிலிருந்த பெண் கதவைப் பாதி திறந்து ஆரோக்கிய மையம் இருக்கும் இடத்தை அவர்களிடம் கூறினாள். கிராமத்தின் இருண்ட தெருக்களில் அலைந்து திரிந்து கடைசியில் ஒரு பெரிய அறை மட்டுமே கொண்ட கட்டடத்திற்குள் நுழைந்தனர். உள்ளே குளிர்காற்றடித்தது. கூச்சலும் துயரமும் நிறைந்த கூடு.

மையாவும் யூஸியும் களைப்பால் ஏறத்தாழத் தன்னுணர்வற்ற நிலையிலிருந்தனர். அப்போது சில பெண்களுக்கிடையே சண்டை நடந்துகொண்டிருந்தது. அதில் ஒரு வார்த்தையையும் யூஸியால் புரிந்துகொள்ள முடியவில்லை. அது என்னவெனக் கடைசியில் மையா கண்டுபிடித்தாள். வயதான கிழவி சாவுப் படுக்கையில் கிடந்தாள். அவளருகே இரண்டு பெண்கள் கிழவியை உற்றுப் பார்த்துக்கொண்டிருந்தனர். ஒருத்தி எதற்காகவோ வெளியே முற்றத்திற்கு வந்த அந்தக் கணத்தில் கிழவி இறந்துவிட, கிழவியின் உடலிலிருந்த பழைய ஆடைகளை உருவி எடுத்துக்கொண்டு ஓடிவிட்டாள் மற்றவள். ஏமாந்துபோனதால் முற்றத்திலிருந்து திரும்பி வந்தவளுக்குக் கடுமையான கோபம். ஏனெனில் அவளும் கிழவியின் பழைய துணிகளுக்காகவே காத்திருந்தவள். சிறிதுநேரம் சென்றபின் கிழவியின் பழைய துணிகளை எடுத்துச் சென்றவள் வெளியே வந்தாள். அந்தத் துணிகளைப் பழைய சாமான் துணிமணி விற்பவனிடம் போட்டுப் பண்டமாற்றாக அவனிடமிருந்து பீன்ஸ் வாங்கிக்கொண்டிருந்தாள். அதனை ஏமாந்தவள் பார்த்துவிட்டாள். வயதான கிழவி உயிருடன் இருந்த போதே அவளின் பழைய ஆடைகளை உருவிச் சென்றுவிட்டதாகவும் கிழவியின் தாடைகள் அசைவதைத் தான் கண்ணால் பார்த்ததாகவும் ஏமாந்தவள் கூறினாள். அதனால்தான் சண்டை. அவளின் ஏமாற்றத்தை ஈடுசெய்யும் சந்தர்ப்பம் ஒன்று ஏமாந்த பெண்ணிற்குக் கிடைக்கும் போலத்

தெரிந்தது. மோசமான வீக்கத்துடன் மனிதன் ஒருவன் வீட்டின் மூலையில் உயிருக்குப் போராடிக்கொண்டிருந்தான்.

மையாவும் யூஸியும் அந்த இரவை அங்கேயே கழித்தனர். காலையில் அதே பதற்றத்துடன் அவர்கள் தங்கள் பயணத்தைத் தொடர்ந்தனர். இரவு வெகுநேரத்திற்குப் பிறகே சேரவேண்டிய இடத்தை அடைந்தனர். இரவு உணவாக சிறிது தண்ணீர் குடித்தபின் உறங்கச் சென்றனர். யூஸி துயோரிலாவிலேயே தங்குவதற்கான அனைத்து ஏற்பாடுகளையும் செய்து முடித்த பின்னர் மறுநாள் வேலை தேடி வெளியே சென்றாள் மையா.

நம்பிக்கையூட்டும் அழகிய வசந்தம் ஏற்கனவே பிறந்திருந்தது. வேலை தேடிச் சென்ற மையா அந்தச் சமயத்தில்தான் துயோரிலாவுக்குத் திரும்பி வந்தாள். மாலை வேளையில் வீடு வந்த மையா வேலைக்காகத் தான் சுற்றியலைந்த விபரம் எதையும் கூற முடியாத அளவு பலவீனமாக இருந்தாள். அவள் நிலைமை அன்று இரவு மிக மோசமானது. தாளாத வேதனையில் புலம்பியழுதாள். அந்தச் சத்தத்தில் வீட்டிலுள்ள அனைவரும் விழித்துக்கொண்டனர். அவள் மகன் விழித்தான். தாயின் முடிவை அவன் பார்க்கக்கூடும்.

இவ்விதமாக யூஸியின் குழந்தைப் பருவம் முடிவுக்கு வந்தது.

II
நலிந்த உறவுகள்

உறைபனிப் பொழிவுடன் கூடிய கடுங்குளிர் மிக்க இரவிற்குப் பின்னர் எழும் பிரகாசமான சூரிய உதயம் போல வெறிகொண்டு ஆட்டுவித்த, இன்னும் ஆட்டுவித்துக் கொண்டிருக்கும் ¹மரணத்தின் மீது 1868இன் அழகிய வசந்தம் பிறந்தது. மரணத்திற்குரிய சொல் 'வெறியாட்டம்' அல்ல. ஏனெனில் மரணத்தின் குரலை யாரும் கேட்டதில்லை. சிறு குழுக்களுக்குள், அவ்வப்பொழுது, ஏதோ நைந்த ஜீவனை உறைபனிக் குவியலின் பொறுப்பில் அது வேலியினோரம் விட்டுச் செல்லும். எங்கோ ஒரு வனாந்திர மூலைக்குடிசையில் கணவனைப் பறிகொடுத்து வசிக்கும் பெண்ணுக்கு இறுதியாய் எஞ்சியிருக்கும் கடைசி நோஞ்சான் குழந்தையைப் பேணும் பொறுப்பை அது இவ்விதமாய்க் குறைத்திருக்கும். ²பஞ்சத் தின் கோரப் பிடியில் வேதனையால் ஒன்றுசேர்ந்திருந்த 12,000 பேரை மேலும் தொந்தரவு செய்யாமல் விழுங்கிற்று மரணம். மணற் சரிவிலிருந்த சல்பவ்ஷெல்கா ஆற்றுப் படுகையில் இதுபோன்றதோர் பெரும் கூட்டம் ஃபின்லாந்தின் ரீகிமக்கியிலிருந்து கிழக்கே ருசிய புனித பீட்டர்ஸ்பக் நகருக்குப் போகும் ரயில் பாதையை அமைக்கும் வேலையில் ஈடுபட்டிருந்தது. சிலர் தோண்டினர். பிறர் அவர்களுக்குப் பின்னே நின்றனர். மரணம் மண்வெட்டியைப் புதிய கைகளுக்கு மாற்றும் நேரத்திற்காகக் காத்துக்கொண்டிருந்தனர். அவர்களிடையே பாரபட்சம் காட்டாதிருக்க மரணம் முயன்றது; தங்களின் முறை வந்ததும் மண்வெட்டிகளை எடுத்துக்கொள்ள ஆயிரக்கணக்கானோரை அது அனுமதித்தது;

---

1. பட்டினி ஆண்டுகள் எனவும் தேசத்தின் நெடிய நிழலெனவும் ஃபின்லாந்து வரலாறு பதிவுசெய்யும் 1866, 67, 68 வருடங்களின் பஞ்ச காலத்தில் ஃபின்லாந்து முழுவதும், ஒன்றரை லட்சம் பேர் மரணமடைந்ததை ஆசிரியர் குறிப்பிடுகிறார் (மொ.ர்.)

2. பஞ்ச காலத்தில் 12,000 பேர் அந்தப் பகுதியில் மரணமடைந்ததாக இதனை எடுத்துக்கொள்ளலாம்.

கடினமான சூழல் நிலவிய அக்காலகட்டத்தில்கூட அந்த முக்கியச் சாலையில் இரும்புக் குழாய் பதிக்கும் வேலை உத்தேசச் செலவு மதிப்பீட்டிற்கு ஐந்து லட்சம் குறைவாகவே முடிந்தது பற்றிக் கறாரான மதிப்பீட்டாளர்கள் வியந்தனர்.

மரணம் அப்போது அமைதியாகத் தனது வேலையைச் செய்தது. மணல் சமாதிகளுக்குள் ஆயிரக்கணக்கில் கிடப்போர் சரியாக ஐம்பது ஆண்டுகளுக்குப் பிறகு இதே முக்கியச் சாலையின் இரும்புக் குழாயுள் இந்தச் சொற்களின் துடிப்பைக் கேட்டு நிச்சயம் வியப்படைந்திருப்பர்: "விளிம்புவரை நிரம்பித் தளும்புகிறது துயரின் கோப்பை." மேலும் "இப்போது மட்டுமா என்ன? நமது காலத்திலும் இது நிரம்பித்தான் இருந்தது" என்றும்கூட அவர்கள் குறிப்பிட்டிருக்கக் கூடும்.

ரோஜா வண்ணப் புதுவசந்தம் முன்னாள் சிறுவனான யூஸி நிக்கிலாவின் மீதும் அவனது புதுவீட்டில் பிரகாசித்தது. அவன் குடும்பத்தில் ஒருவனாக ஏற்றுக்கொள்ளப்பட்டிருந்தான். அதனால் இனியும் அவன் பட்டினி கிடக்கத் தேவையில்லை. துயோரிலாவில் சுத்தமான ரொட்டிக்கு ஒருபோதும் குறைவில்லை. பஞ்ச காலத்தின்போது இரண்டு தடவை மட்டுமே மாவுடன் மரப்பட்டைப் பொடி கலந்து ப்ரெட் தயாரிக்கும் நிலை அவனுக்கு ஏற்பட்டது. வேறு சமயங்களில் இல்லை. உள்ளூர் மக்களுக்கு நிவாரண நிதியைப் பகிர்ந்தளிக்கும் பொறுப்பு துயோரிலா எஜமானனிடம் ஒப்படைக்கப்பட்டிருந்தது. அவன் அதில் தவறு செய்தான் என்னும் வதந்தி பரவத் தொடங்கிற்று. பால், வெண்ணெய், பாலாடைக் கட்டி முதலிய பொருட்களும் துயோரிலாவில் எப்போதும் ஏராளமாகவே இருந்தன.

ஒவ்வொரு விதத்திலும் துயோரிலா வித்தியாசமாக இருந்தது. நிக்கிலாவைப் போல் இல்லை. எஜமானன் கல்லே மையாவின் சகோதரன் என்பது நம்ப முடியாததாக இருந்தது. வளைந்த மூக்குடைய கல்லே ஆதிக்கக் குணம்கொண்டவன். ஏனோதானோவென இருக்கும் தன் சகோதரியை வெறுத்தான். சகோதரனும் சகோதரியும் சந்தித்துக்கொண்ட சமயங்களில் இரண்டு தடவை உடனிருந்த யூஸியாலும் இதனைக் காணமுடிந்தது. மாமாவிடம் முழுக்கவும் அடிமையுணர்வு கொண்டிருந்தாள் அம்மா; பையன் அங்கேயே தங்கப்போகிறான் என்பதில் மிகவும் மகிழ்ச்சியடைந்த அவள், வந்த இரண்டாவது நாளிலேயே எந்தத் தயக்கமுமில்லாமல் பண்ணையை விட்டுக் கிளம்பிவிட்டாள். இரண்டொரு மாதங்கள் சென்றபின் திரும்பிவந்தாள். இறந்துபோவதற்காகவே அவள் அங்கு வந்திருந்தாள் என்பது போலத் தோன்றியது. மையாவின் துரித முடிவால் பாரம் குறைந்து சகோதரன் மனம் லேசாகியிருக்கும் என்பதை உறுதியாகக் கூறமுடியும். நீண்ட நாட்களாகவே யூஸி லேசான குழப்ப நிலையில் இருந்தான். பண்ணை அறைகள் விசாலமாகவும் சுத்தமாகவும் இருந்தன. பண்ணையின் பல அறைகளுக்குள் செல்ல அவன் அனுமதிக்கப் படவில்லை. ஆரோக்கியமான உணவு அங்கே நிறையவே இருந்தது. ஆனால் ஒரு நாளில் எத்தனையோ முறை காஃபி குடித்துப் பழகிய அவனுக்கு காஃபி அங்கே

மறுக்கப்பட்டது. பண்ணையில் காஃபி இல்லை என்பதல்ல காரணம். மெலிந்து வீணாகியிருந்த அவன் உடல் காஃபி குடிக்காததால் மிக விரைவில் பலம் பெற்றது. ஆனால் அவனது மூளையோ தூக்கத்திலிருப்பது போலவே எப்போதும் இருந்தது; புதிர்நிறைந்த மகிழ்ச்சியற்ற ஒரு மந்தநிலை அவனது முழு உயிரையும் பாரமாய் அழுத்திற்று. அவன் பார்வையில் வெறுமை இருந்தது. ஏதாவதொன்றைச் செய்யும்படி கட்டளையிடப்பட்டுக் கொண்டிருக்கிறோம் என்பதை அறியாத அப்பாவியாகவே பெரும்பாலும் அவன் இருந்தான். ஏவல்களைச் செய்ய வெளியே புறப்படுகையில் கண்ணீரைக் கட்டுப்படுத்தப் போராடினான். அந்த இடம் புதிர் நிறைந்ததாக இருந்தது. யாரும் எதையும் ஒருபோதும் அவனுக்கு விளக்கிச் சொல்வதில்லை; அவனுக்கு இடப்பட்டவை வெறும் கட்டளைகள்தாம். விவரம் கேட்கப் பயந்து முற்றத்திலேயே சில சமயம் நின்றுவிடுவான். காத்திருந்து சலித்த எஜமானி "அந்தப் பால் வாளியைக் கொண்டுவர இவ்வளவு நேரமா?" என வெளியே எட்டிப் பார்ப்பாள். வாளி எங்கிருக்கிறது என்பது அவனுக்குத் தெரிந்திருந்தாலோ அல்லது எஜமானி இடும் கட்டளை என்ன எனப் புரிந்திருந்தாலோ அதனை எடுத்துவர உற்சாகமாய் ஓடிச் சென்றிருப்பான். அவனொரு 'குளறுபடியான மூடன்' 'மந்தமானவன்' என்னும் 'புகழ்' இந்தச் சமயத்திலிருந்து அவனோடு ஒட்டிக்கொண்டது. துயோரிலா பெரிய பேக்கரியில் எஜமானிக்கு உதவும் சாக்கில் குழப்பத்துடன் அங்குமிங்கும் யூஸி நடந்துகொண்டிருப்பான். அப்போது அவனது மனோபாவமோ, உடலசைவோ அவனது சூழ்நிலைகளுக்குப் பொருத்தமாக இராது. இதனை எளிதாக ஒருவர் கண்டுபிடித்துவிட முடியும் என்னும் உள்ளுணர்வு அவனுக்கிருந்தது. இங்கே துயோரிலாவில் ஒவ்வொன்றும் முழுக்க வேறுவிதமாக இருந்தது. நிக்கிலாவைப் போல இல்லை. எஜமானனை யூஸியின் மாமா என்பதாகவே பேசும்போது அவன் தாய் குறிப்பிடுவாள். ஆனால் யூஸி அவனை எஜமான் என்றே அழைத்தான். அதற்கு மேல் ஒருபோதும் சென்றதில்லை. எஜமானனை அவன் புரிந்துகொண்டதே இல்லை. அவன் தீவிரமான தோற்றத்துடன் பண்ணையிலேயே எப்போதும் இருந்தான். ஒருபோதும் குடிப்பதில்லை; எஜமானியிடம் கோபத்தில் கத்துவதேயில்லை. இவ்விதமிருக்கையில் அவளை அவன் அடிப்ப தெங்கே..? அவள் கொஞ்சங்கூட எஜமானனுக்குப் பயப்படுவதில்லை. இருவருக்குமிடையே நிலவிய சமநிலை உணர்வும் இணக்கமும் புதிராகவும் திகைக்க வைப்பதாகவும் இருந்தது; ஒருவருக்கு ஆதரவாகவோ அல்லது மற்றவருக்கு ஆதரவாகவோ சாயமுடியாது. மாலையில் குடும்ப வட்டத்தைத் தாண்டி வெளியே எங்கேயும் ஓடியாடுவதென்ற பேச்சுக்கே இடமில்லை. பண்ணையாட்களும் பணிப்பெண்களும் இருந்ததால் யூஸிக்கு மிகக் குறைவாகவே வேலையிருந்தது. அவர்கள் தங்களின் கூடத்திலேயே உறங்கினர். எஜமானனும் எஜமானியும் உள்ளே உள்ள அறையில் தூங்கினர். அவன் பேக்கரியில் உறங்கினான். இரவில் ஒரு குறிப்பிட்ட அதே நேரத்தில் ஒவ்வொரு நாளும் தனக்கு இணக்கம் தராத சுத்தமான படுக்கையில் தனது பகல் நாளின் அலுப்பையே தொடர்ந்தான். மிக மோசமான சோம்பலும் மந்தமும் கொண்டவனாக இருந்தான். இருந்தபோதும் வளர்ந்துகொண்டிருந்த அவன் தசைகளுக்கு உடற்பயிற்சி தேவையாக இருந்தது. மிதமிஞ்சிய உணவு அவனது அடிமையுணர்வை அதிகரித்தது.

பிச்சைக்காரர்கள் துயோரிலாவிற்கு வந்தனர். ஆனால் நிக்கிலாவிற்கு வழக்கமாக வருபவர்களைவிட அவர்கள் வித்தியாசமாக இருந்தனர். பணிவுடன் வாசலில் நின்றோ அல்லது கூடத்தில் அமர்ந்தோ, எஜமானி யின் கேள்விகளுக்குக் கண்ணீருடன் பதில் கூறினர். ஒருமுறை எஜமானி பிச்சைக்காரப் பெண்ணிடம் பெயர் கேட்டாள். தனது பெயரே அவளுக்கு மிருந்ததால் அவளுக்குப் பிச்சையிட்டாள். அதே நாளில் வந்த இன்னொரு பிச்சைக்காரி தனது பெயர் எம்மா என்பதாகத் தானே முன்வந்து சொன்னாள். எஜமானி சிரித்தாள். அவளுக்கும் ஏதோ கொடுத்தாள். இந்தத் தந்திரம் இனிமேல் பலிக்காதென மற்ற எல்லா எம்மாக்களுக்கும் தெரிவிக்கும்படி அவளிடம் சொன்னாள்.

அங்கு வரும் பிச்சைக்காரர்களிடம் யூஸிக்கு ஒருவிதக் கூச்சமிருந்தது. எதற்காயினும் அவர்களை அணுக வேண்டியது வரலாம் என்பதல்ல காரணம். ஏனெனில் இப்போது அவன் நல்ல உணவு உட்கொண்டு நன்றாகவே இருந்தான். பின்னர் அவனுக்குப் பரிச்சயமான பழைய நபர்களும் பிச்சைக்காரர்களோடு வரத் தொடங்கினர். யூஸிடன் சேர்ந்து விளையாடிய பன்றிமலை வீட்டின் மிகப் பெரிய பையனும் அங்கே இருந்தான். அவர்களைப் பார்த்ததும் அவமானத்தால் யூஸியின் மனம் குறுகுறுத்தது. இவனும் அவர்களும் வலிந்து பேசிக்கொண்டனர். ஒலிவா ஆசாமிகள் இப்போது நிக்கிலாவை மேலாண்மை செய்வதாகவும் பணிப்பெண் காய்ச்சலாக இருப்பதாகவும் கேளாமலேயே அவர்கள் யூஸியிடம் தெரிவித்தனர். ஆனால் இந்தச் செய்தி யூஸியின் மனதின் மேற்பரப்பையே தொட்டது. அதுவும் மங்கலாக. அவர்கள் அனைவரும் வெளியே போவதைப் பார்த்தான் யூஸி. சுமையிலிருந்து விடுபட்டதாக உணர்ந்தான்.

கோடை வந்தது; பூமியைப் புல்வெளி மூடிற்று. மரங்கள் இலைகளால் நிறைந்திருந்தன. தூரத்து மேய்ச்சல் நிலங்களில் பசுக்களின் கழுத்து மணிகள் குலுங்கின. வசந்த கால விதைப்பு பருவத்தே நடந்தது. அரசாங்கம் விதைகளை வழங்கிற்று. மரத்துப்போன மனங்கள் உயிர்கொண்டு புதிய சிந்தனைகளின் தேவையை உணரத் தொடங்கின. கடந்துவந்த திகில் நிறைந்த வருடங்களை மனதில் அசைபோட்டவாறு கலப்பையின் பின்னால் நடந்து போய்க்கொண்டிருந்தான் மனிதன் ஒருவன். தானிய விதைகள் முளை விட்டுத் துளிர்த்துக்கொண்டிருக்கும் பிரகாசமான இன்றைய நாட்களின் மதிப்பை வலிமிகுந்த பழைய வருடங்கள் அவனுக்கு உணர்த்தின. அனுபவித்த சோதனைகளின் ஆழத்தை அவனால் முழுமையாக இன்னும் உணர்ந்துகொள்ள முடியவில்லை. இருந்தபோதிலும் வாழ்விற்குப் புதிய திசையையும் புதுச் சுவாசத்தையும் தர இருக்கும், இதுவரை இல்லாத, ஒரு கொள்கையைப் புது யுகத்தொடக்கம் விரைவில் வெளிப்படுத்த இருக்கிறது என்னும் உணர்வு அவனிடமிருந்தது. இந்த உணர்விலிருந்து இயல்பானதோர் மகிழ்வை அவன் ஏற்கனவே பெற்றிருந்தான். வண்டிப் பாதையின் முடிவில் சற்று நின்றான். அங்கே சாலையில் மகிழ்ச்சியற்ற, துயரம் நிரம்பிய அந்த நாடோடிகள் கண்ணில் பட்டனர். கடந்த யுகத்தின் (இவ்வித) நிழல் புது யுக உதயத்தின் மேல் இன்னும் விழவேண்டுமா என்ற உருத்தெரியாத கோபம் அவனுள் எழுந்தது.

முந்தைய யூஸி நிக்கோலா இப்போது யூஸி துயோரிலா என அறியப்பட்டான். இந்தக் கோடையும் வரவிருந்த கோடை காலங்களும் வாலிபத்தின் புதிர் மிகுந்த வருடங்களாக அவனுக்கு இருக்கப்போகின்றன. ஏனெனில் இப்போது அவன் மிகவும் தனிமையிலிருந்தான் – வாழ்வின் எந்தக் காலகட்டத்தைவிடவும்.

துயோரிலா கால்நடைகளுடன் சுற்றித் திரிந்த நிலங்கள் பல்வேறுபட்ட அற்புதக் காட்சிகள் நிரம்பியவை; அந்தச் சதுப்பு நிலங்கள் பழங்கால முறைப்படி தீவைத்துச் சுடப்பட்டுச் சாகுபடி செய்வதற்கு ஏற்றபடி பண்படுத்தப்பட்டிருந்தன. இலை மரங்கள் நிரம்பிய அடர்ந்த காடுகள் அந்த நிலத்திற்கு அதன் தன்மையைத் தந்தன. வேலிகளும் வைக்கோல் போர்களும் நிரம்பிய பசும்புல் நிலங்கள் காடுகளூடே மறைந்துகிடந்தன. பெரிய கரைகளுக்கிடையே தொடர்ந்தோடும் பிளவின் அடியில் ஒரு சிற்றோடை தனது பாதையில் வளைந்து நெளிந்து சென்றுகொண்டிருந்தது. கரைகளின் ஓடைப் பிளவிலும் ஓய்வாய்ப் படுத்திருக்கும் கால்நடைகள் மீதும் நண்பகல் சூரியன் ஒளி வீசினான். மேலே கரை ஓரங்களில் நிற்கும் காட்டு மரங்களின் இலைத் தோரணங்கள் வெப்ப வாசனை கொண்ட எறும்புப் புற்றுகளின் மீது எட்டும்வரை தாழ்ந்து குனிந்திருந்தன. அந்த நிலமும் சூழலும் அவனுக்குப் பழகிப்போனது. இப்போது சிறு குச்சிகளைச் செதுக்கிப் பெருக்குமார் செய்வதும் ஊன்றுகோல்களுக்காகக் கம்புகள் வெட்டுவதும் அவனுக்கு மகிழ்ச்சி தரும் வேலைகளாயின. தனக்கு ஒன்றும் தெரியவில்லை என்னும் சுமை வீட்டில் அவன் வாழ்வை மகிழ்ச்சியற்றதாகச் செய்தது. அதுபோன்ற எதுவும் இங்கில்லை. கட்டளையிட இங்கே யாருமில்லை. கால்நடைகளை விரும்பியபடி இங்கே அருமையாக வளர்க்கலாம்.

முந்திய நாள் மாலையிலோ அன்று காலையிலோ அவனுக்கு நேர்ந்த நிகழ்வுகளின் போக்கிலேயே அவனது அந்த நாள் எண்ணங்கள் இருந்தன. சிலசமயங்களில் தன்னைச் சுற்றிலுமுள்ள காட்சிகள், கால்நடைகள் என நிகழ்காலம் அவன் மனதை ஆட்கொண்டிருந்தது. சில சமயங்களில் எதிர்காலக் கனவுகளைக் கற்பனை செய்தது அவன் மனம். இதன் பின்னணியில் துயோரிலா, எஜமான், ஆசைநாயகி மற்றும் பிற அம்சங்களே பெரும்பாலும் இருந்தன. வாழ்க்கை இங்கே நன்றாக இருந்தது. இந்த இடத்தைவிட்டு ஒருபோதும் அவன் வெளியேறப்போவதில்லை. தாய், தந்தை, கடந்தகாலம், கைவிட்டுப்போன நிக்கிலா – இவை அனைத்தும் தூரத்திலிருந்தன; அவை இந்த இடத்திற்கு அந்நியமானவை. நல்லவேளை எங்கோ துடைத்தெறியப்பட்டுவிட்டன. இந்தச் சூரிய ஒளி அவைகளுக்கானதல்ல. சூரிய வெளிச்சத்தின் பிரகாசமான இந்த இடத்திலிருந்து விஷயங்களைப் பரிசீலிக்கையில் எஜமானனும் எஜமானியும் ஒருபோதும் சண்டையிடாதது மிகச் சரியானதும் இயற்கையானதுமாகும் என்பது தெரிகிறது. அந்தி வேளை நெருங்குகிறது. மந்தையுடன் வீடு திரும்புவது நல்லது.

ஆனால் சில சமயங்களில் கடும் வெப்பத்தால் மாலை, காலைப் பொழுதுகள் தாங்க முடியாதபடி கடினமானதாக இருப்பதுண்டு. ஒரு நாள் வானத்தை மேகங்கள் நிறைத்திருந்தன. இரவு உணவிற்குப் பின்னர் கண்ணைப்

பறிக்கும் ஒளியுடன் கீழிறங்கி வெட்டித் தெறிக்கிறது மின்னல். பயங்கரமாய்ப் பீதியுற்ற இளம் யூஸி ஒதுங்குமிடந்தேடி அருகேயிருந்த வைக்கோல் கொட்டகைக்கு ஓடுகிறான். கடவுள் ஹர்ஜகங்காஸ் நாட்களிலிருந்து நேராக அவன் தலைக்குள் திடுதிப்பென வருகிறார். முக்கியத்துவம் ஏதுமற்று எங்கோ வெகு தொலைவில் கிடக்கிறது துயோரிலா. ஓடிப்போன யூஸியைக் கண்டுபிடித்துத் தனது பழைய அதிகார இருக்கையில் அமர்கிறார் தந்தை பெஞ்சமி. நெடிய இறந்த காலத்தின் கோபக்கனலாய் வெட்டித் தெறிக்கிறது மின்னல். முழக்கமிடுகிறது இடி. சத்தமிட்டு அழுகிறான் யூஸி. கற்பனையில் தாய் மடியில் தன்னைக் கிடத்திக்கொள்கிறான். இந்த இடத்தின் ஒவ்வாமை யூஸியிடம் இப்போது இல்லை; மழையில் பழக்கமான இந்த நிலப்பகுதியும் கெட்ட சகுனத்தின் அறிகுறியுடன் விநோதமான தோற்றம் கொண்டுள்ளது. திருத்தி, சமன் செய்யப்பட்ட தூரத்துக் காட்டு வெளியில் இந்த அபாயகரமான வேளையில் நடுங்கும் தன் இதயத்தின் அருமைப் பொக்கிஷங்களாக இருப்பவை: தந்தை பெஞ்சமியின் உறைய வைக்கும் கொடூரமும் தாய் மையாவின் பலவீனமான மென்மையும்.

புயல் தணிந்த பின்னரும் யூஸிக்கு இன்று நிம்மதி இல்லை. இரண்டு பசுக்களைக் காணோம். சிறிது நேரத்திற்கு முன்னர் புலம்பி அழுததால் இன்னும் மூச்சுத் திணறிக்கொண்டிருந்தான். (பசுக்களைக் காணவில்லை என்ற) இப்போதையப் புதிய சிக்கல் அவனிடம் மிக எளிதாகக் கண்ணீரைப் பொங்கி வழியச் செய்தது. பசுக்கள் காணாமலே போய்விட்டால் அவன் கதி என்னவாகும் . . ? அதோ கழுத்து மணியுடன் அந்தப் பசு தெரிகிறது – திருத்தி, சமன் செய்யப்பட்ட காட்டு நிலத்தின் ஓரம். அதன் கண்களில் மூர்க்க வெறி. யூஸி அதனை நெருங்குகிறான். பறந்தோடுகிறது பசு. ஓநாய்கள்... ஐயோ... கதறுகிறான். கடவுளிடம் மிக உருக்கமாகப் பிரார்த்தித்தவாறு மழையால் ஈரமான பாதைகளில் பெருங் கலவரத்துடன் தட்டுத் தடுமாறி ஓடுகிறான் பெரிய பையனான யூஸி. பசுவைத் துன்புறுத்தும் ஓநாய்கள் சத்தம் ஒவ்வொரு கணமும் கேட்கிறது. உட்காட்டுக் குடிசைவாசியான கிழவன் ஒருவன் யூஸியின் அழுகுரலைத் தற்செயலாகக் கேட்டான். அன்று அதிகாலையில் துயோரிலா மேய்ச்சல் நிலத்திற்குப் புறப்பட்ட கிழவன் வழியில் ஒரு பசு சகதியில் மாட்டிக்கொண்டிருப்பதையும் கழுத்து மணிப்பசு அதனைச் சுற்றி மூச்சிரைக்கப் பாய்ந்தோடிக்கொண்டிருப்பதையும் கண்டான். என்ன நடந்திருக்குமென அவனால் புரிந்துகொள்ள முடிந்தது. உடனடி அபாயம் எதுவுமில்லையெனத் தெரிந்ததும் ஒரு கயிறு எடுத்துவர வீட்டிற்குத் திரும்பினான்.

ஒவ்வொரு நாளின் காலை, மதியம், அந்திப் பொழுது என நூற்றுக்கணக்கான பொழுதுகளை அந்த மேய்ச்சல் நிலங்களில் கழித்திருந்தான் யூஸி. இவற்றில் எந்தப் பொழுதும் மற்றொரு பொழுதுடன் துல்லியமாய் ஒன்றுபோல இருந்ததில்லை. 'எழுபதுகளில் (1870) வாழ்ந்த அந்த மந்தை மேய்ப்பவன் தன்மீதான இவற்றின் பாதிப்பை உணர்வுபூர்வமாகக் குறித்து வைத்துக் கொள்ள இயலாதவனாக இருந்தான். இது வேரின்மையின் இயல்புணர்வை ஒருபோதுமில்லாதபடி அவன் மனதில் ஆழமாய்ப் பதிக்க இருந்தது;

சில வாரங்களுக்கு முன்னர் கண்ட கனவுபோலக் கடந்த காலம் அவன் நினைவிலிருந்தும் மறைந்துவிட்டது. அவனைப் பொறுத்தவரை தவிர்க்கவே முடியாது தன்னை ஆட்கொள்ளும் நிகழ்காலம் என எதுவுமில்லை. அவன் ஒரு பண்ணையாளுமல்ல; எஜமானின் மகனுமல்ல. அவனது இடம் கூடமோ உள் அறைகளோ அல்ல, இன்னும் பேக்கரிதான்.

உறுதிப்பாடு வகுப்பிற்குச் செல்ல வேண்டிய நாளுக்கு முந்தைய தினம். வாழ்வின் புதிய கட்டத்தில் மறுநாள் முதல் அடி எடுத்துவைக்க இருந்தான் யூஸி. கலக்கமான மனக்கிளர்ச்சி, வருத்தம் தோய்ந்த மகிழ்ச்சியான வசீகரம் என உணர்ச்சிகளின் கலவையாக அவன் மனம் இருந்தது. அந்திமாலை. அனுமதியின்றிப் பண்ணையாட்களின் கூடத்திற்குள் மெல்ல நுழைந்தான். அந்த அறை அப்போது காலியாக இருந்தது. வாலிபப் பருவத்துப் பாட்டொன்றை முணுமுணுத்துக்கொண்டு அங்கே அமர்ந்தான். ரசனைக் குறைவான அந்தப் பாட்டு வரிகள் அவன் மனதை விசித்திரமாக வருடின. வேலையிலிருந்து ஆட்கள் திரும்பி வந்த பின்னரும் அவன் அங்கேயே இருந்தான். அவனை அழைத்துப்போக எஜமானனே நேரில் வந்தார். 'இங்கு என்ன செய்துகொண்டிருக்கிறாய் . . ?" வழக்கத்திற்கு மாறாக அவர் குரல் கடுமை கொண்டிருந்தது. அவன் வாழ்வின் புதிய கட்டம் நாளை தொடங்க இருந்தது. அது அவனுக்குத் தர இருப்பதை முன்கூட்டியே உணர்த்தும் குறிப்பு அவர் தொனியில் இருந்ததை உணர்ந்தது போல் யூஸி தோன்றினான்.

தோளுக்கு மேல் சமமாகக் கத்தறிக்கப்பட்ட தலைமுடியுடன் பையன்கள் சர்ச்சிலுள்ள நீண்ட பெஞ்சுகளில் அமர்ந்திருந்தனர். பரிசுத்தத் திருத்துவம் *(Holy Trinity)* பற்றிய சர்ச் முகவர் *(Rector)* விளக்கத்தை உற்றுக் கவனிப்பது போல் அவர்கள் தோன்றினர். நேர்த்தியான இறையியல் சொற்றொடர்களை நிதானமாகத் தெளிவாகப் பேசிக்கொண்டிருந்தார் முகவர். கொழுப்பு தடவிய பூட்ஸும் உள்ளூர்க் கோட்டுமணிந்த பையன்களுக்கு அது முற்றிலும் சம்பந்தமில்லாதிருந்தது. பல பத்தாண்டுகளாக ஒப்பித்துப் படிந்துபோய்விட்டிருந்த அவரது போதனையின் துல்லிய விளக்கமும் அதன் வடிவமும் பையன்களின் குடிசை உணர்வைத் தாண்டி மிக உயரத்தில் இருந்தன. எனினும் அதன் பொருளும் ஆழமாக எதிரொலி எழுப்பும் அவரின் அளந்த குரலும் வலுவான ஒருவிதச் சூழலை நிச்சயம் உருவாக்கின. இதற்குச் செவிமடுத்து ஏற்றுக்கொள்வதைத் தலைமுறை தலைமுறையாக மரபுரிமையாகக் கொண்டுள்ளது மனம். ஒரு பறவையைப் போலத் தோன்றும் ஆதிக் கருத்துருவங்களான பிதா, குமாரன், பரிசுத்த ஆவி மீதான நம்பிக்கை வலுவிழந்துவிட்டது என்பதல்ல இதன் பொருள். மேலே குறிப்பிடப்பட்டவை அனைத்தும் கிறிஸ்துவ மதக் கொள்கைகளைப் பற்றிக் கூறும் சிறார்களுக்கான புத்தகத்தின் முதல் பாடமல்லவா . . ?

ஏதாவது ஒரு சந்தர்ப்பத்தில் கடவுளின் நாமத்தை அழுது ஜெபித்த துயர் மிகுந்த கணங்கள் பையன்களுக்கு நேர்வதுண்டு. அந்தக் கடவுளும் தலைமுறை தலைமுறையாக வந்தவாறே இருக்கிறார். போதகர்களின் வாய் மொழியாக அல்ல, மக்கள் வாழ்வின் இருண்ட ஆழங்களில் அவர்களுக்கு

நேரும் பெரும் சோதனைகளின் ஊடாக. தன் குழந்தை பற்றிய செய்தி கேள்வியுற்றதும் தந்தை ஒருவரின் நாளங்களில் துடிப்பது கடவுள்; உரிய நேரத்தில் சென்று இறக்கும் தருவாயிலிருக்கும் குழந்தையைத் தனது கரங்களில் ஏந்திக்கொள்வதற்காகப் புற்களடர்ந்த காட்டுப்பாதையில் தனது குடிசைக்கு ஓடுகிறான். ஒரு வார காலம் குடித்துத் தீர்த்த பிறகு வயதான தந்தை ஒருவன் தனது உயிர் வாதையில் கடைசியாக அழுகிறான். மர்மமான பரிகாரமாகக் கடவுள் வருகை அப்போது நிகழ்கிறது. இதனைக் காணும் சிறிய குழந்தைகள் அதிர்ச்சியடைகின்றனர்; கடவுள் பெரியவர்களிடம் மட்டுமே நெருங்கிச் செல்வதாக அவர்களுக்குத் தெரிகிறது. வரும் தலைமுறைகளுக்காகக் கடவுளைத் தங்கள் ஞாபகங்களில் பாதுகாப்பாக வைத்துக்கொள்கின்றனர். முதுமையடைந்தவர், கடுமை மிக்கவர், மரியாதை உணர்வை எழுப்புபவர் என்பதான தத்தம் தந்தையரின் தன்மைகளையே பெரும்பாலும் கடவுள் கொண்டிருப்பதாகக் கற்பனையில் அக்குழந்தைகள் காண்கின்றனர்.

எனினும் உறுதிப்பாடு வகுப்புப் பையன்களின் கூட்டு ஆன்மாவில் அந்தக் கடவுள் தோன்றுவதில்லை. வகுப்பு முடிந்ததும் செய்வதற்குப் பையன்களுக்கு வேறு எவ்வளவோ இருந்தன. படிப்பில் இன்னும் முன்னேற்றம் தேவை எனத் தனியே பிரித்துவைக்கப்படாமல் வகுப்பில் தேர்ச்சியடைய வேண்டுமானால் கிறிஸ்துவ வினா–விடைப் புத்தகத்தின் பாடங்களை மனப்பாடம் செய்ய வேண்டும்; தங்கும் விடுதியில் தனது குழுவிற்கு உணவு வழங்கும் விஷயத்தில் கவனமாகவும் எச்சரிக்கையுடனும் இருக்க வேண்டும். இல்லையெனில் அந்தக் குழுவில் தன்னைத்தானே அவமானத்திற்கு உட்படுத்த நேரிடும். விடுதி அதிகாரி வெளியே சென்றதும் மாலை வேளையில் குறும்பு செய்யும் எண்ணத்துடன் பையன்கள் கிராமத் தெருக்களைச் சுற்றுவதற்குச் சென்றுவிடுவர். அங்கே அதற்கு வழியில்லையெனில் பிற பையன்களுடன் தள்ளுமுள்ளு நடக்கும். அமைதியிழந்து கோபத்தில் தொடங்கும் விளையாட்டு கடுமையான சண்டையில் முடியும். ஒரு நாள் மாலை பையன்கள் மிக உற்சாகமாக இருந்தனர். அவர்களிடமிருந்து விலகிச் சிடுசிடுப்புடன் தனியே இருந்தான் யூஸி. அந்தச் சமயத்தில் சர்ச் முகவர் அவர்களைக் கடந்து சென்றார். விளையாட்டுத் தோழர்களிடமிருந்து விலகித் தனியே இருந்த யூஸியின் மீது அவருக்குச் சந்தேகம் வந்தது. ஆனால் அப்போது அவனிடம் ஒன்றும் கேட்கவில்லை. இடத்தைவிட்டு அவர் அகன்றதும் யூஸியின் மேல் பாய்வதற்கான சமிக்ஞையாக மற்றப் பையன்களுக்கு அது அமைந்தது.

“உன் தந்தை பெஞ்சமியா ..? உன் தந்தை பெஞ்சமியா ..?” என யூஸியை அவர்கள் ஏளனம் செய்தனர்.

மறுநாள் கிறிஸ்துவச் சடங்குகள் பற்றிய சில விஷயங்கள் யூஸிக்குத் தெரியவில்லை என்பதைச் சர்ச் முகவர் கண்டுகொண்டார்.

“யோகன் பெஞ்சமியின் மகனே ... உனது மாலைப் பொழுதுகளை எவ்விதம் நீ கழிக்கிறாய் ..? சாலைகளில் திரியும் நீ தேவனின் புனித ஞானத்தைத் தேடுவது எப்படி ..? உனக்குத்தான் சொல்கிறேன். இந்தக் கண்டனத்திற்குச் செவி சாய்ப்பாயாக ...” என்றார்.

சர்ச் முகவரையும் யூஸியையும் விஷமப் புன்னகையுடன் பிற பையன்கள் பார்த்தனர்.

யூஸியைப் பொறுத்தவரை உறுதிப்பாடு வகுப்பு நாட்கள் தொடக்கத்திலிருந்தே சிறிதும் பெரிதுமான ஏமாற்றங்கள் கொண்டவையாகவே இருந்தன. ஆனால் உறுதிப்பாடு வகுப்புகளுக்கு முந்தைய காலகட்டத்தில் கவலையற்ற சுதந்திரம் இருந்தது. வகுப்புகள் தொடங்குவதற்கு முந்தைய நாள் மாலையிலும்கூட வாலிபப் பருவத்துப் பாடலை யூஸி முணுமுணுப்பதுண்டு. இந்த மனநிலையை உறுதிப்பாடு வகுப்புகளுக்கான தங்கும் விடுதியில் தனியே இருக்க நேர்ந்த மாலை நேரங்களில் மீண்டும் வசப்படுத்திக்கொள்ள உண்மையிலேயே முயன்றான். ஆனால் அதில் போதிய வெற்றி பெறவில்லை. அவன் இளவயதினன். முழுமையாக இன்னும் வளர்ச்சியுறாத நிலையில் அவன் மனம் இருந்தது. கண் முன்னால் இருக்கும் உலகு பற்றிய உணர்ச்சிமிக்க விரிவான சிந்தனையை உருவாக்க அது தீவிர உந்துதல் கொண்டிருந்தது. ஆனால் அவன் மனதில் பிரதானமாக இருந்தவை துயோரிலாவும் இந்தக் கிராமமும்தான். உறுதிப்பாடு வகுப்பிற்குச் சென்றதால் அவன் மனதில் எழுந்த சிக்கலான உணர்வுகள் இதனை (துயோரிலா, கிராமத்தின் முக்கியத்துவத்தை) ஒரு விதத்தில் சமன் செய்வதாக அமைந்தன. உயிர்ப்புடன் வாழ வேண்டும் என்னும் உணர்வு மேலும் வளர்ந்தது. தொடர்ந்து இவ்விதமாகவே இருக்க வேண்டுமெனத் தோன்றிற்று. பெரிய வெளி திறந்துகொண்டிருப்பதாகத் தெரிந்தது. அதனை அவன் நிரப்ப வேண்டும். நிக்கிலாவின் நினைவுகளும் உறுதிப்பாடு வகுப்புகள் பற்றிய அவனது கற்பனைகளும் அந்த வெளியுள் பொருந்தாது; விரிவடைய வேண்டிய தேவை இருக்கும்போது அவை சுருங்குவதாகத் தோன்றின. விடுதியின் அந்தப் பெரிய கூடத்தில் ஆதரவற்றும் நிம்மதியற்றும் தன்னை உணர்ந்தான் யூஸி. வளர்ந்துகொண்டிருக்கும் அந்திவேளை இருளில் கிராமத்து மேற்கூரைகள், அவற்றின் விளிம்புகளை உள்ளடக்கிய சுவர்கள், மர உச்சிகள் முதலிய அனைத்தும் சன்னல் வழியே தெரிந்தன. ஏதாவது செய்தே ஆக வேண்டும். இந்த உணர்வே அவனது தற்போதைய அனைத்து மனநிலைகளுக்கும் பொதுவானதாக இருந்தது; சுருங்குவது அல்லது மறப்பது என்னும் சிந்தனை அதன் தன்மையை இங்கே இழந்துவிட்டது. ஏதேனும் செய்தே ஆக வேண்டுமெனில் அதை எவ்விதம் செய்வது என்பது பற்றி அவனுக்கு ஒன்றுமே தெரியாது. இது குறித்தே அவனுக்கு அதிகப் பயமிருந்தது.

கடவுளின் அருளைப் பெறச் செய்யும் சடங்கில் அவன் பங்குபெற இருந்தபோது, தான் நிராதரவாக இருப்பதாக ஆழமாக உணர்ந்தான். அந்தச் சடங்கின்போது கடவுளைப் பற்றி மட்டுமே நினைத்துக்கொண்டிருக்க வேண்டும் என்பது அவனுக்குத் தெரியும். ஆனால் அப்போது கடவுள் பற்றிய நினைப்பே இல்லை; சடங்கின்போது வழங்கப்பட்ட அப்பத்துண்டும் ஒயினும் சேர்ந்த விசித்திரக் கலவையின் வசீகரமே அங்கிருந்தது. கடவுள் அங்கே இருக்க வேண்டிய தேவை இல்லை என்பதாகவே சர்ச் முகவர், போதகர், பிற பையன்கள் ஆகியோர் நினைப்பது போலத் தோன்றிற்று.

அந்த ஆண்டின் உறுதிப்பாடு வகுப்பில் சேர்வதற்கான நுழைவுச்சீட்டுதான் அந்தச் சடங்கு என்பதான எண்ணமே அங்கு நிலவிய சூழலில் பெரிதும் இருந்தது.

கோடை காலத்தின் பிற்பகுதி. வளமான அந்தக் கிராமத்தில் நிம்மதி யான ஞாயிற்றுக்கிழமை மதிய ஓய்வு நிலவிற்று. துயோரியாவில் நாளை அறுவடை தொடங்க இருந்தது.

யூஸியைத் தவிரப் பணியாட்கள் அனைவரும் வெளியே சென்றிருந்தனர். பணியாளுக்கு இருக்கும் சுதந்திரத்தில் ஒன்றுகூட அவனுக்கில்லை. எனினும் அவன் வயதுவந்த ஆண் பிள்ளை. உறுதிப்பாடு நிலையை அடைந்துவிட்டவன். ஆனால் இவ்விதமான ஒருவனைப் போலவா அவன் நடத்தப்படுகிறான்..? இல்லை என்பதே உண்மை. எதைச் செய்யவும் அவன் தடுக்கப்படவில்லைதான். எனினும் கட்டளைகளும் கண்டனங்களுமே அவன் காதில் எப்போதும் விழுகின்றன. பண்ணை ஆட்சியாளரான எஜமானனிடம் தான் விலங்கிடப்பட்டிருப்பதாக உணர்ந்தான். இதுதான் அவனை இப்போது – குறிப்பாக உறுதிப்பாடு வகுப்பு பற்றி அறியவந்த நாளிலிருந்து அவனைப் பாரமாக அழுத்தியது. வந்த புதிதில் இவ்விதம் இருந்ததில்லை. இரண்டு வாரங்களுக்கு முன்னர்தான் வைக்கோல் களத்தில் எஜமான் அவனை அடித்தார். இந்த வருடம் முடிந்ததும் பண்ணையை விட்டுவிடப்போவதாக அழுது சபித்துப் பயமுறுத்தினான் யூஸி.

அதைக் கேட்ட பண்ணைக் குத்தகை உழவன் ஒருவன்,

“நல்லது. அடுத்த வருடம் கூலி ஒப்பந்தம் செய்துகொள்ளமாட்டேன் என யூஸி நினைக்கிறான்” என்றான்.

“இல்லை சாத்தான் என்னை எடுத்துக்கொள்ளட்டும். நான் மாட்டேன்” – தேம்பினான் யூஸி.

“இந்த ஆண்டும் நீ இன்னும் ஒப்பந்தம் பெறவில்லை என்பது இப்போது தான் நினைவுக்கு வருகிறது” எனத் தொடர்ந்து சொன்னான் குத்தகை உழவன். தனது பயமுறுத்தல்களைக் கேலிசெய்கிறார்கள் என்பதை யூஸியால் யூகிக்க முடிந்தது. இப்போதிருக்கும் தனது நிலையில் வழக்கத்திற்கு மாறான ஏதோ ஒன்று இருப்பதாகவும் அதைத் தன்னால் முழுதாக இன்னும் கிரகிக்க முடியவில்லை எனவும் யூஸி நினைத்தான்.

இந்த ஞாயிற்றுக்கிழமை நிச்சலன மதிய வேளையில் பால்காரியுடன் யூஸி கூடத்தில் தனியே இருக்க நேர்ந்தது. அந்த இளம்பெண் வாயாடி. தலை சீவிக்கொண்டே நட்புணர்வுடன் யூஸியிடம் பேசினாள். வேறு யாரேனும் அங்கு இருந்திருந்தால் ஏடாகூடமான இந்த முட்டாளுடன் கொச்சையான வேடிக்கைப் பேச்சோடு நிறுத்தியிருப்பாள். இவ்வளவு தூரம் இறங்கிவந்து தனது நேரத்தை வீணாக்கியிருக்கமாட்டாள். ஆனால் யூஸியோ அவளுடனான இந்தச் சிறிதுநேர நெருக்கம் தந்த அன்பில் நெகிழ்ந்து அந்தரங்கமான கேள்விகளை மேலும் மேலும் அவளிடம் கேட்கும் தைரியத்தை வரவழைத்துக்கொண்டான்; அவன் அவளிடம்

கேட்ட ஒரு விஷயம்: வைக்கோல் களத்தில் ஆண்கள் அந்த நேரத்தில் பேசிக்கொண்டதன் அர்த்தம் என்ன? மந்தா செய்வதைப் போலத் தானும் முன்னறிவிப்புக் கொடுத்துப் பண்ணையை விட்டு வெளியேற முடியாதா?

தலை வாரும் சீப்பை மேலே தூக்கி அதில் ஏதேனும் ஒட்டிக் கொண்டிருக்கிறதா என்பதை வெளிச்சத்தில் பார்த்தவாறு "நீ எங்கும் போகப்போவதில்லை. இது உனக்கு நன்றாகவே தெரியும். கடினமான சூழ்நிலையில் எஜமான் உன்னை வேலைக்கு வைத்துக்கொண்டார். உரிய வயதை நீ அடையும்வரை எந்த உரிமையும் உனக்கில்லை" என்றாள் மந்தா. "அப்படியானால் அந்த வயதை எப்போது நானடைவேன்..?"

"ஓ, மற்றவர்களைப் போல் உனக்கு 21 வயது ஆகும்போது."

அப்படியானால் உறுதிப்பாடு வகுப்பிற்கு அர்த்தமேதுமில்லை. உரிய வயதை அடைவதற்கு இன்னும் சில வருடங்களிருக்கின்றன. யூஸியின் பார்வை இருண்டது. அவன் மந்தாவிடம்,

"நீயும் பண்ணை வேலையை விட்டுவிடப்போவதில்லையா?" என்றான்.

"ஓ. ஆம். கல்லேயின் கிறிஸ்துமஸ் விருந்துபசரிப்பிற்குச் செல்லாத பெண் ஒருத்தி இதோ இங்கிருக்கிறாள்" என்றாள். மீண்டும் தனது சுயம் வெளிப்படத் தலை நிமிர்ந்து கிராமத்தின் ஞாயிற்றுக்கிழமைச் சுதந்திரத்திற்காக அறையைவிட்டு வெளியேறினாள்.

கூடத்தில் தனியே விடப்பட்டான் யூஸி. பண்ணையில் முதல் வாரங்களில் இருந்தது போலவே அதிக உணர்ச்சியுடன் இருந்தான். உறுதிப்பாடு வகுப்பில் தேர்ச்சியுற்ற மகிழ்ச்சி ஒரேயடியாகப் போய்விட்டது; தான் இன்னும் குழந்தையாகவே இருக்கிறோம் என்னும் கொடுமையான உணர்வு அவன் மனதை நிரப்பிற்று; நிக்கிலாவிற்கே திரும்பிவிட விரும்பினான். 21 வயது... அவனுக்கு இன்னும் 16 தான். தனது நல்ல நேரம்தான் எவ்வளவு சீக்கிரம் முடிந்துவிட்டது..?

எஜமானன் கதவைத் திறந்தபோது திடுக்கிட்டான்.

"மந்தா எங்கு போனாள்?" எனக் கேட்டார் எஜமான்.

"எனக்குத் தெரியாது" என்றான் யூஸி.

"ரொம்ப நல்லது. நாளை அறுவடைக்குக் குத்தகை உழவர்கள் இங்கிருக்க வேண்டும் என நான் சொன்னதாக அவர்களிடம் போய் நீ சொல்" என்றார். பார்க்க வேண்டிய தூரத்துக் குத்தகை உழவர்கள் வசிக்கும் குடிசைகள் விவரம் அடங்கிய சீட்டை யூஸியிடம் கொடுத்து "ஒழுங்காக நடந்துகொள்" என மேலும் கூறினார்.

எஜமானன் கூறியபடியே புறப்பட்டான் யூஸி. துயோரியா உணர்வு அந்த வீட்டைத் தாண்டி வெகுதொலைவு வரவில்லை. அதன் சுவடுகளே இல்லாத அந்த மண்சாலையில் நடந்துகொண்டிருந்தான் யூஸி. அமைதியான கோடைகால மாலைப் பொழுது மெல்ல நெருங்கி வந்துகொண்டிருந்தது. கால்கள் லேசாக நகர, உதடுகள் ஒரு ராகத்தை விசிலடித்தது. பண்ணையாள்

ஒருவனின் சுதந்திரம் என்னும் மாயத் தோற்றத்தை அந்த நேரத்தில் அவன் மனம் கற்பித்துப் போஷித்தது. வாய்விட்டு உரக்கப் பாடியிருப்பான். ஆனால் பைன் மர உச்சிகளில் உறைந்திருந்த கூர்மையான வெளிச்சக் கண்கள் அவன் வாயை மூடிவிட்டன. சதுப்பு நிலத்திலிருந்து மூடுபனி மேலெழத் தொடங்கும்வரை காத்திரு. இரவுப் பறவைகளின் கரகர ஒலி கேட்கும்வரை காத்திரு...

துயோரிலாவில் இருந்த காலம் முழுவதிலும் இதுபோன்ற மகிழ்ச்சியான சிறு பயணம் ஒருபோதும் அவனுக்கு வாய்த்ததில்லை. நேர்த்தியான பைன் மரக்காட்டிலிருந்து குளுமையான அந்திமாலை அலையலையாகத் தவழ்ந்து வந்தது. அது அவனது சுதந்திர மனநிலையை மேலும் மென்மையாக்கிற்று. எந்த விதத்தில் பார்த்தாலும் அவனும் கெட்டிக்காரப் பண்ணையாள்தான்; தேவனின் செய்தி பெறுபவன். நற்கருணையில் பங்கு பெற்றவன். இந்தப் பண்ணையை விட்டு வேறெங்கும் அவனால் போக முடியாது என்பதெல்லாம் ஒரு பொருட்டே இல்லை. அக்கம் பக்கத்திலுள்ள மிகச் சிறந்த பண்ணைகளில் துயோரிலாவும் ஒன்று. “இப்போது நான் கூடத்தில் உறங்குகிறேன். எனக்கென ஒரு அலமாரி மட்டும் கிடைக்குமானால்... எஜமான் என் மாமா. என் அம்மா அவன் சகோதரி; என் உறவினருடன் நான் தங்கியிருக்கிறேன், நான் பண்ணைக்கூலி அல்ல. அவனை விடவும் மேலானவன், வேறு பண்ணைகளில் நான் ஏன் வேலை தேட வேண்டும்..? நல்ல விஷயம் என்னவெனில் கூடத்தில் நான் உறங்க முடியும், இதேபோல் அலமாரியையும் பெற்றுவிடுவேன்...”

குத்தகை உழவர்களின் பரந்து விரிந்த சமூகம் பாறைக் குன்றிலிருந்து திடுமெனக் கணத்தில் தெரிந்தது; வயல்கள், வேலிகள், வீடுகள். வலது புறம் காடு. வெகு தூரத்தில் காட்டின் கடைக் கோடி விளிம்பிற்கெதிரே விலகித் தனித்துநின்ற செஞ்சூரியன் அந்த ஊரின்மேல் மங்கலாய் ஒளி சிந்தினான். மலை உச்சியிலிருந்து தவழ்ந்துவந்த காற்றில் மகிழ்ச்சியும் சுதந்திரமும் ததும்பி நின்றன. இந்தச் சூழலில் மலைக்குக் கீழேயுள்ள எவரும் இன்னொருவரிடம் அன்பற்ற ஒரு சொல்கூடக் கூறும் சாத்தியமில்லை. பிடித்தமான இடங்களுக்குச் செல்லும் சுதந்திரம் ஞாயிற்றுக்கிழமை மாலை வேளைகளில் தான் விரும்பும் இடத்திற்குச் செல்லும் சுதந்திரம் ஒவ்வொருவருக்கும் இருந்தது – குழந்தைகளுக்கும். பண்ணையாட்களுக்கு வேலை தரும் சிறு குத்தகைப் பண்ணைகளும் இங்கிருந்தன; இங்குள்ள பண்ணை ஒன்றில் வாடகைக் கூலி வேலை எனக்குக் கிடைக்குமே யானால் . . . கடைசி நிமிடம்வரை முடிந்த அளவு இங்கேயே இருக்கலாம். அதன் பின்னர் தாமதமானாலும் சரி மெதுவாகவே செல்லலாம் என நினைத்தான்.

ரோக்கொ என்னும் சிறிய குத்தகைப் பண்ணையில் அறுவடை நடந்து கொண்டிருந்தது; அறுவடை செய்வோர் மூன்று வயல்களில் வேலை செய்துகொண்டிருந்தனர். அவ்வப்போது முதுகு நிமிரும்; தானியக் கதிர்கட்டு சர்சர்ரெனத் தலைக்கு மேலே பறக்கும். வயதான ஒருவன் மது வேண்டும் என்றான்; அறுவடை செய்வோர் சிலர் குடித்திருந்தனர்.

“அவர்கள் சண்டைபோட ஆரம்பித்தால் என்ன செய்வது..? யாராவது என்னை அடித்துவிட்டால் . . .?” யூஸி நினைத்தான்.

ரோக்கோ அறுவடை தின ஒருங்கு கூடல். எஜமானனின் உத்தரவைத் தெரிவிக்க வேண்டிய ஆட்கள் பலரை அங்கே கண்டான் யூஸி. சிறிது பயத்துடன் ஒவ்வொருவரையும் அணுகி மனப்பாடம் செய்து ஒப்பிக்கும் தொனியில் எஜமானின் செய்தியைத் தெரிவித்தான். அவர்களில் ஒருவனின் பார்வை அச்சம் தருவதாக இருந்தது. தாடியில் ஈரம் சொட்டிற்று. வாய் விசித்திரமாய்க் கோண,

“கல்லேயின் ரை தானியக் கதிர் முற்றிவிட்டதா?” என அடிபட்ட குரலில் கேட்டான்.

யூஸி எச்சரிக்கையுடன் ‘கதிர் இன்னும் தலை சாயவில்லை ஆனால்’ எனக் கூச்சத்துடன் சொன்னான். எனினும் ஒருவரும் அவனைக் கேலி செய்யவில்லை. இன்னும் சில குத்தகைதாரர்களிடம் எஜமானின் செய்தியைச் சேர்ப்பிக்க வேண்டும். அவர்கள் அங்கே இல்லை. எனவே அவர்களைச் சந்திக்க ரோக்கோவிலிருந்து சாலைக்குத் திரும்பிப் பயணத்தை மேலும் தொடர்ந்தான்.

கடைக்கோடியிலிருந்த குத்தகைப் பண்ணைக்குச் செய்தி தெரிவிக்கச் சென்றபோது, உறுதிப்பாடு வகுப்புத் தோழன் ஒருவன் யூஸியுடன் சேர்ந்துகொண்டான். ரோக்கோவிற்குத் திரும்பிவரும்படி யூஸியை அவன் வற்புறுத்தினான். இருவரும் ரோக்கோவிற்கு வந்தனர். இதமான குளிர்ந்த இரவு. ரோக்கோவில் அறுவடை நடனம் நடந்துகொண்டிருந்தது. சந்தடிகளாலும் மது அருந்தியவர்களின் முரட்டுக் குரல்களாலும் ரோக்கோ பண்ணை வீட்டின் கூடம் நிரம்பியிருந்தது; வீட்டின் பாதுகாப்பான மூலை. ஓர் இளைஞனின் எதிர்பாராத முதல் நடன அனுபவத்திற்கேற்ற உவப்பான இடம். நடனத்திற்கும் வயலின் எழுப்பும் உரத்த இசைக்கும் தோதுவான பெரிய கூடம். துயோரிலா பண்ணையைவிடவும் மேலான பெரிய விஷயங்கள்தாம் இந்த உலகில் எவ்வளவு இருக்கின்றன..! இந்த நடனத்திற்குத் துயோரிலா எஜமானனும் எஜமானியும் வந்திருந்தால்..? இந்த இடத்திற்கு முற்றிலும் பொருத்தமற்றவர்களாகவும் நகைப்பிற்குரியவர்களாகவும் அவர்கள் இருந்திருப்பார்கள். ஆனால் யூஸியோ இந்த இடத்திற்குப் பொருத்தமாக இயல்பாக இருந்தான். வெளியே முற்றத்திற்குப் பற்பல தடவை சென்று வந்தான். அப்போது யாரும் அவனைக் கேலி செய்ய வில்லை; துயோரிலா அறுவடைக்கு யார் யார் வருவார்கள் எனவும் சிலர் அவனைக் கேட்டிருந்தார்கள். மற்றவர்களைப் போல அவனுக்கும் மது வழங்கப்பட்டது. இன்னொரு பையனுடன் தரையில் போல்கா இசைநடனம் ஆட முயன்றான். (போல்கா: ஒருவகைக் கிராமிய இசையுடன்கூடிய செக்கோஸ்லோவாக்கிய நடனம்.) இந்த நேரங்களிலெல்லாம் எஜமானனின் ஏவல்களை அவன் செய்துகொண்டிருந்தான் என்பது பற்றி யாருமே கவலைப்படவில்லை. இதுவரை இல்லாத இனிமையான இரவு.

எஜமானனின் அனைத்து உத்தரவுகளையும் நிறைவேற்றிவிட்டோமா என்பதைத் தனக்குத்தானே உறுதிசெய்துகொள்ள அவ்வப்போது அங்கிருந்து நழுவினான் யூஸி. அங்கு நின்றுகொண்டு மங்கலான இரவின் ஒளியில் மலையைப் பார்த்தான். அந்த மலையிலிருந்துதான் முதன்முதலாக இந்த இடத்தை அன்று பிற்பகலில் கீழே பார்த்தான். அந்தப் பிற்பகல் இப்போது வெகு தூரத்திலிருப்பதாகத் தோன்றியது. துயோரிலாவில் அனைவரும் உறங்கியிருப்பார்கள்; அவன் வீடு திரும்பும் நேரத்தை எஜமானனால் தெரிந்துகொள்ள முடியாதாகையால் யூஸியை அவர் திட்ட முடியாது. மந்தா இன்னும் அங்கேயே இருந்தாள். அவள் துயோரிலாவிற்குக் கிளம்பும்வரை யூஸி அங்கிருக்கலாம். வெளியே இருந்த யூஸி ரோக்கோ பண்ணை வீட்டிற்குத் திரும்பிச் சென்றான். மதுபானக் குடுவை முன்னால் தனது முறைக்காக நின்றான். அவன் வயதுவந்த வாலிபன், தேவாலயச் சடங்கிற்குச் செல்பவன், சரி விட்டுத்தள்ளு; துயோரிலாக் கிழவன் என்ன வேண்டுமானாலும் சொல்லிக்கொள்ளட்டும் . . .

இப்போது அவன் துயோரிலாவிற்குக் கிளம்பிப் போகலாம்தான். ஆனால் காட்டில் தனியே செல்ல வேண்டும். அது மட்டுமல்லாது நடனமாடுவதிலேயே மந்தா இன்னும் முனைப்பாக இருந்தாள். தன்னுடன் சேர்ந்து வர அவளுக்கு மனமில்லை என்பதாகவே தெரிந்தது. ரகசியமாக அவளருகே சென்று அவளிடம் பேச முயன்றான். ஆனால் அவள் ஒன்றும் கேளாதது போலப் பாசாங்கு செய்தாள். ஆண்களின் முழங்கால்களில் அவள் அமர்ந்தாள். யாராவது ஒருவனுக்கு அவள் கிழவியாகப் போகிறாளா . . ?

இருபுறமும் பைன் மரங்கள் சூழ்ந்த மணற்பாதையில் நள்ளிரவில் துயோரிலா வீட்டிற்குத் திரும்பினான் யூஸி. இப்போது அவன் தனியாகப் போகவில்லை. மந்தா, ஒரு கிராமத்துப் பெண், மேலும் ஐந்து பேரும் அவனுடனிருந்தனர். ஆறாவது ஆண் யூஸி. ஆனால் தான் வளர்ந்த ஆண் பிள்ளை என்னும் மயக்கம் அவனுக்கில்லை. இளம் பெண்களை அவர்கள் கேலிசெய்யத் தொடங்கினர். யூஸி மந்தாவுடன் தன் வயதுக்கு மீறி அதிகப் பிரசங்கித்தனமாக இருக்க முயன்றான். ஆனால் அவளோ "உனது திமிரெல்லாம் என்னிடம் வேண்டாம். மார்பை உறிஞ்ச நீ ரொம்பப் பெரியவன். வேறு எதற்காயினும் பெண்ணருகே படுக்க உனக்கு இன்னும் வயது வரவில்லை" எனச் சிடுசிடுப்புடன் கூறினாள். தான் அங்கிருப்பது கூட்டாளிகளுக்குத் தர்மசங்கடமாக இருக்கும் என்பதை உணர்ந்தான் யூஸி; அவனுக்கு எதுவும் புரியாது என்பதற்காக மட்டுமே அவர்கள் அவனைச் சகித்துக்கொண்டிருந்தனர்.

அவர்கள் நினைப்பதுபோல் அவனொன்றும் ஒன்றுமே தெரியாதவனல்ல. இரவில் தூக்கம் வருவதற்காகக் காத்திருக்கையில் அந்தரங்கமான பல விஷயங்களை அவன் அடிக்கடி நினைத்துக்கொள்வதுண்டு. இந்த இரவு நடனத்தின்போது அந்த விஷயங்களுக்கு மிக அருகே நெருங்கிவந்து விட்டிருந்தான். பன்றிமலை விளையாட்டுகளெல்லாம் சிறுவர்களின் வெறும் ஏமாற்று ஆட்டங்கள் என உணர்ந்தான்.

அவர்கள் கிராமத்தினுள் நுழைகின்றனர். யூஸியின் மனம் வலிக்கிறது; ஏதோ வகையில் துயோரிலா குடும்பத்திற்கு மற்றவர்கள் எதிரானவர்களாக இருப்பதை உணர்கிறான். பண்ணையின் உயிர்ப்பு அவனுள் மீண்டும் பரவத் தொடங்குகிறது; மேலெழுந்து தொடர்ந்து அவனை அச்சுறுத்துகிறது. சமீபத்திய நடனத்தின் பிம்பம் முக்கியத்துவம் ஏதுமற்றுச் சுருங்கி எதற்கோ பயந்தாற்போல் பின்வாங்குகிறது. தான் முதன்முதலாய் பீர் அருந்தியதை யூஸி இப்போது உணர்கிறான், குடியின் தாக்கம் மறையத் தொடங்குகிறது. தேர்வுசெய்யும் வாய்ப்பு அவனுக்கு இருந்திருக்குமேயானால் எஜமானன் இட்ட வேலையைச் செய்து முடித்ததும் உடனே பண்ணைக்குத் திரும்பி வந்து, இதற்குள் ஆழ்ந்து தூங்கியுமிருப்பான். அனுபவமற்றவன் திமிர் பிடித்தவன் எனக் கூட்டாளிகள் அவன் மேல் முற்றிலும் விரோதம் கொண்டிருக்கின்றனர். இரவின் தண்மை, தூக்க மயக்கம், பசி ஆகியவை குறிப்பிடத்தக்க விளைவுகளை அவனுள் ஏற்படுத்தத் தொடங்குகின்றன. இனிமேல் அவன் நடனமாடப்போவதில்லை.

துயோரிலா சேமிப்புக் கிடங்குகள் இருக்கும் வரிசையை நோக்கிக் கூட்டாளிகள் சென்றுகொண்டிருந்தனர். அங்கிருந்து போய்விடுமாறு கொச்சையான பாஷையில் யூஸியிடம் மந்தா கூறினாள். எனினும் அவர்களிடமிருந்து விலகிச்செல்ல அவனால் முடியவில்லை. இளம்பெண்கள் மேல் ஆண்கள் உருண்டு புரள, ஒருவன் மந்தா மாடியறை செல்லும் ஏணியை அகற்ற முயன்றான். பெரும் சத்தத்துடன் அது கீழே விழுந்தது. பண்ணை முழுக்கவும் அதன் எதிரொலி கேட்டது. பேக்கரி வாசலில் எஜமானனின் உருவம் நிழலாட எல்லாத் திசைகளிலும் அவர்கள் சிதறி ஓடினர். கையில் தடித்த பிரம்புடன் எஜமானன் சேமிப்புக் கிடங்கு நோக்கிப் பாய்ந்தோடினான். மந்தா மட்டும் உறுதியாக நின்றாள். ஆண்கள் தப்பியோடிவிட்டனர். யூஸி குதிருக்கு அருகே பாய்ந்து ஒளிந்துகொண்டான். அவனைத் தேடிச் செல்வது தனது தகுதிக்குக் குறைவானதாகையால் எஜமானன் கோபத்துடன் அவனைப் பேர் சொல்லி அழைத்தான். எஜமானனுக்கும் வேலைக்காரி மந்தாவிற்குமிடையே நிகழ்ந்த உரையாடலை யூஸி கேட்டான்.

"எனது வார நாட்களும் வேலையும் உனக்குரியவை. ஞாயிற்றுக் கிழமைகளும் இரவுகளும் எனக்குரியவை." கம்பீரமாய்க் கூறினாள் மந்தா.

எஜமானன் வீட்டிற்குத் திரும்பி நடந்து செல்வது காதில் விழும்வரை காத்திருந்தான் யூஸி. மந்தா தனது மாடியறைக்குச் சென்ற பின்னர், தனது வீட்டிற்கு மெல்ல நகர்ந்தான். திடுமெனக் கையில் பிரம்புடன் அவன் கண் முன் நின்றார் எஜமான்.

"இதுதான் உன்வழி. இல்லையா" என்றவாறு அவனது புறங்கழுத்தைப் பற்றித் தனது முழுப்பலத்துடன் அவன் பிட்டத்தில் இருமுறை பிரம்பால் ஓங்கி அடித்தார். யூஸியின் அழுகை ஓலம் அவனது கூட்டாளிகளின் காதுகளில் விழுந்தது. சொல்ல முடியாத வெறுப்பு அவர்கள் வயிற்றைப் பிசைந்தது. யூஸியின் மீதான பரிவல்ல காரணம். எஜமானை மீறமுடியாத தங்களின் தைரியமின்மை, வெட்கத்தில் அவர்களைத் தலைகுனியச்

செய்தது. மந்தாவின் மாடியறை செல்லப் புது முயற்சி ஒன்றை அவர்கள் பின்னர் மேற்கொள்ள இருப்பது தெரிந்தது.

படுத்திருந்த யூஸி பொங்கிவரும் அழுகையைக் கட்டுப்படுத்தப் பற்களை இறுகக் கடித்தவாறிருந்தான். அடிபட்டதை மனம் உணரும் ஒவ்வொரு முறையும் அவமானத்தின் கூர் வலி திடீர் திடீரென அவனுள் எரிந்தது. நிக்கிலாவில் அவனது குழந்தைப் பருவம், துயோரிலாவில் அவனது வாழ்க்கை, உறுதிப்பாடு வகுப்பு அவனுள் எழுப்பிய எண்ணங்கள், நடனத்தின் நினைவுகள் ஆகியவை அவன் மனதில் குழப்பத்துடன் ஒன்று கலந்தன. 'கடைசியில் என்னவாகப் போகிறது எனக்கு . . ?' என்னும் எண்ணம் அவனுள் ஓடிற்று.

அடுத்து உண்மையிலேயே அவனுக்கு நிகழ்ந்தவை இவைதாம். ரை வயல்களில் கதிர்க் கட்டுகளை ஒன்றுசேர்த்துக் கட்டும் வேலையில் அவன் ஈடுபடுத்தப்பட்டான். முந்தின நாள் இரவில் அவன் செய்த சாகசங்கள் பற்றிப் பண்ணையாட்கள் குறும்புத்தனமாகக் குறிப்பிட்டுப் பேசிக் கொண்டிருந்தனர். பகல் முழுக்கவும் அவன் கேட்டுக்கொண்டிருந்தான். ரை தானிய அறுவடை முடிந்ததும் கதிரடி வேலை, பின்னர் நிலம் உழுவது, அதன் பின்னர் வேலிக் கம்பங்களைச் சேகரிப்பது இன்னும் பல வேலைகள் என அவனது வாழ்க்கை சென்றுகொண்டிருந்தது. பகல் நாட்கள் சீக்கிரமே குளிரத் தொடங்கின. மரக்குச்சிகள் வெட்ட வேண்டியதிருந்தன. உரம் கலக்க வேண்டியதிருந்தது.

"கடைசியில் எனக்கு என்னவாகப் போகிறது . . ?" வாழ்வின் இந்த அடிப்படைப் பிரச்சினை மீண்டும் மீண்டும் எழும் ஒவ்வொரு தடவையும் தன் உயிரில் எங்கோ மூலையில் காயமடைந்தான் யூஸி. தனித்து ஒதுங்கி மௌனமானான்.

இதற்கிடையே உலகம் நகர்ந்துகொண்டிருந்தது. மற்றப் பண்ணைகளை விடவும் முன்னால் சென்றுகொண்டிருந்தது துயோரிலா. துயோரிலாவின் குடும்ப வாழ்விற்கும் நிக்கிலாவிற்கும் மிகப் பெரும் இடைவெளி இருந்தது. உதாரணமாக: துயோரிலாவில் இரண்டு வரிசை வசிப்பிடங்கள் இருந்தன; ஒரே ஒரு கூடம் மட்டுமே இருந்த சிறிய வீட்டில் பண்ணைக் கூலிகள் வசித்தனர். ஒரு கூடம், ஒரு சமையலறை இரண்டு அறைகள் கொண்ட வீட்டில் வயதான ஆசைநாயகியும் மணமாகாத அவள் மகளும் இருந்தனர். இந்த வசிப்பிடங்கள் ஒரு வரிசையில் இருந்தன. மற்றொரு வரிசையில் பேக்கரியும் எஜமான் – எஜமானியின் அறைகளும் இருந்தன. இதற்குப் பின்னாலிருந்த கம்பீரமான அறைகளில் மத குருமார்களும் பிற பார்வை யாளர்களும் தங்கினர். பண்ணைக் கூலிகளின் அறையிலும் பேக்கரியிலும் சாயங்காலத்தில் ஏற்றப்பட்டிருந்த எண்ணெய் விளக்குகளின் சீரான ஒளி நன்கு பழக்கமான புராதனக் குட்டிப் பேய்களைக் கடைக்கோடி மூலைகளிலிருந்தும் விரட்டிற்று. ஒவ்வொரு இடமாய்ச் சென்று சில்லறைப் பொருட்கள் விற்பனை செய்யும் வயதான ஒருவன் ('சில்லறை வியாபாரி' எனக் குறிப்பிடப்படும் மொா்.) தனது மூட்டையுடன் ஒருமுறை பண்ணையில்

தங்கினான். அவன் சூதுவாது உடையவன். நேர்மையான பதில் தப்பித் தவறியும் அவன் வாயிலிருந்து வராது. ஆடம்பரமான ஊசிகளும் கிராமியப் பாடல்கள் அச்சடிக்கப்பட்ட தாள்களும் அவனது மூட்டையில் இருந்தன. எந்த ஒரு விஷயத்திலும் அவனது சொல்லே இறுதியாக இருந்தது. ஆனால் அவனைப் பற்றிப் பேச்சுத் திரும்பினால் மட்டும் எரிச்சல் வருமளவு மவுனமாகிவிடுவான். உலகை இயங்கவைப்பது தந்திரமே என எவரையும் போலவே பண்ணைக் கூலியான தாவெட்டிக்கும் தெரியும். சில்லறை வியாபாரியை மட்டம் தட்ட முயன்றான் தாவெட்டி. தனக்கு மிக நன்றாகத் தெரிந்த விஷயமான புனித பீட்டர்ஸ்பர்க் ரயில்வே, தொழிலாளர் முகாம்கள் பற்றி சாதாரணமாகக் குறிப்பிட்டான். அங்கேயுள்ள ஒரு ஃபோர்மேன் சொல்லியதாக மேற்கோள் காட்டினான்.

“அட . . . நீ சொல்வது வான்டினென் பற்றித்தானே . . ?” சில்லறை வியாபாரியிடமிருந்து துப்பாக்கித் தோட்டாவைப் போல விருட்டென வந்தது பதில். தாவெட்டிக்கும் சில்லறைப் பொருள் விற்பவனுக்கும் மறைமுகமான போட்டி எழுந்தது. திரைமறைவில் நடப்பவை பற்றி மற்றவரைவிடவும் தனக்கு அதிகம் தெரியும் என்பதைக் காட்டிக்கொள்ள இருவருமே முயன்றனர்; குறிப்பாக இறந்துபோன நபர்களைச் சம்பளப் பட்டியலில் சேர்ப்பதை வழக்கமாகக் கொண்ட வான்டினென் பற்றி அதிகமாக அறிந்தது யாரென்பது பற்றி.

அவர்கள் பேச்சினூடே விரிவான ஓர் உலகு துணுக்குக் காட்சியாய்த் தெரிந்தது. பேச்சிடையே மௌனம் விழ நேர்ந்தபோதெல்லாம், அந்த மௌன நொடிகளில் வர இருக்கும் புது யுகத்தின் முணுமுணுப்பு வெகு தொலைவில் கேட்பதாகத் தோன்றியது. புதிய நம்பிக்கையின் விதைகள் அவர்கள் மனதில் இருந்தன; அருகேயுள்ள அறையில் எஜமானன் ஒரு செய்திப் பத்திரிகையைக் கீழேவைப்பது கண்ணில் பட்டது. SUO- METAR என்னும் பெயர் பத்திரிகையின் முதல் பக்கத்தில் மேற்பகுதியில் இருந்தது.

எப்படியிருந்தாலும் சில்லறை வியாபாரியை விடவும் எஜமானன் ஆழமானவன், தாவெட்டியைவிடவும் பெரிய மனிதன். காட்டினை விலைக்கு வாங்க ஆட்கள் பண்ணைக்கு வந்துகொண்டிருந்தனர். பின்னர் ஏன் எஜமானன் அதை இன்னும் விற்காமல் இருக்கிறார் . . ? யாராலும் இதனைப் புரிந்துகொள்ள முடியவில்லை. தாவெலாவும் தனது காட்டினை ஆயிரம் மார்க்குகளுக்குக் கூடுதலாகவே சமீபத்தில் விற்றிருந்தான். – ஆயிரம் மார்க்குகளுக்குக் கூடுதலாக . . . எனினும் தனது காட்டின் விற்பனை மதிப்பை வீணடித்துவிட்டதாகக் குத்தகைப் பண்ணை விவசாயிகளையே குறைகூறிக்கொண்டிருந்தான் துயோரிலா எஜமானன். இதற்கு அர்த்தம் என்ன . . ? ஆயிரத்திற்கும் மேலேயே தனது காடு விலைபோகும் என்பதா . . ?

இன்னும் அதிக சுதந்திரம் எடுத்துக்கொள்ள யூஸியை அனுமதிக்கிறான் எஜமானன்; யூஸியின் வாழ்க்கையும் பிற பண்ணைக் கூலிகளைப் போலவே ஏறத்தாழ இருக்கிறது. அவன் உடல் வளர்ந்து திண்மையுற்றிருக்கிறது. மனமோ பழையபடியே இன்னும் மாறாமலேயே இருக்கிறது. தன்னிடம் ஒப்படைக்கப்பட்ட தினசரி வேலைகளைப் பெரிய அளவு குளறுபடி

யில்லாமல் அவனால் இப்போது செய்துமுடிக்க முடியும். எனினும் தன்னை எஜமானுக்குப் பிடிக்கவில்லை என்னும் உள்ளுணர்வு யூஸியிடம் எப்போதும் இருக்கிறது. பால் வாளியில் அவனது முதல் முயற்சி தோல்வியுற்றபோது எஜமானன் ஆவேசத்தில் குதிக்கவில்லை. கசப்பான சிரிப்பு – அவ்வளவே. கவனத்துடன் செய்ய வேண்டிய வேலைக்கு யூஸியின் பெயரை யாராவது குறிப்பிட்டால் பற்கள் வெளியே தெரிய லேசாகச் சிரிப்பார் எஜமானன். தனது குணத்தின் ஒருபகுதியாக ரத்தத்திலிருக்கும் தாழ்வான பாரம்பரிய குணமே யூஸியிடமும் இருப்பதை வெறுத்தான் எஜமானன். முன்பிருந்த கடுமையைவிடவும் எஜமானனின் தற்போதைய மனப்பான்மை யூஸியின் உணர்வில் பாரமாய் அழுத்துகிறது. துயோரிலாவி லிருந்து அவன் வெளியேறினால் அதனை அவர் மகிழ்வுடன் வரவேற்பார், அது வரவேற்கப்படும் என்பதை ஒவ்வொரு கணமும் உணர்கிறான் யூஸி. ஆனால் அவன் எங்குதான் போவது . . ?

தன்னைப் பராமரிப்பவர்களின் பரிவற்ற போக்கு யூஸியை எச்சரிக்கை யுடன் செயல்படவைக்கிறது; முடிந்தவரை பின்னணியிலேயே இருக்க முயல்கிறான். ஞாயிற்றுக்கிழமைகள்தாம் மிக மோசமானவையாக இருக்கின்றன. ஏனெனில் அந்த நாட்களில்தான் அவன் பிறர் கண்ணில் அதிகமாகத் தென்படுகிறான். ஞாயிற்றுக்கிழமை விடுமுறை தினம். அந்த நாளில் எல்லோரையும் போலப் பண்ணையைவிட்டு வெளியே போகும் உரிமை தனக்குள்ளதா என்பதில் அவனுக்கு நிச்சயமில்லை. காலைச் சிற்றுண்டி முடிந்ததும் வேலைக்குரிய பூட்ஸ்களைப் பாலிஷ் செய்துமுடித்தவுடன் எல்லோரும் வெளியே கிராமத்திற்குச் சென்று விடுவார்கள். கூடத்தின் ஞாயிற்றுக்கிழமை அமைதியில் யூஸி மட்டும் தனியே இருக்கிறான். பரம ஏழையான யாராவது ஒரு நொண்டி நீண்ட இடைவெளிக்குப் பின் எப்போதாவது வரும்போது மட்டுமே அவனுக்குத் தொந்தரவாக இருக்கும். சும்மா இருக்கும் மற்ற நேரத்தில் சிறு குழந்தைகளின் திறமையை வெளிக்கொணரும் மழலையர் செய்திறன் சோதனைகளைச் செய்ய நினைக்கிறான். இப்போதைய சூழலில் அவற்றைச் செய்ய அவனுக்கு ஆர்வமோ ஈடுபாடோ இல்லை; செய்வதற்கு வேறு எதுவுமில்லையாதலால் இவற்றையே வெறுமனே செய்ய வேண்டியதிருக்கிறது. கூடம் சரியாகப் பெருக்கிச் சுத்தம் செய்யப்பட்டிருக்கிறதா, படுக்கை விரிப்புகள் மாற்றப் பட்டிருக்கின்றனவா என்பதைக் காணத் தனது அறையிலிருந்து எஜமானி வருகிறாள். திரும்பிப் போகையில் முகத்தை வேறெங்கோ திருப்பி வைத்துக் கொண்டு ஏதோ சொல்ல வேண்டுமே என்பதற்காகப் புத்தகத்தை எடுத்துப் படிக்குமாறு யூஸியிடம் உத்தரவிடுகிறாள்.

கிறிஸ்துமஸ் நெருங்கிவந்துகொண்டிருந்தது. அந்த வருடத்தில் பண்ணையைவிட்டும் தான் வெளியே அனுப்பப்படப்போவதில்லை என்பதை யூஸி அறிந்துகொண்டான். கிறிஸ்துமஸ் விடுமுறை தினங்கள் முடிவுறாது நீடித்துக்கொண்டிருப்பதாகத் தோன்றிற்று. ஒரு சிறிய பண்டிகை விடுமுறை நாளில் தலைநகர் மாணவர்கள் நடத்தும் நாடகம் ஒன்றைக் காணத் துயோரிலா எஜமானனும் எஜமானியும் பனிச்சறுக்கு வண்டி மணி ஒலிக்க, சர்ச் கிராமத்திற்குச் சென்றிருந்தனர். அவர்கள் இல்லாததால் திடீரெனப் பாடத் தொடங்கினான் யூஸி. போல்கா நடன அசைவுகளை முயன்றான்.

அந்த நாளின் பிற்பகுதியில் அருகேயுள்ள பண்ணைக்குத் தைரியமாகப் புறப்பட்டான். தன் பையிலிருந்த தோலுரித்த கொட்டைப் பருப்புகளை அவ்வப்போது எடுத்து வாயில் போட்டுக்கொண்டான். அந்தப் பண்ணை வீடு சிறியது; பழங்காலப் பாணியில் கட்டப்பட்டிருந்தது. ஏறத்தாழப் பழைய நிக்கிலா வீட்டினைப் போலவே இருந்தது. கூடத்தின் சுவர்களிலும் மேற்கூரையிலும் வெண்ணிறச் செங்கல்கள் பதிக்கப்பட்டிருந்தன. புராதன கிறிஸ்துமஸ் சம்பிரதாயத்தின்படி அவற்றின் மேல் கோடுகள் போடப் பட்டிருந்தன. மேசையில் துணி விரிக்கப்பட்டிருந்தது. அதன் மேல் பன்றி இறைச்சி, ப்ரெட் தட்டுகள், பீர் போத்தல்கள் இருந்தன. இனிமையாகப் பேசும் தன்மைகொண்ட அந்தப் பண்ணை உரிமையாளன் யூஸியை யூகா என அழைத்தான். ஒரு விருந்தினனாகவே யூஸியை நடத்தினான். சாலையில் பனிச்சறுக்கு வண்டி மணிகளின் இனிய ஓசை அவ்வப்போது கேட்டது; வெதுவெதுப்பான பீர் சிறிது அருந்தினான். நீண்ட நாட்களாகத் தூங்கிக் கிடந்த நம்பிக்கையுணர்வை அது அவன் மனதில் எழுப்பிற்று.

கிறிஸ்துமஸ் விடுமுறை தினங்கள் முடிந்த பின்னரும் துயோரிலாவி லிருந்து யூஸி வெளியே அனுப்பப்படவில்லை. வசந்த காலத்திலும் கோடையிலும் அங்கேயே இருந்தான். இலையுதிர் காலம் வர இருந்தபோது கடைசியில் அது நிகழ்ந்தது.

அந்தச் சமயத்தில் சரியான முன்னெச்சரிக்கையின்றிப் பல குத்தகைப் பண்ணை உழவர்கள் தங்கள் காடுகளை விற்றனர். அவர்களைப் போல் துயோரிலா தனது காட்டை விற்கவில்லை. சமீபத்தில் தாவெலா தனது காட்டினை விற்பனை செய்திருந்தான். அதனைத் தனது காட்டுடன் ஒப்பிட்டுப் பார்த்தான் துயோரிலா. அது மட்டுமின்றித் தாவெலாவிற்குச் சொந்தமான பெரிய அளவிலான மரக் கட்டை அடுக்குகளையும் பார்த்தான். தனது காட்டையும் விற்கலாம் என்ற எண்ணம் வர. நல்ல வாய்ப்பிற்காகக் காத்திருக்க முடிவுசெய்தான். காத்திருந்த காலத்தில் அப்பகுதியின் பெரும்பான்மைக் காடுகளில் முதல் மரவெட்டு ஏற்கனவே முடிந்திருந்தது. அதன் பின்னரே தனது காடு விற்பனைப் பேரத்தைத் தொடங்கினான். இந்த உத்தியால் அவன் பெறமுடிந்த விற்பனை விலை எல்லோரையும் ஆச்சரியப்படவைத்தது. காரியவாதியான அவன் மேல் தேவாலய வட்டாரத்தின் கவனம் விழுந்தது. இவ்விதமாகக் காடுகளின் முதல் விற்பனை கல்லேயின் முக்கியத்துவத்தின் தொடக்கத்தையும் சமூகத்தின் உள்ளூர்த் தூணாகத் துயோரிலாவின் வளர்ச்சியையும் சுட்டிக்காட்டியது எனலாம். தனது பெயரை 'கார்லெ' என அவன் எழுதத் தொடங்கினான்.

துயோரிலாவிலிருந்து யூஸி வெளியேற்றப்பட்டான். ஒரு வகையில் இது காடு விற்பனையின் மற்றொரு விளைவாகும்.

இந்தச் சமயத்தில் சொந்த வாழ்வில் வெற்றிபெற வேண்டும் என்னும் தூண்டுதலைத் துயோரிலா எஜமானனும் எஜமானியும் உணர்ந்தனர். பஞ்ச காலத்திலிருந்து மிக வேகமாகவே அவர்கள் செல்வந்தர்களாக வளர்ந்திருந்தனர். காடு விற்பனைக்குப் பிறகு அவர்களின் வருவாய்

இரட்டிப்பானது. செல்வம் சம்பாதித்தல் என்பது அடிப்படையில் உலக இன்பங்களை அடைவதற்கான தெளிவான எளிய வழிமுறையாகும். அந்த மகிழ்ச்சி பெரும்பாலும் சோதனை ஒன்றிற்கான அறிகுறியே. இங்கே ஒரு கேள்வி எழுகிறது: மனிதா நீ மகிழ்ச்சியைத் தாங்கிக்கொள்ளக்கூடிய வலு உள்ளவனா? துயோரிலா தம்பதியர் தேவாலய வட்டாரத்தின் மிக உயர் நிலையிலுள்ள சமூகத்தினுள் மேலும் மேலும் நகர்ந்துகொண்டிருந்தனர். ஃபின்லாந்து தேசிய இயக்கம் வளர்ந்துகொண்டிருந்த காலகட்டம் அது. மக்கள் அதன் தாக்கத்தை அப்போது உணரத் தொடங்கினர். அதன் விளைவுகள் முழுவதையும் துயோரிலா தம்பதியர் உடனடியாகப் புரிந்துகொண்டனர். தேசிய இயக்கத்தால் நிகழ இருப்பவை தங்களின் சமூக மதிப்பை உயர்த்தும் என்ற உள்ளுணர்வு அவர்களுக்கு இருந்தது. தேசிய இயக்கத்தின் எழுச்சியால் காடுகளின் விலை மதிப்புக் கூடிற்று. செல்வத்தால் அந்த இயக்கத்தின் அதிகாரம் மேலும் பெருகும் எனக் கருதப்பட்டபோது செல்வம் புனிதமாக உருவானது. துயோரிலா எஜமானன் எஜமானியைப் பொறுத்தவரை அந்தக் காலகட்டம் அடக்கிவைக்கப்பட்ட அமைதியான மகிழ்ச்சியைக் கொண்டிருந்தது.

எனினும் இதுபோன்ற மகிழ்ச்சியான உணர்வுகளைக் கொண்டாட்டமாக வெளிப்படுத்த வேண்டும். கொண்டாட்டம் எப்படி இருக்க வேண்டும் என்பதைக் கவனமாகத் தேர்வுசெய்ய வேண்டும். போதிய அளவு கண்ணியத்துடன் அது இருக்க வேண்டும். தனியே இருக்கையில் இந்த விஷயத்தைத் தம்பதியர் தங்களுக்குள் விரிவாக விவாதித்தனர். இலையுதிர் காலத் தொடக்கத்தில் விருந்தளித்துக்கொண்டாடுவதெனக் கடைசியில் தீர்மானித்தனர். தமக்குச் சமமான அந்தஸ்துடையவர்களை மட்டுமின்றி, அழைப்பை ஏற்றுக்கொள்ளும் உயர்நிலைச் சமுதாயப் பிரமுகர்களையும் விருந்திற்கு அழைப்பதெனத் தீர்மானித்தனர். சுவீடிஷ் மொழி பேசும் பலதரப்பட்ட குடும்பங்கள் அந்தத் தேவாலய வட்டாரத்தில் இருந்தன. வாயில் நுழையாத பெயர்களும் புண்பட்ட முகபாவமும் கொண்ட அவர்கள் குத்தகைப் பண்ணை உழவனின் எந்தக் கொண்டாட்டத்திலும் ஒருபோதும் கலந்துகொண்டதில்லை. கொண்டாட்டத்திற்கு வருமாறு அணுக முடிந்தவர்களில் சுவீடன் அனுதாபிகள் சிலரும் உண்டு. அவர்கள் நல்லியல்பு கொண்டவர்கள்; சகவாசத்துடன் சேர்ந்திருக்க முடிகிற கூட்டங்களுக்கான அழைப்பை மகிழ்வுடன் ஏற்றுக்கொள்பவர்கள். அவர்கள் இங்கே கள் குடிக்கலாம் [3]ஸ்னெல்மன் ஆதரவாளர்களுடனும்

3. ஸ்னெல்மன் (1806–1881). அரசியல்வாதி, பத்திரிகையாளர், தத்துவவாதி, கல்வியாளர் எனப் பன்முகம் கொண்டவர். ஃபின்னிய இலக்கியம், ஃபின்னிய தேசிய அடையாளம் உருவாகக் காரணமாக இருந்தவர்களில் முதன்மையானவர். ஃபின்னிய சாமானிய மனிதனின் தேசிய அடையாளத்தை வலுப்படுத்தவும் அவனது மொழித் திறனை மேம்படுத்தவும் முதன்முதலாக ஃபின்னிய மொழியில் பத்திரிகை வெளியிட்டார். அதே நேரம் அரசியல் பொருளாதாரம் கல்வி அறிவில் மேம்பட்ட சுவீடன் அறிவாளிகளிடையே இலக்கியம், நுண்கலை, தேசத்தைக் கட்டி எழுப்புதல் ஆகியவற்றில் ஃபின்னிய மொழியின் அடிப்படையான தேவைக்கு அழுத்தம் தந்து ஆங்கிலத்திலும் ஒரு பத்திரிகையைத் தொடங்கினார். இவரது தொடர்ச்சியான கடும் முயற்சியின் விளைவாக ஃபின்னிய மொழி ஆட்சி மொழியானது. அரசாங்கத்தில் ஸ்வீடன் மொழிக்கு இணையான நிலையை அடைந்தது. 1800களில் ஃபின்லாந்து நாட்டின் வியாபாரம், நீதி, கல்வி என முக்கியமான துறைகள் அனைத்திலும் ஃபின்லாந்து மக்களில் 6 சதவீதம் பேர் மட்டுமே பேசிய சுவீடிஷ் மொழியே அரசு மொழியாகப் புழக்கத்தில் இருந்தது. இந்தப் பின்னணியில் ஸ்னெல்மனின் பணி வரலாற்றுச் சாதனையாகும்.

ஃபின்னிஷ் மொழிப் பற்றாளர்களுடனும் மொழிப் பிரச்சினை குறித்து விவாதிக்கலாம்.

விருந்தினர் வரவிருந்த நாளில் துயோரிலாவில் கதிரடி நடந்து கொண்டிருந்தது. வருகை தருவோரின் குதிரைகளைக் கவனித்துப் பேணும் பொறுப்பு யூஸிக்குத் தரப்பட்டது. அதனால் அவன் வீட்டிலேயே இருக்க வேண்டுமெனவும் நிகழ்ச்சிக்கு ஏற்ப நன்கு உடையணிந்து நாகரிகமாக நடந்துகொள்ள வேண்டுமெனவும் தெரிவிக்கப்பட்டது.

பருவநிலை நிச்சயமற்றதாக இருந்தது. வானம் பாதி மேகமூட்டத்துடன் இருந்தது. கலக்கமுற்றவனாக முற்றத்தில் காத்துக்கொண்டிருந்தான் யூஸி. அமைதியற்ற உணர்வு அவன் மனதை அமுழுத்திற்று. அங்கே அந்நியனாக இருந்தான். இந்த உணர்வை அவனுள் எழுப்பும் சக்தி துயோரிலா குடும்பத்தினரிடம் இருந்தது. விருந்து கொண்டாட்ட நிகழ்ச்சியில் தனது கடமைகள் என்னவெனத் தெளிவாகத் தெரியாதவனாகவே இருந்தான்; அவனுக்குத் தெரிந்ததெல்லாம் தனது அமைதியின்மைக்கான மூலகாரணம் எஜமானனின் இந்தத் திட்டத்தில் இருந்தது என்பதே.

எஜமானன் எனது அம்மாவின் சகோதரன் – அவர் எனது மாமா: இந்த எண்ணம் மீண்டும் மீண்டும் அவனிடம் வந்தவாறிருந்தது. வாழ்வின் முன்னேற்றப் பாதையில் மேல்நிலைக்குச் சென்றுகொண்டிருந்த துயோரிலா குடும்பம், பண்ணைச் சூழலில் தனது அடையாளத்தைப் பதிக்கத் தொடங்கிய காலகட்டம் முழுவதும், ‘எஜமானன் எனது அம்மாவின் சகோதரன்’ என்ற எண்ணம் இன்னும் அதிகமாக அவனிடம் வந்து கொண்டிருந்தது. எஜமானனின் மருமகன் யூஸி. எனினும் அவன் பார்வையை எஜமானன் கவனமாகத் தவிர்ப்பதாகவும் தனது சக்திக்கு மீறித் தவறாக அவர் மேலேறிச் சென்றுகொண்டிருப்பதாயும் யூஸிக்குத் தோன்றியது. ஒரு சமயம் எஜமானனின் காடு விற்பனை தொடர்பான மிகப் பெரிய பேரத்தில் யூஸி தலையிட்டான். எஜமானன் அவனை முறைத்தான் – வெளிப்படையாக ஏறத்தாழ அன்புடன். அது ஒரு தாக்குதல். கைமுஷ்டியால் காதுகளில் ஓங்கி அறைந்ததைவிடவும் மிகக் குரூரமாக அது அவனைப் பாதித்தது. எஜமானன் இப்போது இந்த விருந்தை வலிந்து ஏற்பாடு செய்துள்ளார். விருந்திற்காக அன்று மதியவேளையில் யூஸியை உடைமாற்றவைத்தார். முகத்தை மழித்து, கோட் அணிந்து அங்குமிங்கும் போய்க்கொண்டிருந்த அவர் கண்களில் யூஸி தென்பட்டான். விருந்து நிகழ்ச்சியின் போது யூஸி வாய் திறக்கவே கூடாது என்பதான குறிப்பு அவர் பார்வையில் இருந்தது.

முதலில் வந்த விருந்தினர் தொப்பியணிந்த சர்ச் காப்பாளர். அவர் தன் மனைவியுடன் வந்திருந்தார். அவர்களுடன் வந்திருந்த கோனெந்தெரி வண்டியின் பின் இருக்கையிலிருந்து கீழே குதித்தான். அவன் பல்கலைக்கழகப் பட்டதாரி. தனக்கென வீடற்றவன். தேவாலய வட்டாரத்தில் ஒரு குடும்பத்திலிருந்து இன்னொரு குடும்பத்திற்கு மாறியவாறிருந்தான்; வழக்கத்திற்கு மாறாக நிதானமாக இருந்தான். எங்கே குடிக்க முடியுமோ அங்கேயே இருக்க விரும்பினான். சர்ச் காப்பாளரோடு வலிந்து ஒட்டிக்கொண்டான். புறநகர் சர்ச் ஒன்றின் மதபோதகரும்

அவர்களோடு சேர்ந்துகொண்டார். சிடுசிடுப்பான தோற்றம் கொண்ட வயதான அந்த மதபோதகர் நைந்துபோன பழைய ஆடையும் கறுப்புத் தொப்பியும் அணிந்திருந்தார்; தனது வேலைக்காரியையே திருமணம் செய்திருந்ததால் மனைவியைத் தன்னுடன் அழைத்துவரும் வழக்கம் அவரிடம் இல்லை. அடுத்து வந்தவர் சுவீடிஷ் மொழி அறிந்த விவசாயி. ஏழைகள் அவரை வெறுத்தனர்; அவருக்குப் பயந்தனர். தேவாலய வட்டார வயதானவர்களின் ஞாபகத்தில் இன்னுமிருக்கும் பலர் விருந்திற்கு வந்தனர். அவர்களின் நடத்தையை விவரிப்பதில் வயதானவர்களுக்கு அலாதியான விருப்பமிருந்தது.

குதிரைகளைக் கவனிக்கும் வேலையை யூஸி பார்த்துக்கொண்டான். தேவையானபோது வைக்கோல் தண்ணீர் முதலியவற்றைக் குதிரைகளுக்கு வைத்தான். விருந்திற்கு வந்தவர்களின் வண்டிகளைச் சோதித்து அவற்றை ஒன்றுடன் ஒன்று ஒப்பிட்டுப் பார்த்துக்கொண்டான். இந்த அற்பமான வேலையையே எஜமானன் தன்னிடம் ஒப்படைத்துள்ளனர் என்னும் உணர்வே அவனிடமிருந்தது. அந்தி சாய்ந்து இருள் பரவத் தொடங்கிய போது வீட்டில் சத்தம் கூடிற்று. இதன் பின்னரே அவன் மனம் லேசானது. குறிப்பாகப் பார்வையாளர்கள் அங்குமிங்கும் வீட்டைச் சுற்றிவரத் தொடங்கியபோது. அவனுக்குத் தெரிந்த சில பையன்கள் சிறிய குத்தகைப் பண்ணை உழவர்கள் சமூகத்திலிருந்து வந்திருந்தனர். அவர்களில் குஸ்தா தொய்வோலா என்ற இளைஞனும் ஒருவன். காட்டில் சிறிது தூரத்திலிருந்த குடிசையிலிருந்து அவன் வந்திருந்தான். யூஸியின் உறுதிப்படுத்தல் வகுப்புத் தோழன். அப்போது முன்வாசல் கதவு வழியே கோனந்தெரியை வலுக்கட்டாயமாக வெளியேற்றினர். அவன் தேம்பி அழுதுகொண்டு உருளைக்கிழங்கு வைத்திருந்த கீழறை அருகே கிடந்தான். இதனைக் கண்ட பையன்கள் சத்தம் வராது கிளுகிளுப்புடன் தங்களுக்குள் சிரித்துக் கொண்டனர். சற்று நேரத்திற்குப் பின் ஒரு கனவான் வெளியே வந்து கோனந்தெரியை சுவீடிஷ் மொழியில் திட்டினார். கோனந்தெரி அழுதான். விருந்திற்கு வந்திருந்த எவருக்கும் ஸ்னெல்மேனின் காலணியைத் தேய்த்துத் துடைப்பதற்கும் அருகதையில்லை என ஃபின்னிய மொழியில் பதில் சொன்னான். ஸ்னெல்மென் யார்..? பையன்கள் இந்தப் பெயரைத் தேவாலய வட்டாரத்தில் ஒருபோதும் கேள்விப்பட்டதில்லை.

மதிய உணவிற்குப் பின்னர் யூஸி எதுவும் சாப்பிடவில்லை; பசியும் களைப்பும் கொஞ்ச நேரம் அவனை அடித்துப்போட்டுவிட்டது. ஆனால் வீட்டுக் கொல்லைப்புறத்தில் கூட்டாளிகள் சகவாசத்தில் தனது கவலைகளைச் சீக்கிரமே மறந்துவிட்டான் யூஸி. தான் அந்தக் குடும்பத்தைச் சேர்ந்தவன் என்பதால் குடும்பத்திலுள்ளவர்களோடு தன்னைச் சமமாக உணர்ந்தான். அந்த மாலை நேரத்து உணர்வு புதுவித வசீகரத்தை அவனுக்குத் தந்தது. விருந்து நடந்த இரவின் கிளர்ச்சியில் தனது பதினேழாவது வயதில் தனிமனித சுதந்திர உணர்வை முதன்முதலாக அவன் அனுபவித்தான். விளக்கிச் சொல்ல முடியாத காரணங்களால் அவன் கூட்டாளிகள் ஒருவரையொருவர் தள்ளிக்கொண்டு அவனைச் சூழ்ந்து கொண்டனர். இந்த உலகில் தன்னைக் கவனித்துப் பேணிக்கொள்ளத் தன்னால் முடியும் என்ற எண்ணம் யூஸியின் மனதில் பளிச்செனத்

தோன்றிற்று. பல ஆண்டுகளாய்த் துயோரிலாவில் அவன் இருந்துவருகிறான்; எத்தனையோ அனுபவங்களைப் பெற்றிருக்கிறான். இப்போது விருந்தின் குதூகலக் களிப்பில் உள்ளேயிருந்த அவர்களுக்கும் தனக்கும் பொதுவான அம்சங்கள் எதுவுமில்லை எனவும், வெளியே உள்ள இவர்களுடன் அவை இருப்பதாகவும் யூஸி உணர்ந்தான். அங்கே சும்மா பார்க்க வந்த பையன்களுடன் கேலியாகச் சிரித்துப் பேசிக்கொண்டிருக்கையில், லேசான கெட்ட எண்ணமும் இளங்கன்றின் பயமறியா உணர்வும் அவன் மனதில் நிறைந்திருந்தன. அந்தப் பையன்களுடன் உரக்கப் பேசியும் உயிர்ப்புடனும் இருந்தான். இதுபோல் ஒருபோதும் யூஸி இருந்ததில்லை.

பின்னர் குஸ்தா தொய்வோலாவுடன் கூடத்திற்குச் சென்றான் யூஸி. விளையாட்டாகப் புதிய குறும்புகள் செய்யும் ஆவலில் அங்குமிங்கும் அவர்கள் பார்த்தனர். யூஸியின் படுக்கையில் கோனந்தெரி ஆழ்ந்து தூங்கிக்கொண்டிருந்ததைக் கண்டு திடுக்கிட்டனர். கனவான் ஒருவன் உண்மையில் எப்படியிருப்பான் என்பதை அவசரமில்லாமல் நிதானமாக ஒருமுறை உற்றுப் பார்க்கலாமே எனக் கோனந்தெரி அருகே சென்றனர்; சில சமயங்களில் கோனந்தெரியிடம் லேசான கிறுக்குத்தனம் இருப்பதுண்டு; ஆனால் உண்மையிலேயே அவன் கனவான். பள்ளி ஆசிரியர் வேலை வருமானம் முழுவதையும் குடித்துத் தீர்த்தான். அப்பகுதியின் ஷரிஃபை விடவும் அவனது பள்ளிப்படிப்பு அதிகமிருந்தது. ஏறத்தாழ சர்ச் முகவர் அளவு படித்திருந்தான். அதோ கோனந்தெரி கண்விழித்துவிட்டான்!. பையன்கள் கூடத்தைவிட்டு மெல்ல நழுவினர். ஒருவரையொருவர் இடித்துத் தள்ளியவாறு முற்றத்திற்குப் பாய்ந்தோடினர். அதுவரை அங்கேயிருந்த பிற பையன்கள் ஏற்கனவே மறைந்துவிட்டிருந்தனர்.

யூஸியும் பிற பையன்களும் நண்பர்களாயினர். குஸ்தா தொய்வோலாவின் பழுப்பு நிறக் கண்கள் அவன் அணிந்திருந்த தொப்பியின் விளிம்பிற்குக் கீழ் சிரித்தன. பரிச்சயமான பழைய நண்பனுக்குரிய சுதந்திரத்துடன் எல்லா விதமான கேள்விகளையும் அவனிடம் யூஸி கேட்டான். அடுத்த குளிர்காலத்தில் மரத்துண்டுகள் இழுக்கும் பணியாளர்களுக்காகத் துயோரிலா காடுகளுக்குள் ரோடு போடும் வேலை தொடங்கவிருப்பதாகக் குஸ்தா கூறினான்; இதில் தனக்கு வேலை கிடைக்கவிருப்பதை இவ்விதம் சூசகமாகத் தெரிவித்தான். அவனிடமிருந்து வெளிப்பட்ட சுதந்திர உணர்வின் ஒளிப்பாய்ச்சல் யூஸியின் பார்வையைச் சிறிது தடுமாறச் செய்தது. அவன் பேசுவதை இன்னும் கேட்க விரும்பினான் யூஸி. ஆனால் குஸ்தாவோ தன் நண்பனிடம் தனது முக்கியத்துவத்தை அதிகரிக்கவே முயன்றான். அதனால் யூஸியிடம் இதற்கு மேல் குஸ்தா ஒன்றும் சொல்வதாக இல்லை. ஆனால் குறும்புத்தனமான விளையாட்டிற்கு யாராயினும் அகப்படமாட்டார்களா எனத் தன்னைச் சுற்றிலும் நோட்டம் விட்டான் குஸ்தா. குதிரையால் இழுக்கப்படும் வண்டிச் சக்கரங்களில் அவன் பார்வை விழுந்தது. ஆ... அவன் கண்களில் தந்திரம் தெரிந்தது.

“ஸ்பானர் எங்கிருக்கிறதென உனக்குத் தெரியுமா ..?” எனக் குஸ்தா கேட்டான். “ஆம் தெரியும்“ என்றான் யூஸி.

ஸ்பானர் கிடைத்ததும் விருந்தாளிகள் வந்திருந்த சறுக்கு வண்டிச் சக்கரத்தை இறுக்கிப் பிடித்திருந்த அச்சின் திருகாணிகளைக் கழற்றத் தொடங்கினான். திருகாணிகளை முழுவதுமாகக் கழற்றிவிடாமல், ஒன்றிரண்டு புரிகளை மட்டும் தளர்வாக்கிவிட்டுவிட்டான். வண்டியின் இரு சக்கரங்களில் ஒன்றில் மட்டும் இந்த வேலையைச் செய்தான். 'என்ன கர்மம்...' திடீரென யூஸி கத்தியதை அவன் கண்டுகொள்ளவில்லை. தொடர்ந்து தன் வேலையைச் செய்துகொண்டிருந்தான். கடைசி வண்டியின் சக்கரத்தையும் இவ்விதம் பழுதாக்கிய பின்னர் ஸ்பானரை வீசியெறிந்துவிட்டுச் சட்டென இருளில் மறைந்தான்.

குஸ்தாவின் இந்தச் சேட்டை யூஸிக்குக் கொஞ்சமும் பிடிக்கவில்லை. இது எங்கே போய் முடியும் என்பதையறிந்த அவன் பயந்து நடுங்கினான். குஸ்தாவைப் போல் தானும் எங்கேயாவது ஓடிவிடலாமா என நினைத்தான். எனினும் ஸ்பானரைத் தேடிக் கண்டுபிடித்தான். அங்குமிங்கும் பார்த்தான். குஸ்தா தளர்வாக்கிவிட்டுவிட்ட வண்டிச் சக்கரங்களின் திருகாணிகளை அவசரமாய் இறுக்கத் தொடங்கினான். பெரும்பாலான வண்டிகளை எப்படியோ சமாளித்தான், ஆனால் இரண்டு சக்கரங்களை மட்டும் அப்படியே விட்டுவிட்டுத் தப்பிச் செல்லும்படியாகிவிட்டது. விருந்து முடிந்ததும் வெளியே வந்த சிலர் வீடு திரும்புவதற்காக வண்டியின் குதிரைகளைத் தயார் செய்யத் தொடங்கினர். யார் கண்ணிலும்படாமல் யூஸி கூடத்தை அடைந்தான். யூஸியின் படுக்கையிலேயே கோனந்தெரி இன்னும் படுத்திருந்ததால் புகைபோக்கிக்குப் பின்னாலிருந்த வேலைக்காரியின் படுக்கைக்கு வலுக்கட்டாயமாக யூஸி போக வேண்டியதிருந்தது. அங்கேயே பதுங்கிக்கொண்டான். குண்டுவெடிப்பிற்குக் காத்திருக்கும் ஒருவனைப் போலத் தவிர்க்கவே முடியாத, கூக்குரலுக்காகத் தனது இதயம் மெல்ல அடித்துக்கொள்வதை அவன் உற்றுக் கேட்டான். ஆனால் நேரம் கடந்தது. அவன் காதில் விழுந்ததெல்லாம் கடிகாரத்தின் டிக் டிக் ஒலியும் கோனந்தெரியின் மூச்சுவிடும் சத்தமும்தான். யாரோ ஊர் பேர் தெரியாத ஸ்னெல்மேனுக்காகச் சிறிது நேரத்திற்கு முன்னர் அழுத அதே கோனந்தெரிதான்.

இறுதியில் எஜமானின் காலடிச் சத்தத்தை யூஸி கேட்டான். கதவு திறந்தது.

"அங்கே தாவெட்டி இருக்கிறானா..?" என்ற குரல் கேட்டது.

கூடத்திலிருந்து பதில் இல்லை. சொந்த வேலையாக வெளியே சென்றிருந்தான் தாவெட்டி. யூஸி எதுவும் பேசாதிருந்தான். அறைக்குள் வந்த எஜமானனுக்கு யூஸி கண்ணில் படவில்லை. அமைதியாகத் தனது கைமுஷ்டியை மடக்கிப் பற்களைக் கடித்தான். பின் அங்கிருந்து போய் விட்டான். படுக்கையிலேயே பதுங்கிக் கிடந்தான் யூஸி. வீட்டை விட்டு ஓடிப்போகும் எண்ணம் அப்போது அவனுக்குத் தோன்றவில்லை.

அரை மணிநேரம் கழித்துத் திரும்பிவந்தான் எஜமானன். யூஸியின் தலைமுடியைத் திடீரெனப் பற்றி இழுத்துக் கீழே தரையில் தள்ளினான்.

தற்காத்துக்கொள்ளும் பதற்றத்தில் எஜமானனின் தோளைப் பற்றிக்கொள்ள முயன்றான் யூஸி.

"என்னுடன் சண்டையிடப்போகிறாய்... அப்படித்தானே..?" என்றான் எஜமானன்.

எஜமானனுக்கு வந்த அதுபோன்ற மூர்க்கமான கோபம் அவனை ஏறத்தாழ அழவைத்துவிட்டது. இவ்விதம் துயரத்தில் முடிந்த அந்த மாலைப் பொழுது, வரவிருக்கும் சட்டமன்றத் தேர்தல்கள் குறித்து மாலை முழுவதும் அவனைச் சூழ்ந்துகொண்டிருந்த எஜமானனின் ரகசியக் கனவுகளுக்குத் தீய முன்னறிகுறியாக இந்தச் சம்பவம் இருந்தது. சர்ச் முகவர் பயணம் செய்துகொண்டிருந்த வண்டிச் சக்கரம் சாலையின் முதல் திருப்பத்திலேயே கழண்டு வெளியே வந்துவிட, அவர் கீழே விழுந்து மிக மோசமாகக் காயமடைந்தார். வண்டியில் ஏறி, இருக்கையில் அமரும்போதே சர்ச் காப்பாளரின் வண்டியின் சக்கரமும் வெளியே விழுந்துவிட்டது. இதனைக் கண்ட சுவீடிஷ் மொழி பேசும் விவசாயி தனது வண்டியை உடனடியாய்ச் சரிசெய்து வரவிருந்த ஆபத்திலிருந்து தப்பித்துக்கொண்டார். துயோரிலா மகிழ்ச்சிக் கொண்டாட்டம் அதன் வசீகரம் முழுவதையும் திடீரென இழந்திருந்தது. எல்லாம் யூஸியின் தவறு. கேடுகெட்ட மடையனான யூஸியின் தவறு. எத்தனையோ ஆண்டுகளாய் யூஸியைப் பண்ணையில் வைத்துக் காப்பாற்றினார் எஜமான். அவரது வெற்றி, அதிகாரக் கனவுகளின் பாதையில் ரகசியமான நிரந்தர முட்டுக்கட்டையாக யூஸியின் வெற்று முகம் இருந்தது. எஜமானனின் முந்தைய நாட்களின் தாழ்ந்த நிலையை அந்த முகம் நினைவூட்டிற்று.

எஜமானனுக்கும் யூஸிக்குமிடையே நடந்த போராட்டத்தில் தூக்கத்திலிருந்து விழித்தான் கோனந்தெரி. 'நல்லது. இப்போது அந்தப் பையனின் படுக்கையிலிருக்கிறேன்' என முணுமுணுத்தான் சுயநலமற்ற அன்புள்ளம் கொண்ட அந்தச் சோம்பேறி.

"அந்தப் படுக்கையிலேயே நீ விரும்பும்வரை படுத்திரு. இப்போது அது காலியாகத்தான் இருக்கிறது' எனக் கோனந்தெரியிடம் கூறிய எஜமானன், யூஸியிடம் திரும்பி,

"அதோ பார் சாலை. நீ வந்த பாதை. எங்கிருந்து வந்தாயோ அங்கேயே திரும்பிப் போ" என்று கூறிப் பலவந்தமாக அவனை அறையை விட்டும் வெளியே தள்ளினான்.

யூஸி தனது நீண்ட நடைப் பயணத்தின் கடைசி இடமான தொய்வோலா வந்தபோது பகல் வெளிச்சம் வந்திருந்தது. ஒரு மனிதனின் இடுப்பளவு தடிமன் கொண்ட ஊசியிலை மரங்களின் வேர்களுக்கு மலையின் தடங்கள் இசைவாய் வழிவிட்டன. அவற்றின் மேல் பாம்பு போல் வளைந்து தொங்கின ஊசியிலை மரங்களின் வேர்கள். சூரியன் தனது அதிகாலைக் கதிரொளியை அவற்றின் மேல் கோடுகளிட்டுக்கொண்டிருந்தான். எஜமானனிடமிருந்து வாங்கிய அடி அவன் மனதில் கசப்புணர்வை விட்டுச்சென்றிருந்தது. ஒரு

வருடத்திற்கு முன்னர் நடனத்திற்குப் பிறகான ஒரு சந்தர்ப்பத்தில் அடிபட்ட வலியின் ஆழம் இதில் இல்லை. துயோரிலா பிம்பத்தை மனதில் நிறுத்தி 'நான் யாரென உனக்குக் காட்டுகிறேன். கொஞ்சம் பொறு' என்று தனக்குத்தானே மீண்டும் மீண்டும் சொல்லிக்கொண்டான். இவ்விதம் தனது தைரியத்தைத் தக்கவைத்துக்கொண்டான். துயோரிலாவிற்குக் காட்டப்போவது என்ன என்பது பற்றிய தெளிவான சிந்தனை எதுவும் அவனிடமில்லை. சபித்துக் கொண்டிருந்த அந்தப் பதினேழு வயது இளைஞனின் உணர்வைப் பசியும் கலக்கமும் சமனப்படுத்தின; கண்ணீரை வரவழைத்தன. அந்த அதிகாலை வேளையில் மூடுபனி படர்ந்த உட்காடுகளின் நிலவெளி குழந்தைப் பருவத்திலிருந்தே அவனுக்குப் பழக்கமான அவனது பண்பின் சிறிய கூறுகளை வெளிப்படுத்துவது போலத் தோன்றியது.

ஒரு சிறுவனாக அவனை அறிந்தவர்கள் அப்போதும் அவனை அடையாளம் கண்டுகொள்வர். அவன் வாழ்வில் கடந்த சில ஆண்டுகளாக அவனை அறிந்தோரும் அவனைப் பார்த்ததும் எளிதாக அடையாளம் கண்டுகொள்ள முடியும். வாலிபத்தின் அந்தக் கட்டத்தில் அவன் இருந்தான். எதிர்காலத்தில் அவனுக்காக வெகுதொலைவில் காத்திருந்த விதியை நோக்கித் தீர்க்கமான முதல் அடியை எடுத்துவைத்தான்.

III
வாலிபப் பருவம்

தொய்வோலாவில் யூஸிக்குச் சரியான வரவேற்பில்லை. வீட்டிலுள்ளோர் இன்னும் படுக்கையில் இருப்பதற்கான அதிகாலை வேளை அது. வந்திருப்பது யூஸி தொய்வோலா எனத் தெரிந்ததும் கட்டாயம் ஏதோ தவறு நடந்திருக்க வேண்டும் எனச் செய்தி பரவிற்று. தவறேதும் நடக்கவில்லையென மீண்டும் மீண்டும் யூஸி உத்தரவாதம் தர வேண்டியதிருந்தது.

“அப்படியானால் உன்னை இங்கே வரச் செய்தது எது?”

“குறிப்பாக ஒன்றுமில்லை” தர்மசங்கடமான புன்முறுவலுடன் பதில் கூறினான் யூஸி. அவனால் கண்டுபிடித்துக் கூற முடிந்தது இது ஒன்றே. தொய்வோலா வீட்டிற்குச் சொந்தக்காரியான மீனா அவசரமாக ஸ்கர்ட்–டை இழுத்துப் போட்டுக்கொண்டாள். தனது நிதானத்தை இழந்துகொண்டிருந்தாள் அவள். துயோரிலா இருக்கும் திசையில் நேற்று இரவு எங்கோ வெளியே சென்றிருந்தான் குஸ்தா. மீனா படுக்கையைச் சந்தேகத்துடன் உற்றுப் பார்த்தாள். குஸ்தா அங்கேயே இன்னும் தூங்கிக்கொண்டிருந்தான்.

“மடப் பயல்களே நீங்கள் இப்போது என்ன செய்வதாய் உத்தேசம் ..?” என்றாள் மீனா. தொய்வோலா குடிசை துயோரிலாவிற்குச் சொந்தமான நிலத்தில் கட்டப்பட்டிருந்தது; ஜாக்கிரதையாக இருக்க வேண்டும்.

தோல் சுருக்கங்களுடன் பலவீனமான தோற்றத்துடனிருந்த அந்த வீட்டின் வயதான எஜமானன் தனது படுக்கையிலிருந்து பார்த்தான். இந்த விஷயத்தில் தான் செய்வதற்கு ஒன்றுமில்லையென முடிவுசெய்திருப்பவன் போல் தோன்றினான். யூஸியிடமிருந்து விஷயங்களை மேலும் அறிந்துகொள்ளும் ஆர்வத்துடன் இருந்தாள் மீனா; சிரித்தும் நெளிந்துகொண்டுமிருந்தான் யூஸி. ஆனால் திருப்திகரமான விளக்கமேதும் அவனால் தர முடியவில்லை. மீனாவின்

பிடிவாதம் அவனுக்குக் கவலை அளித்தது; அவள் ஏன் அவனை இயல்பாகவும் சகஜமாயும் உணரவைக்க முடியாது..? அதன் பின்னர் அனைத்தும் சரியாகிவிடுமல்லவா? “நீ எங்கிருந்து வந்திருந்தாலும் சரி. அங்கே படுத்திருக்கும் அந்த வயதான மனிதனுக்கருகே கால் நீட்டு” எனக் கடைசியில் மீனா கூறினாள். பின்னர்க் காலைக் கடன் முடிப்பதற்குக் கழிப்பறை சென்றாள்.

யூஸி தனது பூட்ஸையும் கோட்டையும் கழற்றிவைத்தான். மீனா கூறியபடி படுக்கையில் காலியாக இருந்த இடத்தில் வயதான அந்த மனிதனுக்கருகே படுத்தான் யூஸி. துரதிருஷ்டவசமான இந்தச் சிறிய வீட்டிற்கு முன்பொருமுறை யூஸி வந்திருந்தான். துயோரிலா எஜமானனிடமிருந்து – ஏதோ ஓர் உயர்வான உலகிலிருந்து – ஒரு செய்தியைச் சேர்ப்பிப்பதற்காக. உறக்கமற்ற இரவும் வழக்கத்திற்கு மாறான பல அனுபவங்களும் சேர்ந்து அவனது எண்ணங்கள் அனைத்தும் அவனுக்குச் சொந்தமானவை அல்ல என்பதான பாவனையை யூஸிக்குத் தந்தன; இப்போது வலுக்கட்டாயமாகத் திடீரென ஓர் உறவாக இந்த வீட்டிற்கு வந்து சேர்ந்தது அவனுக்கு வெறுப்பைத் தந்தது. நடந்தவற்றுக்காக அவன் வருத்தமடைந்தான்.

உறக்கம் அவனது பிரக்ஞையில் பரவத் தொடங்கியபோது, அவனது பழைய நிக்கிலா வீடு தெரிந்தது.

அது தத்ரூபமாக இன்னும் மாறாமல் இருந்தது. களைத்துப்போன அவனது மூளை தற்காப்பில் உருவாக்கிய ஒரு பொய்த் தோற்றம் அது. காரணம் மூளைக்கு ஓய்வு தேவை, குருட்டுத்தனமாகப் போராடிக்கொண்டிருக்கும் அவனது ஆன்மாவை அண்மைக்காலத் தொடர்புகளிலிருந்து கணப் பொழுதேனும் விடுவிக்க வேண்டும்.

இதற்கும் முன்னால் மரணத்தின் மாபெரும் பனிக்காலத்தின் ஒரு காலைவேளை. நிக்கிலா பண்ணை வீட்டின் முன் நின்ற பனிச்சறுக்கு வண்டியில் சாமான்கள் ஏற்றப்பட்டதிலிருந்து நெடிய பல ஆண்டுகளாகத் தொடர்ந்து விலங்கிடப்பட்டிருக்கும் நிலையிலிருந்தும் அவன் ஆன்மாவை விடுவிக்க வேண்டும். இதற்காக மூளை உருவாக்கிய பொய்த்தோற்றம் அது.

யூஸி உறங்கினான். ஏழாண்டுகளாக அறியாத ஆழ்ந்த உறக்கம். இப்போது அவன் கனவுகள் ‘காணவில்லை’. கனவுத் தளத்திற்கு அடியில் துயரவெள்ளம் நிகழ்காலத்திலிருந்து கடந்த காலத்தை நோக்கிப் பாய்ந்தது. அது ஆழமான அவனது தன்னுணர்வு எதிர்காலத்தை நோக்கிப் போகும் முயற்சியில் பின்நோக்கி இறந்த காலத்தை நோக்கிப் போவதுபோல இருந்தது.

இக்கதைமாந்தனின் சொந்த வரலாறு ஒரு பெரிய நெருக்கடியை அடைந்திருந்தது; புதிய ஒரு தொடக்கப் புள்ளியிலிருந்து தனது வாழ்வை அவன் மீண்டும் தொடங்க வேண்டும்.

பயனற்ற நெடிய வருடங்கள் அவன் முன் இருந்தன. அந்நியமானதோர் காலகட்டத்திற்கு அவை அவனை அழைத்துச் செல்ல இருந்தன; யூஸியின் வாழ்வு ஒரு இடத்தை வந்தடைந்திருக்கிறது. இங்கேயே அது முடிந்து போயிருக்கலாம்.

மாலைவரை தொடர்ந்து உறங்கினான் யூஸி. லேசாகக் கண் விழித்து உணர்வு நிலைக்கு மெல்லத் திரும்பியபோது தன் ஆடை குலைந்திருந்ததை முதலில் உணர்ந்தான். இயற்கைக்கு மாறான வினோதமான சூழல் தன்னைச் சுற்றிலும் இருந்ததைப் பின்னர் கவனித்தான்; அது காலைப் பொழுதல்ல. வயதான அந்த வீட்டு எஜமானன் கணப்பிற்கருகே அருகேயிருந்த பெஞ்சில் அமர்ந்திருந்தான். பரபரப்புடன் இருந்த மீனா நீண்ட வரலாறு குறித்து ஏதோ பேசிக்கொண்டிருந்தாள். எங்கிருந்தோ அப்போது வீடு திரும்பியிருந்த பிள்ளைகளான குஸ்தாவும் அவன் அண்ணன் ஈசக்கியும் சாப்பிட்டுக்கொண்டிருந்தனர். இந்த வீட்டு மனிதர்கள், அவர்கள் வாழ்வுடனுமான தனது விசித்திர உறவு அவன் மனதில் வந்தது; யூஸி தூக்கத்திலிருந்து விழித்ததை யாரும் அறியவில்லை, இன்னும் தூக்கத்திலிருப்பது போலவே சத்தமில்லாமல் படுக்கையிலேயே கிடந்தான் யூஸி.

மீனா ரகசியம் பேசுவது போன்ற சன்னமான குரலில்,

"...நான் துயோரிலா பண்ணை எஜமானனிடம் கூறினேன். யூஸி எங்கள் வீட்டிலிருக்கிறான்... – வேறொருவரின் பண்ணை ஆள் யாரையும் நான் வைத்துக்கொள்வதில்லை என்பதைத் தெரிவிக்கவே உன்னிடம் வந்திருக்கிறேன்" என்றேன்.

திரிந்த பால் இருக்கும் வாளியை தலையில் சுமந்துகொண்டிருந்த ஈசக்கி "ஆ... அதற்கு எஜமானன் என்ன சொன்னார்..?" என்றான்.

"அவனைப் போன்ற ராஸ்கல் எங்கு போனான் என்பது பற்றி எனக்குக் கவலையில்லை" என்றார். நான் அதற்கு "ரத்தமும் சதையுமான உனது சொந்தத்தை இதுபோல் நடுத்தெருவுக்குத் துரத்தக் கூடாது. உடுத்தியிருக்கும் கந்தலாடை மட்டுமே இப்போது அவனிடம் இருப்பது... உங்களிடம் அவனது துணிமணிகள் வேறு ஏதாயினும் இருக்குமா..? அவனுக்கு ஏதாவது ஒரு வேலை கிடைக்குமேயானால்... ஒன்றுமேயில்லாமல் உணவும் தங்குமிடமும் அவனுக்குத் தரவேண்டுமென என்னிடமிருந்து எதிர்பார்க்க முடியாது. எப்படியிருந்தாலும் எங்கள் வீட்டிலிருந்து வேறெங்கும் அவன் போகப்போவதில்லை ... எனவே அவனது பொருட்கள் ஏதாயினும் இருக்குமேயானால் நான் எடுத்துச் செல்ல முடியும்."

துயோரிலாவிற்கு மீனா போய் வந்திருந்தது தெரிந்ததும் அந்தச் செய்தியில் யூஸி கவனம் கொண்டான். புதிர் முடிவிற்கு வந்ததாகத் தோன்றியது. மீனா அவனது ஆடைகளையும் எடுத்துவந்திருந்தாள். வண்டிச் சக்கரங்களின் திருகாணிகளைத் தளர்த்தியது பற்றி அவள் ஒன்றும் கூறவில்லை. குஸ்தா பேசாமல் சாப்பிட்டுக்கொண்டிருந்தான்.

ஈசக்கி கேட்டான் "அவர் பணம் ஒன்றும் தரவில்லையா?"

யூஸி கண்களை மூடிக்கொண்டான். குரலின் தொனியை மாற்றி இதற்குப் பதில் கூறும் முன்னர் மீனாவின் பார்வை படுக்கையில் இருந்ததை யூஸி உணர்ந்தான். 'பையனுக்கு ஒன்றிரண்டு பென்னியைக் கொடுப்பதே சரியாக இருக்குமென எஜமானனிடம் நான் கூறினேன். சம்பளம் பற்றி யூஸியே வந்து பேசட்டுமெனக் கூறி மேலும் பேசவிடாமல் என்னைத்

தடுத்தான். அவன் இங்கு வரமாட்டான் என நான் கூறினேன். எஜமானி உள்ளே போய் 20 மார்க்குகள் எடுத்துவந்து என்னிடம் தந்தாள். ஆனால் இதனை அவனுக்குக் கொடுப்பது வீண்' மீனா படுக்கையை நோக்கிக் குறிப்புக் காட்டினாள். சற்று அமைதியானாள். பின் வழக்கமான அவளது தொனியில் பேசலானாள்.

"வண்டிச் சக்கரங்களின் டஜன் திருகாணிகளைத் தளர்த்தியது பற்றி நீ என்ன சொல்கிறாய் . . ? இப்படிக்கூட ஒரு நினைப்பு வருமா? அதுவும் உறக்கத்திலிருக்கும் மனிதனின் பிரார்த்தனையைப் போலிருக்கும் இந்த மட்டிப்பயலுக்கு? இப்படி ஒரு நினைப்பு இவனுக்கு வந்திருக்குமென்றா நினைக்கிறாய்? நேற்று இரவு நீ அங்கு போகவில்லை தானே..? எப்போதாவது அதுபோன்ற தந்திரங்களை நீ செய்வாயேயானால் நான் உன்னை . . ." என்றாள்.

"எந்தத் திருகாணியையும் நான் தளர்த்தவில்லை" கடுகடுப்பான தொனியில் பதில் கூறினான் குஸ்தா.

கைகாலை நீட்டி முறித்து, வாய் திறந்து சுவாசத்தை உள் இழுத்தவாறு தூக்கத்திலிருந்து அப்போதுதான் விழிப்பதுபோல் யூஸி பாசாங்கு செய்தான். மீனா படுக்கை இருந்த திசையில் பார்வையைச் செலுத்தினாள். அவள் கடைசியாகப் பேசியதற்கு முற்றிலும் வேறாக அவள் முகக் குறிப்பு இருந்தது.

"ஆ திருகாணிகளைக் கழற்றும் சாம்பியனின் நாள் தொடங்க இருக்கிறது" என்றாள்.

மீனா துயோரிலா சென்றுவந்ததை அறிந்த பிறகு அவர்களிடையே அந்நியனாக மேலும் தன்னை உணர்ந்தான் யூஸி. எல்லாவற்றுக்கும் மேலாக ஏழாண்டுகாலத் துயோரிலா வாழ்க்கை அதன் அடையாளத்தை அவன் மேல் விட்டுச்சென்றிருந்தது. இவர்கள் ஏழைகள். ஏமாற்றும் குணம் கொஞ்சம் இவர்களிடம் உண்டு. இப்போதெல்லாம் குஸ்தா விலகிச் செல்வதாகத் தோன்றிற்று. யூஸி தன் வீட்டிற்கு வராமல் வேறெங்காவது போயிருந்தால் நல்லது எனக் குஸ்தா நினைப்பது தெரிந்தது. தான் எங்கு போவது என்பது மட்டும் யூஸிக்குத் தெரிந்திருந்தால் – துயோரிலாவிலிருந்து கிடைத்த இருபது மார்க்குகள் மீனாவிடம் இருந்தன.

யூஸிக்கு காஃபி தரப்பட்டது. இரவு உணவைத் தனியே சாப்பிட்டான் யூஸி. அன்று முழுவதும் அவன் ஒன்றுமே சாப்பிடவில்லை. எனினும் விழுங்கிய ஒவ்வொரு கவளமும் அவன் தொண்டையில் சிக்கிற்று. சன்னலுக்குக் கீழே ஒரு பெஞ்சின் மேல் அவனுக்காகப் படுக்கை போடப்பட்டிருந்தது. அது கெட்டியாகவும் ஒடுக்கமாகவும் இருந்தது; திரும்பவும் உடை மாற்றுவது என்ற பேச்சுக்கே இடமில்லை. நாள் முழுக்க உறங்கிய பின்னரும் களைப்பால் திரும்பவும் படுத்து உடனே தூங்கியும்விட்டான். ஆனால் இரவில் படுக்கையிலிருந்து கீழே விழுந்த அவன் கண் விழித்தவாறே நீண்டநேரம் தரையில் கிடந்தான். இலையுதிர் காலத்தின் இருள் சூழ்ந்த கனத்த வானத்தை வெறித்துப் பார்த்துக் கொண்டும் மூச்சுவிடும் ஒலியை உற்றுக் கேட்டுக்கொண்டுமிருந்தான். முற்றிலும் அந்நியத்தன்மை கொண்டதான அதே குறிப்பு இவற்றிலும்

இருந்தது. படுக்கையிலிருந்து கீழே விழுந்துகிடந்த அந்த இரவில் தனக்கு நேர்ந்திருப்பது என்னவென முதல்முறையாகத் தெளிவாகவும் சரியாகவும் புரிந்துகொண்டான்.

காட்டின் மிகப் பெரிய நிலப்பரப்பின் மத்தியில் தொய்வோலாவின் சிறிய வீடு தனித்திருந்தது. துயோரிலா அதனை மிகக் குறைந்த விலையில் மீனாவிற்கு விற்றிருந்தான். கிறிஸ்துமஸிற்கு முன்னரே மரம் வெட்டும் வேலை அங்கே தொடங்க இருந்தது. தொய்வோலாவில் இது ஆவலுடன் எதிர்பார்க்கப்பட்டது. அதனால் வேலைவாய்ப்பு கிடைக்கும் என்பது ஒரு காரணம். மரம் அறுப்பவர்கள் வேலை செய்வதற்காக ஒன்றுசேர்கையில் வாழ்க்கை உயிர்த் துடிப்பு கொண்டுவிடுமென்பது மற்றொரு காரணம். வயதாகிவிட்டதே என ரகசியமாகத் தன்னையே நொந்துகொண்டாள் மீனா – அவள் மட்டும் இன்னும் சில ஆண்டுகள் இளமையாக இருந்திருப்பாளேயானால்... ஆனால் இப்போதும் இந்த விஷயத்தில் ஏதேனும் கொஞ்சம் செய்யலாம்தான்.

யூஸி வீட்டிலேயே தங்க அனுமதிக்கப்பட்டான். வீட்டிற்கு வெளியே முற்றத்தின் ஒரு புறத்தில் ஒரு புதிய வீட்டிற்கான கட்டுமான வேலை நடந்து கொண்டிருந்தது; கூரை, சுவர்கள், கணப்பு ஆகியவை ஏற்கனவே கட்டி முடிக்கப்பட்டிருந்தன; மீதியிருந்தவை சன்னல்களும் தளமும் மட்டுமே. இலையுதிர் காலம் வரத் தட்பவெப்ப நிலை மாறத் தொடங்கியது. ஈசக்கி சிறிது சிறிதாக வீட்டை ஒழுங்குபடுத்தத் தொடங்கினான். அவனுக்கு உதவியாக யூஸி ஈடுபடுத்தப்பட்டான். இதுபோன்ற சில்லறை வேலைகள் அவன் வீட்டில் தங்குவதற்கான செலவைச் சரிகட்ட முடியாதென யூஸியிடம் தெளிவுபடுத்தினாள் மீனா. அவன் விரைவில் சம்பாதிக்கத் தொடங்கி விடுவான் என்ற நம்பிக்கை தனக்கிருப்பதால் அவனால் வரும் எல்லாப் பிரச்சினைகளுக்கும் தற்போதைக்குப் பொறுப்பேற்றுக்கொள்வதாக அவள் மேலும் கூறினாள். யூஸி வேலைசெய்து ஊதியம் பெறத் தொடங்கிவிட்டால் இந்த வாரங்களுக்கான செலவையும் அவனால் சரிசெய்ய முடியும் என்றாள். அவளது தொணதொணப்பை உற்றுக் கேட்டுக்கொண்டிருந்தான் யூஸி. உயிர் வாழ்வதே சோர்வு தருவதாக இருந்தது. இரவு நேரங்களில் மனம் பிணியுறத் தூக்கமற்றுக் கிடந்தான்.

சர்ச் நேரம் முடிந்த ஒரு ஞாயிற்றுக்கிழமை தொய்வோலா வாழ்க்கை உருமாறிற்று. மளிகைச் சாமான்கள், ரம்பம், கோடாரி போன்றவற்றுடன் ஏறக்குறைய 50 பேர் ஒன்றிரண்டு மணிநேரத்திற்குள் வீட்டிற்கு வந்தனர். சுமார் ஒரு டஜன் குதிரைகளும் பெரும் பொதியுடன் பனிச்சறுக்கு வண்டிகளும் தற்காலிகமாக வீட்டிற்கு வெளியே முற்றத்தில் நிறுத்தி வைக்கப்பட்டிருந்தன. அதனால் முற்றம் பெரும் பரபரப்புடனும் சந்தடி யுடனும் காணப்பட்டது. வண்டிகள் நிறுத்தியிருந்த வழியில் பலவிதமான பொருட்கள் வீசி எறியப்பட்டிருந்தன; அந்நியமான வட்டாரப் பேச்சு மொழிச் சத்தங்கள் தொடர்ந்து கேட்டன. மலர்ந்த தோற்றம்கொண்ட குள்ளமான மேஸ்திரி வாசலிலிருந்தே உரத்த குரலில் சத்தமிட்டவாறு

உள்ளே வந்தான். அவன் போட்ட சத்தத்தில் நித்திய மவுனத்திலிருக்கும் தொய்வோலா கிழவனும் திடுக்குற்றான். புரிந்துகொள்ள முடியாத ஒன்றிரண்டு சொற்களை முணுமுணுக்கவும் செய்தான்.

"அம்மா காஃபி சூடாக இருக்கிறதா? உன் வீட்டிற்குப் பார்வையாளர்கள் வந்திருக்கின்றனர்" என மேஸ்திரி உரத்த குரலில் கூறினான்.

"யாரையும் சிறப்பாக அழைத்ததாக நினைவில்லையே" என்றாள் மீனா. அவள் குரலின் தொனி இருபது வயது குறைந்தது போல் இளமையுடன் இருந்தது.

"வருகை தருவோரில் சிறந்தவர் வரவேற்பிற்கு ஒருபோதும் காத்திருப்பதில்லை" என்றான் மேஸ்திரி.

அன்று மாலை வேளைக்குள் தொய்வோலா வீடு அதன் தனித்தன்மையை – அப்படி ஏதேனும் இருந்திருந்ததெனில் – அதனை இழந்திருந்தது. அங்கு வந்திருந்த ஆட்களிடம் ஆரம்பத்திலிருந்தே அவளுக்கு விசித்திரமான கோபமிருந்தது. அவ்விதமிருப்பதே சரியானது எனவும் நினைத்தாள். அது எந்த விதத்திலும் அவர்களைப் பாதிக்கவில்லை. அந்தக் குடும்பத்தின் பழக்கவழக்கங்களைப் பரிச்சயம் செய்துகொள்ள அந்த அந்நியர்கள் எந்த முயற்சியையும் மேற்கொள்ளவில்லை. வீட்டிலிருந்த நித்திய மவுனியான ஒன்றுக்கும் உதவாத கிழவனை அந்த ஆட்களில் ஒருவன் பா என அன்புடன் உரக்க அழைத்தான். அது கேட்க விநோதமாக இருந்தது. சாதாரணமாக யாரும் அவரை அந்தச் சொல்லால் அழைப்பதில்லை. பின்னர் அன்று மாலையில் பகட்டிக்கொள்ளும் விதமாக மீனா தனது உடைமைகளைக் கணக்கெடுக்கத் தொடங்கினாள். கூட்டத்தில் ஒருவரும் அவளது உடைமைகள் மேல் கைவைக்கமாட்டார்கள் எனவும் அவ்விதம் கை நீண்டால் அது யாருடையதாக இருந்தாலும் வெட்டி நறுக்கப்படும் எனவும் அவளுக்கு நேரடியாகத் தெரிவிக்கப்பட்டது.

முதல் நாள் இரவு மிகச் சிரமமாக இருந்தது; கூடமும் குளிப்பகமும் முழுவதும் நிரம்பியிருந்தன. வைக்கோலில் படுத்திருந்த மேஸ்திரி "நெரிசல் அதிகம்" என்றான்.

"மீதமிருக்கும் கொஞ்சநஞ்ச கடைசி வேலையும் முடிந்துவிட்டால் வெளி முற்றத்தில் நல்ல வீடு தயாராகிவிடும்" எனவும் கூறினான்.

தொய்வோலா குடும்பத்திற்கு அன்று காலை ஓர் ஆச்சரியம் காத்திருந்தது. காட்டுவேலைக்காக வந்த அத்தனை பேரும் வெளியே முற்றத்தில் மீதமிருந்த வீட்டுவேலையில் ஈடுபடுத்தப்பட்டனர். சர்ச்சின் பழைய சன்னல் கண்ணாடி விற்பனைக்கு இருப்பதாக யாரோ ஒருவர் சொல்லக் கேட்டதும் மேஸ்திரி – அவன் பெயர் கீனொனன், அதனை வாங்க உடனே கிளம்பிச் சென்றான். மாலை நேரத்திற்கு முன்பாகவே தொய்வோலாவில் புதிய வீடு முதன்முறையாகக் குளிருக்காக வெது வெதுப்பாக்கப்பட்டது. பெரும்பாலோர் அன்று அந்தப் புதிய வீட்டில் தூங்கினர்.

‘பா ரோசென்லெவில் எத்தகைய ஊசியிலை மரங்களைப் பா துயோரிலா வளர்க்கிறான்’ என்பதைக் காணலாம் என்ற பொதுவான பேச்சு மறுநாள் காலை வந்தது.

மேஸ்திரி காதில் விழும்படியாக “வேலை வேண்டுமென நீயாகக் கேட்கப்போவதில்லையா, அல்லது வேலை மண்டியிட்டு உன்னிடம் வருவதற்குக் காத்திருக்கிறாயா – வாரக் கணக்காக இங்கேயே நேரம் கடத்திக்கொண்டிருக்கிறாய்” என எரிச்சலுடன் யூஸியிடம் கத்தினாள் மீனா.

தனது நீண்ட கையுறைகளைச் சேர்த்துத் தட்டியவாறு “உங்கள் கோடாரியை எடுத்துக்கொண்டு எல்லோரும் கிளம்புங்கள்” என்றான் மேஸ்திரி. வெளிமுற்றத்திற்குப் போகும் வழியில்,

“இளைஞனே உனது பெயர் என்ன..?” என்றான்.

அவன் எந்த இளைஞனைக் கேட்கிறான் என்பதில் நிச்சயமில்லாதிருந்த யூஸி, அதனை உறுதி செய்வதற்காக “யாருடைய பெயர்?” எனக் கேட்டான்.

அவனது கையைப் பற்றிய மேஸ்திரி “யாருடையதும் அல்ல, உனது பெயர்” என்றான். இவ்வளவு சம்பிரதாயங்கள் யூஸியைக் குழப்பின; தனது பெயரை உரக்கக் கூறும்படியானது.

“யூஸி சரி. உனது குடும்பப் பெயர் என்ன..?” என்றான் மேஸ்திரி.

புதுப் பிரச்சினை. குடும்பப் பெயரைப் பயன்படுத்தும் சூழ்நிலை ஒருபோதும் அவனுக்கு வந்ததில்லை. அது கிறிஸ்துவ இரண்டாம் பெயர் என்பதும் உறுதியாக அவனுக்குத் தெரியாது.

“உனது ஊரின் பெயர் என்ன..?” என்றான் மேஸ்திரி.

யூஸி அவனை நோட்டமிட்டவாறு, “தொய்வோலா” என்றான்.

முதலில் யூஸி. பின்னர் யூஸி துயோரிலா. இப்போது யோகன் தொய்வோலா. இந்தப் பெயரில்தான் யூஸியின் ஊதியம் ஈட்டும் வேலையின் கிளர்ச்சிமிகுந்த முதல் நாள் தொடங்கிற்று. புது வேலையின் உடனடிச் சிரமங்கள் வந்தன. அவனிடம் கையுறைகள் இல்லை; ஊதியத்திலிருந்து முன்பணமாக – அவற்றை மேஸ்திரியின் வைப்பறைப் பொறுப்பாளரிடமிருந்து பெற்றுக்கொள்ள வேண்டியதிருந்தது. வெட்டும் கோடாரியோ கத்தரிக்கும் கோடாரியோ அவனிடம் இல்லை. வேலை முதல் நாள் முடிவே இல்லாமல் நீண்டு சென்றுகொண்டிருப்பதாகத் தோன்றிற்று; தொய்வோலா வீடு தவிரப் போக வேறு நல்ல இடமில்லை என்ற எண்ணம் அவன் மனதில் தொடர்ந்து வந்துகொண்டிருந்தது.

கிறிஸ்துமஸை நோக்கிக் குளிர்காலம் மெல்ல வந்துகொண்டிருந்தது. காட்டுவேலை தனது வழக்கமான தடங்களில் நிலைகொள்ளத் தொடங்கிற்று. பெரும்பாலான ஆட்கள் வெளிமுற்றத்தின் புதிய வீட்டிலேயே இன்னும் வாழ்ந்தனர். அதன் சன்னல்களில் சர்ச் கண்ணாடி பொருத்தப்பட்டிருந்த தால் அந்தக் குடிசைக்கு ‘கோயில்’ எனப் பெயர் வைத்தனர். மாலை நேரங்களில் சீட்டு விளையாட்டு நடந்ததால் அங்கே பயங்கரமாகக்

கூச்சல் குழப்பமிருந்தது. சில்லறை வியாபாரிகள் கோயிலுக்கு வந்தனர். இளம் பெண்கள் அங்கே வருவதான வம்புப் பேச்சு ஏற்கனவே இருந்தது. பழைய வீட்டிலேயே யூஸி தூங்கினான். பெயரற்ற நிராதரவான ஓர் உணர்வு இன்னும் அவனைத் துன்புறுத்திக்கொண்டிருந்தது. காடுகளில் வேலைசெய்யும் ஆட்களை நச்சரிப்பதை அவர்கள் வந்தபோதிருந்தே தனது வழக்கமாக்கிக்கொண்டுவிட்டாள் மீனா. அந்த விதமாகவே இன்னும் தொடர்ந்தாள். ஒவ்வொருவரிடமும் எரிந்து விழுந்தாள். ஆனால் யூஸியை வெறுத்தாள். மரம் வெட்டுவதில் ஈசக்கியின் தோழன் யூஸி. ஈசக்கி அவர்களின் கூட்டுச் சம்பாத்தியத்திற்குப் பொறுப்பேற்றுக்கொண்டான். முதல் இரண்டு சம்பள தினத்தில் தனது ஊதியம் எவ்வளவு என்பதை யூஸி பார்க்கவும் இல்லை. தொய்வோலாவில் உணவு வழங்கப்பட்டது. அதற்கு அவன் எவ்வளவு பணம் தரவேண்டும் என்பது பற்றி எதுவும் சொல்லப்படவில்லை. ஈசக்கி போலவே தனது ஊதியமும் இருக்கும் என யூஸியால் யூகிக்க முடிந்தது. ஆனால் ஈசக்கியிடம் ஏராளமாகப் பணம் இருந்தது. காரோட்டியான குஸ்தாவிடமும் இருந்தது. இது தனக்கு ஆச்சரியமளிப்பதாக ஒரு தடவை குஸ்தாவிடம் கூறினான் யூஸி. “சீட்டு விளையாட்டில் ஈசக்கி ஜெயித்தான்” என ஒரு வல்லுனனின் பாவனையில் பதில் கூறினான் குஸ்தா. யூஸியுடனான விவகாரங்களில் நட்புணர்வற்ற மேட்டிமைப் போக்கையே குஸ்தா தொடக்கத்திலிருந்து கடைப்பிடித்தான். துயோரியாவில் கொண்டாட்ட இரவின்போது நடந்த அனைத்தையும் அவன் மறந்துவிட்டவன் போல் தோன்றினான். சாகச உணர்வில் ஒரு சக தோழனாய் அவனை யூஸி அணுக முயலும்போதெல்லாம் கடுகடுப்புடனேயே நடந்துகொண்டான். இப்போதும் பணப்பற்றாக்குறை பற்றி அவனிடம் தன் குறையைச் சொல்லியபோது அவன்,

“உனக்கு எதற்குப் பணம்..? இவ்வளவு நாட்களாக நீ எங்கள் வீட்டில் தான் இருக்கிறாய். அதற்கு அம்மா உன்னிடம் பணம் வசூல் செய்ய வேண்டுமல்லவா..?” என்றான்.

“ஆம் நீங்கள் என் மாமாவிடமிருந்து 20 மார்க்குகள் பெற்றுக் கொண்டிருக்கிறீர்களே” என்றான் யூஸி. தனக்குத் தீங்கிழைக்கப்பட்டதாக அவன் உணர்ந்ததால் இவ்விதம் துணிந்து பேசினான்.

ஆனால் குஸ்தா “ஏய் நீ எது பற்றி என்ன சொல்கிறாய்..?” எனச் சீறினான். அவன் குரலில் விஷமேறியிருந்தது.

காட்டுவேலை செய்யும் மொத்த ஆட்கள், மேஸ்திரி, காடு எல்லாமும் குஸ்தா பின்னால் அணிதிரண்டு நிற்பதாகத் தோன்றிற்று. அவர்கள் அனைவருக்கும் எதிராய்த் தனியே இருந்தான் யூஸி. தாக்கப்படும் ஆபத்து தனக்கிருப்பதாயும் உணர்ந்தான்.

மேஸ்திரி சற்று வேடிக்கையானவன். தீவிரமாகவோ நேரடியாகவோ அவன் பேசுவது மிகவும் குறைவு. ஆனால் கேலியாகவும் வேடிக்கையாகவும் நடந்துகொள்வது ஒரு முகமூடி. இதன் பின்னால் தனது பண்பின் பிற கூறுகளை ஒளித்துக்கொள்கிறான். இக்கூறுகளை வரையறுப்பது மிகவும் கடினம். ஆனால் அவனுக்குக் கீழ் வேலைசெய்வோரிடம் இந்தக் கூறுகள் இல்லை என்பதை உறுதியாகக் கூறமுடியும். அவை யாவை எனக் கூறுவது

கடினம். ஆனால் ஒருவருக்குத் தெரிவதெல்லாம் அவன் முதலாளி. மற்றவர்கள் வேலைசெய்யும் கும்பல் என்பதே. அவர்கள் போதிய அளவு அவனுக்குப் பழக்கமானவர்கள்தாம். ஆனால் தங்களில் யார் அவனுக்கு மிகவும் நெருக்கமானவர் என அறிய முற்பட்டால் அவர்கள் திணறிப் போய்விடுவர். முதலாளியை உண்மையில் நெருக்கமாக அறிந்தவர் ஒருவருமில்லை.

அவனை மிக நன்கு அறிந்த ஒருவர் என்பதில் பெருமைகொள்பவள் மீனா தொய்வோலா; அவளைப் போல் அவனிடம் தைரியமாய்ப் பதில் பேசுபவர் ஒருவருமில்லை. மீனாவின் உண்மை இயல்பைக் கீனொனன் நுணுக்கமாகக் கண்டுபிடித்துவிடுவான். கீனொனன்னின் உண்மை இயல்பைத் தன்னால் துப்புத்துலக்க முடியும் என மீனா நம்புகிறாள். கீனொனன்னைவிடவும் தான் இம்மியளவு கூர்மையானவள் என்பதாக அவள் கற்பனை செய்துகொள்கிறாள். இது அவளின் தனிப்பட்ட ஆட்டம். இதன் காரணமாகக் கீனொனன் தான் சந்தோஷமாக இருக்கையில் அவளின் அதிகாரத்தைக் கொஞ்சம் மட்டுப்படுத்துகிறான்.

சம்பள நாள் அப்போதுதான் கடந்திருந்தது. யூஸியிடம் பணமில்லை என்பதை ஒரு சந்தர்ப்பத்தில் கீனொனன் தெரிந்துகொண்டான். அதற்குள் பணத்தை அவன் செலவு செய்திருக்கவும் வாய்ப்பில்லை.

“ஒருவன் தன்னிடம் பணம்வைத்திருக்க வேண்டும் என இந்தக் காடுகளில் ஒரு விதி இருப்பதென்பது உனக்குத் தெரியாதா . . ?” என விளையாட்டான தீவிரத்துடன் யூஸியை விசாரித்தான் கீனொனன். சம்பள நாள் மீண்டும் வந்தது. பணத்தை ஒவ்வொருவருக்கும் தனித்தனியே கொடுத்தான். ஜோடியாக வேலைசெய்பவர்களுக்கு மொத்தமாகச் சேர்த்துக் கொடுப்பதற்குப் பதிலாக இவ்விதம் கொடுத்தால் தங்களுக்குள் பிரித்துக் கொள்ள வேண்டிய தொந்தரவு இராது என விளக்கமும் கூறினான். தனது ஊதியப் பணத்தை முதன்முதலாய்ப் பார்த்தான் யூஸி. ஏழு மார்க்குகளுக்கும் அதிகமாக இருந்தது.

அன்று மாலை யூஸி வீடு திரும்பியபோது அங்கே புயல் வீசிற்று. அவனுக்கு முன்பே ஈசக்கி அவசரமாக வீடு வந்திருந்தான். ஈசக்கியும் குஸ்தாவும் மேசைக்குப் பின்னால் அமர்ந்திருந்தனர். அவர்களுக்கருகே வழக்கமான தனது இடத்தில் யூஸி அமர்ந்தான்; சம்பிரதாய வரவேற் பெல்லாம் எப்போதோ கைவிடப்பட்டிருந்தது. மேசைக் கரண்டி அவனுக்கு வைக்கப்படவில்லை. அதனைத் தருமாறு யூஸி கேட்டான்.

மீனா தன்னைக் கட்டுப்படுத்திக்கொண்டு “அவரவருக்குச் சொந்தமான பணத்தில் அவரவர் சொந்தக் கரண்டி வைத்துக்கொள்ள வேண்டும்” என்றாள்.

ஒரு கரண்டியை எடுத்துவர யூஸி அலமாரிக்குச் சென்றான். ஆவேசத்தில் வெடித்தாள் மீனா. அகப்பையால் அவனது கையில் அடித்தாள்.

“சாத்தானின் தொந்தரவு மூட்டை திடீரென வந்துவிட்டதே... தனது உடைமை பத்திரமாய் இருக்கிறதா என்பதில் ஒரு பெண் ஒவ்வொரு கணமும்

எச்சரிக்கையாக இருக்க வேண்டும். உனக்கு ஒன்று சொல்லலாமென ...” என வீறிட்டாள்.

. . . அது தொடக்கம்தான். வெள்ளப் பெருக்காகப் புரண்டோடிற்று மீனாவின் பேச்சு. அதன் சாராம்சம் இதுதான்: யூஸியை வேலைக்கு வைத்திருந்த எஜமானன் ஒன்றுக்கும் உதவாத அயோக்கியன் என அவனை உதைத்து வெளியேற்றிய பின்னர், பல வாரங்களாக யூஸி இந்த வீட்டில் சாப்பிட்டுக்கொண்டிருக்கிறான். அதற்காக ஒரு பென்னிகூட இதுவரை தரவில்லை ... முதலானவை. இவ்விதம் பேசிக்கொண்டிருக்கையில் கீனொானன் வீட்டிற்குள் வந்தான். தனது மனதிற்குகந்த சாவோவை (கிழக்கு ஃபின்லாந்தில் பேசப்படும் ஃபின்லாந்த் மொழியின் ஒரு வடிவம்) பேச்சு வழக்கில் பேசினான். அது அவளை முழுவதும் சங்கடத்தில் ஆழ்த்தியது.

“இந்த அளவு கோபப்பட அம்மாவின் சின்னப் பிள்ளை அவளை என்ன செய்துவிட்டான் .. ?” எனத் தந்திரமாய் அவளைக் கேட்டான் கீனொானன். அவன் அவளைக் கையாண்ட வழிமுறைகளால் சீறிப்பாய்ந்து வந்துகொண்டிருந்த மீனாவின் சொற்கள் பெருமூச்சுகளாய்க் குறைந்தன. தொய்வோலாவில் எவ்வளவு நாட்களாய் யூஸி இருந்துவருகிறான் என்பதையும் ஒரு நாளைக்கு அவன் தர வேண்டியது எவ்வளவு என்பது பற்றியும் கேட்டான்.

“எது எனக்குச் சரியாகப்படுகிறதோ அதனைக் கட்டணமாக வசூலிக்கிறேன். அந்த விஷயம் என்னைச் சார்ந்தது. இந்த வீட்டில் ஒருவரும் நீதிபதியாக இருக்க வேண்டாம்” என்றாள். அங்கிருந்தவர்கள் ஒருவரையொருவர் விஷமமாகப் புன்னகை செய்துகொண்டனர். இந்த விஷயத்தில் கீனொானன் மிக மோசமாக அவதிப்படுவான் என அவர்கள் நினைத்தனர்.

“வீடு பற்றி இப்போது ஞாபகப்படுத்தாதே” என மீனாவிடம் மென்மையாகச் சொன்னான் கீனொானன். “இன்னொரு சிறிய வீட்டை எவ்வளவு சீக்கிரம் கட்டி முடித்துவிட்டோம் என்பதை மறந்துவிட வேண்டாம். ஏன் இதுபோல இன்னொரு வீட்டையும் கண் இமைக்கும் நேரத்தில் தரையிலிருந்தே புதிதாகக் கட்டிவிடமுடியும்” எனக் கூறிய அவன், தன்னிடம் வசூலிக்கும் அதே வீதத்தில் அவனிடமும் கட்டணம் வசூலிக்கலாம் எனத் தெரிவித்தான். இதுவரை எவ்வளவு பணம் கொடுத்துள்ளான் என்பதை யூஸியிடம் கேட்டான். இரண்டு சம்பள தினப் பணம் முழுவதும் குடும்பத்திற்குப் போய்விட்டதாகவும் தனது மாமா ஏற்கனவே 20 மார்க்குகள் மீனாவிடம் தந்ததாகவும் ... இந்தக் கட்டத்தில் மீனா பயங்கரமாக வெடித்து வீறிட்டுக் குலுங்கியழுதாள்.

கீனொானனும் சிறிது சங்கடப்பட்டான். கடைசியில் இடியோசையாக அவன் குரல் வெடித்தது. காட்டுவேலை செய்வோர் அதுபோன்ற குரலில் அவன் பேசி ஒருபோதும் கேட்டதில்லை. “இத்துடன் உனது திமிர் பிடித்த பேச்சை நிறுத்தாவிட்டால் உண்மையிலேயே உனக்குப் பிரச்சினை வரும். அப்போது பைத்தியம் போல் நீ உளறுவாய்” என்றான் கீனொானன். சட்டென அந்த அறை அமைதிகொண்டது. சீற்றம் நிரம்பிய அமைதி.

மெல்லத் திரும்பிய கீனொனன் அங்கிருந்தவர்களை முழுமையாகப் பார்த்தான். தீர்க்கமான நேரடிப் பார்வை. ஒருவரும் வாய் திறக்கவில்லை.

யூஸியின் வாழ்வில் வேறு எந்தச் சந்தர்ப்பத்திலும் இதுபோல் அவனுக்கு நீதி கிடைத்ததில்லை. இனியும் கிடைக்காது. இந்த விவகாரம் ஒரு முடிவிற்கு வந்திருந்தது. அதன்படி யூஸி தனது தற்போதைய ஊதியத்தைத் தன்னிடமே வைத்துக்கொள்ளலாம். இனி மீனாவிற்கு வரவேண்டிய தொகை அவளுக்குக் கிடைக்கும்படி செய்வதாகக் கீனொனன் உறுதியளித்தான். 20 மார்க் பண விஷயத்தையும் அவனே கவனித்துக்கொள்வதாகவும் கூறினான். தான் அவமதிக்கப்பட்டதாக உணர்ந்த மீனா பெருமூச்செறிந்தாள்; பாத்திர பண்டங்களை எச்சரிக்கையுடன் சத்தமாக அறைந்தாள். நிராதரவான அவள் மனக்குமுறல் இவ்விதமாக வடிகால் கண்டது. இனி யூஸி கோயிலில் தான் உறங்க வேண்டும்.

வெளியே முற்றத்திலிருந்த யூஸி தன் முகத்தில் முளைக்கத் தொடங்கியிருந்த சிறு முடியைத் தடவியவாறு மனிதர்களின் பேச்சு முணுமுணுப்புகளையும் குதிரைகள் எழுப்பும் சத்தத்தையும் உற்றுக் கேட்டுக்கொண்டிருந்தான். வாழ்வில் முதல்முதலாக அவன் பையில் அவனது பணமிருந்தது; பணம் சுருட்டிவைக்கப்பட்டிருந்த கந்தல் துணியை அவனறியாமலே அவன் கை தடவிக்கொண்டிருந்தது. காட்டுவேலைகளின் பின்னாலிருக்கும் சக்தியை அங்கே தனியே நின்றுகொண்டிருந்த யூஸி உணர்ந்தான். காட்டுவேலை – அந்தச் சொற்களின் பின்னாலிருந்த சிந்தனை எங்கோ மேலே கொண்டு சென்றது – வலிமையும் முக்கியத்துவமும் வளர்ந்தவாறிருக்கும் கனவான்களிடம். முடிவே இல்லாது ஏராளமாக அங்கே பணம் இருந்தது. இந்த வழியில் பணம் வருவது ஒருவரை அச்சமடையச் செய்தது; அடக்கியாளும் சக்தி கொண்டதாக இருந்தது. பணம் ஒரு புதிரான விஷயம். அது தெளிவற்ற கோரிக்கைகளை யூஸியின் மேல் வைப்பதாகத் தோன்றியது.

தூங்குவதற்காக யூஸி கோயிலுக்குப் போனான். அன்று இரவிலிருந்து அங்குதான் அவன் உறங்க வேண்டும். கோயில் அறை பற்றிய அவனது மனதின் பதிவுகளில் முதலில் இருப்பவை சீட்டாட்டங்களும் குழப்பமான மகிழ்ச்சிக் குரல்களும்தான்.

நாளை ஞாயிற்றுக்கிழமை. அனைவரும் சேர்ந்து சர்ச்சிற்குச் செல்வர். அந்த ஓய்வு நாள் அவர்களை நல்லியல்புடனும் சோம்பல்–விளையாட்டுத்தனம் கொண்டோராகவும் அவர்களை இருக்கச் செய்யும். நாட்டின் வெவ்வேறு பகுதிகளிலிருந்து வந்த அவர்கள் பேய்க் கதைகளையும் ஓநாய்களுடனான சாகசங்களையும் ஒருவருக்கொருவர் சொல்லிக் கொள்வார்கள். அப்போது ஒருவன் மாலை நேரக் கற்பனைப் பொய்களை அதிர்ச்சியுடன் அவிழ்த்துவிடத் தொடங்குவான். அதுவரையிலான சாகசப் பேச்சுகள் மறைந்து அந்தக் கற்பனைப் பொய்களில் அவர்கள் கவனம் திரும்பிவிடும். அந்தப் பொய்கள் பிறர் பற்றிய அரைகுறை ஆபாச விளக்கங்களைக் கொண்டிருக்கும். இதில் இன்னும் புதிய விளக்கங்களைக் கண்டுபிடிக்கவும் அவை தூண்டும்.

அடுத்த அறையில் யூஸி–மீனா சண்டையை ஒருவன் நினைவு கூர்கிறான். சிறிது நேரம் கேலி கிண்டல் பேச்சுகளின் மையமாகிறான் யூஸி. அவர்களின் கேலிப் பேச்சுக்களைக் கடுப்போடும் எரிச்சலோடும் யூஸி கேட்டுக்கொள்ள வேண்டியிருக்கிறது. ஆனாலும் அவனை வேண்டுமென்றே எரிச்சலூட்டும் நோக்கம் எதுவும் அவர்களிடம் இல்லை. வளர்ந்த பையனாக யூஸியை அவர்கள் நினைக்கின்றனர். எனினும் இந்தக் கூட்டத்திற்கு அவன் மிக மென்மையானவன்.

கடைசியில் அவர்கள் கீழே வைக்கோலில் படுக்கின்றனர். இந்தச் சனிக்கிழமை இரவில் அங்கு நிலவிய மனோநிலை வழக்கத்திற்கு மாறாக அமைதியாக இருக்கிறது. பத்திரமாக வீடு திரும்பித் தங்கள் சம்பாத்தியம், செலவு செய்ய வேண்டிய விஷயங்கள் பற்றித் திருமணமானவர்கள் யோசித்துக்கொண்டிருக்கின்றனர். இளைஞர்கள் நாளைய சர்ச் பயணம் பற்றி நினைத்துக்கொண்டிருக்கின்றனர். காட்டு வேலை செய்வோர் குழுவின் உணர்வு கற்பனை உச்சத்திலிருக்கிறது

மீனா தொய்வோலாவுடன் யூஸியின் உறவு இப்போது மாறிவிட்டது. இதனையும் வீடற்ற தனது நிலையையும் யூஸி நினைத்துப் பார்க்கிறான். துயோரிலாவுக்குக் கிளம்பி வருகையில் அவனோடிருந்த அம்மாவை அவன் நினைத்துக்கொள்கிறான். அவள் இறந்துபோன அந்த இரவைக்கூட அவன் நினைத்துப் பார்க்கிறான். அவனுடைய மனதில் இதுவரை பதிந்திருக்கும் அவனுடைய வாழ்க்கைச் சித்திரத்தின் வேறெந்தத் தருணத்தையும்விட இந்தக் கணம் தனித்து, விலகித் தெரிகிறது. அவன் கண்களில் இன்னுமா நீர் ததும்புகிறது ..?

கீனொானன்னுடைய நல்லெண்ணத்தின் மீதான நம்பிக்கை மிகையானது; முதிராத ஒன்று என உணர்ந்தான் யூஸி. சீட்டாட்டத்தில் முட்டாள்தனமாய்ப் பணத்தைக் கோட்டைவிட்டபோது அதனைத் திருப்பித் தரும்படி மற்றவர்களிடத்தில் ஏறக்குறையக் கண்ணீருடன் வேண்டினான் அவன். தனக்காகக் கீனொானன் அவனது அதிகாரத்தைப் பயன்படுத்துவான் என எதிர்பார்த்தான். ஆனால் அவனோ யூஸியைக் கேலிசெய்து சிரித்தோருடன் சேர்ந்துகொண்டான். மொத்தத்தில் இந்த உலகு இப்படித்தான் போலும்; கடைசியில் உன்னை நீ தனியாகவே இருக்கக் காண்பாய். தன் தாய், பன்றிமலை முந்தைய நாட்கள், நிக்கிலா ஆகியவை பற்றிய தனது மாலை நேரத்துக் கனவுகளைப் படிப்படியாக மறந்தான் யூஸி. குளிர்காலம் ஏற்கனவே மறையத் தொடங்கியிருந்தது. பனிச்சறுக்கு வண்டித் தடங்களில் மினுமினுக்கும் நனைந்த ஒளியும் வெட்டிக் கிடக்கும் ஊசியிலை மரங்களும் வசந்தத்தின் மணம் பரப்புகின்றன. அவன் துயோரிலாவை விட்டுக் கிளம்பி வந்ததிலிருந்து வெறுமனே கிடக்கிறது பூமி; அவனை அப்போது அச்சுறுத்திக்கொண்டிருந்தது குளிர்காலம். அப்போது நடந்த சம்பவங்களை வரிசையாக நினைத்துப் பார்க்கவும் முடியாத தூரத்திற்கு அந்தக் குளிர்காலம் இப்போது சென்றுவிட்டது. அவன் கடந்துவந்த காலத்தின் குறிப்பிட்ட எந்தப் பகுதியை முடிவற்ற துயரம் நிரம்பிய குளிர்காலமாக அவன் கருதுகிறான் ..?

தொடர்ச்சியான கடின வேலை கடந்த சில வாரங்களாகக் காடுகளில் இல்லை. கட்டுமரங்கள் நீரில் மிதக்கும் பருவம் (மரக்கட்டைகளைக் கட்டுமரங்கள் மூலம் ஓரிடத்திலிருந்து மற்றோர் இடத்திற்குக் கொண்டு செல்லும் பருவம். 'மிதக்கும் பருவம்' என இது குறிப்பிடப்படும். மொ.ர்) நெருங்கி வந்துகொண்டிருந்தது. கட்டுமரங்கள் தயார்நிலையில் வைக்கப்பட்டிருந்தன. அவை பனிக்கட்டிகளில் மூழ்கிவிடாதிருக்க, சங்கிலியால் இணைக்கப்பட்டிருந்தன. எஜமானன் எஜமானி (காடு விற்பனையால்) பெற்றிருந்த பணம் ஆகியவற்றுடன் துயோரிலா இனி அங்கேயே விட்டுவிடப்படும் நிலை விரைவில் வரும். அற்புதமான மரங்களெல்லாம் அந்தக் காட்டில் ஏற்கனவே வெட்டப்பட்டிருந்தன. மீதமாகக் கிடந்தவை அடிமரக் கட்டைகளும் மர உச்சிகளும் கிளைகளும் மரப்பட்டைகளின் சீவல்களும்தான். எப்போதும் இதே வரிசை முறையில். திடீரென மறைந்திருந்த மரங்களுக்கு நேர்ந்த விதி; காட்டில் மிச்சமாகக் கிடந்த கட்டைகள் முதலானவை அந்த விதியின் சித்திரத்தை லேசான முன்வரைவாய் பூமியின் மேற்பரப்பில் உருவாக்கின. அதிக வெளிச்சம் கொண்ட நாட்களுக்குப் பின்னர் கடைசியாக அந்த வேளை வந்தது. குளிர் காலத்தின்போது நடந்த அனைத்து நிகழ்வுகளுக்குப் பிறகும் அந்தத் துயோரிலாக் கோயிலில் கடைசியாக மிச்சமிருந்தது புழுக்கம் நிறைந்த அசையாக் காற்று மட்டுமே. வெப்பமான அந்த நாளில் மீனாவின் மனதில் துயரார்ந்த மெல்லிய உணர்வு எழுந்தது.

காடு வெட்டுவோரில் பெரும்பாலோர் மிதக்கும் பருவம் தொடர்பான வேலைகளுக்கு விண்ணப்பித்தனர். அவர்களில் யூஸி யோகன் தொய்வோலாவும் ஒருவன். இப்போதெல்லாம் யூஸி சுதந்திரமாகச் செயல்படத் தொடங்கியுள்ளான். சமீபத்தில் ஒரு ஜோடி முட்டுயரப் பூட்ஸ்களை அவனாகவே வாங்கினான். அதுமட்டுமல்லாது கட்டுமரங்கள் மிதக்கும் நீர் நிலை ஓரங்களில் அமைந்துள்ள கிராமத்து வீடுகளிலிருந்து தனது உணவைப் பெற்றுக்கொள்ளவும் தொடங்கியுள்ளான். வளர்ந்தவாறிருக்கும் ஆண்மை உணர்வு அவன் மனதை நிரப்பிற்று. அந்த உணர்ச்சியில் பெருமிதம் இருந்தது. அதேநேரம் அவனது இயற்கைப் பண்பில் அது சிறிது அழுத்தம் தந்தது. உடைமையாகக் கையிலிருந்த பணம் அவனை அமைதியிழக்கச் செய்தது. ஏதாவது ஒன்றிற்காகப் பயன்படுத்திக்கொள்ளுமாறு அது அவனை அமைதியாகத் தூண்டிக்கொண்டிருந்தது. .

பெரிய கட்டுமரம் தென்மேற்கு நீர்நிலைகள் வழியே ஆற்றின் அகன்ற பகுதியை மெல்லக் கடந்து கொக்கேமயோனியோக்கி ஆற்றினை நோக்கி நகர்ந்தது. தோணிப் பாலத்தில் காபி பாத்திரத்தின் அடியில் நெருப்பு தொடர்ந்து எரிந்துகொண்டிருந்தது. குடிசையினுள் சீட்டு விளையாடிக் கொண்டிருந்தனர். பாரம் தூக்கும் எந்திரத்தைச் சுற்றிக் குதிரை ஒன்று தனது நித்திய சுற்றுப் பாதையில் மிகுந்த சிரமத்துடன் நடந்துகொண்டிருந்தது. அதனருகே கீனொனன் தனது பூட்ஸ்களைத் தேய்த்துப் பளபளப்பாக்கிக் கொண்டிருந்தான்.

'பேப்டிஸ்ட் சீக்கிரம் வா' – யூஸியை அழைத்தான் அந்த மனிதன். உணவிற்காகக் கரைக்குத் துடுப்புப் போடுவது யூஸியின் முறை. யாரோ ஒருவர் யூஸியை 'ஜான் பேப்டிஸ்ட்' எனக் குறிப்பிட – அதன் பின் அந்தப்

பெயர் பேப்டிஸ்ட் எனச் சுருங்கிற்று. இப்போது கட்டுமரத்திலும் அவன் பெயர் பேப்டிஸ்ட் என்றாகிவிட்டது. தொய்வோலாவின் அடங்காப் பிடாரியான மீனாவைப் பற்றி பொழுதுபோக்காகப் பேசிக்கொண்டிருக்கையில், புதிதாய் அங்கு வந்த ஒருவன் அந்தப் பெண்மணி யாரெனக் கேட்க அதற்கு வந்த பதில் "அதோ அங்கே பேப்டிஸ்ட் இருக்கிறானல்லவா அவனுடைய அம்மாதான்."

யூஸி கரையிலிருக்கும் வேறு ஒரு பண்ணைக்கு மீண்டும் போகிறான். அவனது அனுபவம் தொடர்ந்து விரிவடைந்துகொண்டிருக்கிறது. பன்றி மலை நாட்களிலிருந்து இன்றுவரை ஆண் – பெண் இருவருக்குமிடையேயான உறவு பற்றிய துல்லியமான அறிவு அவனிடம் வந்து சேர்ந்திருப்பதோ மிகவும் கொஞ்சம். ஆற்றில் மிதக்கும் இந்தப் பருவத்தில் இது பற்றி அவனுக்கு முழுவதும் தெளிவாகிவிட்டிருக்கிறது. குடித்துப் போதையிலாழ்கிறான். விசித்திரமான இந்த மனித நிலையை முதன்முறையாக அனுபவிக்கிறான். முழுவதும் வேறுபட்ட இரண்டு கூறுகளை அதனால் ஒன்றிணைக்க முடிகிறது.

வாழ்க்கை விரிவானது. வெளியே கவலையற்றிருக்கிறது. எனினும் உள்ளே தொடர்ந்து இருந்துகொண்டிருப்பது பாதுகாப்பற்ற உணர்வுதான். இது எப்போது முடியும்..? எங்கே..?

மிதக்கும் பருவம் முடிவுற்ற பின்னரும் யூஸி நிலை தடுமாறிவிடவில்லை. கீனொனன்னின் ஆட்களில் ஒருவனாக அவனுடனேயே இருந்தான். காடுகளை வாங்குவதற்கு முன்னர் அவற்றிலுள்ள மரங்களின் எண்ணிக்கையைச் சரி பார்த்துக்கொள்வது பாதுகாப்பானது. விவசாயிகள் ஆங்காங்கே தங்களின் காடுகளுக்குக் கடுமையான விலையை அவர்களே நிர்ணயிக்கத் தொடங்கியிருந்தனர். வாங்குவோருடன் கலந்து பேசி விலையை முடிக்கும் பழைய முறை உசிதமானதல்லவென அவர்கள் கருதினர். காடு விற்பனை தொடர்பாக மரங்களை எண்ணுவோரில் யூஸியும் ஒருவனானான். இந்த வேலை முடிவிற்கு வந்த நேரத்தில் மரம் அறுக்கும் பருவம் வந்தது. சாந்தகுன்டா காடுகள் தங்களின் வளத்தை இழந்திருந்தன. பஞ்சகாலத்தின் கடைசி கட்டத்தில் (1868 – வசந்தத்தின்போது) பசியால் வாடும் விதை விதைத்த ஒரு விவசாயி கொடும் பசி பட்டினியால் துன்புற்ற கடந்த இரு ஆண்டுகளிலிருந்து விடுபட்டுவிடுவதாகக் கனவு கண்டான். அது நனவானது. கனவைப் போலல்லாத வேறு விதத்தில். (நோய் நொடிகள் பஞ்சத்தைத் தொடர்ந்தன) பொதுவாக இதுபோன்ற விஷயங்கள் இவ்விதம் நிகழ்வது வழக்கம்தான்.

யூஸி இப்போது 'கம்பெனியின் ஆள்.' இந்தக் காலகட்டத்தில்தான் அவன் ஓர் ஆண்மகனாய் வாலிபப் பருவம் எய்தினான். சந்தர்ப்ப வசத்தால் அவன் அலைந்து திரியும் கம்பெனி ஆள் வேலையில் சேர்ந்தான். உண்மையில் அந்த வேலை அவனுக்குப் பழக்கமில்லாதது. ஒரு வருடம் முடிந்ததும் மரம் வெட்டும் வேலைக்கே மீண்டும் போகத் தொடங்கினான். காட்டில் முகாமிட்டிருந்ததால் அங்குள்ள சிறிய வீட்டிலேயே தங்கினான். மரம் அறுப்பவனின் வாழ்க்கை விபரங்கள் அனைத்தையும் யூஸி ஏற்கனவே

அறிந்திருந்ததால் அடுத்துவந்த ஆண்டுகளில் புதிதாகக் கற்றுக்கொள்ள அவனுக்கு எதுவுமில்லை. பண்ணை ஆளாக ஒரு வேலையை அவன் ஏற்றிருக்க முடியும். ஆனால் அந்த ஊரின் எந்தப் பகுதியும் அவனுக்குப் பழக்கமானதல்ல. துயோரிலாவிற்கு அருகேயுள்ள வேறு பகுதிகளுக்கும் திரும்பிப்போவதில் அவனுக்கு விருப்பமில்லை. இயல்பிலேயே கூச்ச சுபாவம் கொண்டவன் யூஸி; அதனால் தானாகவே தேடிப் போகாமல் நட்பு வட்டத்திற்குள் இழுக்கப்பட்டிருந்தான். தொய்வோலா நாட்களிலிருந்து தற்போதைய பழக்கமான வட்டத்திலுள்ளோர் வரை அனைவரும் நண்பர்கள்; யாரும் மாறவில்லை. மாலை வேளைகளில் அவன் எண்ணங்கள் கடந்த காலத்திற்குத் திரும்பும்போதெல்லாம் காட்டுவேலை தொடங்குவதற்கு முன்னர் இருந்த தொய்வோலாவின் ஆரம்பகால நாட்களிலேயே அவை முடியும். பேரிடர் நிறைந்த அந்த நாட்களிலிருந்து அவன் அறியாமலேயே எப்படியோ அவன் காப்பாற்றப் பட்டுவிட்டான். இனித் தொய்வோலாவிற்குத் திரும்பிப்போக வேண்டிய தேவையே இல்லை. இதனைத் தனக்குத்தானே அவன் உறுதிசெய்துகொள்ள வேண்டியதிருந்தது. அங்கே போவதற்கான கட்டாயமான சூழ்நிலை எதுவுமில்லைதான். கடன் ஏதும் அங்கே அவனுக்கில்லை. அங்கேயிருந்து எதனையும் அவன் எடுத்து வரவுமில்லை – அல்லது எடுத்து வந்திருந்தானா..? இல்லை. எனில் அவர்கள் உரிமை கொண்டாட அவனிடம் என்ன இருந்தது..?

அவன் எண்ணங்கள் ஒருபோதும் போய்ச்சேர முடியாத தூரத்திற்கு அவனது துயோரிலா நாட்கள் வெகு தொலைவு பின்னால் போய்விட்டன. துயோரிலாவில் அவன் வீட்டின் சித்திரம் திடீரென அவன் மனதில் தோன்றும், ஆனால் அது எந்தச் சலனத்தையும் ஏற்படுத்துவதில்லை. துயோரிலாவில் எஜமான் எஜமானி பிற அனைவரும் வெகுதூரம் விலகிச் சென்றுவிட்டனர் – ஏறக்குறைய ஒருபோதும் அவர்கள் இருந்ததே இல்லை எனும்படியாக. அவனது நிலைமைகளும் அந்தக் காலகட்டமும்: பேக்கரியைச் சுற்றி அங்குமிங்கும் போய்க்கொண்டிருந்தது, சுத்தமான படுக்கை எல்லாம் அவனது மனச் சிலேட்டிலிருந்து துடைக்கப்பட்டிருந்தன. தொய்வோலாவிற்கு வந்த கணத்திலிருந்துதான் அவன் வாழ்க்கை தொடங்கிற்று. ஒருபோதும் அவன் அங்கே திரும்ப வேண்டிய தேவையில்லை என்ற உண்மையில்தான் அவனது இன்றைய இருத்தலின் உள்ளடக்கம் முழுமையும் உள்ளது.

இந்த மனநிலையும் அரிதாகவே வந்தது. தனது 21ஆம் வயதில் நடுத்தர உயரமும் வளைந்த கால்களும் சாம்பல் நிறத் தோற்றமும் கொண்டவனாக இருந்தான் யூஸி. அவன் தலைமுடி சதுர வெட்டில் கத்தறிக்கப்பட்டிருந்தது. கூட்டத்தில் யார் கண்ணிலும் படாமல் ஒதுங்கும் தன்மைகொண்டவன்; அவனைக் கேலிப்பொருளாக நடத்த ஒருவரும் பெரிய அளவு அக்கறைகொள்வதில்லை. பெரும்பாலோர் மிகத் தீவிரமாய் வாழ்வது அவர்கள் அலைந்து திரியும் காலகட்டத்தில்தான். பற்பல சாகசங்கள் புரிவதும் அப்போதுதான் – காலம் அவர்களை மெருகூட்டிய பின்னர் பல ஆண்டுகளுக்கு முந்தைய அந்தச் சாகசங்களை விரிவாக எடுத்துரைக்க அவர்கள் சலிப்பதேயில்லை. ஆனால் யூஸி அப்படி அல்ல. ஓய்வு நேரங்களில் அவன் ஞாபகப்படுத்திக்கொள்வது – இப்போது

இந்த நீர்நிலைகளில் கட்டுமரம் மிதந்துகொண்டிருக்கும், வீடுகள் கரையில் இங்கிங்கே இருந்தன என்பவைதாம். அதிகபட்சம் அவன் ஞாபகத்திலிருப்பது சென்ற ஆண்டு இந்த நேரத்தில் அவன் எங்கிருந்தான் என்பதும் அந்தச் சமயத்தில் மரம் அறுக்கும் வேலை பற்றித் தான் கற்றுக்கொண்ட குறிப்புகளும்தாம். அவனைச் சுற்றிலும் பல்வேறு வகை மனிதர்கள் இருந்தனர். சிலர் தங்களின் மர்மமான வேலைகளுக்காக அக்கரைக்குச் சென்றனர். தானாகவே எங்கும் வெளியே செல்ல யூஸியால் முடிவதில்லை. கரையில் இளம் பெண்கள் இருந்தனர். ஆனால் அவர்கள் அனைவரும் அவனைவிடவும் அதிக வயதுடையவர்களாகத் தோன்றினர். அவன் தனியே இருக்கையில் தனது அந்தரங்கமான ஏக்கங்களிலும் கற்பனைகளிலும் தவிர, பெண்களிடம் எவ்விதம் நடந்துகொள்வது என்பது பற்றி அவனுக்கு எதுவும் தெரியாது. மற்றவர்களைப் போல் பெண்களைப் பற்றி ஆபாசமாகப் பேசவும் அவனுக்கு வராது. இப்படி இருக்கையில் பெண் இருக்கும் மாடியறைக்குத் தானாகவே திருட்டுத்தனமாக அவனால் எவ்விதம் போக முடியும்..? அவனுடைய தோழர்களில் சிலர் போகிறார்கள் என்பது அவனுக்குத் தெரியும்.

கோடைக்காலங்கள் எப்படியோ கடந்துவிடுகின்றன. அழகின் மீதான தனித்த கூருணர்வு யூஸியிடம் இல்லை. எனினும் அந்தக் கோடைக்காலக் கணங்களின் அத்தகு பேரழகு அவனைப் பாதிக்கிறது. அற்புதமான ஒரு பரிசுத்தத் திருத்துவ ஞாயிற்றுக்கிழமை காலை. ஒரு நீராவிக் கப்பல் – தீயணைப்பு வீரர்களும் கருவிகளும் கொண்ட படகு – கட்டுமரத் தோணியைக் கடந்தது. சிறிய நகரத்திலிருந்து வரும் அக்கப்பலில் பேண்ட் வாத்திய இசைக்குழு ஒன்று சிறுவயதிலிருந்தே அனைவருக்கும் பழக்கமான ஒரு ராகத்தை ஆத்மார்த்தமாய் வாசித்தது. கிளர்ச்சியின் மெல்லிய அதிர்வும் பக்தியும் மனித மனங்களில் கடந்து சென்றன. அங்கே ஒருவன் தாழ்ந்த குரலில் பாடிக்கொண்டிருந்தான். சொற்கள் விசித்திரமாகச் சிதைவுற்றிருந்தன. அதன் பொருள் அவனுக்குப் புரியவில்லை. புரிந்துகொள்ளும் தேவையையும் அவன் உணரவில்லை.

அந்தக் கணத்தில் மனம் நெகிழ்ந்த நிலையில் அனைவரும் அமைதியாக இருந்தனர். 'பையன்களே, எல்லோரும் அதே சீருடையுடன் சர்ச்சுக்குக் கிளம்புங்கள்' என்கிறான் கீனொானன்.

அலுவலகத்திற்குத் தேவையான பிற பொருட்களுடன் கம்பெனியின் சீருடைகளும் ஒரே படகிலேயே இருக்கின்றன. ஒவ்வொருவருக்கும் சிவப்பு கோட், வெள்ளைக் காற்சட்டை, பளபளக்கும் இடுப்பு வார், கூம்பு வடிவத் தொப்பி தரப்பட்டிருக்கிறது; படகிற்குள் சென்று உடனே திரும்பிய அவர்கள் வெளியே இறங்கி, பசுமை நிறைந்த சர்ச் முற்றத்தை நோக்கிச் செல்கின்றனர். வயதான பண்ணைக் கூலிக்குடியாள் (பண்ணையிலேயே குடிலில் வாழ்ந்து, வேண்டும்போதெல்லாம் உழைக்கக் கடப்பாடுள்ளவன்) மட்டுமே கட்டுமரத் தோணியில் தனியாய் விடப்பட்டிருக்கிறான். பாதி வழியில் படகு இருக்கும்போதே, கடலில் நீண்டிருந்த குறுகிய நிலப்பகுதியின் பின்னால் நீராவிக் கப்பல் ஏற்கனவே மறைந்திருந்தது. படகில் துடுப்புப் போடுபவர்களில் யூஸியும் ஒருவன். அந்தக் கணம் முழு

நிறைவுடன் இணக்கமாக இருக்கிறது; மகிழ்ச்சி மிகுந்த உயிர்த்துடிப்பான ஆண்டுகளில் தேசம் வாழ்ந்துகொண்டிருக்கிறது என்பதைக் காடுகளும் மலைகளும் சுட்டிக்காட்டுகின்றன. ஆயிரக்கணக்கான ஏரிக் கரைகளில் அலைகள் தங்களின் ரகசியச் செய்தியை விசிறுகின்றன. (ஃபின்லாந்திற்கு 'ஆயிரமாயிரம் ஏரிகள் கொண்ட நாடு' என்னும் பெயருண்டு) நாட்டின் இந்த மூலையில் எங்கோ மென்மையான இதயம் கொண்ட மிகப் பெரிய கவி அந்தச் செய்தியை உற்றுக் கேட்கிறான். தங்களின் படகிலிருந்து இப்போது கரையிறங்கும் சிவப்புக் கோட் அணிந்த அந்த மனிதர்கள் கவி என்றால் யாரென அறியாதவர்கள். ஆனால் அலைகளின் செய்தியோ அவர்கள் ஆழ்மனங்களில் குழந்தைமையின் எளிமையுடன் உள்ளிறங்குகிறது. அவர்கள் கம்பெனி ஆட்கள்; சரளமாய்ச் சபிக்கும் தன்மை கொண்டவர்கள்; எனினும் அவர்களின் ஆன்மாவை மூடியிருக்கும் மேலுறை மிகவும் மெல்லியது; அவர்களைப் போன்ற மனிதர்களருகே கடந்துபோக நேரும் ஒவ்வொரு தடவையும் பாழ்பட்டிராத அவர்களின் தூய ஆன்மாவை அக்கவி வாழ்த்துகிறான்.

சர்ச்சில் மற்றவர்களோடு எழுந்து நிற்கையில் அல்லது தலை தாழ்த்துகையில் யூஸியின் மனதிலும் மகிழ்ச்சிப் பேரலை எழுகிறது. விளக்க முடியாத ஏதோ மன அழுத்தத்தால் கடந்த ஆண்டுகளில் அவன் வாழ்வு செயலற்றிருந்தது. சர்ச்சில் நிலவிய மேன்மையான சூழலில் அந்த அழுத்தம் சிறிது தணிவுறுகிறது. தன்னைப் பற்றிய ரகசியங்கள் வெளிப்பட்டுவிடுமென்ற தெளிவற்ற உணர்வுதான் அந்த அழுத்தம் என அதனை அடையாளம் கண்டிருந்தான் யூஸி. பல்லாண்டுகள் சேகரிப்பை ஒரே ஒரு நொடி வெளியே துடைத்து வீசிவிடலாம். வழிபடுவோர் சர்ச் முழுவதும் நிரம்பியிருக்கின்றனர். தங்களுக்குச் சொந்தமான வீட்டிலிருந்து வந்திருப்பவர்கள் அவர்கள். நிம்மதியான ஞாயிற்றுக் கிழமைப் பிற்பகலைத் தங்களுக்குச் சொந்தமான முற்றத்திலேயே கழிக்க ஆவலுடன் காத்திருப்பவர்கள். தேவன் மீதான துதிப்பாடலும் அவன் வேத வாக்கியமும் சர்ச்சின் இதமான வெப்பக் காற்றில் சுதந்திரமாய் அலையலையாய்த் தவழ்கின்றன. இந்த மனிதர்களையும் இவர்களுக்காகக் காத்திருக்கும் முற்றங்களையும் அவை சென்றடைவதாகத் தோன்றுகிறது. கீனொனன் இந்த இடத்தில் தனது அதிகாரத்தை இழந்து சிறுத்துப் போய்விட்டதாகத் தோன்றுகிறான். சர்ச் பணியாள் தங்கச் சட்டகம் போட்ட தனது பலகை எண்களை மாற்றி அதனைச் சர்ச் பிரார்த்தனைக் கூட்டம் காண்பதற்காகத் திருப்பும் ஒவ்வொரு தடவையும் மணியோசை எழுகிறது. இந்த மணியோசைக்கு முன்னால் கீனொனன்னின் சிறந்த சமத்காரப் பேச்சு ஒன்றுமே இல்லை. சிவப்பு கோட் கீனொனன்னின் ஒரு பகுதியாகும். யூஸி தனது சிவப்புக் கோட்டை அணியவே வெட்கப்படுபவன். கீனொனன்னின் வேடிக்கையான வட்டார வழக்கைப் பேசும்படி தன்னை அது கட்டாயப்படுத்துவதாக அவன் உணர்கிறான்.

மதபோதனை நேரம் முழுவதும் யூஸியின் எண்ணங்கள் இவ்விதமாக அலைந்தன. கட்டுமரத்தில் விட்டுவிடப்பட்ட வயதான பண்ணைக் கூலிக்குடியாள் நினைவிற்கு வந்தான். சில்லறை நாணயங்களும் பணத் தாள்களுமாகத் தனது ஊதியத்தைத் தோல் பையில் அவன் திணித்துக்

கொண்டிருந்தபோது யூஸி அவனைப் பார்த்த ஞாபகம் வந்தது. சர்ச்சில் அமைதி நிலவிற்று. கீனொானன், சிவப்பு கோட் அணிந்த மரம் அறுப்போர், ஆகிய அனைவரைவிடவும் வயதான அந்தப் பண்ணைக் கூலிக்குடியாள் தனக்கு நெருக்கமாக இருப்பதாக யூஸிக்குத் தோன்றினான். கையில் துதிப்பாடல் புத்தகமும் கைக்குட்டையும் கொண்டு சர்ச்சிலிருந்து தங்களின் சொந்த வீட்டிற்குச் செல்வோரில் அந்தப் பண்ணைக் கூலிக் குடியாளும் ஒருவனாக இருப்பான்.

நீண்ட மதபோதனை. கனவில் ஆழ்ந்துபோய்விட யூஸிக்கு நேரம் இருந்தது. விரைவில் அவனும் தனது சொந்த வீட்டிற்குச் செல்வான். வேகவைத்த உருளைக் கிழங்கையும் கஞ்சியையும் சர்ச் நாளின் காலைச் சிற்றுண்டியாக உண்பான். இவ்விதமாக ஒரு கோடை நாள் சர்ச் மதபோதனை நேரத்தில் சர்ச்சைவிட்டு வேறெங்காயினும் மனிதக் கற்பனை இவ்வளவு எளிதாகச் சுற்றித் திரியுமா என்பது சந்தேகம்தான். சர்ச் சேவை முடிந்த பிறகு படகிற்குத் திரும்பிச் செல்ல வேண்டியதிருந்தது. இது மென்மையான அவனது உணர்வுகளை எரிச்சலுறச் செய்தது. அவன் சென்றே ஆக வேண்டும். வேறு வழியில்லை. . ஆனால் சர்ச்சிற்கு மேற்கொண்ட பயணம் அவனது கோடையின் சாரத்தில் ஒரு மாற்றத்தை அவனுக்கு அடையாளம் காட்டிற்று.

ஓர் இலையுதிர் காலத்தில் தன் ஆட்களை ஒரு தேவாலய வட்டாரப் பகுதிக்குக் கீனொானன் அழைத்துச் சென்றான்: யூஸி பிறந்த இடமான நிக்கிலா இருப்பது இப்பகுதியில்தான். நிக்கிலாவிற்குச் சொந்தமான காடுகளின் நேர்த்தியான பெரிய மரக்கட்டைகளை எண்ணும் வேலையில் யூஸி உதவினான். இந்த இடத்திலிருந்து கொஞ்ச தூரத்திலுள்ள துயோரிலாவில் தான் யூஸியும் கீனொானன்னும் முதன்முதலாகச் சந்தித்துக்கொண்டனர். கீனொானன்னுடன் சுற்றித் திரிந்த பல காடுகள் அப்பகுதியிலிருந்தன. ஆனால் அங்கே அப்போது ஒன்று நிகழ்ந்தது. ஒரு நாள் காலை கீனொானன் தூக்கத்திலிருந்து கண் விழிக்கவில்லை. அவன் இறந்ததை ஒருவரும் பார்க்க வில்லை; அவன் வாழ்விலிருந்ததைப் போல, அவன் மரணத்திலும் மர்மம் இருந்தது.

அவர்கள் செய்துகொண்டிருந்த வேலை அப்போது முடிவுறும் தறுவாயிலிருந்தது. புதிய முதலாளி வந்திருந்தார். அந்த மாவட்டத்தில் மரம் வெட்டும் வேலை தொடங்குவதற்குத் தாமதமாகும் என்னும் காரணத்தால், வேலைசெய்வோர் அங்கிருந்து புறப்படத் தயாராக இருந்தனர். அங்கேயே தொடர்ந்து இருந்தது யூஸி ஒருவன் மட்டுமே; குளிர்கால வேலை தொடங்கும்வரை காத்திருக்கப்போவதாக யூஸி கூறினான். ஆனால் மரம் அறுக்கும் வேலை இனியும் தனக்கு இருக்கப்போவதில்லை என்னும் உணர்வு அவனிடமிருந்தது. உறுதியான வேறு திட்டங்கள் அவனிட மிருந்தன என்பதல்ல காரணம்; பல சந்தர்ப்பச் சூழ்நிலைகள் அந்தத் திசையைத் தனக்குச் சுட்டிக்காட்டுவதாக அவனுக்குத் தோன்றிற்று. அவனுக்கு வயது 24. ஆனால் மரம் அறுப்போர் மத்தியில் தன்னை ஒரு பையனாகவே அவன் இன்னும் உணர்ந்தான். சென்றமுறை சர்ச்சிற்குச்

சென்றபோது அவன் மனநிலை அதன் உச்சத்திலிருந்தது. மீண்டும் மீண்டும் அந்த மனநிலைக்கு ஆட்பட்டான். அதன் தாக்கத்தால் அவன் பணம் சேமிக்கத் தொடங்கினான் எனக் கூறலாம். கீனொானன் மரணம். காட்டுவேலை செய்வோருடனான தனது உணர்வுபூர்வமான ஈடுபாடு முடிவிற்கு வந்துவிட்டதன் அறிகுறியாக அதனை யூஸி உணர்ந்தான். பிறந்த இடத்திற்கே திரும்பவும் வந்திருக்கும் தற்செயல் நிகழ்விற்கும் முக்கியத்துவம் இல்லாமலில்லை; அவனால் அடையாளம் கண்டுகொள்ள முடிந்த பலர் அந்தப் பகுதியில் இன்னும் வாழ்ந்துகொண்டிருந்தனர். சுற்றி யுள்ள இயற்கை நிலக்காட்சியைப் போலவே பஞ்சத்திற்கு முன்பிருந்த காலச் சூழ்நிலையை அவர்களும் முற்றாக இழந்திருந்தனர். பா ஒலிவா, பெஞ்சமி, பழைய நிக்கிலா பண்ணை வீடு, பன்றிமலைக் குடிசை அனைத்தும் போய்விட்டிருந்தன. ஆனால் வயதான மூதாட்டி ஒருத்தியை ஒருமுறை அவன் தற்செயலாகச் சந்தித்தான். பாத்திரத்தில் காஃபியைக் கலக்கியவாறு மையா எவ்விதம் இறந்தாள் என்பதை அந்த மூதாட்டி அவனிடம் விசாரித்தாள். அவள் குரல் கலங்கியிருந்தது.

அந்த இடத்தில் அந்நியனாக இருந்தான் யூஸி. கம்பெனி ஆளாக இருந்தபோதிருந்த பாதுகாப்பு இப்போது சிறிது குறைந்துவிட்டதாக முதலில் உணர்ந்தான். பணம் கரைந்துபோய்க்கொண்டிருந்த விதம் அவனுக்கு எரிச்சல் தந்தது. எனினும் மற்றவர்களைப் போல் அங்கிருந்து வெளியேறிச் செல்வது பற்றி அவனால் முடிவிற்கு வர முடியவில்லை. அவன் அங்கேயே தங்கியிருக்கப்போவதற்கான உண்மையான காரணம் என்னவென யாருக்குத் தெரியும்? ஏனெனில் அந்தப் புனித திருத்துவ ஞாயிற்றுக்கிழமை மதபோதனை நேரத்தில் அவன் கண்ட கனவுகளைப் போல் எதுவுமே இங்கில்லை. ஒவ்வொன்றும் முழுக்க வேறாக இருந்தது.

முந்தைய சிறுவயது நிக்கிலாவின் யூஸி, அவன் எங்கே பிறந்தானோ அந்தக் கிராமத்திற்கு அருகே பிர்ஜோலா பண்ணையில் ஒரு பெரிய பண்ணை ஆளானான். எண்பதுகள் தொடங்கியிருந்தன.

IV
வாழ்வின் இதயம்

பல ஊர்களைச் சுற்றித்திரிந்த பின்னர் சொந்த ஊருக்குத் திரும்பிவரும் ஒருவனுக்கு ஊரிலேயே தங்கி வாழ்பவர்களைவிடவும் நல்ல நிலையில் இருக்க வேண்டிய தேவை இருக்கிறது. நல்ல உடை, பணம், பிறரைவிட உயர் நிலையிலிருப்பதான தோரணை ஆகியவை அவனிடமிருந்து எதிர்பார்க்கப்படுகின்றன. அவன் நன்கு நடனமாடுபவனாக இருக்க வேண்டும். இளம் பெண்களுடன் சாமர்த்தியமாகப் பழக வேண்டும். இவை அவனிடமிருந்தால் அவன் வெற்றியாளன். ஒரு பண்ணையில் மேஸ்திரி வேலை அவனுக்குக் கிடைக்கும், ஒரு விவசாயியின் மகளை மணம் முடித்துக்கொள்ளலாம், வாழ ஒரு சிறிய நல்ல பண்ணை கிடைக்கும்; அதிக வயதாகும் முன்னர் ஒரு பண்ணையை வாங்குவான்; அதனைக் கெட்டிக்காரத்தனமாக நிர்வகித்துப் பண்ணை வாங்குவதற்காக அடமானம் வைத்துப் பெற்ற கடனை மீட்பான். இவையனைத்தும் நிகழலாம், பெரும்பாலும் நிகழ்கின்றன; இப்போதிருக்கும் அமைப்பில் இவ்விதம் நிகழ்வதைத் தடுக்க முடியாது. எனினும் இதுபோன்றதொரு வாழும் வகையை, அதுவரை யூஸியாக இருந்து, இப்போது தனது சொந்த தேவாலய வட்டாரத்தில் யூகாவாக ஆகியிருக்கும் தன் நண்பனுடன் தொடர்புபடுத்திப் பார்ப்பது எவ்வளவு முட்டாள்தனமானது..?

பண்ணையின் பொறுப்புகள் பா ஒலிவாவின் மகன் அண்டூவிடம் வந்ததும் அவன் நிக்கிலா பண்ணை வீட்டை இடித்துப் புதிதாகக் கட்டத் தொடங்கினான். இப்போது கிராமத்திலேயே மிகச் சிறந்த பண்ணை வீடு நிக்கிலா வீடுதான். அது எல்லா விதங்களிலும் ஒலிவாவிற்குச் சமமானது. கம்பீரமான தோற்றத்துடன் புதிதாய்க் கட்டப்பட்டுள்ள இந்த வீட்டில் பா ஒலிவாவின் மகன் அன்டூ தன் மனைவியுடன் வாழ்கிறான். பிடிவாத குணம் கொண்ட அவன் மனைவிக்குப்

பண்ணை வம்சம் குறித்த பெருமிதம் உண்டு. புழுக்கமான நிக்கிலா வீட்டில் கால்வைக்கமாட்டேன் எனக் கூறியதாகவும் அதன் பின்னரே அண்டூ நிக்கிலா வீட்டைப் புதியதாகக் கட்டியதாகவும் மக்கள் பேசிக் கொண்டனர். வீடு கட்டத் தொடங்கியதும் கூலியில்லாமல் உணவிற்காக மட்டுமே கட்டட வேலைசெய்யத் தயாராக இருந்தனர்; வேலைக்காக வடபகுதித் தச்சர்களிடையே தள்ளுமுள்ளு நடந்தது. அவர்களில் பலம் கொண்டவர்கள் முதலில் வேலையில் சேர்ந்தனர்; கட்டட வேலையில் ஒரு வாய்ப்பிற்காக அவர்கள் ஏறத்தாழச் சண்டையிட்டுக்கொண்டனர் எனலாம். ஒலிவா குடும்பத்தில் ரொட்டிக்கு ஒருபோதும் குறைவில்லை; தன் மகனின் புதிய பண்ணை வீடு சாலையிலிருந்து மேலெழுவதைக் கவனித்தபடி இருந்தான் பா ஒலிவா "உனது ரொட்டியும் பணமும் கையில் இருக்கும்வரை எல்லாம் சரிதான்" எனக் கூறினான்.

இலையுதிர் காலத்திற்கு முன்பாகவே வீட்டின் முக்கியப் பகுதி கட்டி முடிக்கப்பட்டிருந்தது. முக்கியக் கட்டடத்தை அடுத்துள்ள சிறிய வீடுகள் பழுதுபார்க்கப்பட்டிருந்தன. அருகேயிருந்த வயல் வெளியிலிருந்து ஒரு பெரிய நிலப்பகுதி பண்ணை வீட்டின் தோட்டமாக உருவாக்கப்பட்டது. தோட்டத்தைச் சுற்றிலும் கற்சுவர் வேலி எழுப்பப்பட்டிருந்தது. சேதமடையா திருந்த பெஞ்சமியின் பழைய காடு இப்போது விற்கப்பட்டிருந்தது. கெட்ட பெயர் எடுத்திருந்த முந்தைய நிக்கிலா பண்ணை உள்ளூரிலேயே மிக உறுதியான ஒலிவாவின் பண்ணையாக இப்போது உருவாகி இருந்தது. கிறிஸ்துமஸிற்கு முன்பாகவே ஒலிவா பண்ணை வீட்டிற்கு எஜமானி குடி புகுந்தாள். இந்த மாற்றங்களுக்குப் பிறகு முந்தைய நாட்களின் நிக்கிலா எவ்வாறிருக்கும் என்று நினைவு வைத்திருந்தவர்களுக்கு, உரிமையற்ற இடத்தை நீண்ட நாட்களாக ஆக்கிரமித்திருந்த பெஞ்சமியும் அவன் கூட்டமும் ஏதோ ஒரு அவமானகரமான காரணத்துக்காக அங்கிருந்து விரட்டியடிக்கப்பட்டுவிட்டார்கள் என்பதைப் போல் நினைவு மழுங்கிப் போயிருந்தது. அங்கே வாழ்க்கை இப்போது விசாலமாகவும் தூய்மையாகவும் விளங்கியது. எல்லா மாலைப் பொழுதிலும் இரவுக்கான நீண்ட உடுப்பில் மையா சகஜமாகத் தோற்றம் தந்ததைப் போல் இப்போதைய எஜமானியைப் பார்க்க ஒரு பண்ணையாளுக்கும் கொடுத்துவைக்கவில்லை. சர்ச் கிராமத்தி லுள்ள பள்ளிக்கூடத்திற்கு மூத்த மகன் சென்றான்.

இந்த விஷயங்களுக்கு முன்னால் யூகாவின் வெளியுலக அனுபவங்கள் அற்பமானவையாக வெளிறிய தோற்றம் தந்தன. ஒரு பண்ணையாள் வேலையை விடவும் மேலான வேறு ஒரு வேலையை பிர்ஜோலாவில் அவன் எதிர்பார்த்திருக்க முடியாது. ஒரு பண்ணையாளாக எல்லா வேலைகளையும் இங்கே அவன் செய்தாக வேண்டும். பிர்ஜோலா பழைய பாணியில் அமைந்த சிறிய பண்ணை. அங்கே அவன் ஒருவனே பண்ணை ஆள். ஒரு பணிப்பெண்ணும் அங்கிருந்தாள்.

ஒரு ஞாயிறு பிற்பகல் இயற்கையான ஏதோ உந்துணர்வால் நெடுஞ் சாலை வழியே தனது சொந்த ஊரான ஹர்ஜகங்காஸ் கிராமத்தை நோக்கிப் புறப்பட்டுச் சென்றான் யூகா. நிறைய மாற்றங்களை அவன் அங்கே காண நேர்ந்தது. முட்டுவரைக்குமான புதிய பூட்ஸ் அணிந்திருந்தான்.

20 மார்க்குகளுக்கு மேல் பணம் அவன் பையில் இருந்தது. தன் வயதும் வைத்திருக்கும் பணமும் ஞாபகத்திற்கு வர, தான் வளர்ந்த இளைஞன் என்னும் எண்ணம் அவன் மனதில் தோன்றிற்று. முந்தைய சிறுபையனான யூஸி நிக்கிலா இப்போது வளர்ந்த இளைஞன். காலம்தான் எவ்வளவு விரைவாகக் கடந்துபோகிறது? நிக்கிலா முற்றங்களின் முன்னேற்றத்தைக் கண்ட அவன் மனதில் ஏதேதோ எண்ணங்கள் தோன்றின.

'அனைத்தும் மாறிவிட்டன. நானும்தான்.' தணிந்த குரலில் தனக்குள் சொல்லிக்கொண்டான். கடந்த சில ஆண்டுகளாக முதியவன் பெஞ்சமியின் நினைவு ஒரு தடவையும் யூகாவின் மனதில் வந்ததில்லை, ஆனால் இப்போது அவன் நினைவு வந்தது. இறந்துபோன தந்தை மேல் அதிசயமாகப் பரிவுணர்ச்சி கொண்டான். நிக்கிலாவிலிருந்து ஒலிவாவிற்குச் சென்றுகொண்டிருந்த யூகாவின் நடையிலும் முகத்தோற்றத்திலும் முதியவன் பெஞ்சமியின் திமிர் அவனையறியாமலே பிரதிபலித்தது. தற்போதைய நிக்கிலா, ஒலிவா பண்ணை உரிமையாளர்கள் பற்றிய எண்ணம் வந்ததும் அவர்களின் மீது எதிர்க்கும் உணர்வு லேசாய் அவனுள் அதிர்ந்தது. இவர்களைப் போன்றோர் தாம் இங்கே ஆதிக்கம் செலுத்திக் காடுகளை விற்றுவருகின்றனர்; மரம் அறுக்கும் வேலை பற்றி இவர்களுக்கு என்ன தெரியும்? இதுபோன்ற காடுகள் எப்போதோ எங்களுக்குத் தெரியும். ஒரு காலத்தில் இந்த நிக்கிலா காடுகள் என் தந்தை பெஞ்சமிக்குச் சொந்தமாக இருந்தவைதான். இவர்கள் என்னவோ இவை அனைத்தும் தங்களின் காடுகள் என்பதுபோல, இப்போது விற்றுக்கொண்டிருக்கிறார்கள். நடந்துபோய்க்கொண்டிருந்த யூகாவுக்கு இந்த நிக்கிலா காடுகளைச் சமீபத்தில் விற்றிருப்பதாகவே தோன்றிற்று.

தனது பையில் பணமிருக்கிறது என்னும் எண்ணமே சொற்களால் விவரிக்க முடியாத ஆதாரமான மனநிறைவை அவனுக்குத் தருகிறது. ஒருவன் பையில் எவ்வளவு பணமிருக்கிறது என்பதை அவனைப் பார்த்த மாத்திரத்தில் யாராலும் யூகிக்க முடியாது.

ஓர் இயற்கையான உந்துணர்வால் தனது கிராமமான ஹர்ஜகங்காஸிற்குச் சென்ற யூகா வெகு நேரமாகியும் திரும்பவில்லை, இந்த நடைப் பயணத்தை மீண்டும் அவன் நினைத்துப் பார்த்தான்.

ஒலிவாவிற்கும் நிக்கிலாவிற்குமிடையே நடந்துபோய்க்கொண்டிருந்த போது கொஞ்சம் குடிபோதையிலிருந்த யூகா,

"அற்ப குணம் கொண்ட ஒலியா கஞ்சன்களே! நான் பெஞ்சமி நிக்கிலாவின் மகன். மறந்துவிடவேண்டாம்" எனக் கத்த முயன்றான்:

ஆனால் உரக்கக் கத்தவில்லை. சத்தம் அவன் தலைக்குள், அவன் பிரக்ஞையில் கேட்டது, குடி அதனை எப்படியோ துடைத்துவிட்டாற் போல் தெரிந்தது; தந்தை மீதான வியப்பும் பாராட்டுணர்வும் அவன் மனதில் நிறைந்திருந்தது. அவன் தொடர்ந்து நடந்துகொண்டிருந்தான். விலகி நின்று அனைத்தையும் தனது பிரக்ஞை பார்த்துக்கொண்டிருப்பதாகத் தோன்றியது. அதனை விரட்டிவிட முடியாது.

“ஆ... முன்பொரு தடவை இவை என் தந்தை பெஞ்சமியின் காடுகளாக இருந்தன, ஆனால் இப்போது எல்லாவற்றையும் இழந்துவிட்டேன். அவற்றை மீட்பது சாத்தியமே இல்லை. ஆ... இது உனக்குக் கோபமூட்டலாம். ஆனால் அனைத்தும் மிகச் சரியாக சட்டபூர்வமாக நிகழ்ந்துள்ளன. இந்தப் பண்ணையும் காடுகளும் சொந்தமாக இருந்த ஒருவரின் மகன் என உனக்கு நீயே சொல்லிக்கொண்டு நடந்துபோய்க்கொண்டிருக்கிறாய். ஆ... யூகா நீ – ஒன்றை நினைவு வைத்துக்கொள். இப்போது இது வேறு பண்ணை. இதற்கும் உன் தந்தைக்கும் ஒரு சம்பந்தமும் இல்லை. இது அன்டூ ஒலியாவின் பண்ணை. புரிகிறதா..? கொக்கெமாக்கியிலிருந்து வந்த பா ஒலியாவின் மகன் அன்டூ. இந்த விதமாகவே விஷயங்களை நீ அணுக வேண்டும். அப்போதுதான் சரியான பாதையில் நீ இருக்கிறாய் என்று அர்த்தம். பிர்ஜோலா கூடத்திற்கு நீ இப்போது உறங்கச் சென்றுகொண்டிருக்கிறாய். உன் பையில் 20 மார்க்குகள் பணம் இருப்பதை ஒருபோதும் மறந்துவிடாதே. இந்தப் புள்ளியிலிருந்தே நீ யோசி. மேலே போ. பிறரைப் பார். உன்னைச் சுற்றியுள்ள உலகில் அவர்கள் எவ்விதம் வாழ்கின்றனர் என்பதைப் பார்’

இப்படியெல்லாம் போதைக்குப் பின்னாலிருந்து அவனது தன்னுணர்வு பேசிற்று – சொற்களற்று. யூஸியாக இருந்த யூகா அந்த ஞாயிறு இரவு பிர்ஜோலா கூடத்திலிருந்த படுக்கைக்குச் சென்றான். அடுத்துவந்த ஞாயிற்றுக்கிழமையும், வார நாட்களின் பல இரவுகளிலும் அங்கேயே உறங்கினான். அமைதியான பண்ணையாள் அவன். அந்தப் பகுதிகளிலுள்ள முதியவர்களுக்கு அவனது குடும்பச் சூழ்நிலைகள் நன்கு தெரியும். அவன் வம்சத்தின் வேர்களை அவனது சிறிய கண்கள் தெளிவாக வெளிப்படுத்தின. அந்தக் கண்களில் முதியவன் பெஞ்சமியின் சாடையிருந்ததைப் பெஞ்சமியை அறிந்தவர்கள் கண்டுகொள்ள முடியும். யூகாவின் இயல்பு அவனுடைய தாயார் மையாவையே பெருமளவு ஒத்திருந்தது என்பது உறுதி. சில வழிகளில் அவன் புதிரானவன். ஆனால் ‘புதிர்தன்மைதான் அவன்’ என்று அழுத்தமாகச் சொல்லிவிட முடியாது. பணத்தைப் பொறுத்தவரை வழக்கத்திற்கு மாறான போக்கு அவனிடமிருந்தது. தனது ஊதியப் பணம் முழுவதையும் பைசா சுத்தமாக அவன் எடுத்துவிடுவதுண்டு. எஜமானன் அவனை ஊதாரி எனக் கருத அது இடம் தந்தது. ஆனால் யூகா இனிமேலும் பணத்தை வீணாக்கப்போவதில்லை; தனது உடைமையாக மட்டுமே பணத்தை வைத்துக்கொள்ள விரும்பினான். இந்த விருப்பம் சிக்கனம் அல்ல. சிக்கனமான பண்ணையாள் ஒருவன் தனது ஊதியத்தை வெளியே எடுப்பதையே கூடுமானவரை தவிர்த்துவிடுவான்.

பிர்ஜோலாவிலேயே ஓராண்டுக் காலம் இருந்தான் யூகா. வேலையில் அவனது சக ஊழியரான பணிப்பெண் அவனைவிடவும் வயதானவள். திருமணம் செய்துகொள்வதற்காக அவளும் அந்த வருடக் கடைசியில் வேலையை விட்டுவிட்டாள். ‘ஒரு பணிப்பெண்ணுக்குக் கணவன் வாய்ப்பது அவள் வேலைசெய்யும் பண்ணையைப் பொறுத்தது’ என பிர்ஜோலா எஜமான் விளக்கினான். ஒன்றிரண்டு ஆண்டுகளுக்குப் பின்னர் அவன் மீண்டும் இதையே கூறினான். அப்போது பிர்ஜோலா பணிப்பெண்ணான ரீனாவுடன் யூகாவின் திருமணம் நிச்சயம் செய்யப்பட்டிருந்தது.

பண்ணை ஆளுக்கோ பண்ணைப் பணிப்பெண்ணுக்கோ மிகத் தீவிரமான உள்முக அனுபவங்கள் ஞாயிறு பிற்பகலிலிருந்து திங்கள் கிழமை காலைவரை நிகழ்கின்றன. இந்த நேரம்தான் இவர்களுக்கும், இவர்களையொத்த அந்தஸ்துடைய பிறருக்கும் பேராபத்தை விளைவிக்கும் படுகுழிகள் நிரம்பியது. விரைவில் கடந்துபோகும் விடுதலையுணர்வு இப்போது (ஞாயிறு பிற்பகலிலிருந்து) அதன் உச்சத்திலிருக்கிறது. மாலையிலும் இரவின் போதும் இந்த விடுதலையுணர்வு விரிவடைந்துகொண்டே போகிறது. சமூகக் கட்டுக்கோப்பிற்கு உட்பட்ட விதிமுறைகள் வரம்புகள் முழுவதும் இரவு நேரத்தில் மறதிக்கு உள்ளாகின்றன.

விதியின் தீர்க்கமான பற்பல திருப்பங்கள் திங்கள் கிழமை விடியலுக்கு முந்தைய இரவில் மௌனமாய் நிகழ்கின்றன. அந்த இரவு – அபாயங்கள் மறைந்திருக்கும் வசீகரமான துயர வாழ்வின் தலைவாயில்; திருமணத்தின் நுழைவு வாயில்; பின்னர் யதார்த்தத்தின் அரைகல்லில் அரைபடும் நிலை. முந்தைய ஞாயிறு இரவு இனிமையின் மிச்சத் தடங்கள் எதுவும் அந்த அரைகல்லில் இல்லை. இதன் (திருமணம்) பொருள்: பலநாட்கள் கடின உழைப்பும் உயிர் குடிக்கும் பனி இரவுகளும்; நோயுற்ற குழந்தைகளும், அக்கறையில்லாமலும் ஊளைச்சதையுடனுமிருக்கும் வயதான மனைவியும். இளம் பெண்ணாக இருந்தபோது அவள் தோற்றம் எப்படியிருந்தது என்பதன் ஞாபகமே ஒருவருக்கும் வராது. இளம்பெண்– இந்தச் சொல் இந்தத் தோற்றத்துடன் இப்போது இருக்கும் ஒரு பிராணிக்குப் பொருந்துமா .. ?

இதன் (திருமணம்) பொருள்: குழந்தைகள் பசுக்களின் இழப்பு, ஒழுகும் மேற்கூரைகள், நிலுவையிலிருக்கும் வேலை. திருமணம் என்பதன் பொருள் இவ்விதமாக ஒவ்வொன்றும்தான் – ஒத்திசைவுடைய கணங்கள் என்பது தவிர. ஏனெனில் அந்த யதார்த்த எந்திரத்தின் கூரிய பற்களில் தத்தம் நெருங்கிய சொந்த பந்தங்களை நேசிக்கும் நிலையில் ஒருவனோ அல்லது ஒருத்தியோ இருப்பதில்லை. ஞாயிற்றுக்கிழமை காலைப் பொழுதுகளில் முற்றத்தின் குடில்களில் நிலவும் அபூர்வ கணங்கள் பொருட்படுத்துமளவு பெரிய முக்கியத்துவம் கொண்டவை அல்ல. எனினும் ஞாயிற்றுக் கிழமை இரவில் உண்மைக்கு வெகுதொலைவிலிருக்கும் கற்பனைகள் எதுவும் அன்று காலையில் இருப்பதில்லை. அந்த இரவில் ஒரு பண்ணையாளும் பணிப்பெண்ணும் ஏதோ ஒன்றை நகல் செய்யும் முயற்சியில் தீவிரமாக ஈடுபட்டிருப்பதைக் காண்பது மனச்சோர்வு தரும் காட்சியாகும். இதில் வெற்றிபெற வேறு தகுதிகள் அவசியமாகின்றன.

ஞாயிற்றுக்கிழமை பிற்பகலின் சிறிதுநேர விடுதலை உணர்வால் எதிர்பாராத அபாயங்களை யூகா சந்திக்க நேர்ந்தது. இதுபோன்ற அனுபவத்தால் முன்பொருமுறை துயோரிலாவில் வெட்கமில்லாமல் அடி உதை வாங்கினான். கட்டற்ற இன்ப நுகர்வை அனுபவித்தவன், அதனால் தனக்கேற்பட்ட பாதிப்புகளை, மீண்டும் அதுபோன்ற நுகர்வில் ஈடுபடுகையில் முழுவதும் மறந்துபோகிறான். இந்த மறதியே எல்லாத் தீயசெயல்களின் பொதுவான குணாம்சமாகும். இதுவே தீர்மானிக்க

வேண்டிய தருணத்தில் மறந்துபோகும்படி அவனைக் கட்டாயப்படுத்துகிறது. கட்டுகள் ஏதுமற்றுச் சுதந்திரமாக இருக்க முடிகிறது என்பதற்காகத் தீய செயல்களை உல்லாசமாக அனுபவிக்கும் ஒருவனும் இதற்கு விதிவிலக்கல்ல.

மாமாவிடம் வாங்கிய அடி உதைகளாலும் திங்கள் கிழமை காலை வேளைகளின் சோர்வினாலும் படிப்பினை பெற்று அதனை வழிகாட்டியாகக் கொள்வதென்பது யூகாவைப் போன்ற (இளவயது) மனப்பக்குவமேயுடையே ஒருவனிடமிருந்து எதிர்பார்க்க முடியாது. ஒவ்வொரு ஞாயிற்றுக்கிழமை மாலை வேளையிலும், குறிப்பாகக் கோடை காலத்தில், கிராமத்தைச் சுற்றிப்பார்க்க யூகா கிளம்பிவிடுவான். நடனங்களுக்குச் செல்வான். கடினமாக இருப்பினும் போல்கா இசை நடனத்திற்கும் அவன் போவான். சில சமயங்களில் லேசான களியாட்டத்திலும் அவன் ஈடுபடுவதுண்டு. அதுபோன்ற சந்தர்ப்பங்களில் எந்த ஆபத்தும் அவனுக்கு நேராது. ஏதேனும் சண்டை சச்சரவுகள் ஆரம்பிக்கும்போது பெரும்பாலும் அவன் இருப்பான். ஆனால் பாதிக்கப்படுபவர்களில் ஒருவனாக அல்ல. மதுபானம் வாங்குவதில் அவன் ஜாக்கிரதையாய் இருந்தான்; மது வாங்குவதற்காகப் பண விஷயத்தில் பிறருடன் இணைந்துகொள்ள அஞ்சினான். சிக்கனமல்ல காரணம். அதன் விளைவுகளுக்குப் பொறுப்பேற்க வேண்டியது வருமோவென அஞ்சினான். ஒருபோதும் பிறருக்குத் தொந்தரவாக அவன் இருந்ததில்லை. அதனால் மற்றவர்களே அவனுக்குப் பெரும்பாலும் மதுபானம் வாங்கித் தந்தனர்.

ஞாயிற்றுக்கிழமை மாலைநேர உலாக்களில் எதுவும் நிகழவில்லை. அல்லது அவ்விதம் தோன்றியது. இந்த உலாக்களின் விளைவுகளைத் தீர்மானிப்பதில் வலிமை மிக்கதாக இருந்தது விதியின் சூழ்ச்சி. எனினும் ஒரு மாலை உலா முற்றிலும் தீர்மானமான விளைவுகளைத் தந்தது. ஒரு பத்தாண்டு அடுத்த பத்தாண்டுக்கு வழிவிடுவது போல் அதுவரைய வண்ணங்களற்ற வெளிறிய அவன் வாழ்வை அந்த விளைவுகள் வழி நடத்தியது. அதே வழியில்தான் அவன் வாழ்வின் உள்முகத்தன்மை மனித வாழ்வின் ஒரு குறிப்பிட்ட பகுதியைச் சட்டெனக் கவரும் வண்ணம் பிரதிபலித்தது.

சிறிது அறிவும் உலக அனுபவமும் பெற இந்தத் தனிமை உலாக்கள் யூகாவிற்கு உதவின. எனினும் அவனிடமிருந்த ஒரு பெரிய குறைபாடு அவனை நச்சரித்துக்கொண்டிருந்தது; பெண்கள் தொடர்பான எத்தகைய அனுபவமும் இல்லாதவனாகவே அவன் இன்னும் இருந்தான் என்பதே அது. நண்பர்களோடு இருக்கையில் அவன் இதனைக் காட்டிக்கொள்வதில்லை. வேறுவிதமாக நடந்துகொண்டான்; பெண்களைப் பற்றி அனுபவம் மிக்க ஒருவனின் முரட்டுத்தனமான சில குறிப்புகளை மெல்ல வெளியிடுவான். அதனால் திருமணமான அன்புடைய பெண்கள் அவனைப் பற்றிப் பேசும் போது "ஒரு பெண்ணின் தூண்டிலில் சிக்குமளவு யூகா மென்மையானவனல்ல" என்று கூறுவர்.

இதுபோன்ற பேச்சுகளை யூகா மிகவும் ரசித்தான். அதனால் பெண்கள் விஷயத்தில் ஓர் அனுபவசாலியைப் போலப் பிறர் நம்பும்படியாக நடித்தான். ஆனால் வீடு திரும்பிக் கட்டிலில் தனித்திருக்கையில், கணப்பின் மறு பகுதியிலிருந்து பணிப்பெண் ரீனா மூச்சுவிடுவதைக் கேட்பதெல்லாம்

வேறு விஷயம். அவன் எந்தப் பெண்ணையும் ஒருபோதும் தீண்டியதில்லை. பிரச்சினை அதுதான். ரீனா நடத்தைகெட்டவள்தான். எனினும் கூடத்திலிருந்த அவளின் படுக்கைக்குத் திருட்டுத்தனமாகச் செல்லும் தைரியத்திற்கு விலையாக எதை வேண்டுமானாலும் தந்திருப்பான். ஒருநாள் இரவு கணப்படுப்பின் மறு பகுதியில் மயான அமைதி நிலவிற்று. அதனால் ரீனா விழித்திருக்கக் கூடுமெனத் தோன்றியது. மெல்லக் கனைத்தவாறு அவளிருந்த இடத்திற்கு மெல்ல நகர்ந்தான். படுக்கையில் அவள் இல்லை. காலியாக இருந்த படுக்கையில் கைகால் நீட்டிச் சோம்பல் முறித்தான் யூகா. சிறிது நேரம் அங்கேயே இருந்தான். பின்னர் தனது படுக்கைக்குத் திரும்பிவிட்டான். ஆனால் ரீனா கிராமத்திலிருந்து வீடு வந்தபோது தனது படுக்கையில் தூங்குவது போல் பாசாங்கு செய்தான்.

22 வயதான இளம்பெண் ரீனா. சுதந்திரப் போக்குகொண்டவள். ஆயினும் அவ்வளவாக உறுதியான குணம் அவளிடமில்லை. அவள் இந்தப் பகுதியைச் சேர்ந்தவள் அல்ல; வேலை தருமாறு எஜமானனைக் கேட்க, அவன் சற்று விளையாட்டாகவே சந்தையில் அவளை வேலைக்கு ஒப்பந்தம் செய்துகொண்டான். வேலைசெய்வதில் அவளுக்கு ஆர்வமில்லை. இரவில் அடிக்கடி தைரியமாக வெளியே சென்றுவிடுவாள். இரவு நேரத்தில் வாலிபர்கள் பிர்ஜோலா வரவேற்பறைக்கு வர அஞ்சினர். ரீனாவைப் பொறுத்தவரை அவர்கள் அவ்விதமிருக்கத் தேவையில்லைதான். வேலையில் சேர்ந்த முதல் ஞாயிற்றுக்கிழமை இரவில்கூடப் பழக்கமில்லாத புது இடத்தின் அந்நியத்தன்மை அவளுக்குத் தடையாக இருக்கவில்லை. கூடத்திலிருக்கையில் ஒரு கிராமத்து நடன இசையைக் குதிரை கனைக்கும் குரலில் ராகத்துடன் பாடுவாள், பின்னர் கிராமத்திற்கு ஓடிவிடுவாள். நடு இரவுக்குப் பிறகே வீடு திரும்புவாள். யூகாவின் ரகசியக் கனவுகளின் இலக்காக அவள் உருவானாள். அதற்குக் காரணம் சூழ்நிலைகள் மட்டுமே. யூகாவிடம் கொஞ்சங்கூட அவள் ஆர்வம் காட்டுவதில்லை; கனைக்கும் குரலில் தனக்குத்தானே பாடிக்கொண்டிருப்பாள். யூகா பேச்சுக் கொடுத்தால் அக்கறையில்லாமல் பதில் கூறுவாள். ஆனால் யூகாவின் கற்பனையோ அதன் வேலையைத் தொடர்ந்துகொண்டிருந்தது.

பேராபத்தைக் கொண்டுவர இருந்த அந்த ஞாயிற்றுக்கிழமை இரவு ஜூலை மாத அறுவடை காலத்தில் வந்தது.

அன்று மாலையில் அவன் உயிர்த்திருப்பதான உணர்வு உச்சத்தில் இருந்தது. அந்த உணர்வு பற்பல புதிய வண்ணங்களைப் பெருக்கிற்று. யூகாவின் ஆழ்மனதிலிருந்து வார்த்தைகளற்ற கேள்வி ஒன்று பிரக்ஞையின் தளத்தில் மிதந்தவாறிருந்தது: “இதுதானா நான்..? ஆண்மையின் முழுமையில்தான் நான் வாழ்கிறேனா..?

அன்று மாலை தனது பணத்தில் மது வாங்கிக் குடித்தான் யூகா; அவனோடிருந்த மற்ற இரண்டு பேருக்கும் சேர்த்து ஒரு குடுவை மது வாங்கினான். பின்னர் ஒரு நடனத்திற்குப் போதையேறக் குடித்தான். யூகாவின் கோட் காலரை ஒருவன் பற்றி இழுக்க அவனைப் பின்னுக்குத் தள்ளிப் படுக்கையில் விழச் செய்தான் யூகா. அது விளையாட்டுத்தான்; இருந்தும் ஒருவனை அவன் கீழே தள்ளிய நம்ப முடியாத அதிசயம்

சாதுவான பாரம்பரியம் 103

நடந்திருந்தது. வெளியே போகையில் தாழ்வாரத்தின் இருளில் இளம் பெண்களைத் திடீரெனப் பற்றினான். பிர்ஜோலா வீட்டிற்குத் தனியே கிளம்பினான். சுற்றுப் பகுதிகளில் உள்ள அனைவருக்கும், ஏன் வேறெங்கிலும் உள்ள எவருக்குமே தான் சமமானவன் என்னும் உறுதியான நம்பிக்கையே அப்போது அவன் மனதில் முதன்மையாக இருந்தது.

மங்கலான வெளிச்சம். யூகா கூடத்தினுள் நுழைந்தான். ரீனா வீடு வந்துவிட்டாளா என்பதை அறியத் தைரியமாக உள்ளே சென்றான். படுக்கைக் காலியாக இருதது. அவள் இன்னும் வரவில்லை. எச்சரிக்கையுடன் சன்னலருகே சென்ற யூகா அங்கேயே நின்றுகொண்டிருந்தான்.

அவன் மூளை தானாகவே எதையும் செய்யவில்லை. தன் முன்னே வருகின்ற எதனையும் வெறுமனே வெறித்துக்கொண்டிருந்தது. போதை தந்த உள்முக பாவத்தில் முழுவாழ்வின் ரகசிய ஊற்றும் திடுமெனத் தோற்றம் தந்தது. அதே வேகத்தில் அவற்றை யூகா உள்வாங்கிக்கொள்வதற்குள் வெகு சீக்கிரமே மறைந்தும் விட்டது. அருவருப்பின் மங்கலான கூறுகள் அவன் உடலிலிருந்தன. அவனது ஆன்மா அவற்றை ஏற்றுக்கொள்ள மறுத்தது.

இருள் கவியத் தொடங்கும் மங்கலான வெளிச்சம். இரண்டு பேர் துணையுடன் உள்ளே வந்தாள் ரீனா. அவர்கள் கூடத்திற்கு வர மாட்டார்கள், ரீனா மட்டும் வருவாளெனப் போதையிலிருந்த யூகா மகிழ்ந்தான், ரீனா கதவு திறக்கும்வரை சன்னலருகேயே நின்றான். பின்னர் அவளை நெருங்கினான்.

யோகன் பெஞ்சமியின் மகன் தனது 26ஆம் வயதில் வாழ்வில் முதன்முறையாக ஒரு பெண்ணைத் தன்கைகளில் முழுவதுமாக ஏந்துகிறான் – குடிபோதையின் பாதுகாப்பும் அதுவரைய அந்தநாள் அனுபவங்களின் உந்துதலும் அவனை இயக்குகின்றன. அவன் உடல் தானாகவே எந்திரமாகச் செயல்படுகிறது. அவன் மூளை நடப்பவற்றை வெறுமனே குறித்துக்கொள்கிறது. அவனின் ஆண்மை முழுமையும் உறைந்து போயிருந்த கடந்த காலத்திலிருந்து தளர்ந்து காற்றில் மிதக்கிறது. அந்தப் பெண் சிறிதும் எதிர்ப்பைக் காட்டவில்லை; தவிர்க்க முடியாத விதி எனச் செயலற்றிருக்கிறாள்.

கடைசியில் அவள் கூறுகிறாள் "காயடிக்காத இந்தச் செம்மறிக் கடாவிடம் திடீரென இவ்வளவு உயிர்ப்பு வந்தது எப்படி?"

அவளின் இந்த வார்த்தைகள் யூகாவிற்குப் பேரானந்தம் தந்தன. அவனது உயிர் தங்கி இளைப்பாறுமிடமாக ஒரு வகையில் அவ்வார்த்தைகள் அமைந்தன. வினோதமாக இப்போது அவை மிதக்கின்றன.

பின்னர் தனது படுக்கைக்குத் திரும்புகிறான் யூகா. போதை சற்றுத் தணிந்திருக்கிறது. ஏமாற்றத்தை மிக ஆழமாக உணர்கிறான். வெறுமை அவனை ஆட்கொள்கிறது; எனினும் வாழ்வும் உலகும் முற்றிலும் புதிய ஒரு முகத்தை அவன் மேல் திருப்புகின்றன. பண்ணையாளாக அவனது கடந்த ஆண்டுகளின் எண்ணற்ற சிறு நிகழ்வுகள் அனைத்தையும் சுருக்கமான நிகழ்வு ஒன்று ஒரு வகையில் ஒன்றுசேர்க்கிறது; முழுமையான ஒன்றாக

அவை அனைத்தையும் அது இணைக்கிறது; வாழ்வின் பாதையில் புதிய தளத்திற்கு வந்து சேர்ந்திருக்கிறான், அது மேலானதா அல்லது அதற்கு முந்தியதைவிடவும் தாழ்வானதா என்பது முக்கியமல்ல. உறக்கம் இன்னும் வரவில்லை. சிறிய குடிலில் தான் வாழ்வதாகக் கற்பனையில் காண்கிறான் யூகா. வாழ்வின் இந்தக் கட்டத்தில் இதுபோன்ற கற்பனைகள் மனங்கவர்பவைதாம்.

ரீனாவை நோக்கிய யூகாவின் முன்நகர்வுகள் குறிப்பிடத்தக்க தற்செயல் நிகழ்வாகும். பணிப்பெண் ரீனாவிற்குத் தக்க சமயத்தில் அது நிகழ்ந்தது. இதுபோன்ற தற்செயல் நிகழ்வுகள் வாழ்வில் நிகழ்வதுண்டு. எந்த விதமான குடும்பப் பிணைப்புகளும் முற்றிலும் இல்லாதவள் ரீனா. தன்னை ஒருபோதும் திருமணம் செய்துகொள்ளமாட்டான் எனத் தெரிந்தபின்னரும் அவனுடைய குழந்தையைச் சுமந்துகொண்டிருப்பதாகச் சந்தேகித்தாள் ரீனா. அதற்கான காரணமும் அவளிடமிருந்தது. அதுமட்டுமல்லாது பண்ணையின் வாரிசான ஒருவன் பணிப்பெண்ணைத் திருமணம் செய்துகொள்வது சில சமயங்களில் நடந்திருந்தது என்றாலும் பண்ணை உரிமையாளரின் மகனான யூகாவுக்கு மனைவியாகும் அந்த வகைப் பணிப்பெண் தான் அல்ல என்பதை ரீனா நன்கறிந்திருந்தாள். இந்தக் காரணங்களால்தானோ ஏனோ யூகாவின் மீதான அவளது அணுகுமுறை அதுவரை மழுப்பலாகவே இருந்துவந்திருக்கிறது; இரவுகளில் யூகாவுடன் இருந்ததற்காக அவன் மேல் அவளுக்கு வெறுப்பேதுமில்லை. முன்பு போலவே ரீனா நடனங்களுக்குச் சென்றாள். ஆனால் அவள் யூகாவிற்கு முழுக்கவும் உண்மையாக இருந்தாள். அவள் நடத்தையில் ஆணவம் இருந்தது. தன்னைப் பற்றிய வதந்தி ஒருவேளை வரலாம் என்பதை முன்கூட்டியே எதிர்கொள்வதற்காகவும் ஆணவம் இவ்விதம் அவளிடம் ஊடுருவியிருக்கலாம்.

இவ்வளவு நடந்த பின்பும் யூகாவைப் பொறுத்தவரைத் திருமணம் என்பது வெளிப்படையாகத் தெரிந்த ஒன்றுதான். மேலும் யோசிப்பதற்கு அதில் ஒன்றுமில்லை. அவனது அகவாழ்வு முழுமையும் அவனது வெளிச் செயல்பாடுகளும் இந்த உண்மைக்குக் கட்டுப்பட்டவை. எதிர்காலத்திற்கான வாழ்க்கைச் செலவினப் பட்டியலையும் திட்டங்களையும் தீட்டியபோது மனதிற்குகந்த கவலை அவனை ஆட்கொண்டது. கணப்படுப்பிலிருந்து தூரத்திலிருந்த ரீனாவிடம் இரவு நேரங்களில் யூகா வந்தான். செய்ய வேண்டிய பெரிய கடமைகளோடு கவனிக்கப்பட வேண்டிய சின்ன விஷயம் தான் இது. யூகாவைப் பொறுத்தவரை தனக்கு மட்டுமே முழுமையாய் உரித்தான, தான் திருமணம் செய்துகொள்ளப்போகும் பெண் அவள். ரீனாவின் பிறப்பு வாழ்க்கைச் சூழல் பற்றி எதுவும் தெரியாதிருந்தான் யூகா. திருமணமாகிச் சில மாதங்கள் சென்ற பின்னரும்கூட இந்த விபரங்களை அவன் அறியாதிருந்தான். கருங்குருவியைப் போன்ற மூதாட்டி ஒருத்தி ஒரு முறை அவர்களைப் பார்க்க வந்தாள். அவளை ரீனாவின் தாய் என யூகா சரியாகவே யூகித்திருந்தான். அவளிடமும் திருமணம் பற்றி எதுவும் கூறவில்லை. அவர்கள் அருகருகே படுத்திருந்த நேரங்களிலும் திருமணம்

தொடர்பாக எதுவும் பேசிக்கொள்வதில்லை. பேச என்ன இருந்தது..? யூகா மறந்துவிடும் இயல்புடையவன். ரீனாவோ எல்லாம் விதிவசத்தால் நிகழ்வதாக எடுத்துக்கொள்ளும் தன்மை கொண்டவள். இருவருக்கிடையே மோதல் ஏதும் நிகழ்ந்ததில்லை.

வழக்கத்தைவிடவும் கவனமாக வேலைசெய்தான் யூகா. கூர்மையாக மோப்பம் பிடிப்பவனான எஜமானன் யூகா பற்றிய விஷயங்களைச் சீக்கிரமே தெரிந்துகொண்டான். மனித குணத்தை நன்கு மதிப்பிடுபவனும் சுற்று நீதிமன்றத்தில் அறங்கூறாய உறுப்பினனுமான அவன் காத்திருக்க முடிவுசெய்தான். பிரச்சினைகளைச் சாதுர்யமாகக் கையாள்வதில் கெட்டிக் காரனான அவன் யூகாவே முன்வந்து பேசட்டுமென விட்டுவிட்டான். எதிர்பார்த்தபடியே யூகாவே கடைசியில் விஷயத்தைக் கூறினான். அதுபற்றி முழுவதும் விவாதித்தனர். பணம் சம்பந்தமாக யூகாவின் நிலைப்பாடு என்னவென்பதையும் யூகாவின் திட்டங்களையும் எஜமானன் தெரிந்து கொண்டான். விஷயம் இதுதான்: பிர்ஜோலா எஜமானன் தனது நிலத்தின் சிறு பகுதியைக் குத்தகை விவசாயத்திற்காகத் தனக்குத் தருவானென நம்பிக்கைகொண்டிருந்தான் யூகா.

இந்தத் திட்டத்தை யூகா முன்வைத்தபோது யோசனை செய்வது போல அமைதியாக வேறெங்கோ பார்த்தான் எஜமானன். உண்மையில் யூகாவின் திட்டம் பற்றி ஒரு கணம்கூட அவர் எண்ணிப்பார்க்க வேண்டிய அவசியமில்லை. தன் முன்னால் இருந்த யூகா, ரீனா, பணம் பற்றி யோசித்துப் பார்த்தார் பிர்ஜோலா எஜமானன். சுதந்திர இருப்பிற்கான நம்பிக்கையூட்டும் அடித்தளம் இவை. அங்கீகரித்து ஏற்றுக்கொள்ளும்படி இம்மூன்றும் குழந்தைத்தனமாக எஜமானனை வேண்டின. ஆனால் அதிலிருந்த ஒரு பகுதிப் பற்றாக்குறையை வயதான அந்த பிர்ஜோலா விவசாயி மிகத் தெளிவாகக் கண்டுகொண்டான். இந்த விஷயத்தின் மீதான அவனது அணுகுமுறையில் நல்லெண்ணம், பரிவு, வெறுப்பு மூன்றும் கலந்திருந்தன. ஆனால் யூகாவின் திட்டத்திற்கு அவன் உடன்பட மாட்டான். அதனால் குத்தகைக்காகச் சிறுநிலம் தருவது பற்றிய யூகாவின் குறிப்புகளுக்குத் தெளிவான பதிலேதும் அவன் அப்போது தரவில்லை. ஆனால் நடக்கப்போகும் அவர்களின் திருமணத்தின் மீது ஆர்வமும் அக்கறையும் காட்டினான். ஒரு தகப்பனாருக்குரிய தைரியமான அறிவுரை களை யூகாவிற்கு வழங்கினான். குத்தகை நிலம் கேட்ட அவனுக்குத் திருமணம் பற்றிய அறிவுரை வழங்கிய இந்தப் பரிமாற்றத்தில் யூகா மனந்தளர்ந்துவிடவில்லை. மாறாக எஜமானன் மீதான நம்பிக்கை மேலும் வளர்ந்தது. வாழ்வின் எஞ்சிய காலம்வரை பிர்ஜோலா எஜமானன் மேல் மிகுந்த அன்புகொண்டிருந்தான் யூகா. எஜமானன் முதுமையால் இயலாத நிலையிலிருந்தபோதும் தனக்குத் துன்பம் வந்தபோதெல்லாம் சிலசமயங்களில் யூகா அவனிடம் செல்வதுண்டு. அப்போதெல்லாம் உளங்கனிந்த அன்பை யூகாவிடம் பொழிவான் எஜமானன். இந்த அன்பில் நெகிழ்ந்து, வந்த விஷயத்தையே மறந்து ஒன்றும் பேசாமல் திரும்பி விடுவான் யூகா. பிர்ஜோலாவில் இருந்த காலம் முழுமையும் – தனக்குத் திருமணமாகும்வரை, யூகாவின் வாழ்வு நல்ல நிலையில் இருந்தது. திருமணச் செலவு முழுவதையும் எஜமானனே ஏற்றுக்கொண்டான்.

திருமணம் பற்றி முதலில் குறிப்பிட்டது ரீனா. வழக்கம்போல் மனதிலிருந்ததைக் கோபத்துடன் வெடுக்கெனக் கூறினாள். இதில் எதிர்பாராதது எதுவும் நிச்சயமாக இல்லைதான். எனினும் வேதனையின் துளி தனது நெற்றிப்பொட்டில் சீறித் துடிப்பதை யூகா உணர்ந்தான். மரம் அறுப்பவனின் தைரியம் அந்த மாலை நேரத்தில் அவனிடம் கொஞ்சம் இன்னுமிருந்தது. சாத்தியமான சாத்தியமில்லாத எல்லாவற்றைப் பற்றியும் தொடர்ந்து யோசித்துக்கொண்டிருந்தான். திருமணம் குறித்த கேள்வியே திடீரென முற்றிலும் புதிய அர்த்தம் பெற்றுவிட்டது; இப்போது அதனைத் தவிர்க்க முடியாது, குறிப்பிட்ட காலத்திற்குள் செய்துமுடிக்க வேண்டும். எங்கே போய் வாழ்வது..? யாரோ ஒருவனின் வாடகை அறையின் ஒரு மூலையில் வாழ்வதை நினைக்கவே பயமாக இருந்தது. பண்ணைக் குத்தகை விவசாயத்திற்காகச் சிறு நிலத்தை எஜமானன் அவனுக்காக விட்டுக்கொடுத்தாலும் மூன்று சுவர்க் குடிசை எழுப்பவும் நேரமிராது. கையிலிருக்கும் பணமோ தேவைப்படும் மொத்தத் தொகையை நெருங்கவே முடியாது. வீட்டிற்கான மரங்களை வெட்டி அவற்றைச் சரியான அளவில் அறுக்கவும் அவனால் முடியாது. ரீனாவின் படுக்கையில் பெருமூச்சுடன் புரண்டான் யூகா. சோம்பலில் அசையாது வெறுமனே கிடந்தாள் ரீனா. யூகாவின் மனக்கலக்கத்தில் அவள் மகிழ்வுறுவதாகத் தோன்றிற்று. முன்னெப்போதுமில்லாதபடி மிகக் கடினமாக உழைத்தான் யூகா. சிறு பண்ணைக்கான கனவை இவ்விதம் அவன் நனவாக்க முயல்வதாகத் தெரிந்தது. கால அவகாசம் குறைந்துகொண்டே போனது. அதனால் பண்ணை கிடைப்பதற்கான வாய்ப்புகளும் சுருங்கின. அந்நியமான ஏதோ ஒன்று அவனை நெருங்கிவருவதாகத் தோன்றிற்று. அதனுடன் எவ்விதத் தொடர்பையும் அவனால் உணர முடியவில்லை. எனினும் அது அவனை நோக்கி வந்தது. குழந்தையின் தந்தைமை பற்றி எள்ளளவு சந்தேகமும் யூகாவின் மனதில் வந்ததில்லை. கிராமப் பெண்களின் கிசுகிசுப்புக் கட்டத்தைத் தாண்டி இந்த விஷயம் வெளியே போகவுமில்லை; யூகாவும் ரீனாவும் புதுவீட்டில் குடியேறியபோதே அது மறக்கப்பட்டுவிட்டது. எனினும் யூகாவைப் பொறுத்தவரை இந்த முதல் குழந்தை புதிரான அந்நிய னாகவே இருந்தது. யூகாவுடன் ஓயாமல் சண்டையிட்டுக்கொண்டிருந்தாள் ரீனா– வெளிப்படையாகத் தெரியாத ஏதேதோ காரணங்களுக்காக.

யூகாவும் ரீனாவும் இப்போது பண்ணைக் குத்தகை உழவர்கள். பிர்ஜோலா நிலத்தில் அல்ல; எர்ஜோலா என அழைக்கப்படும் பண்ணையில். யூகா– ரீனா திருமண விஷயம் அந்த வட்டாரத் தேவாலயத்தில் ஏற்கனவே அறிவிக்கப்பட்டிருந்தது. அதன் பின்னரே, எஜமான் கடைசி நிமிடத்தில் தனது பதிலைக் கூறினார். "ஒரு சிறிய பண்ணைக் குத்தகை உழவனின் தேவைகளுக்கு ஏற்ற நிலம் என்னிடம் இல்லை. குடிசையைக் கட்டும் நிலையிலும் இப்போது நீங்கள் இல்லை. ஆனால் எர்ஜோலா என்னும் வயதான மனிதன் ஒருவனிடம் சென்று பேசுங்கள். உழுத பின்னரும் விதைக்கப்படாத க்ராப்சாலா நிலம் அவனிடம் இன்னுமிருக்கிறது. பெரிய வீடும் கொஞ்சம் நல்ல நிலமும் அவனிடமுண்டு. நீங்கள் அங்கே போய்க் குடியேற வேண்டும். அவ்வளவுதான். கட்டடங்கள் கொஞ்சம் பழுதடைந்து இருக்கும். அவன் உங்களை ஏற்றுக்கொள்வான் என

நினைக்கிறேன்" என்று யூகாவிடம் கூறினான்; வீணான நம்பிக்கைகள் எதனையும் எஜமானன் அவனுக்குத் தரவில்லை: இந்த விஷயத்தை ஏற்கனவே ரகசியமாக முடித்திருந்தான்.

ஒரு ஞாயிற்றுக்கிழமையன்று முதியவன் எர்ஜோலாவைப் பார்க்கச் சென்றான் யூகா. நீண்ட நேரம் அவனது அறையில் இருந்தான். மென்று கொண்டும், தொண்டையைச் செறுமி அவ்வப்போது எழுந்து புகை பிடிக்கும் குழாயில் புகையிலை நிரப்ப அலமாரிக்குச் சென்றுகொண்டும் ஒரு விவசாயிக்கே உரிய பாணியில் முதியவன் எர்ஜோலா இருந்தான். யூகாவைப் புகைபிடிக்கச் சொல்லவில்லை. அந்த மரியாதையை அவன் தரவில்லை. அதனால் கோபத்தில் யூகாவின் கன்னங்கள் எரிந்தன. வியர்த்தவாறிருந்த தனது உள்ளங்கைகளைத் தேய்த்துக்கொண்டான். பேரம் ஒருவிதமாக முடிவிற்கு வந்தது. பண்ணை விவசாயச் சிறு குத்தகை நிலத்தை ஒட்டியிருந்த எல்லா நிலத்திற்கும் யூகாவால் பொறுப்பேற்றுக் கொள்ள முடியாததால் ஒப்பந்தம் போடப்படவில்லை.

"கண்ணியமாக வாழ்ந்து உங்கள் வேலையை மட்டும் பார்த்துக் கொள்வதாக இருந்தால் என் காலம்வரை நீங்கள் இங்கேயே தங்கிக் கொள்ளலாம்" என எர்ஜோலா உறுதியளித்தான்.

மேல் அறிவிப்பு வரும்வரை வாரத்தில் ஒரு நாள் யூகா பண்ணை வேலைசெய்ய வேண்டும். அது வீட்டு வாடகையைச் சரி கட்டிவிடும். உணவு விஷயத்தை யூகாவே பார்த்துக்கொள்ள வேண்டும்.

விடுதலை உணர்வு ஒருபுறம் – விடுபட முடியாது வாழ்வுடன் பிணைக்கப்பட்ட நிலை மறுபுறம். இரண்டில் எதற்கு முதலிடம்? அவை அவன் மனதில் போராடின. தனது சிறுசேமிப்பு மொத்தத்தையும் நோக்கி ஒரு நூறு கைகள் நீண்டுகொண்டிருப்பதாகத் தோன்றியது. முன்பை விடவும் தனது வாழ்க்கை இப்போது மேம்பட்டுக்கொண்டிருந்தது என்பதில் யூகா ஆறுதலடைந்தான்.

முதியவன் எர்ஜோலா தெரிவித்த செய்தியுடன் வீடு திரும்பினான் யூகா. பிர்ஜோலா எஜமான், ரீனா, யூகா மூவரும் அங்கே சேர்ந்திருந்தனர். அந்தக் கணத்தில் தீவிரமும் கண்ணியமுமிருந்தன. திருமணச்செலவைத் தானே ஏற்றுக்கொள்வதாக நம்பிக்கையான தொனியில் அறிவித்து அந்தச் சூழலைச் சுமூகமாக்கினான் எஜமானன்.

"யூகா நீ உண்மை ஊழியனாக இதுவரை இருந்துவந்திருக்கிறாய். அங்கே எர்ஜோலா நிலத்திலும் இவ்விதம் நீ தொடர்ந்து இருக்க வேண்டும். கடவுள் உன்னை ஆசீர்வதிக்கட்டும். ஒரு வயல் வெளியிலிருந்து மற்றொன்றிற்கு ஒரு காகம் சிறகடிப்பது போல் நீங்கள் – யூகாவும் ரீனாவும் பிர்ஜோலாவிலிருந்து எர்ஜோலாவிற்கு இப்போது பறக்கிறீர்கள்" எனக் கேலியாகக் கூறி அந்தச் சந்திப்பை ஒரு முடிவிற்குக் கொண்டுவந்தான் பிர்ஜோலா எஜமானன்.

எஜமானனின் ஒவ்வொரு அசைவிலும் மனநிறைவிருந்தது.

பிர்ஜோலா கூடத்தில் விரைவிலேயே திருமணம் நடைபெற்றது. அந்த நிகழ்வின் பரபரப்பில் ஒவ்வொன்றும் மூழ்கி மறைந்தன; ரீனாவின்

நிம்மதியான மனநிலை மட்டும் அமிழ்ந்துபோய்விடவில்லை. திருமண நிகழ்வின் பரபரப்பு தணிந்த பின்னரும் ஒவ்வொரு மணிநேரமும் அது வலிந்து உள்ளே நுழைந்துகொண்டிருந்தது. திருமணத்திற்கு அழையா விருந்தாளிகளுக்கிடையே முற்றத்தில் சண்டை பெரிதாக வலுத்தது. ஆனால் கல்யாண மாப்பிள்ளைக்கு இதுபற்றி ஒன்றும் தெரியாது; அப்போது பேக்கரி படுக்கையில் போதையில் கிடந்தான். அவன் உறங்கினான், ஆனால் அவன் காதுகள் திறந்திருந்தன. கூட்ட ஆரவாரத்திலிருந்து எழுந்த வயலின் இசைக் குறிப்புகள் அவனது கனவு – உணர்வு நிலையுள் புகுந்து அசாதாரணமான நீடித்த பேரானந்த நிலையை நீடித்திருக்கச் செய்தன. விழித்திருக்கும்போது அதுபோன்ற நிலை ஒருபோதும் வருவதில்லை.

இதற்கிடையே திருமணப் பரிசாக 30 மார்க்குகள் அன்று இரவிற்குள் ரீனாவிடம் சேர்ந்திருந்தன. இதற்கு முன்னாலிருந்த பிர்ஜோலா பணிப்பெண் பெற்றதைவிடவும் இரு மடங்கு அதிகம். ரீனா சண்டையிடுபவர்களை அடக்குவதற்கு வெளியே முற்றத்திற்குப் போகவும் செய்தாள்; இவர்களில் தைரியமானவன் ஒருவன் அவளைப் பின்தொடர்ந்து சென்று வீட்டில் அவளுடன் நடனமாடினான். திருமணத்திற்காக அவளுக்குப் பல மார்க்குகள் நன்கொடை தந்தான்.

காட்டின் மத்தியில் எர்ஜோலா பண்ணையோடு இணைந்து யூகாவின் சிறு பண்ணைக் குத்தகை விளைநிலம் இருந்தது. நீண்ட காலமாக உபயோகிக்கப்படாததால் முற்றிலும் அது பாழ்பட்டிருந்தது. சாதாரணமாகப் பேசிக்கொள்ளும்போது அதன் நிஜப் பெயர் யார் ஞாபகத்திலும் இல்லை. அது கிராப்சாலா என அழைக்கப்பட்டது. ஆனால் அதன் நிஜப் பெயர் அதுவல்லவெனப் பெயரின் ஒலியை வைத்தே அங்கே புதிதாக வருபவனும் கூறிவிடுவான். கடைசியாக அங்கே வசித்தவர்கள் வேடிக்கையானவர்கள். அந்த இடத்தின் புனைபெயருக்குக் காரணமானவர்கள். யூகாவும் ரீனாவும் அங்கே குடியேறிய பின்னர் அந்த இடம் தொய்வோலா எனப் புதிதாகக் குடியேறிய யூகாவின் குடும்பப் பெயரைப் பெற்றது. யூகா தாமதமாக வரும்போதோ அல்லது வேறு ஏதாவது செய்யத் தவறியிருந்தாலோ எர்ஜோலா எஜமான் அவனைக் கிராப்சாலா எஜமானன் எனக் கேலியாக அழைப்பதுண்டு.

இளம் தம்பதியர் தங்களின் புது வீட்டில் அனைத்துப் புனிதத் துறவியர் நாளில் (மேலுலகிலுள்ள கிறிஸ்துவ புனிதத் துறவியருக்காகக் கொண்டாடப்படும் கிறிஸ்துவப் பண்டிகை) குடி புகுந்தனர். அங்குள்ள தட்பவெப்ப நிலையும் கரடுமுரடான பாதையும் யூகாவின் பிரமைகளை – அப்படி ஏதேனும் அவனிடம் இருந்திருக்குமேயானால், சிதறச் செய்து விடுவதாக இருந்தன. வாரத்தில் – ஒரு நாள் – சாலையில் அவன் பயணிக்க வேண்டியதிருந்தது. அது எப்படி இருக்கும் என்பது பற்றிய காட்சித் துணுக்கு யூகாவிற்குக் கிடைத்தது. போய்க்கொண்டிருக்கும் சாலையில் சில இடங்களில், வண்டிச் சக்கரங்களின் அச்சு இருக்கும் மையப் பகுதிவரை வண்டி புதைந்துவிடும். கழுத்தை வெளியே நீட்டி வண்டியை இழுக்கக் குதிரைகள் பாடாய்ப்படும். அப்போது அவற்றின் கணநேர வேதனைப்

பார்வை எங்கே தாங்கள் பூமிக்குள் புதைந்துபோய் விடுவோமோவெனப் பயப்படுவது போலிருக்கும்.

தம்பதியரின் உலகாயத உடைமைகள் முழுவதும் வண்டியிலிருந்தன. தொய்வோலா காலத்திலிருந்தே யூகாவின் கனவாக இருந்த அலமாரி, கண்ணைப் பறிக்கும் வட ஃபின்லாந்து ரக சிறுமலர்க் கொத்துகள் கொண்ட ரீனாவின் பெட்டி, பிர்ஜோலா பண்டக சாலையில் பத்தாண்டுகளாகக் கிடந்த கட்டில் – இப்போது பளிச்சிடும் வெண்ணிற அடிப்பலகை கொண்டுள்ளது – இதன் விலை ஒரு வெள்ளி மார்க் – பேரத்தில் வாங்குகை யில் வைக்கோல் கற்றைகளால் அது சுற்றி மூடப்பட்டிருந்தது, தற்காலிகக் குளியல் தொட்டி, ஒரு வாளி, பால் பாத்திரம், இரும்புக் கொப்பரை, கல் கிண்ணம், மரத்தாலான நான்கு ஸ்பூன்கள். இவ்விதம் வண்டியிலிருந்த குடும்பச் சாமான்களில் மிக அவசியமான பொருட்களைத் தவிரப் பிற பொருட்களுமிருந்தன. இந்தச் சொத்துகள் அனைத்தும் பரபரப்பான சூழலில் வாங்கிச் சேர்க்கப்பட்டவை. ஒரு பண்ணைக் குத்தகை விவசாயத் தம்பதியர் சொந்தக் குடித்தனம் செய்யத் தேவையான தினசரி உணவிற்கான மூலப் பொருட்களும் வண்டியிலிருந்தன; உருளைக் கிழங்கு ஒரு சாக்கு, ரொட்டி 20 பவுண்டுகள், 2 பவுண்ட் உப்பு ஆகியவையும் அதில் அடங்கும். இவை அனைத்தும் வாங்கிய பின்னர் கையிலிருந்த மீதிப் பணம் வண்டிக்காரன் கூலிக்குப் போதுமானதாகவே இருந்தது. இவ்விதம் குறைவான பொருட்களை அடித்தளமாகக் கொண்டே எண்ணற்ற ஃபின்லாந்துக் குடும்பங்கள் குடியமைக்கப்பட்டுள்ளன. குறிப்பிடத்தக்க விதமாக அதில் வெற்றியும் பெற்றுள்ளன.

இதுபோன்ற முயற்சிகளில் முக்கியமாகத் தேவைப்படும் மன ஊக்கம் தம்பதியரிடம் குறைவாக இருந்ததெனக் கூறமுடியாது. வண்டியோட்டியிடம் அவர்கள் பேசிக்கொண்டு வந்தனர். அவர்கள் குரலில் லேசான எதிர்ப்புணர்வு இருந்தது. பண்ணைப் பணிப்பெண்ணாக இருந்தபோது தன்னிடமிருந்த சாதுரியப் பேச்சு முழுவதையும் விட்டுவிட்டுப் பண்ணை வயலில் பிறரோடு கடினமாக வேலைசெய்வாள் ரீனா. அந்தச் சமயங்களில் மிக மோசமான சகதிக்குழிகளைத் தாண்டுகையில் அவளின் பெரிய அடிவயிறு அபாயகரமாகக் குதித்தாடும். சொந்தக் குடித்தனம் செய்யத் தேவையான பொருட்களுடன் வண்டி இன்னும் போய்க்கொண்டிருந்தது. கடைசியில் அவர்கள் சேர வேண்டிய இடம் கண்ணில் தெரிந்தது. சேறு படிந்து உறங்கிக் கிடக்கும் மரக்கட்டைகளுக்கு மத்தியில் சாம்பல் நிற மரப் பலகைக் கூரையுடன் கட்டடங்கள். அவற்றின் அருகே, மிக அருகே வந்துவிட்டனர். பாதுகாப்பற்றுத் திறந்திருந்த ஒரு வீட்டுக் கதவின் முன் வண்டி நின்றது. மூட்டைமுடிச்சுகளுடன் உள்ளே சென்றனர். ஆனால் யூகா எரிப்பதற்காகச் சேகரித்துவைத்திருந்த வைக்கோல் கட்டுகளில் ஒரு கைப்பிடியும் வீட்டிற்கு எடுத்துவர மறந்திருந்தான்; ஒரு வாய்க் காஃபியுமற்று வண்டியோட்டிக் கிளம்பிப் போகும்படியானது. பழைய வேலியின் மிச்சம் மீதிக் குச்சிகள் அதிர்ஷ்டவசமாக அங்கே கிடந்தன. அவற்றைக் கொண்டு சிரமத்துடன் தீ மூட்டினர். அதற்குள் அந்தி மாலையின் அரையிருள் அறிகுறிகளை வெளிறிய அந்த நாள் காட்டிற்று.

வண்டியோட்டி சென்றுவிட்டான். அந்த இரவில் சிதிலமடைந்த கட்டடத்தில் நிச்சலனத்தின் பாரம் திருமணமான தம்பதியர் காதுகளில் புகுந்தது. அதிர்ச்சியூட்டும் இரைச்சல் கேட்பதாக அதை அவர்கள் உணர்ந்தனர். பணிப்பெண்ணாக இருந்தபோதிருந்த கவலையற்ற தினங்களின் காட்சிகள் அவள் மனதில் வந்தன. ரீனாவிற்கு அழவேண்டும் போலிருந்தது. வாழ்க்கைப் பாதை அவளைக் கொண்டுவந்து சேர்த்த இடம் இதுதான்..! யூகா அங்குமிங்கும் நகர்ந்தான். வாழ்வின் ஒவ்வொரு படியிலுமிருந்த செய்ய வேண்டிய விஷயங்கள் அவனை அச்சுறுத்தின. உணவுப் பொருட்களின் கையிருப்பு நினைவிற்கு வரும் ஒவ்வொரு தடவையும் அதிர்வு ஒன்று அவனுள் ஊடுருவிக் கடந்தது. உணவுப் பொருட்கள் கொஞ்ச நாட்களில் தீர்ந்துவிடும். அதன் பின்..? குளிர் காலத்தின் நடுவே பெரிய பண்ணையிலும் வேலை மிகக் குறைவாகவே இருக்கும்.

இவ்விதம், தம்பதியர் திருமண வாழ்வு அதற்கே உரித்தான சிறிய பண்புகளை வெகு நாட்களுக்கு முன்பே தேடிப் பெற்றுக்கொண்டு தொடங்கிற்று. அவர்கள் வாழ்வு முழுவதிலும் அது தனது வண்ணத்தைப் பூசிற்று. அவர்கள் உடுத்தியிருந்த உடையின் வடிவ ஒழுங்கில், அணிந்திருந்த விதத்தில், நிரந்தரமாக இருந்த அவர்கள் முகத்தோற்றத்தில் அது தெரிந்தது, அவன் தாடியில், அவள் கூந்தலில், அவர்கள் நிற்கும், அமரும் முறையில் அது தெரிந்தது. அப்போது கிறிஸ்துமஸ் இன்னும் வந்திருக்கவில்லை. யூகா வீட்டில் இல்லாதபோது பண்டமாற்றில் ரொட்டி கொடுத்து காஃபி வாங்குவதற்கு முதல்முறையாகக் கிராமத்திற்குச் சென்றாள் ரீனா. அவர்களிடையே கருத்து வேற்றுமையில்லாமல் ஒரு நாளும் கழிந்ததில்லை, சில சமயங்களில் சண்டையிட்டனர்; அவர்கள் தினசரி வாழ்வின் சாராம்சம் ஒவ்வொரு நாளுக்கும் அதன் மங்கலான தனித்தன்மையைத் தந்தது. ஆனால் ஒரே மாதிரியான இறுகிய தன்மையையே மிக அதிகமாகத் தந்தது.

எப்போதாவது கிராமத்திலுள்ள பண்ணைகளுக்கு யூகா வேலைக்குச் செல்வதுண்டு. குறைவான ஊதியத்துடன் திரும்புகையில் எரிச்சலடைவான். வேலைசெய்யும் பண்ணையிலேயே சாப்பிட்டுவிடுவான். இரண்டாம் தடவை சாப்பிடுவது நாகரிகமாகாது என்பதால் பசியிருந்தும் வீட்டில் சாப்பிடுவதில்லை. காஃபி குடித்தான்; அதையோ இதையோ செய்யத் தவறியதற்காக ரீனாவை நச்சரித்தான். எனினும் தஞ்சமடைவதற்காக நிம்மதியான மனநிலை அவளுக்கிருந்தது; அதன் பாதுகாப்பில் சோம்பியிருக்கத் தொடங்கினாள். இதன் விளைவாகச் சோம்பல்கொள்வது அவளது வழக்கமானது. முதல் குழந்தை பிறந்ததும் அதனைக் கவனிக்க அவள் செய்ய வேண்டியவை நிறைய இருந்தன. குழந்தை சிறிது வளர்ந்து வருகையில், இரண்டாம் குழந்தை பிறக்க இருந்தது. விஷயங்களைச் சுலபமாக எடுத்துக் கொள்ளவும் வீட்டுவேலை செய்யாமல் நழுவிவிடவுமான உரிமையை இந்தச் சூழ்நிலை அவளுக்குத் தந்தது.

திருமணமாகியிருந்த நிலையில் இந்தத் தம்பதியருக்கு என்ன செய்யலாம் என்பதை வாழ்க்கை அப்போது பரிசீலனை செய்துகொண்டிருப்பதாகத் தோன்றியது. கிறிஸ்துமஸ் வரை இந்த விஷயம் குறித்து ஆழமாக அது யோசித்தது. வாழ்க்கைப் பாதை தங்களை மேல்நிலைக்கு இட்டுச் செல்லுமெனக் கற்பனையிலேயே இன்னுமிருக்கும் கற்றுக் குட்டிகள் இவர்கள் என்பதை வாழ்க்கை கண்டுகொண்டது. உலகில் சிறிது மேலுயர அவர்களை அனுமதிக்கலாம் எனத் தீர்மானித்தது. ஃபின்லாந்தில் எல்லா வர்க்கத்தினருக்கும் அருள்பாலித்து வரும் மரம் அறுக்கும் வேலை யூகாவிற்கு உதவியாக மற்றுமொரு தடவை வந்தது. மூன்று மைல் தள்ளியிருந்த ஓர் இடத்தில் காடு வெட்டும் வேலை தொடங்கியது. இரண்டு மாதங்கள் அங்கேயே வேலைசெய்தான் யூகா. இவ்விதம் அவன் அங்கே இருந்த சமயத்தில் முழுக்கவும் வீட்டில் தனியே இருந்த ரீனா, தன் முதல் குழந்தையைப் பெற்றெடுத்தாள். கல்லே யுகான்னெஷ் என அந்த ஆண் குழந்தைக்குப் பின்னர்ப் பெயர் சூட்டப்பட்டது.

மாலையில் வீடு திரும்பிய யூகா மிகப் பெரும் அதிர்ச்சியடைந்தான். இவ்வளவு சீக்கிரம் குழந்தை பிறக்குமென அவன் நினைத்துக்கூடப் பார்த்த தில்லை. அதன் பிறகு யோசித்ததில் கவலையடைவதற்கான காரணம் இதில் ஏதுமில்லை என்பதை உணர்ந்தான். எனினும் விசித்திரமான விளங்கிக்கொள்ள முடியாத வெறுமை அவனை ஆட்கொண்டது. ஏதோ வடிவற்ற ஒன்று அவனை உசுப்பி 'நீ யார்?' என அவனைக் கேட்பது போலத் தோன்றிற்று. 'வளர்ப்பதற்கென்று எனக்கு ஒரு குழந்தையுமிருக்கிறது' என அவனது நினைவில் வந்தது. மறுபடியும் சக்தி வாய்ந்த திடீர் மனப் போராட்டம் அவனை உலுக்கிற்று. பணம் பற்றிய எண்ணம் மீண்டும் வந்தது. இப்போது அவனிடம் கொஞ்சமாகவே பணம் இருந்தது. அவன் தேவைகளுக்கு அது போதாது.

நடுங்கும் மாலை வெளிச்சத்தில் மந்தமான உயிர்ப்பற்ற குளிர் நாள் மறைந்து. பின்பு இரவு வந்தது. தொய்வோலா கூடத்தில் மூன்று பேர் படுத்திருந்தனர். அந்த இரவில் அவர்கள் ஒருவரிடமிருந்து ஒருவர் விலகி யிருந்தனர். குழந்தையும் பால் குடிக்க விரும்பவில்லை; அவ்வப்போது அழுதது.

எனினும் அந்த பிப்ரவரி இரவின் தனித்த ஒரே ஒரு கணத்தில் வளர்ச்சி யுறாத ஓர் ஆன்மாவும் தன் சிறையுள் அமைதியற்று அசைந்தது. வாழ்க்கை அதன் தீர்மானத்தை நிறைவேற்றிற்று. தொய்வோலா குடும்பம் செழிப்பில் சிறிது முன்னேற அது அனுமதித்தது. நல்லதிர்ஷ்டம் பற்றிய இந்தச் செய்தி முதியவன் எர்ஜோலாவுக்கும் கடைசியாகக் கசிந்தது. தன்னைப் பற்றிய விஷயங்களை அந்த முதியவனிடம் சூசகமாகவே இதுவரை தெரிவித்திருந்தான் யூகா. தொய்வோலாவில் பசு இருப்பதை எஜமான் கேள்வியுற்றான். அது யூகாவிற்குச் சொந்தமானதல்ல – கடனாக வாங்கியது, அவனிடமிருப்பது ஒரு குதிரை மட்டுமே – அதுவும் ஈஸ்தர் தினச் சந்தையில் வாங்கியது என்பது முதலான அனைத்தையும் உறுதிசெய்து கொண்டான். பசுவைப் பற்றி எஜமானன் ஏற்கனவே அறிந்திருந்தான். வயல் வெளிகளில் மேய்வதற்கு எஜமானன் அனுமதியளித்திருந்தான். அதற்காக 15 நாட்கள்

கூடுதலாக யூகா பண்ணை வேலைசெய்ய வேண்டும் என்பது ஏற்பாடு. குதிரை பற்றி எஜமான் யூகாவிடம் கேட்டான். குதிரை மேய்வதற்கான உரிமையை வேறு ஒருவரிடம் பெற்றுவிட்டதாக யூகா தெரிவித்தான். இது பற்றி யோசிக்கையில் எஜமானனுக்குச் சந்தேகம் வந்தது. கோடை வெயில் தாங்கும்படியாக இருந்த ஒரு நாள் அவன் தொய்வோலாவுக்குப் புறப்பட்டான். அவன் இதயம் பலவீனமாக இருந்தபோதிலும் பண்ணையின் நிலவரத்தை நேரில் அறிந்துகொள்ள விரும்பினான்.

எஜமானன் நேராகத் தொய்வோலா வீட்டிற்குச் செல்லவில்லை, வீட்டு வாசலை அடையும் முன்பே வேறு பாதையில் திரும்பிவிட்டான். வீட்டிலிருந்து அவனை யாரும் பார்க்க முடியாத ஒரு இடத்திற்கு வந்தான்– காட்டிலிருந்த நிலவெளியின் ஓரம். அங்கிருந்து பார்த்த எஜமானனுக்குப் பண்ணைக் குத்தகை உழவன் யூகாவின் தந்திரம் தெரிந்தது. முதியவனுக்கு மூச்சு வாங்கியது. இளமை வீரியத்துடன் யூகாவைச் சபித்தான்.

“வேறு யாரோ ஒருவனின் படகிலிருந்து கயிற்றைத் திருடிக்கொள்வது – இந்த விதமாகவே இந்த உலகுடன் நாம் போய்க்கொண்டிருக்கிறோம்” எனத் தனக்குள் முணுமுணுத்துக்கொண்டான்.

முதியவன் மனதிலிருந்தது கோபம் மட்டுமல்ல; அவனுள் இருந்த வேறு ஏதோ ஒன்று சண்டையிடும் உணர்வை அவனுள் கிளர்ந்தெழச் செய்தது. எஜமானனாகிய தனக்குச் சரிசமமாகத் தன்னை உயர்த்திக்கொள்ள யூகா தந்திரமாக முயல்வதாக அவன் யூகித்தான். “ஓ அப்படியா . . . அதையும் தான் பார்க்கலாம்.”

சிறிய அளவு நிலத்தில் பயிரிடவே அவர்கள் ஒத்துக்கொண்டிருந்தனர். ஆனால் அதை மீறி ஒரு ஏக்கருக்கு மேலாகவே யூகா பயிரிட்டிருந்தான். உழுத பின்னர் ஒரு வருடத்திற்கு மேலாக விதைக்கப்படாமலேயே கிடந்த நிலத்திலும் அவனது பார்லீ அற்புதமாகச் செழித்து வளர்ந்துகொண்டிருந்தது. பழைய சாணத்தின் குவியலை முன்பிருந்த குத்தகை உழவன் உரமாக இந்தப் பண்ணை நிலத்தில் விட்டுச்சென்றிருக்க வேண்டும். யூகா புதிதாக வேலி போட்டிருந்தான். இதனைக் கவனித்த எஜமானனுக்குச் சிரிப்பதா – சபிப்பதா எனத் தெரியவில்லை. விதைக்கப்பட்ட நிலத்திலிருந்து தரிசு நிலத்தைப் பிரிப்பதற்காக வயலின் குறுக்கே நீண்ட மரவேலி போடப்பட்டிருந்தது. அதனருகே தரமான ஃபிர் மரத்தாலான கம்பங்கள், கிராதிகள், தடுப்புகள்!. வேலிக்கு அப்பால் இளைப்பாறிக்கொண்டிருந்த பசுவினருகே ஒரு குதிரை அமைதியாக நின்றுகொண்டிருந்தது. இன்னொருவனிடமிருந்து பெற்றுக்கொண்ட மேய்ச்சல் உரிமை இதுதான் போலும்! கிளர்ந்தெழுந்த கோபத்துடன் யூகாவின் வீட்டிற்குக் கிளம்பினான் எஜமானன்.

வீட்டில் பயங்கரம் தாண்டவமாடிற்று. சாம்பல் நிறப் பொத்தான்கள் போல் யூகாவின் கண்கள் கனன்றன. அறையை அவசர அவசரமாக ஒழுங்குபடுத்தத் தொடங்கினாள் ரீனா. எஜமானன் ஏற்கனவே முற்றத்திற்கு வந்துவிட்டிருந்தான். தனது வருகையால் அவர்கள் பீதியடைந்துள்ளனர் என்பதைக் கவனித்த எஜமானன் ஓரளவு சாந்தமடைந்தான். எனினும் கொஞ்ச நேரம் கடுகடுப்பாகவே இருந்தான். பண்ணையை விட்டு

வெளியே போக வேண்டியது வரலாம் என ஏற்கனவே ரீனாவும் யூகாவும் முடிவிற்கு வந்திருந்தனர். படபடப்பின் அறிகுறிகள் எதுவும் எஜமானனிடம் தென்படவில்லை. இதுவே சாதகமான அம்சம்தான். கடைசியில் படிகளில் அமர்ந்து பேசத் தொடங்கினான் எஜமானன். அதன் தொனி வேறாக இருந்தது. யூகாவிடம் குதிரையும் பசுவும் இப்போது இருந்ததால் பண்ணை முழுவதையும் அவனே எடுத்துக்கொள்ளலாம். அதற்கு ஈடாக யூகாவும் ரீனாவும் செய்ய வேண்டியவை பற்றிய நிபந்தனைகளை ஒப்பிக்கத் தொடங்கினான் எஜமானன். ஒரு ஆளும் குதிரையும் இவ்வளவு நாள் வேலைசெய்ய வேண்டும், குதிரையில்லாமல் இத்தனை நாள் வேலை, கடினமான இந்த வேலைக்கு உதவியாக இருக்க வேண்டிய நாட்கள் இத்தனை, பெர்ரி பழங்கள் இவ்வளவு, ரீனா கொண்டுவர வேண்டிய பால் வாளிகள் தொட்டிகள் இவ்வளவு, ஆளிச் செடியின் தண்டுகளிலிருந்து இந்த அளவு கயிறு திரிக்க வேண்டும் . . .

அவலத்தில் முடியுமெனப் பயமுறுத்திய அந்த நாள் ஒரு பண்டிகைத் தினமாக மாறிவிட்டது. எஜமானன் வீட்டிற்குள் வந்து காஃபியையும் ஏற்றுக்கொண்டான். அவன் சென்ற பின்னர்க் கூடத்திலிருந்த சூழலில் அமைதியும் மகிழ்ச்சியும் நீண்ட நேரம் நிலவின. பெரிய பண்ணைக் குத்தகை உழவனானான் யூகா. குத்தகை நிலையிலிருந்து விடுபட்டு ஒரு சுதந்திர ஏழை விவசாயி என்னும் மேல்நிலையை அடைய வேண்டுமெனில் கடுமையாக உழைக்க வேண்டும்.

எஜமானனின் நிபந்தனைகளை விமர்சிக்கும் எண்ணம் யூகாவிற்கு இல்லை. அதுவும் அந்த (பட்டியலைக் கேட்ட) அதிர்ச்சிக்குப் பிறகு. இப்போது செய்ய வேண்டிய வேலையை உடனடியாக அவன் தொடங்க வேண்டும். முதலில் அந்த வேலியை அகற்ற வேண்டும். அங்கே வேலி போட்டது முட்டாள்தனம். எஜமானன் சபித்ததற்கு நியாயமான காரண மிருந்தது.

யூகா பெரிய பண்ணைக் குத்தகை உழவனாகிவிட்டான்; விரைவில் அவனை யான்னெ என மரியாதையுடன் மக்கள் அழைக்கத் தொடங்கி விடுவர்.

முதலில் யூஸி எனவும் பின்னர் யூகா என்றும் அறியப்பட்ட இப்போதைய யான்னெ ஒரு கோடை ஞாயிறன்று மேற்சட்டையுடன் வெளிமுற்றத்தில் அமர்ந்திருந்தான். தனது வாழ்க்கைச் சூழ்நிலைகளின் முன்னேற்றம் பற்றிப் பகல் கனவு கண்டுகொண்டிருந்தான். இதில் ஒரு நோய்த்தன்மை இருப்பதாக அவனுக்குப்பட்டது. சேதமடைந்திருந்த வீட்டுமூலையை உற்றுப் பார்த்தவாறு ஆழ்ந்த யோசனையிலிருந்தான் யான்னெ. புது வீடு ஒன்றில் வாழும் அனுபவம் வாழ்நாளில் அவனுக்குக் கிடைக்கப்போவதில்லை. இதனை அவன் ஒத்துக்கொண்டாக வேண்டும். அவன் தலைமுடி கொட்டத் தொடங்கிவிட்டது. பற்கள் ரகசியமாக ஆட ஆரம்பித்துவிட்டன. மனைவி குழந்தைகள் வீட்டினுள் இருந்தனர். மென்மேலும் குழந்தைகள் வரும். ஆம். வீடு மிக மோசமான நிலையிலுள்ளது. ஆனால் புது வீடு கட்டுவதற்கு மரத்திற்காக எஜமானனைத் தொந்தரவு செய்வதில் பயனில்லை. வீடு

கட்டுபவர்களுக்குக் கொடுக்கப் பணம் வேண்டும். கதவு மரச்சட்டகங்களைப் பொருத்தமாக இணைக்கவும் வேறு மர வேலைகளுக்கும் தச்சன் வேண்டும். தச்சுவேலை அவனுக்குத் தெரியாது. இந்த உண்மை யாருக்கும் தெரியாது. அவன் மனதிற்குள் மறைந்து கிடக்கும் தொட்டாற் சிணுங்கி உணர்வு இது; அவன் வாழ்வில் மறைந்திருக்கும் அடிப்படையான பலவீனங்களில் ஒன்று.

பழைய குடிசையைக் கீழே இழுத்துப் போட்டுவிட்டு அதனையே சிறிய அளவில் மீண்டும் எழுப்பினால் என்ன? எஜமானன் இதற்கு மறுப்புத் தெரிவிக்கமாட்டார். ஏனெனில் அதற்கு எஜமானன் காட்டிலிருந்து புதிதாக மரக்கட்டைகள் எடுத்துவர வேண்டிய தேவை இராது. ஆதரவு கேட்டு எஜமானனிடம் போகாதிருப்பது நல்லது. அவருடன் இணக்கமாக இருக்க அது உதவும். குளிர் காலத்தில் காகிதப் போக்குவரத்து வேலையில் ஈடுபட்டுப் பணம் சம்பாதிப்பேன். நல்ல வேளை குதிரையை விற்கவில்லை; அப்படிச் செய்திருந்தால் பணம் இதற்குள் கையைவிட்டுப் போயிருக்கும். அப்போது என் கதி என்னவாகும் . . ? இன்னும் சிறிது நல்லவிதமாக விஷயங்கள் நடக்க வேண்டும். ஆ... மனைவி ஏதேனும் புதிதாகக் கற்றுக் கொள்ள வேண்டும். இப்போது அவள் செய்துவருவது அந்தத் தறுதலைப் பசங்களுடன் விளையாடுவதொன்றே. அதனால் வீடு வருகையில் ஒவ்வொன்றும் தலைகீழாகவே இருக்கிறது.

மேய்ச்சல் நிலம் நோக்கி மெல்ல நடந்தான் யான்னெ. காகிதங்களை வண்டியில் இழுத்துச் செல்ல அடுத்த குளிர் காலத்தில் அவனுக்கு ஒரு குதிரை கிடைக்குமென நம்பினான். சிடுசிடுப்புடன் வாலாட்டி ஈக்களை விரட்டியவாறு அதோ மெலிந்த அந்தக் குதிரை வாயிற் கதவருகே நின்றுகொண்டிருந்தது. 'இதோ நானிருக்கிறேன். உனது திட்டங்களைச் செயல்படுத்து' என்று கூறும் விதமாகக் கெடுதியானதொரு கண்சிமிட்டலில் அவனுக்கு அது ஆதரவு தந்தது.

அதோ அவன் குதிரை. அதோ அங்கே வீடு. நல்லது கெட்டது எல்லா நேரங்களிலும் குடும்ப வாழ்க்கை நாள்தோறும் நடந்துகொண்டிருக்கிறது. அதனை நிறுத்த முடியவில்லை, அதிலிருந்து விடுபடவும் முடியவில்லை. புதிதாகக் குழந்தை உலகிற்கு வரும் ஒவ்வொருமுறையும் வாழ்வின் நீரோட்டம் விரிவடைகிறது. யான்னெ அதனுடன் செல்ல வேண்டியதிருக்கிறது. பண்ணை, அந்த எஜமானன், எழுத்துபூர்வமான துரும்பு ஒப்பந்தமும் இல்லை என்பதான நிஜம் அனைத்தும் அதன் பகுதியாகும். இருந்தும் ஏராளமான விசைகள் – ஒன்றிற்கொன்று எதிரானவையாக இருந்தாலும் அவை நிமிடத்திற்கு நிமிடம் எதனையோ எங்கேயோ இழுத்துச் செல்கின்றன.

ரை தானியக் கதிர் முற்றியிருந்தது. குத்தகைப் பண்ணை விவசாயியான தனது நிலத்தில் கதிரறுப்பு வேலை முறைப்படி இந்த ஞாயிறு பிற்பகல் நடந்திருக்க வேண்டும். ஏனெனில் நாளை, மறுநாள் இரு நாட்கள் முழுவதும் அவன் எஜமானின் பண்ணையில் வேலைசெய்ய வேண்டும். ஆனால் ஞாயிறன்று வயலுக்குச் செல்ல யான்னெவிற்கு ஆர்வமில்லை. புதன் கிழமைக்குள் கதிர் ஒன்றும் உதிர்ந்துவிடப்போவதில்லை. புதன்கிழமைக் காலையிலேயே கதிர் அறுக்கும் வேலையை ஆரம்பிக்கலாம். வேலையைக் காலை நேரத்தில் தொடங்கி அதில் ஆழ்ந்துவிடுவது மிகவும் நல்லது.

அதிகாலை மணி இரண்டரை. சிவப்பு விடியலில் வடகிழக்குத் தொடுவானம். ஆனால் பகல் வெளிச்சத்திற்கு இன்னும் ஒரு மணிநேரம் இருக்கிறது. தொய்வோலா கூடத்தில் வாய் திறந்து குறட்டைவிட்டவாறு ஆழ்ந்த உறக்கத்திலிருக்கிறாள் மனைவி, ஜோடியாகக் குழந்தைகள் உறங்குகின்றனர். குழந்தைகளின் கைகளும் சிறிய புட்டங்களும் நிர்வாணமாக இருக்கின்றன. யான்னெ மட்டும் விழித்திருக்கிறான்; அவர்களைத் தூக்கத்திலிருந்து எழுப்பி விடாமல் மெல்ல எழுந்து கவனமாக நகர்கிறான். பால் ஃப்ளாஸ்க்கை எடுத்து முகர்ந்து பார்க்கிறான். தூ – அடங்கிய தொனியில் சபிக்கிறான். சென்ற தடவை ஃப்ளாஸ்க்கைக் கடைசியாக உபயோகித்த பிறகு அது இன்னும் கழுவப்படாமலேயே இருக்கிறது. குமட்டும் துர்நாற்றம் அதிலிருந்து வருகிறது. தூங்கிக்கொண்டிருப்பவளை மீண்டும் பார்க்கிறான். ஃப்ளாஸ்க்கைக் கழுவும்படி நேற்று இரவே அவளிடம் சொல்ல மறந்து விட்டான். இதுபோன்ற விஷயங்களை அவளுக்கு நினைவூட்ட வேண்டும். இல்லையெனில் அவளுக்கு நினைவு வருவதில்லை. அவன் முகம் கோணிற்று. சோர்வான சிரிப்புடன் ஃப்ளாஸ்க்கை நிரப்பச் செல்கிறான். புனலைக் காணோம். அது இல்லாமல் பால் பாத்திரத்திலிருந்து அவன் எப்படிப் பாலை ஃப்ளாஸ்க்கில் நிரப்பப் போகிறான்..? இப்போது அவன் கூடத்திற்கு வெளியே இருந்ததால் சுதந்திரமாக அவளைச் சபிக்கலாம். ஒரு அழுக்குக் காஃபி குவளையைப் பயன்படுத்தி மிகுந்த சிரமத்துடன் ஃப்ளாஸ்க்கில் பாலை நிரப்புகிறான்.

அடுத்து முதுகுப் பையில் ரொட்டியை வைக்க வேண்டும். அவன் நினைத்ததற்கு மாறாக ரொட்டிக் கையிருப்பு மிகச் சீக்கிரமாகவே கரைந்துவிட்டது என்பது கண்கூடாகத் தெரிந்தது. சாப்பிடுவதற்குக் காத்திராமலேயே சில ரொட்டித் துண்டுகள் வெளியே சென்றிருக்கின்றன. ஒவ்வொன்றும் விரலிடுக்கில் நழுவிவிடுகிறது; கோபமும் கண்டனங்களும் வீட்டில் எந்த விளைவையும் ஏற்படுத்துவதில்லை. அதனால் அவற்றை வெளிப்படுத்தாமலேயே இருந்திருக்கலாம். சேட்டைக்காரப் பயல்களுடன் அவள் வீட்டில் குறட்டைவிடுகிறாள். இங்கே நான் எஜமானனுக்காக அறுவடைக்குக் கிளம்புகிறேன். எனது அரிவாள் எங்கே..? பண்ணையில்... பண்ணையைக் கடக்கையில் குழந்தைகள் விளையாடும் வழக்கமான இடத்தில் புனல் கிடக்கிறது; இன்று காலையில் தனது சொந்த வீட்டிலேயே அவனுக்கான கடைசி விசாரணை அது. காலை வேளையின் ஈரமான பாதையில் நடந்துபோய்க்கொண்டிருக்கிறான். (அறுவடைக்கு எடுத்துச் செல்ல வேண்டிய) கருவிகள் அவ்வளவு பாரமாக இல்லை என்னும் எண்ணம் வர மனம் திருப்தியடைகிறது. அப்போதுதான் அவன் வீட்டை விட்டிருந்தான். இந்தத் தூரத்திலிருந்து பார்க்கையில் வீடு குடும்பம் பற்றிய உணர்வுகள் நேசபாவத்துடன் இருக்கின்றன. அவனது பகல் கனவுகள் தொடர்கின்றன; பண்ணைக்குப் போக மேற்கொள்ளும் இதுபோன்ற அதிகாலை நடையில் மனதிற்குகந்த சிந்தனைகள் அவனுக்கு வருவதுண்டு.

அதிகாலை நான்கு மணிக்கு வேலை தொடங்க இருக்கிறது. நடந்துபோக ஒருமணி நேரமாகும். அவன் அரிவாளைத் தீட்ட வேண்டியதிருப்பதால் இன்னும் கொஞ்சம் வேகமாகப் போக வேண்டும். எனினும் எஜமானன்

இதுபோன்ற முக்கியமான நாட்களில் வழக்கத்தைவிடக் கால்மணி நேரம் முன்பாகவே மணியடித்துவிடுவான். யான்னெ வந்துசேர்ந்தபோது ஆட்கள் ஏற்கனவே வேலைக்கு வந்திருந்தனர். தேனொழுகும் புன்னகையுடன் முற்றத்தில் நின்றுகொண்டிருக்கிறான் எஜமானன்.

"சட்டை நுனியுடன் தன் மனைவியுடன் படுத்திருக்கவே க்ராப்சாலா எஜமானனுக்கு இஷ்டம் போலும். அதனால்தான் ஒருபோதும் அவன் சரியான நேரத்திற்கு வருவதில்லை."

சொல்ல வேண்டியதைச் சொல்கிறான் எஜமானன். செருமியவாறு வேறுபக்கம் திரும்பிக்கொள்கிறான். உணவுப் பையைத் தாழ்வாரத்திற்கு எடுத்துச் செல்கிறான் யான்னெ. பின்னர் வேகமாகப் பிறரோடு வேலைக்குக் கிளம்புகிறான்; அவனது அரிவாள் இன்னும் கூர் தீட்டப்படவில்லை. நடந்து செல்கையில் ஒரு தீட்டுக்கல்லில் அதனைத் தீட்டுகிறான்.

அந்த நாட்களில் ஃபின்லாந்தின் குத்தகைப் பண்ணை அமைப்பில் நேர்மையற்ற பற்பல வழிமுறைகள் நடைமுறையிலிருந்தன. நேர்மையற்ற வழிமுறைகள் என்றால் என்ன என்பது பற்றியே இன்னும் அறியாதிருக்கிறான் யான்னெ. மிகக் கடுமையாக உழைக்கிறான், பொருமுகிறான். இன்று ஐந்து மணி நேரம்தான் வேலைசெய்திருப்பான். அதற்குள் மழை வந்துவிட்டது. "கதிரறுப்பை இப்போது நிறுத்திக்கொள்ளுங்கள். மழை பெய்யாமலிருந்தால் நாளை வாருங்கள்" என எஜமானனே சொல்லுமளவு கடுமையாக மழை பெய்தது.

குத்தகைப் பண்ணை உழவர்களும் பிற தினக் கூலிகளும் மனமில்லாமலேயே தங்களின் உணவுப் பையுடன் மழையில் நனைந்து கொண்டு குனிந்தவாறு தங்கள் வீடுகளுக்கு ஓடினர். சீக்கிரமே வீடு போய்ச் சேர்ந்து விட்டதால் மீதி நேரத்தை மனைவி, குழந்தைகளுடன் கடுமையான சண்டையில் கழிப்பர். மறுநாள் மழை பெய்யவில்லை, நன்றாகவே இருந்தது. பால் ஃப்ளாஸ்க், உணவுப் பை, அரிவாள் எனத் திருப்பியும் அதே நீண்ட நடை – நான்கு மணிநேரக் கதிரறுப்பு வேலை. அதற்குப் பிறகு அன்றும் மழை பெய்தது. வழுக்கும் சாலையில் எல்லோருக்கும் முன்பே வீடு திரும்பினான் யூகா. அந்த நாட்களில் ஒரு நாள் வேலை என்பது 15 மணிநேரமாகும். ஆனால் அவர்களோ மழையின் காரணத்தால் இரண்டு நாட்களில் 9 மணிநேரம்தான் வேலைசெய்து முடித்திருந்தனர். வாரக் கடைசியில் பருவநிலை அருமையாக இருந்தது. பண்ணைக் குத்தகை உழவர்களின் ரை தானியக் கதிர் முற்றி உதிர்ந்துவிடும் நிலையிலிருந்தது. அப்போது எஜமானனின் பண்ணையில் ஆட்கள் வேலை செய்து கொண்டிருந்தனர். தங்கள் சொந்தப் பயிருக்காகக் குத்தகை உழவர்களுக்கென ஒதுக்கப்பட்ட நாள் ஞாயிற்றுக்கிழமையாகும். அந்த நாளில் திருச்சபைச் சேவையில் கலந்துகொள்ள ஏற்கனவே தீர்மானித்திருந்தவர்கள் சர்ச் செல்வதை இலையுதிர் காலத்திற்குத் தள்ளிவைக்க வேண்டியதிருந்தது. அந்தச் சமயத்தில் சாலைகள் எவ்விதமிருக்குமோ என்பதை நினைத்து எரிச்சலடைந்தனர்.

உண்மையில் சாலைகள் எவ்விதமிருக்கும் என்பதை இலையுதிர் கால உழவு வேலை நடக்கும் சமயத்தில் யாரும் கண்டுகொள்வர். அப்போ

தெல்லாம் யான்னெ மூன்று மணிக்கு முன்பாகவே எழுந்திருக்கத் தேவையில்லை, ஆனால் தனது பழுப்பு நிறக் குதிரையை அந்த இருட்டில் தேடிக் காண்பது ஒரு வேலை; ஒரு வெள்ளைக் குதிரை என்றால் நன்றாக இருந்திருக்கும். தன் கழுத்து மணியிலிருந்து மிகச் சிறு சத்தமும் வராமல் ஒரு பழுப்பு நிறக் குதிரை அசைவற்று அமைதியாக நிற்குமேயானால், அது எங்கிருக்கிறது என்பதைக் கண்டறியும் ஒரே வழி அதன் பெருமூச்சை உற்றுக்கேட்பதுதான். கலப்பை, ஏற்றம், உணவு ஆகியவற்றுடன் குதிரையை வண்டியில் பூட்டிப் புறப்படத் தொடங்கும்போது அவன் முன்னால் இருப்பது மிக மோசமான சாலை. வண்டியின் அச்சாணி இருக்கும் மையப் பகுதிவரை சக்கரங்கள் மூழ்கிவிடும் அபாயம் நிறைந்தது. குண்டும் குழியுமாகச் சாலையின் மிக மோசமான பகுதிகளில் போகும்போது வண்டியிலிருக்கும் சாமான்கள் வழுக்கிக் கீழே விழுந்துவிடும் ஆபத்தும் உண்டு.

உழவு நாளில்தான் குறிப்பாகக் குதிரைக்கு மிகக் கடுமையான வேலையிருக்கும். பெரும்பாலான நேரங்களில் வயலில்தான் எஜமானன் இருந்தான். எஜமானன் இருக்கும்போதுதான் பண்ணை உழவன் ஒழுங்காக வேலைசெய்வான் என்பதை அனுபவத்தில் அவன் கற்றிருந்தான். பண்ணைக் குத்தகை உழவர்களைப் பார்த்துப் பண்ணை வேலை ஆட்களும் வேலையை எளிதாக எடுத்துக்கொண்டனர். ஈரக்காற்றில் இருமியவாறு கையில் பிரம்புடன் வயல்வெளிகளைச் சுற்றிவந்தான் எஜமானன். தனது குதிரைக் கடிவாளத்தின் வாயிரும்புக் கம்பியின் திடீர் உதறலில் யான்னெ தொய்வோலா சபித்துக் கோபத்தில் கத்திக்கொண்டிருப்பதை எஜமானன் கவனித்தான். ஆனால் கோபம் கொள்வதாக யான்னெ பாசாங்கு செய்வதாகச் சந்தேகித்தான் எஜமானன். குதிரை மூச்சிரைத்து உதடுகளை வெளியே தள்ளிச் சட்டென நின்றுவிட்டது. கையிலுள்ள பிரம்பால் பலமாகக் குதிரையை அடிக்க அது நகரத் தொடங்கிற்று. பகல் நேரம் நீண்டு செல்லச் செல்லக் குதிரையின் எஜமானன் யான்னெ கையிலுள்ள பிரம்பை அடிக்கடி அதன் மேல் வீசினான். பண்ணைக் குத்தகை உழவனின் நாட்கள் குறிப்பாக ஆள்—குதிரை ஒப்பந்த நாட்கள், தாங்கவே முடியாத மிகக் கடினமான நாட்களாகும் – எஜமானனுக்கும் ஆட்களுக்கும்.

அதிகாலையில் எழுந்து வரவேண்டிய தொந்தரவுகளைத் தவிர்ப்பதற்காகச் சில குத்தகைப் பண்ணை உழவர்கள் முந்தைய நாள் மாலையிலேயே தேவையான பொருட்களுடன் பண்ணைக்கு வந்து விடுவதுண்டு. ஒரு தடவை யான்னெயும் இதனை முயன்று பார்த்தான். முந்தைய நாள் மாலையே பண்ணைக்கு வந்தான். ஆளி விதையையும் அதன் தண்டுகளையும் ஆளிச் செடியிலிருந்து தனியே எடுக்கும் வேலைக்காகக் (ஆளி விதையிலிருந்து எண்ணெய் எடுக்கப்படுகிறது; அதன் தண்டிலிருந்து நூலிழைகள் தயார் செய்யப்படுகின்றன) காலை இரண்டு மணிக்கே கண்விழிக்க வேண்டியிருந்தது. அன்று இரவு முழுவதும் இமைப்பொழுதும் அவன் கண் அயரவில்லை. கடுங்கோபத்துடன் 12.30 மணிக்கு எழுந்து கடிகார முட்களை 2 மணியாகத் திருப்பிவைத்து மற்றவர்களையும் எழுப்பிவிட்டான். இவ்விதம் சீக்கிரமே வருவது யான்னெக்குப் பயனளிக்கவில்லை. இயற்கையின்

விதிகளுக்கு எதிராக வலிமை மிக்கவர்களும் வீணாக முயல்கின்றனர். ரீனாவிற்கருகே தனது சொந்த வீட்டில் தவிர வேறெங்கும் உறங்கக்கூடாதென யான்னே விஷயத்தில் இயற்கை கட்டளையிட்டிருப்பதாகத் தோன்றிற்று. உரசல்கள் நச்சரிப்பு சண்டை சச்சரவுகள் எனத் திருமண வாழ்வின் அனைத்தும் அவர்களிடையே இருந்தன. எனினும் ஒரு விஷயம் ஒவ்வொரு இரவும் நடந்தது: உறங்கச் செல்லும் முன்னர் யான்னெ தனது கையை ரீனாவின் கழுத்தைச் சுற்றிப் போடுவான். அவள் தோளில் சில தடவை தட்டிக் கொடுப்பான். இறுகத் தழுவி – ஒருதடவை. மீண்டும் அவளைத் தட்டுவான் அங்கே – அங்கே! வியப்பூட்டும் விதமாக அதனைச் செய்வான். பின்னர் உறங்கிவிடுவான். எனவே அவன் பண்ணைக்கு இரண்டாம் முறை செல்வதில்லை. ஆனால் ஆளி வேலை தினங்களிலும் இரவு ஒரு மணிக்கு எழுந்து வீட்டிலிருந்து பண்ணைக்குச் செல்வதே அவனது விருப்பமாக இருந்தது. ஆளி விதை எந்திரத்தின் பெரும் பாரத்தைத் தனது தோளில் சுமந்தவாறு சேறுபடிந்த பாதையில் கும்மிருட்டில் பிரயாசையுடன் நடந்து செல்வான்.

எஜமானனுக்காக அவன் உழைக்க வேண்டிய தினங்களிலேயே யான்னெயை மிகக் கடுமையாகக் களைப்புறச் செய்பவை ஆளி வேலை தினங்கள்தாம். ஆளி விதையையும் தண்டுகளையும் தனித்தனியே அதிக அளவு பிரித்துவைப்பதில் ஏறத்தாழப் போட்டியே நடக்கும். அது காலை இரண்டிலிருந்து பகல் வெளிச்சம் வரும்வரை இந்த வேலை தொடரும்; வேலையாட்களுக்குப் புத்துணர்ச்சி தருவது வேலைசெய்யும்போது கிடைக்கும் சிறிதளவு மதுதான். காலைச் சிற்றுண்டிக்குப் பின்னர் மரக்கழிகளைச் சேகரிப்பதற்காகக் காட்டிற்குச் செல்லும் அவர்கள் ஒருவரையொருவர் பார்க்க முடியாத அளவு இருள் சூழும்வரை அங்கேயே இருப்பார்கள்.

இந்த அளவு கடினமாக ஃபின்லாந்து தேசவரலாற்றின் மகிழ்ச்சி மிக்க பதிற்றாண்டுகளில் மக்கள் வேலைசெய்தனர். இந்தக் கால கட்டத்தில் ஆன்மீகத் தளத்திலும் லோகாயத விஷயங்களிலும் அடித்தட்டு மக்களிடையேகூட மிகத் துரிதமான வளர்ச்சி இருந்தது. இந்த மக்கள் கடவுளுக்குப் பயந்தனர். தங்களின் கருணை மிகுந்த மிகப் பெரிய ஆட்சியாளனை அவர்கள் உண்மையாக நேசித்தனர்.

காகிதம் அனுப்பும் வேலையில் ஈடுபட்டுப் பணம் சம்பாதிக்கும் தனது திட்டத்தை யான்னெ குளிர்காலத்தில் செயல்படுத்தினான். பணம் ஈட்டினான்; இரண்டு நாள் பயணத்திலிருந்து வீடு திரும்புகையில் பத்து மார்க்குகளுக்கும் மேலாகவே அவன் பையில் பணம் இருக்கும். பணம் மொத்தமும் காகிதம் அனுப்பியதால் வந்ததல்ல. ஒரு பகுதி வெண்ணெய் விற்பனையிலிருந்து வந்தது. ஆனால் பணத்திற்கு விசித்திரமானதொரு குணம் உண்டு; அது எங்கே சென்றதென யாரும் அறிந்துகொள்ள முடியாது. குடும்பம் முன்பு இருந்ததைவிடவும் நல்ல நிலையடைந்து விட்டதாகக் கூறுவதும் கடினம். காகிதம் அனுப்புதல் அதன் தொடர்பான பின்னடைவுகளையும் கொண்டுள்ளது என்பது வெளிப்படையான ஒன்று.

எனினும் அவற்றை அவன் கண்டுகொள்ளாதிருக்க முயன்றான். குதிரை மெலிந்து சோம்பல்கொண்டது. அதனால் பண்ணையில் குதிரைக்கென ஒதுக்கப்பட்ட ஒப்பந்த வேலை நாளில் எஜமானனின் கம்பு அதன் விலா எலும்பைப் பதம் பார்த்தது. – வேலை எத்தகையதாக இருந்தபோதும். சாணம் தொழுவத்திலேயே விட்டுவிடப்படும் நிலை ஏற்பட்டது. வைக்கோலைக் கொண்டே பசுவின் ஈரம் உலர்த்தப்பட்டது. அதற்காக ஊசியிலை மரங்களின் சிறு குச்சிகளைச் சேகரிக்க யாருக்கும் நேரமில்லை.

பணம் சம்பாதிக்கும் அவனது திட்டம் இவ்விதமாக வளர்ந்தது. பத்து மார்க்குகள் அதிகப் பணம் கிடைக்குமென்ற எதிர்பார்ப்பால் காகிதம் அனுப்புவற்காகப் புதிய பயணங்களை மேற்கொண்டான் யான்னெ. அதற்காகத் தாம்பரெ நகர் போக வேண்டியதிருந்தது. பயணங்களுக்காகச் சீக்கிரமே எழுவதும் இரவு தாமதமாய் வீடு வருவதும் அடிக்கடி நிகழ்ந்தன. கூஸ்கொஸ்கி காகிதக் கிடங்கிற்கு வெளியே வாரமிருமுறை நீண்ட நேரம் அவனது குதிரை நிற்பதைக் கண்ணுற்ற யாரோ ஒருவன் காகித யான்னெ என அவனுக்குப் புதிதாகப் பெயர் ஒன்றைக் கண்டுபிடித்தான். யான்னெ இருக்கும் பகுதியைச் சுற்றிலுமுள்ளோருக்கு ஏதேனும் தேவைப்பட்டால் அவர்கள் இவ்விதம் பேசிக்கொள்வதுண்டு "நாம் ஏன் தொய்வோலா போக வேண்டும் . . ? யான்னெ அடுத்தமுறை தாம்பரெ சென்றால் அதனை அவன் வாங்கிவருவான்."

ஆனால் பேராபத்தை விளைவிக்கும் திகில்நிறைந்த பயணம் அதன் பின்னர் நிகழ்ந்தது.

டவுனிலிருந்து இரண்டரை லிட்டர் மது வாங்கினான் யான்னெ. அரை லிட்டர் தனக்காக வைத்துக்கொண்டான். கடுங்குளிர். கைகால்கள் உறைந்துகொண்டிருந்தன. உறைபனி மூடியிருந்ததால் வெள்ளை நிறத்தில் குதிரை இருந்தது. வீட்டிற்குப் போகும் வழியிலேயே தனது முதல் குடியைத் தொடங்கினான் யான்னெ. அதன் பின்னர் 'ஒரு இன்ச் தந்தால் அவன் ஒரு மைல் செல்வான்' என்னும் பழமொழி உண்மையாகியது. தன் வீட்டருகே வந்தபோது நன்றாகவே குடித்திருந்தான. பின்னர் இரண்டு லிட்டர் மீதமிருந்த மதுவைப் பத்திரமாக வைப்பதற்கு ஏற்கனவே தீர்மானித்திருந்த அண்டை வீட்டிற்குச் சென்றான். யான்னெ தனது களியாட்டத்தைத் தொடங்கினான். அவனுடன் மற்றவர்களும் சேர்ந்துகொண்டனர். அவசரமேதுமில்லாதிருந்தான் யான்னெ. எப்போதாவது அவர்களோடு சண்டையிட்டும் நட்புடன் மீண்டும் சேர்ந்தும் நள்ளிரவு நெருங்கும்வரை அங்கேயே இருந்தான். ஒரு சண்டையின்போது ரீனாவின் ரகசிய ரொட்டி விற்பனை பற்றிக் குறிப்பிட்டு யான்னெயை வம்புக்கிழுத்தாள் அந்த வீட்டுப் பெண்மணி. இந்தச் சந்தேகம் யான்னெயிடமும் இருந்ததுதான். ஆனால் அதனை அவள் குறிப்பிட்டபோது தான் ஆழமாக அவமதிக்கப்பட்டதாக உணர்ந்தான். விருந்தளிக்கும் அந்த வீட்டு நாக்குத் தடித்த பெண்ணுக்குச் சரியான பதிலடி கொடுக்கும் விதமாக என்ன செய்யலாமெனக் குழம்பி நின்றபோது அங்கே சன்னல் சட்டகத்தில் அண்டை வீட்டானின் கடிகாரம் தொங்குவது கண்ணில் பட்டது. அதனைத் தானே வாங்கிக்கொள்வதாகத் திமிருடன் கூறினான். முதலில் அதன் விலையைப் பேசி முடிவுசெய்த பின்னர்

கடிகாரத்தைத் தருவதாகச் சம்மதித்தான் அந்த வீட்டுக்காரன். இறுதியில் பேரம் முடிவுக்கு வந்தது. கடிகாரத்துடனும் பையில் ஒரு மார்க்கிற்கும் சிறிது அதிகமான பணத்துடனும் வீட்டை விட்டுக் கிளம்பினான் யான்னெ. ஆனால் அவனுள் முதியவன் பெஞ்சமி நிக்கிலாவின் உணர்வு கோபமாகக் குமுறிற்று.

தனக்குள் உறுமியவாறு வண்டியை முற்றத்திற்குள் ஓட்டிக் குதிரையை அவிழ்த்த யான்னெ பின்னர் – பின்னர் வீட்டிற்குள் நுழைந்தான். அங்கே மனைவி குழந்தைகள் உறங்கிக்கொண்டிருந்தனர். விளக்கை ஏற்றிய யான்னெ தணிந்த, ஆனால் அச்சுறுத்தும் தொனியில்,

"இதுதான் நாம் இங்கே செய்துகொண்டிருப்பது உறக்கம்!" என்றான்.

தனது கோட்டைக் கழற்றினான் – தூக்கத்திலிருந்து ஒருவரும் விழிக்கவில்லை. தனது மேற்சட்டையைக் கழற்றி அதனைத் தனது முழு பலத்துடன் தரையில் ஓங்கி அடித்தான்.

'ராஸ்கல்களே எழுந்திருங்கள்' எருமை போல் முக்காரமிட்டான்.

ஏதோ ஒன்றால் தாக்கப்பட்டது போல் ரீனா, கல்லே, ஹில்டு மூவரும் துள்ளிக் குதித்தெழுந்தனர். அவர்கள் கிட்டத்தட்ட தாக்கப்பட இருந்தனர். யான்னெ கணப்படுப்பிலிருந்த விறகை எடுத்து அதனைக் கையில் பிடித்தவாறு சபித்தும் கத்தியும் அறையைச் சுற்றி ஓடிக்கொண்டிருந்தான். அரைகுறை உடையில் மனைவியும் குழந்தைகளும் வெளியே பனியடர்ந்த இரவில் தஞ்சமடைந்தனர். இவ்விதக் காட்சி முன் எப்போதும் குடும்பத்தில் நிகழ்ந்ததில்லை.

கூடத்தில் தன்னந்தனியே பிதற்றிக்கொண்டிருந்தான் யான்னெ, ஆனால் முழுவதுமாகத் தனியே அல்ல; படுக்கையில் அசையாது கிடந்தான். குட்டிப் பயல் வில்லெ. எல்லோரையும் விடவும் அவனே உயிர்த் துடிப்பானவன். அவனிடம் எந்த அசைவுமில்லை என்பது விசித்திரமாக இருந்தது. அவனருகே சென்றான் யான்னெ. அவனது குடிபோதை ஆவியாகக் கரைந்தது. பையன் அழுதான். ஆனால் அசையவில்லை.

"உன்னை இப்போது காயப்படுத்திவிட்டேனா?"

பதில் இல்லை, ஆனால் பார்வை மட்டும் நடுங்கியது. கவலையில் பீதியுற்றார்கள். சுற்றுமுற்றும் வெறித்துப் பார்த்தான் யான்னெ. அவனது மேற்சட்டையும் உடைந்த கடிகாரத் துண்டுகளும் தரையில் கிடந்தன. அவற்றைப் பார்க்கக் கீழே குனிந்தான். ஆம் நொறுங்கிய துணுக்குகளாகக் கடிகாரம். எல்லாம் இப்போது ஞாபகம் வந்தது. நிலைகுலைந்து கீழே சரிந்தான். தாம்பரெ நகருக்கு வண்டியில் காகிதம் எடுத்துச் சென்றிருந்த அவனது வீடு திரும்புதல் இவ்விதம் முடிந்தது.

கடுங்கோபம் மறைந்து அவன் மனம் மரத்துப்போனது. குளிரில் விறைத்தும் அழுதுகொண்டும் குழந்தைகளும் ரீனாவும் சத்தம் காட்டாமல் அறைக்குள் நுழைந்தனர். பிறரைவிடக் கல்லே மிகவும் பயந்திருந்தான். ஆனால் தந்தை அவனைக் கண்டுகொள்ளவில்லை; யான்னெ சலனமற்று

அசையாதிருந்தான். கண்கள் அவன் முன்னால் நிலைத்து நின்றன. பின் லேசாகக் கண்ணயர்ந்தான். யார் உதவியுமின்றிப் படுக்கைக்குச் சென்று சீக்கிரமே உறங்கியும்விட்டான்.

என்ன போதாத காலம் . . ! நடுங்கியவாறு கண்ணீருடன் பெருமூச்செரிந்தாள் ரீனா. வெளியே சென்றிருந்தபோது இங்கே என்ன நடந்தது என்பதை அறியாமலேயே யான்னெ இன்னுமிருந்தான்; அவனது திடீர்ப் பாய்ச்சலுக்குப் பின்னால் வேறு ஏதோ இருந்தது. கவுனை எடுத்து அணிந்தவாறு குதிரையும் வண்டியும் என்னவானது என்பதை அறிய வெளியே வந்தாள் ரீனா. வரும்போது கல்லேயின் திருட்டு விழி தென்பட்டது. வேலிக் கம்பியால் குழந்தை வில்லெயைப் பின்புறம் அடித்து அவனை ஏறத்தாழ அசைய முடியாமல் செய்தது கல்லேதான். கடுமையான வெறுப்பும் வலியும் ரீனாவின் நெஞ்சில் வெள்ளமாய்ப் பெருகிற்று; ஒரு கணத்திற்கு முன்னர்த் தென்பட்ட கல்லேயின் முகத்தில் அவன் தந்தையை, உண்மையான தந்தையை முன்னர் எப்போதையும் விடத் தெளிவாகத் துணுக்குக் காட்சியாகக் கண்டாள் ரீனா. மீட்சிக்கான மிகச் சிறு பகுதியையும் முழுவதுமாக இழந்திருந்த கசப்புணர்வு ரீனாவின் இதயத்தை அரித்தது.

வாழ்க்கை போய்க்கொண்டிருந்தது. ஆனால் ஒரு புதிய தளத்தில். மறுநாள் காலை தனது குதிரையுடன் யான்னெ பண்ணையில் இருக்க வேண்டும். ஆனால் குதிரையோ வேலைசெய்ய இயலாத நிலையில் இருந்தது. அவனது நிலையும் ஒன்றும் பெரிதாக இல்லை. நிலுவையிலிருந்த ஒப்பந்த வேலை நாட்கள் பெருகிக்கொண்டேயிருந்தன. யான்னெ சாண எருவைத் தொழுவத்திலிருந்து வெளியே முற்றத்திற்குக் கைவண்டியில் கொண்டுசென்றான். இந்த ஆண்டு காகிதப் போக்குவரத்திற்கான பயணங்களிருந்ததால் சாண எரு எதுவும் வயலுக்குக் கொண்டு செல்லப் படவில்லை. யான்னெயின் காகிதம் அனுப்பும் வேலையிலிருந்து கிடைத்த நிகர லாபம் இதுதான்: ஒரு மார்க்கிற்கும் சிறிது அதிகமான ரொக்கமும் கூடத்தின் தரையில் நொறுங்கிக் கிடந்த கடிகாரத் துண்டுகளும். அது மட்டுமின்றிக் காயமடைந்த முதுகுத்தண்டுடன் சிறுவன் வில்லெ படுக்கை யில் கிடந்ததும்.

அந்த நாட்களின் துயரம் சொல்லிலடங்காது. மகிழ்ச்சியற்ற அந்தப் பெற்றோர் ஒவ்வொருவரும் அவரவர் குற்றச்சுமையின் பாரத்துடன் இருந்ததால், அவர்கள் ஒருவரையொருவர் திட்டவும் முடியாதிருந்தனர். பின்வந்த நாட்களில் சகித்துக்கொள்ளவே முடியாதபடி கல்லேயின் வாழ்க்கை உருவாக்கப்பட்டது. அதனால் கிராமத்திலிருந்து சிறிது தூரத்தி லிருந்த ஓர் இடத்தில் அவனுக்கு வேலை ஒன்றை ரகசியமாக ஏற்பாடு செய்தாள் ரீனா. கல்லே கடைசியாக வீட்டிலிருந்தது அப்போது தான். அதன் பின்னர் வெளிறிய தோற்றம்கொண்ட அமைதியான சிறுமியான ஹில்டு வீட்டின் மூத்த பிள்ளையானாள். ஆனால் ரீனா மீண்டுமொரு குழந்தைக்குத் தாயானாள். இரண்டாவது பெண்குழந்தை லெம்பி சீக்கிரமே பிறந்தாள். பின்னர் ஓர் ஆண் குழந்தை மார்ட்டி. மேலும்

மேலும் குழந்தைகள் நல்ல நிலையிலிருக்கும் குடும்பங்களைப் போல, யான்னெ – ரீனா போன்றோரின் வாழ்க்கைச் சூழலில் இறுதியான நெருக்கடி நிலைக்கு விஷயங்கள் பெரும்பாலும் செல்வதில்லை. சின்னச் சின்ன உலுக்கல்கள்தாம் தொடர்சியாக நிகழ்கின்றன. அவை வாழ்வின் போக்கை ஒரு வகையில் ஓர் இடத்திலிருந்து மற்றொரு இடத்திற்கு வீசுகின்றன. அடுத்தடுத்து வரும் உலுக்கல்களுக்குப் பிறகு அது பற்றி ஒருவரும் கவலைப்படுவதில்லை: ஒரு புதிய தளத்தில் வாழ்விற்குத் தன்னை ஒப்படைக்கிறான் ஒருவன். எவ்விதமிருப்பினும் அது வாழ்க்கைதான். வாழ்ந்து தீர வேண்டும் என்பதுதான் வாழ்வோடு உள்ள முழுமையான தொடர்பாகும்.

காயத்திலிருந்து ஓரளவு குணமடைந்தான் வில்லெ. கைகால்களை அசைத்தான். சாப்பிட்டுத் தூங்கினான். அவன் முதுகுத்தண்டு மீண்டும் வலிக்கத் தொடங்கியது. கடைசியில் புண்ணானது. வில்லெ காயமடைந் திருந்தபோது நடந்த கலக்கமான நிகழ்வுகள் எப்போதோ மறக்கப்பட்டு விட்டன. குடும்பம் சிதைவுற்ற சூழலிலேயே இருந்தது. குதிரை விற்பனை போன்ற யோசனையற்ற செயல்களுக்கான காரணம் அக்கறையின்மை.

ஆண்டுகள் பதிற்றாண்டுகளெனக் காலம் கடந்தது.

யூகாவெனப் பெயர் மாற்றம் கொண்ட பிறகு யூகா தொய்வோலாவின் வாழ்க்கை பழைய நிலைக்கே கீழிறங்கிவிட்டதாக மக்கள் கருதினர். அதாவது மெல்லக் கீழிறங்கிற்று; வாழ்வின் நடுவயதில் அவனது உறுதியான அணுகுமுறை சற்றுத் தளர்ந்தது. நடுநிலை நோக்குடன் தற்போதைய அவன் வாழ்வை நினைத்துப் பார்த்தால் நீண்ட உறக்கத்திற்கு முந்தைய ஆழமான பெருமூச்செறிதல் போலத் தோன்றிற்று. கைகால் வலியால் ஒருவனுக்கு உறக்கம் வர மறுக்கிறது; மண்ணில் கடைசியாகத் தலைசாயும் முன்னர் எத்தனையோ தடவை அவன் பெருமூச்செறிய நேரலாம். மிகப் பெரும் விடுதலை உறக்கம்வரும் முன்னர் எத்தனையோ முறை அவன் மனக் கசப்படையலாம், மனஅமைதிகொள்ளலாம்.

யூகா தனது குதிரையை விற்றான். பணம் சீக்கிரமே செலவாகிவிட்டது. கடைசியாகக் கையிலிருந்த பணமும் வில்லெயின் மருந்துகளுக்காக மருந்தகம் போய்விட்டது. ஒரு சில செப்புக்காசுச் சில்லறைகளே மீதமிருந் தன. ஆள் – குதிரை இருவரும் சேர்ந்து செய்ய வேண்டிய ஒப்பந்த வேலை நாட்கள் வாரங்களாக அதிகரித்து நிலுவையில் இருந்தன. ஆனால் யூகா 12 நாட்கள்தாம் அதுவரை வேலைசெய்திருந்தான். அதற்குள் கோடைப் பருவம் பாதி கடந்துவிட்டது. தனக்குப் பிடித்தமான குதிரை இன்னும் கிடைக்கவில்லை என எஜமானனை நம்பவைக்க முயன்றான் யூகா. அவனை உற்றுக் கேட்டுக்கொண்டிருந்தான் எஜமானன். ஒன்றும் பேசவில்லை.

முதியவன் எர்ஜோலா இறந்துவிட்டதால் அவன் மகன் தாவெட்டிதான் இப்போது பண்ணை எஜமானன். விவசாயிகளுக்கான பள்ளிக்கூடத்தில் படித்தவன். முதியவனின் ஒப்பந்தங்கள் தன்னைக் கட்டுப்படுத்தாதென அவன் கூறியதாகக் கேள்வியுற்றான் யூகா; தான் விரும்பினாலொழிய அந்த

ஒப்பந்தங்களை அவன் அங்கீகரிக்க வேண்டுமென்ற கட்டுப்பாடு இல்லை என்றான். பிற வாரிசுதாரர்களிடமிருந்து அவன் வாங்கிய பண்ணை அது. குத்தகைப் பண்ணை பற்றிய விதிமுறைகள் எதனையும் அவன் பத்திரங்களில் பார்க்கவில்லை என்றான். எஜமானனாக வந்த புதிதில் அவன் இவ்விதமெல்லாம் கூறினான்; எனினும் இப்போது பண்ணைக் குத்தகை உழவர்களை அவன் 'அங்கீகரித்திருக்கிறான்.'

ஆனால் வயதான தொய்வோலாவின் நிலுவையிலுள்ள ஒப்பந்த வேலை தினங்கள் அனைத்தும் என்னவாகப் போகின்றன?

ஞாயிற்றுக்கிழமை முற்பகல் மூன்று மணி. காற்றின் அசைவே இல்லை. காலணி இல்லாமல், தலையில் எதுவும் அணியாமல் வீட்டு வாசல்படியில் மேற்சட்டையுடன் அமர்ந்திருக்கிறான் யூகா. வெளியே வெதுவெதுப்பாகவும் சுகமாகவும் இருப்பதாக உணர்கிறான். உள்ளேயும் ஏறத்தாழ அதுபோலவே இருக்கிறது. எப்படி ஒரு குதிரை கிடைக்கப் போகிறது என்பது பற்றியே எப்போதும் யோசித்துக்கொண்டிருக்க முடியாது. சொந்தமாக ஒரு குதிரை ஒருபோதும் அவனுக்குக் கிடைக்கப் போவதில்லை என்பது உறுதி. இதனை அவனால் இன்னும் ஏற்றுக்கொள்ள முடியவில்லை. வரவிருக்கும் சூழ்நிலை மாற்றத்திற்கு முன்னர் வாழ்க்கை ஸ்தம்பித்து நிற்கிறது. பணிவும் மென்மையும் கொண்ட வயதான அந்த முதியவன் மனநிலையில் கண்ணீர் ததும்பும் துயரமிருந்தது.

வேதனையில் வில்லெ முனகுவது திறந்திருக்கும் கதவு வழியே இடையிடையே கேட்கிறது. குடிக்க ஏதாவது வேண்டுமாவென அவனிடம் கேட்கிறாள் ரீனா. அவனுக்காகச் செய்ய முடிவது – உதடு நனையக் குடிக்க ஏதாயினும் அவனுக்குக் கொடுப்பது. கடைசியாக அவன் சாப்பிட்டு நீண்ட நாட்களாகின்றன. முடிவு நெருங்கிவரும் இந்தவேளையில் குழந்தைக்குக் கொடுக்க ஏதாவது இருந்தால் பேருதவியாக இருக்கும். வீட்டில் மருந்துகள் ஏதுமில்லை என்பது வருத்தமாக இருக்கிறது. ஒருவர் செய்ய முடிவது – பையன் உதடுகளை நனையச் செய்வது மட்டுமே. இந்தச் சேவையை ஒவ்வொருமுறையும் பணிவுடன் ஏற்றுக்கொள்கிறான் வில்லெ.

அவன் தொடர்ந்து வேதனையில் முனகிக்கொண்டிருக்கிறான். அவனுக்குக் குடிக்க ஏதாவது கொடுத்தவாறே இருக்கிறாள் ரீனா. அங்கேயே அமர்ந்திருக்கிறான் யூகா. இத்துயருக்குக் காரணமென்ன . . ? எதனையும் அவனால் நினைவுகூர முடியவில்லை. வீட்டைவிட்டு வெளியேறி உலகில் காலூன்றிவிட்ட கல்லே தப்பித் தவறியும் அவன் மனதில் வருவதில்லை. ரீனாவிடம் இப்போது அவன் கோபம்கொள்வதில்லை. அவள் சோம்பேறிதான். ஆனால் புகார் எதுவுமில்லாமல் அவள்தான் இந்தச் சிலுவையைச் சுமக்கிறாள்.

யூகாவின் துயரம் தணிகிறது. அவனது எண்ணங்களிடையே இணக்கமான நிலை உருவாகத் தூண்டுகிறது. இணக்கமான இந்த நிலை அந்த நாளிலும் பிரதிபலிக்கிறது. குதிரை பற்றி இப்போது அவன் நிதானமாக யோசிக்கிறான். வில்லெ வேதனையில் முனகுவது குதிரைக்காக யூகா யாசிப்பது போல் தோன்றுகிறது. வில்லேயின் துன்பங்கள் குதிரைக்கான அவனது கோரிக்கைக்கு நியாயம் சேர்ப்பனவாகத் தோன்றுகிறது.

யூகா எழுந்தான். குதிரை பற்றி ஏதேனும் செய்ய வேண்டுமென்ற உத்தேசம் எதுவும் அவனிடமில்லை; பூட்ஸையும் கோட்டையும் அணிந்து வெளியே நடப்பதற்குக் கிளம்பினான். எனினும் கிராமத்திற்குப் போகும் பாதையிலேயே அவன் கால்கள் சென்றன. பிர்ஜோலாவிற்குப் போவதாகக் கடைசியில் தனக்குத்தானே ஒத்துக்கொண்டான். அங்குச் சென்றபின் முந்தைய எஜமானனிடம் பணம் கேட்பது பற்றிப் பேசுவதா வேண்டாமா என்பதைத் தீர்மானித்துக்கொள்ளலாம். வெளியே எங்காவது எஜமானனைப் பார்க்க நேர்ந்தால் பொதுவான விஷயங்கள் பற்றி அவனிடம் சகஜமாகப் பேசிக்கொள்ளலாம். குதிரை பற்றிப் பேச அவனுக்குக் கூச்சமாக இருந்தது.

பழைய பிர்ஜோலா எஜமான் வாயில் புகையிலைக் கறை இன்னும் இருந்தது. பல விஷயங்கள் குறித்தும் அவர்கள் மகிழ்ச்சியாகப் பேசிக் கொண்டனர். “பையன் எப்படி இருக்கிறான்..? இன்னும் குணமாக வில்லையா..?” என மிருதுவான குரலில் முதியவன் கேட்கவும் செய்தான்.

“இன்னும் இல்லை.”

“நீண்ட நாட்களாகவே அந்தக் குழந்தை நோய்நொடியுடன் கஷ்டப்பட்டுக்கொண்டிருக்கிறான்” என்ற முதியவன், “உள்ளே வா... புகைத்தவாறு பேசலாம்” என யூகாவை அழைத்தான்.

“வேண்டாம். இன்னும் கொஞ்ச தூரம் போகவேண்டும்” மென்று விழுங்கியவாறு மிகுந்த சிரமத்துடன் கூறினான் யூகா.

எந்தத் தீர்மானமுமின்றி மேலும் நடக்கிறான் யூகா. அவன் உடல் அதன் எல்லா ஐம்புலன்களோடும் வளைந்த சாலையில் முன்நகர்ந்தவாறு இருக்கிறது. அந்த இயக்கத்தில் அவன் மனதிற்கு எந்தப் பங்குமில்லை. அந்த ஞாயிற்றுக்கிழமை மாலையில் ஒரு வீட்டினுள் நுழைகிறான். அந்தத் தேவாலய வட்டாரத்தில் வேறு எந்த வீட்டைவிடவும் அந்தப் புதிய நிக்கிலா வீட்டில் மேலும் அந்நியமாக இருப்பதாக உணர்கிறான். ஒரு புதிய வீட்டிலிருக்கையில் தனது பூர்வீகத்தைப் பற்றிய அல்லது தனது ஜனங்கள் பற்றிய விபரங்களை இவர்களுக்குத் தெரிவிக்க வேண்டும். இல்லையெனில் வேலைவெட்டி எதுவுமில்லாமல் தனக்குப் பைத்தியம் பிடித்திருப்பதாக அவர்கள் நினைத்துவிடக் கூடும். தனது நிலையை நடு வயதினனான அன்டூ ஒலிவாவிடம் விளக்குகிறான். யூகா சொல்வதை அன்டூ ஏற்றுக்கொள்வது போல் தெரிகிறது. பேசுகையில் அவன் குரல் கடுமை கொண்டிருக்கிறது. ஒரு குதிரை லாயத்தின் வேலையாளிடம் எந்த ஜோடி சேணத்தை எடுக்க வேண்டும் எனக் கத்துவது போலிருக்கிறது. குழந்தை வில்லெயின் துயரங்களை இதயபூர்வமான தொனியில் அன்டூவிடம் கூறுகிறான் யூகா; மருந்துகள் விலையேறிவிட்டதையும் பிற தொந்தரவுகளையும் அவனிடம் விவரிக்கிறான்.

கடைசியாக “நேரடியாகச் சொல்கிறேன். உனக்குப் பணம் தந்தால் ஒரு பென்னியும் திரும்ப வராது. பணத்தைக் கிணற்றில் போடக்கூடிய ஆள் நானல்ல” என்கிறான் அண்டூ.

அறையில் எதையோ தேடுவதுபோல் இளமையின் உற்சாகத்தில் அங்குமிங்கும் நகர்கிறான் அன்டூ. பின் வெளியே போகிறான். யூகாவும்

எழுந்து வெளியே செல்கிறான். அவன் மனதில் கொஞ்சமும் வருத்த மில்லை. சமையலறை வழியே வெளியே செல்லும் தைரியம் இனியும் அவனிடமில்லை. பெரிய தாழ்வாரத்தின் வழியே வெளியேறுகிறான். கதவைத் திறக்கையில் அதன் சன்னல் சட்டகங்கள் கோபத்துடன் மணியோசை எழுப்புகின்றன. முற்றத்தைக் கடந்து சாலைக்குப் போகிறான். சுதந்திரமாகவும் பாதுகாப்பாகவும் மீண்டும் தன்னை உணர்கிறான். இந்த மாலை வேளையில் அவன் நீண்ட நடை மேற்கொண்டிருப்பதாகத் தெரிகிறது. மகிழ்ச்சியான அந்த நீண்ட நாளிற்குப் பிறகு மெல்லிய ஒளி ஊடுருவிய குளிர்ந்த காற்று வீசுகிறது.

கிராமங்களில் மக்காச்சோளக் கதிர்கள் மீண்டும் காடுகளுக்கு வருகிறபோது புற்கள் படிந்த நிலத்தின் ஈரம் மணக்கிறது. நாட்டுப்புறங்களில் அதுபோல் சுகமாக உலாவித் திரிகையில் மிகவும் துயருற்ற மனிதனாலும் தினசரி வேலைகளில் தனது எண்ணங்களை முழுவதுமாகக் குவிக்க முடியாது. வரும் வாரத்தின் பண்ணை வேலைகள் பற்றிய எண்ணங்கள் யூகாவின் மனதில் இல்லை; குதிரை பற்றி நினைப்பதையும் மறந்திருந்தான். கோடை இரவின் அமைதி. அதன் வசீகரமான சூழல் அவனைச் சுற்றிலும் நிரம்பியிருக்கிறது. தனது வாழ்வின் தொலைதூரத்துச் சின்னஞ்சிறு நிகழ்வுகள் அந்த இரவில் பதிந்திருப்பதாகத் தோன்றுகிறது. மகிழ்ச்சி வர இருப்பதன் உணர்வு பொய்யான அதன் வசிய சக்தியை அவன் மீது எறிகிறது. வீட்டின் கூடத்தில் அனைவரும் உறங்குகின்றனர்; வில்லெயும் தனது தாறுமாறான கந்தல் படுக்கையில் ஓய்வாகப் படுத்துக் கிடக்கிறான். ரீனா அருகே யூகா படுக்கிறான். தூக்கத்திலிருந்து லேசாக விழித்த அவள் உடனே மீண்டும் உறங்கிவிடுகிறாள்; வில்லெ உறங்குவதால் அவளுக்குக் கிடைக்கும் அந்த நேரத்தைக் கூடியவரை நன்கு பயன்படுத்திக்கொள்ள வேண்டும்.

ஃபின்லாந்து கோடை இரவு ஆசீர்வதிக்கப்பட்டதாக இருக்கட்டும். இயற்கை தனது வார நாள் தன்மையால் பதிற்றாண்டுகளாக ஒரு மனிதனைக் கொந்தளிப்பூட்டியும் மேடுபள்ளங்கள் நிரம்பிய பீதியூட்டும் வாழ்வின் பாதையில் இடித்தும் உலுக்கியும் அவனை முழுவதுமாக அடக்கிய பிறகு, ஒரு கோடை இரவில் அவள் (இயற்கை) வயதான அவனது பிரக்ஞையி லிருந்து தனது பகல் வேளை அங்குசங்களைத் திரும்பப் பெற்றுக்கொண்டு அந்தப் பிரக்ஞையைத் தனது கனவு நிலவெளியின் ஈரமான அமைதியில் மூழ்கவிடுகிறாள்.

நிக்கிலாவிற்குச் சென்றுவந்தது யூகாவின் விநோத மனநிலையை ஊதிப்பெருக்கிற்று. இந்த மனநிலையில் புதிய முயற்சிகளிலும் வேலையிலும் எண்ணங்களை இப்போது குவிப்பது கடினமானது. மகிழ்ச்சியை அவற்றில் காண முடியாது. வேறு பாதைகளில் போனால்தான் காணக்கூடும். வில்லெ தனது படுக்கையில் மூச்சுவிடும் சத்தம் கேட்டது; அவன் இறந்து போவானென யூகா நினைக்கவில்லை, எனினும் அவன் குணமடைவான் என்னும் நம்பிக்கையும் அவனிடமில்லை; அப்படியா . . . அதுவல்ல . . . யூகாவால் நீண்ட நேரம் உறங்க முடியவில்லை; உறங்க முயலவும் இல்லை. கடைசியில் ஓர் உறுதியான திசையில் அவன் எண்ணங்கள்

திரும்பின. பிர்ஜோலாவிற்கோ நிக்கிலாவிற்கோ இரண்டாம் தடவையாக அவன் போகப்போவதில்லை; தாம்பரெயிலிருந்து வெகுதூரத்திலுள்ள துயோரிலாவிற்குச் செல்வான். ஏன், அங்கேதான் அவனுக்கு உறவினர் இருக்கின்றனரே. குதிரை விலை விசாரிக்கவோ அல்லது தெளிவான வேறு காரணத்திற்காகவோ அவன் அங்கே போகப்போவதில்லை. இந்தக் கோடையில் அங்கே போக வேண்டும் – அவ்வளவே. இந்த முடிவை எட்டியதும் அவன் மனம் சமாதானமடைந்தது. படுக்கையிலிருந்து எழுந்த யூகா மேற்சட்டையுடன் வாசலுக்கு வந்தான். இரவு வானம் இடைபுகுந்து எங்கே தனது முடிவை மாற்றிவிடுமோவென அஞ்சி உடனே படுக்கைக்குத் திரும்பி உறங்கியும் விட்டான்.

ஆனால் தனது நீண்ட பயணத்தை அன்று காலையில் கண் விழித்த நேரத்திலிருந்தே உண்மையில் தொடங்கிவிட்டான். துயோரிலா வாழ்க்கையை ரீனாவிடம் விவரித்தான். திரும்பிவரும்போது வெறுங்கை யுடன் வரப்போவதில்லை என்பதைச் சூசகமாக அவளுக்குத் தெரிவித்தான். ஒப்பந்த வேலை நாட்கள், நோய்வாய்ப்பட்ட குழந்தை என ஏதேதோ முணுமுணுத்த அவள் கடைசியில் தனது பழைய விட்டேற்றியான நிலைக்கே திரும்பினாள். விளைவுகள் பற்றிக் கவலைப்படாத தூக்கத்தில் நடப்பவன் ஒருவனின் பயணத்தை யூகா மேற்கொண்டான். துயோரிலா சேரும்வரை அவன் அதிலிருந்து விழிக்கவே இல்லை.

இந்தப் பயணம் அவன் வாழ்வின் புதிய கட்டத்திற்கு விசித்திரமான முகவுரையாகும். இதனூடேதான் யூகாவின் நெடிய வேதனை இனிக் கடக்க இருக்கிறது.

மிகவும் மதிக்கப்பட்ட விவசாயியாக மரணமடைந்திருந்தான் யூகாவின் மாமா கே. பழைமையிலிருந்து விடுபட்டு முன்னேறிய ஓர் உணர்வைப் பண்ணைக்கு விட்டுச்சென்றிருந்தான் அவன். அநாமதேயனான யூகாவின் வருகை அந்தச் சூழலுடன் ஒத்துப்போகவில்லை. மாமாவின் சொத்துகள் அனைத்தும் அவன் வாரிசுகளால் நிர்வகிக்கப்பட்டுக்கொண்டிருந்தன. இளம் எஜமானன் யூகாவைச் சீக்கிரமே அடையாளம் கண்டுகொண்டான். யூகாவை வலுக்கட்டாயமாகச் சமையலறையிலிருந்து வரவேற்பறைக்கு முன்வாசல் வழியே அழைத்துச்சென்றான். கூடத்தில் தொலைபேசி ஒலிப்பது கேட்டது. அவ்வளவு அருகாமையில் அந்தக் கருவியை யூகா பார்த்ததில்லை. தொலைபேசி அழைப்பிற்குப் பதில் கூற எஜமானனின் சகோதரன் வந்தான். அவன் இளம் கனவான்; திடகாத்திரமானவன். தொலைபேசியில் எதிர்பார்த்தபடியே ஃபின்னிய மொழியில் பேசினான். ஆனால் அவன் பேசியது எதுவும் யூகாவிற்குப் புரியவில்லை. கதவு திறந்திருந்ததால் அவன் பேசிய ஒவ்வொரு சொல்லும் அவன் காதில் விழுந்தது. 'கிராமியப் பாடல்கள்.' "அவனை இங்கே வரச் சொல்லுங்கள்" வரவேற்பறையிலிருந்து அவன் கத்தினான்.

பெரும்பகுதி நேரம் அந்தக் கனவானுடன்தான் யூகா இருந்தான். யூகாவிடம் அவன் அன்பாக இருந்தான். நாட்டார் பாடல்களுக்காக

யூகாவை வற்புறுத்திக்கொண்டிருந்தான்.– அவை எத்தகையதாக இருப்பினும். ‘நாட்டார் கதை’ – யூகாவிற்கு இது பற்றித் தெளிவாக ஒன்றும் தெரியாது; தனது வாழ்க்கைக்காக ஒரு நூலிழையையும் தன்னால் நினைத்துப் பார்க்க முடியவில்லை என்னும் கவலையே அவனிடம் நிரம்பியிருந்தது. இருந்த போதிலும் அங்கிருந்த சூழலுக்கேற்ப அவன் பேச்சு நழுவிற்று. நாகரிகமான அந்தக் கனவான் யூகா பேசுவதைக் கவனமாகக் கேட்டுக்கொண்டே ‘அப்படியா’ என இடையிடையே கேட்கவும் செய்தான். கடைசியில் யூகாவிற்கு 10 மார்க் பண்ம் தந்தான். பின்னர் தயாராகப் படுக்கை விரிக்கப்பட்டிருந்த அறைக்கு யூகாவை அழைத்துச்சென்றான்.

“இரவு வந்தனம்” என்று கூறி அவன் வெளியேறினான். “உங்களுக்கும்” என்றான் யூகா.

அந்த அறையில் யூகா தனித்துவிடப்பட்டான். அறையின் தூய காற்றும் சுத்தமான வாசனையும் மலைக்கவைத்தன. இந்தச் சுத்தத்தின் பின்னணியில் யூகாவின் மனதில் (முன்பு தனது மாமா வீட்டின் படுக்கையின் சுத்தத்துடன்) விசித்திரமான தொடர்பு தோன்றியது. அப்போது அதன் திட்டத்தில் அவனது பங்கென எதுவும் இருந்ததில்லை. இப்போது படுக்கையில் அமர்ந்திருந்த அவன் அதன் விரிப்புகளின் விசித்திர அமைப்பைப் பரிசோதித்தான். விசேஷமான வெண்மையுடன் இரண்டு மெல்லிய லினன் துணிகள் இருந்தன. மேலே இருந்த துணி விளங்கிக்கொள்ள முடியாச் சிக்கலுடன் போர்வையோடு இணைந்திருந்தது. அதனைப் பிரித்து மேலேயிருந்த துணியைப் படுக்கையில் விரித்து அதன் மேல் படுத்துக் கொண்டான். தனக்குக் கொடுக்கப்பட்ட 10 மார்க் பணத்தை நினைவுப் படுத்திக்கொண்டு படுக்கையில் கைகால் நீட்டி உறங்கத் தொடங்கினான்.

எங்கோ வெகுதொலைவில் வலியால் வில்லெ முனகுவது காதில் விழுந்தது போல் தோன்றிற்று. இது எந்த அளவு சாத்தியமில்லாதது என்பதை உணர்ந்துகொள்ளவே அவனுக்கு ஒன்றிரண்டு கணங்கள் பிடித்தன. துயரார்ந்த ஏக்கம் திடீரென அவனை வீசியடித்தது. நீண்ட பிரமையிலிருந்து அவன் மனம் விழித்தது. களைப்படைந்த அவன் உடலோ திணறச் செய்யுமளவு சுத்தமான சூழல் மத்தியில் உறங்கிக்கொண்டிருந்தது.

V
மரணத்தின் வலிமை

ஆகஸ்ட் மாத நாள் நீண்டதாகவும் வெப்பமாகவும் இருக்கிறது. இரு தேவாலய வட்டாரங்களுக்கு இடையேயுள்ள 15 மைல் நீளக் கரம்பு நிலம் இதுபோன்ற நாளின் தன்மையை நன்கு உணரச் செய்யும். தொன்றுதொட்டு வடக்குச் சாலை என்று சொல்லப்படும் வளைந்த சாலை இதனை ஊடுருவிச் செல்கிறது.

தலைமுறை தலைமுறையாக இந்தச் சாலையில் தனியாகப் பயணிப்போர் கரம்பு நிலக்காட்டின் பயங்கரம் தங்கள் ரத்தத்தை மெல்லக் கிளரச் செய்வதாக உணர்ந்திருக் கின்றனர்; இந்தச் சாலையில் பயணிகள் நகரிலிருந்து தங்கள் வீட்டிற்கு வண்டிகளில் திரும்பிச் சென்றுகொண் டிருக்கின்றனர். பனிப்படலம் போர்த்தது போன்ற அவர் களின் பார்வை உள்முகமாகத் திரும்பியிருக்கிறது. குடியால் நிர்வாணமாகி, குழந்தைத் தன்மை கொண்டதாக இருக்கும் தங்களின் அடிப்படைச் சுயத்தை ஆராய்ந்து உற்று நோக்கிக் கொண்டிருக்கின்றனர். தங்களின் கடந்த காலத்தை மறு ஆய்வு செய்தும் எதிர்காலத்தைத் திட்டமிட்டும் ஒரு நீண்ட மைல் தூரத்தை மற்றொன்று பின்தொடர அவர்கள் பயணம் தங்கள் வீடுகளை நோக்கித் தொடர்கிறது. அதோ ... முதல் கிராமம்..! விடுபட்ட உணர்வுடன் ஆர்ப்பரிக்கின்றனர். கரம்பு நிலத்தின் நடுப்பகுதியில் மிகச் சிறிய மேடுகளுக்கும் பெயர்கள் இருக்கின்றன. மூன்று தேவாலய வட்டாரங்கள் தாண்டியும் எல்லாருக்கும் நன்கு தெரிந்த பெயர்கள் அவை. அதுவரை கடந்துவந்த தூரத்தையறிய இந்த மேடுகள் உதவுகின்றன. தங்கள் வீடுகளில் நிலைமை எவ்விதம் இருக்குமோ என்னும் யோசனையில் ஆழ்கின்றனர். அறியாதவற்றின் மிகப் பெரும் பாரம் அழுத்த அந்தரங்கமாகப் பணிவுகொள்கின்றனர். மாறாத் தோற்றமும் உயரமும் கொண்ட பைன் மரக்காடுகள் சாலையின் இருபுறமும் பரந்துகிடக்கின்றன. இக்காடுகளை

யாரேனும் சொந்தங் கொண்டாட முடியுமா என்பதைக் கற்பனை செய்யவே முடியாது. இக்காடுகளில் பறவைகள் பாடுவதில்லை, முயல்கள் ஓடியாடுவதில்லை. இங்கு ஓரிடத்தில் யாரோ ஒருவர் சிறியதாக நிலத்தைக் கையகப்படுத்தி வாழ்ந்திருக்கலாம். ஆனால் நீண்ட காலம் இருந்திருக்க முடியாது. சன்னல் பலகைகள் நிறம் மங்கிப் பழையதாக ஆகிவிட்டிருக் கின்றன.

கோடையில் ஒரு தேவாலய வட்டாரத்திலிருந்து இன்னொன்றிற்கு மின்மினிப் பூச்சிகள் மட்டுமே பயணிகளுக்கு வழித்துணையாக இருக்கின்றன. களைப்புற்று வெப்பமடைந்த குதிரையை அவை வழிமுழுவதும் சுற்றிச் சுற்றி வந்துகொண்டிருக்கின்றன.

நண்பகல் நேரம். கடும் வெப்பத்தால் கரம்புநிலச் சாலையில் பாதையோரம் அமர்ந்தான் யூகா. அவன் துயோரிலா சென்றிருந்தான். அந்த இடத்தை விட்டுக் கிளம்பி மூன்று நாட்களாகிய பின்னரும் குறைவான தூரமே கடந்து வந்திருந்தான். தாம்பரெயில் கடைவைத்திருக்கும் ஒருவரின் அறையில் ஓர் இரவைக் கழித்தான். காலையில் சந்தையில் ஒரு ரொட்டி வாங்கிச் சாப்பிட்டான். அரை கிலோ காஃபியும் அதே அளவு சீனியும் வாங்கினான். பையில் இன்னுமிருப்பது 8 மார்க்குகள், ஒரு ஐந்து பென்னி நாணயம், மூன்று பென்னிகள். துயோரிலாவில் கிடைத்த பணத்தில் மீதமிருப்பது இவ்வளவுதான். இந்தப் பணத்தைப் பயனுள்ள வகையில் செலவிடுவது பற்றிய யோசனை அவன் தலையில் ஓடிற்று. மதுபான ருசி நன்றாகத்தான் இருக்கும். மது விற்பனைக் கடைக்குச் செல்லும் துணிவுதான் இல்லை. பையிலிருக்கும் பணம் தேடியலைந்து பெற்றது. அதனால் மும்மடங்கு மதிப்பு மிக்கது. குறைவான அந்தப் பணம் அவனை எரித்துத் தேளாய்க் கொட்டிற்று. வீட்டில் எத்தனையோ விஷயங்கள் அந்தப் பணத்திற்காகக் காத்திருக்கின்றன. பெரும்பாலானவற்றிற்கு அது போதாது. முதலில் அந்தப் பணத்தைக் கொண்டு ஒரு குதிரை வாங்க முடியுமா . . ? இது சம்பந்தமான தொடர் எண்ணங்கள் கசந்த புன்னகையில்தான் எப்போதும் முடியும்.

கரம்புநிலச் சாலையில் பாதையோரம் அமர்ந்திருந்த அவன் புற்பூண்டுகள் நிறைந்த கரம்புநிலத்தின் ஆழ்ந்த அமைதியில் தனது மனச் சோர்விற்கு முழுச் சுதந்திரம் தந்தான்.

யார் மீதும் எரிச்சல்கொண்டு திடுமென ஏதாவது சொல்வதோ மறைமுகத் திட்டங்கள் வைத்திருப்பதான பாசாங்குகள் செய்வதோ இங்கே தேவைப்படாது. நீண்ட பயணத்திற்குப் பிறகு தனது தேவாலய வட்டாரத்தை நெருங்குகிறான் யூகா. வீட்டைவிட்டுப் புறப்பட்டு நாளை மறுநாளுடன் ஒரு வாரமாகிறது. இதுபோன்ற பயணங்கள் என்னதான் தோல்வியில் முடிந்திருந்தாலும் வீடு திரும்பும்போது மனதில் லேசான சோகமிருக்கும். குறிப்பாகப் படுதோல்வியில் முடியும் பயணம் வயதான மனிதனை அழவைத்துவிடும். துயரம் மிகுந்த பழக்கமான தனது வீட்டை நெருங்குகையில் அவன் கண்ணீர்விட்டழுகிறான். தொய்வோலா வயதானவன். கடந்த பல ஆண்டுகளில் அவன் மேற்கொண்ட இந்த

நெடும் பயணம் எதிர்பாராத அபாயங்களின் நுழைவாயிலாக இருந்ததென உணர்கிறான். பயணத்தின் மறுபுறம் இருப்பதோ அதல பாதாளப் படிக்கட்டு. அதில் கால்வைப்பவன் மிகப் பெரிய அதிர்ச்சியுடன் கீழே விழுவான். அது யூகாவை முதுமையில் தள்ளியிருக்கிறது.

எங்கிருந்து திரும்பி வந்துகொண்டிருக்கிறானோ அந்த இடத்தில்தான் அவனது குழந்தைப் பருவம் முடிவுக்கு வந்திருந்தது; அங்குதான் அவன் தன் தாயாரின் மரணத்தைக் காண நேர்ந்தது. சாலையோரம் அமர்ந்திருந்த யூகா இதனை நினைத்துப் பார்த்தான்.

முதுமை அவனிடம் வந்து சேர்ந்திருக்கிறது. அதன் சகாக்களில் ஒன்றான சுயபரிசீலனை என்னும் சாத்தான் பாதுகாப்பற்ற யூகாவைத் தனது இரும்பு நகங்களால் முதன்முதலாக இப்போது பற்றிப் பிடிக்கிறது. தனது முழுவாழ்வின் முயற்சிகள், குறிக்கோள்களின் சுருங்கிய வடிவமாக அவனது அந்த ஐந்து நாள் பயணம் இருந்தது. அது அவனிடமிருந்து விலகித் தூரத்திற்குச் செல்வதாகத் தெரிகிறது. அந்தத் தூரம் அந்தப் பயணத்தை அவன் தெளிவாகக் காண உதவுகிறது. அவன் வாழ்க்கையின் பல்லாயிரக்கணக்கான சின்னஞ்சிறு சூழல்கள் அதனை நோக்கி நகர்கின்றன. அடி ஆழத்தில் அவற்றில் எதுவும் அவனுக்குச் சாதகமாக இல்லை. அவற்றில் மிகப் பல ஒரே நேரத்தில் அவன் மனதிற்குள் நுழைய முயல்கின்றன. அவன் உடல் தன்னிச்சையாகத் திடுமெனப் பின்வாங்கிப் பின்னர் விருப்பத்துடன் பழைய நிலைக்குப் போகிறது. ஆனால் இந்தச் சந்தர்ப்பத்தில் சாத்தான் மிகப் பிடிவாதமாக இருக்கிறான். "நீ களைத்துப் போய்விட்டாய், இந்த நாள் வெப்பமாக இருக்கிறது. வீட்டில் உனக்காகக் காத்திருக்கிறது எதுவென உனக்குத் தெரியும்; எனவே நீ எங்கிருக்கிறாயோ அங்கேயே இரு, உறவினரைப் பார்வையிடச் செல்பவனே..."

புறப்படும் போதிருந்த குழந்தைத்தனமான நம்பிக்கை நினைவிற்கு வரத் தரையில் துப்புகிறான் யூகா. பண்ணை வேலை நிலுவையிலிருக்கும் நாட்களில் இன்னொரு நாள் இந்த வாரத்தில் கூடிவிட்டது. ஏற்கனவே நிலுவையிலிருக்கும் மொத்த நாட்கள்தாம் எத்தனை...? ஒப்பந்தப்படி ஓர் ஆளும் குதிரையும் செய்ய வேண்டிய வேலை நாட்கள் வசந்த காலத்திலிருந்தே பாக்கியிருக்கின்றன. 'நான் குதிரையை விற்றுவிட்டேன், உண்மைதான். விற்றுவிட்டேன்.' இன்னொரு குதிரை ஒருபோதும் அவனுக்குக் கிடைக்கப்போவதில்லை. இப்போது இந்த உண்மை அவன் மனதில் உறைக்கிறது. குதிரையை விற்ற பின்னர் அவன் பையில் எஞ்சி யிருப்பது மூன்றே மூன்று செப்புக் காசுகள் மட்டுமே.

கசப்பான எண்ணங்கள் புதிது புதிதாக நேர்வரிசையில் வளர்ந்தவா றிருக்கின்றன. 'ரீனா– அப்போது நான் திருமணம் செய்துகொண்ட அதே பெண். ஆண்டுகள் பலவாக அவளுடன் நான் வாழ்ந்திருக்கிறேன். எனது இரவுகளை அவளருகே கழித்திருக்கிறேன்.' ரீனா பற்றிய நினைவுகள் வலிமை மிகுந்த புத்தம்புது உண்மையாக யூகாவின் பிரக்ஞையில் அலைமோது கின்றன... யூகாவைப் பொறுத்தவரை அவளுடைய அசிங்கமான அனைத்துத் தன்மைகளும் மாற்றவே முடியாத யதார்த்தமாகும். விளக்கிக்

கூறமுடியாதபடி அந்த யதார்த்தத்துடன் அவன் தளையிடப்பட்டுள்ளான். ரீனா யூகாவையோ அல்லது அவன் அவளையோ சார்ந்து இல்லை. அவர்கள் வாழ்வைச் சார்ந்திருக்கின்றனர். ஆண்டுகள் செல்லச் செல்லக் கண்ணுக்குத் தெரியாத வழிகளில் ஒருவர் மற்றவரின் கசப்பான சாரத்தை அவர்கள் அறியாமலே தங்களுக்குள் உறிஞ்சிக்கொண்டுள்ளனர்; சண்டையிடும்போது தங்களுடனேயே அவர்கள் சண்டையிட்டுக் கொள்கின்றனர்; கோடைகாலத்தின் ஒவ்வொரு புனிதப் பிரார்த்தனையின் போதும் இருவரும் சேர்ந்தே தேவாலயம் செல்கின்றனர்; இருமிக்கொண்டும் திரும்பிப்படுத்தும் பெருமூச்சு விட்டவாறும் ஒரே போர்வையின் கீழ்தான் அவர்கள் உறங்குகின்றனர்; எதுவும் பேசிக்கொள்வதில்லை.

வாழ்க்கைத் தத்துவம் எனும் இயற்கை நிகழ்வு யூகாவின் உதிர்ந்த மூளையுள் மங்கலாக உருவாகிறது. வழுக்கைத் தலையும் மெலிந்த தோற்றமும் கொண்டவனாகிய அவன் அந்தத் தத்துவத்தையும் அவற்றின் உட்பொருளையும் புரிந்துகொள்வதைவிடவும் மிக எளிதாகத் தப்பி ஓடக் கற்றுக்கொள்கிறான்; எனினும் வாழ்க்கைப் பார்வை உருவாகும் உண்மையான செயல்முறை அதற்கான குறித்த வேளையில் அவனுள் நடைபெறுகிறது – தாவரவியல் செயல்முறை பற்றி எதுவுமே அறியாமல் மரத்திலிருந்து இலையுதிர் பருவத்து இலைகள் உதிர்வதைப் போல. வாழ்க்கை என்னவெனத் தெளிவாகத் தெரிவதாக இப்போது யூகா நம்புகிறான். சமாளிக்க முடிவதற்கு மேலாகவே கசப்பான சில அற்ப விஷயங்கள் ஒவ்வொரு மனிதனுக்கும் தரப்பட்டுள்ளன. அதனால் பாதி களைத்துச் சோர்வுற்று ஏறத்தாழ மூச்சுத்திணறும் நிலையிலேயே அவன் எப்போதுமிருக்கிறான்– டஜன் கணக்கான வண்டிகள் வைக்கோல் கட்டுகளை அதிவேகப் பாய்ச்சலில் கொண்டுவந்து குவித்தவாறிருக்கும் மிகப் பெரும் வைக்கோல் களஞ்சியத்தில் வேலையில் ஈடுபடுத்தப்படும் ஒருவனைப் போல. இறுதியாக அவன் இறந்துபோகும்வரை.

மரணம் பற்றிய எண்ணம் வந்ததும் சாலையோரத்திலிருந்த அவன் வேறு எல்லாவற்றையும் விட்டுவிட்டு வேகமாக வீடுபோய்ச் சேர்வதில் மட்டும் கவனத்தைக் குவித்தான். ஐம்பது வயதான அவன் எப்போது எவ்விதம் மரணமடைவான்..?

அவனும் அவன் குடும்பமும் உருவாக்கிய எண்ணற்ற உறவுப் பிணைப்புகள் – அவற்றைச் சார்ந்து நிற்கும் பெரிய சிறிய சூழ்நிலைகள்! எப்போதிருந்து? தொடக்கத்திலிருந்து. எல்லாவற்றையும் உள்ளடக்கியவை அந்தப் பிணைப்புகள் – இப்படிப்பட்ட சூழ்நிலையில் வீழ்ச்சி என்னும் எண்ணத்தையே அவனால் ஏற்றுக்கொள்ள முடியவில்லை. ஏன்? இந்தப் பிணைப்புகள், பல பொருள்கள் இணைந்து உருவாகும் உலகின் பிணைப்பு களை ஒத்திருக்கின்றன. அவனைச் சுற்றிலும் வாழும் – மடியும் அனைவரும் அவனுடைய பிணைப்புகளுக்குச் சூழல்கள்தாம்.

“எனினும் நான் சாகத்தான் வேண்டும். கடைசிக் கணம் எதுபோ லிருக்கும்..?” கடவுள்? ஆ, கடவுள் உள்ளே வரக் கால இடைவெளி இருந்தது. “இப்போது கடவுளைப் புரிந்துகொண்டிருக்கிறேன். எனது மரணம் எளிதாகக் கடந்துபோகும்படி அவர் பார்த்துக்கொள்வார்.

புரிபடாத, முட்டாள்தனமான, மிகப்பெரிய இந்த உலகம் அல்லது வாழ்க்கை நான் இறந்துபோகையில் அழிந்துபோகாமல் எப்படியும் அவர் பார்த்துக்கொள்வார்."

யூகாவின் ஆதி மன நகர்வுகளைச் சொற்களில் விவரிக்க முடியாது. முட்டாள்தனமாகத் துயோரிலா சென்ற அவன் தனியே இப்போது திரும்பிவருகிறான். துயோரிலா உரிமையாளர்களுக்கு அவனது வருகை முற்றிலும் புரிபடாத ஒன்று. அவனது ரகசிய நோக்கம் அந்தப் பயணத்தால் பொசுக்கப்பட்டிருந்தது. அவன் நடந்துகொண்டிருக்கிறான். தனியே தன் எண்ணங்களுடன். கவிழ்த்துவைத்த கிண்ணம் போலிருக்கும் நடு வானத்தின் கீழே அவன் எப்போதும் இருப்பதைப் போல, அவனுக்கு இப்போது புரிபடும் வாழ்வின் மையமாக அவன் இருக்கிறான். அவனைச் சுற்றிலும் உலகம் இருக்கத் தன்னந்தனியே அவன்; ஞாயிற்றுக்கிழமையும் வாரநாளும் சேர்ந்த ஒரு விசித்திரக் கலவையாக இருக்கிறது அந்த நாள். நம்பிக்கை எல்லாம் இழந்த நிலையில் முற்றிலும் சோர்ந்து வழக்கமான காட்சிகளூடே பிரயாசையுடன் நடக்கிறான். அவனது சொந்த வீடே புதுத் தோற்றம்கொண்டிருக்கிறது. அவன் வெளியே சென்றிருந்தபோது, அதுவும் விஷயங்களை யோசித்துப் பார்த்திருக்கலாம் என்பதாகத் தெரிகிறது. வீட்டில் சிறிது ரொட்டி மீதமாக இருக்கக்கூடும்; கையிலுள்ள எட்டு மார்க்குகளை வைத்து ஏராளமாக ரொட்டி வாங்க முடியும். கடைசியில் வீட்டையடைகிறான். அது வினோதமாகத் தோன்றுகிறது.

மிகவும் களைப்புற்றிருந்த அவன் கடைசி முயற்சியாக வாசலுக்குச் செல்லும் இரண்டு படிக்கட்டுகளில் ஏறுகிறான். முன் அறையைக் கடந்து கதவைத் திறக்கிறான். மரக்கட்டைகளின் வாசனையை நாசியில் உணர்கிறான். வினோதமான வெள்ளைத் துணியில் ஏதோ வேலை செய்தவாறு பின்னால் உள்ள பெஞ்சில் அமர்ந்திருக்கிறாள் ரீனா. வில்லெ குடும்பத்திலுள்ளோர் தங்களுக்கிடையே முகமன் எதுவும் கூறிக்கொள்ளும் வழக்கமில்லை. வில்லெ இருப்பதான அறிகுறிகளே காணோம்.

அறை ஓர் அந்நியத்தன்மை கொண்டிருக்கிறது. அவன் வெளியே முற்றத்திலிருந்தபோது ஏற்கனவே உருவாகத் தொடங்கிய கடவுள் மரணம் முதலான உணர்வுக்கு அந்த அந்நியத்தன்மை வலுச்சேர்க்கிறது. அவன் வெளியே இருந்தபோது வில்லெ இறந்திருக்கிறான். தனது நாய்த் தோல் பையைக் கதவிற்குப் பின்னால் அதன் ஆணியில் மாட்டுகிறான். நம் இருவரில் முதலில் பேசப்போவது யார்? குழந்தைகளும் அமைதியாக இருக்கின்றனர். சிறிதுநேரம் சென்ற பின்னர் ஏதேதோ கேள்விகளுடன் பேச்சுத் தொடங்குகிறது. கேள்விகளுக்கு அடியில் பதற்றமான உறுத்தல் ஒளிந்துகொண்டிருப்பதாகத் தோன்றுகிறது. கடைசியில் முக்கியமான மையப் புள்ளிக்குப் பேச்சுத் திரும்புகிறது. இனிக் கேள்வி கேட்கப்போவது யூகாதான்.

யூகா தனது பூட்ஸையும் கோட்டையும் கழற்றிவிட்டு வாசல் படிக்கட்டில் அமர்கிறான். மாலைவேளை குளிர்ச்சிகொள்ளத் தொடங்குகிறது. வார நாளும் ஞாயிற்றுக்கிழமையும் (வேலை தினமும் விடுமுறை தினமும்) ஒன்று கலந்த உணர்வு நீடிக்கிறது. ஆனால் உருவாகிக்கொண்டிருந்த அவனது

வாழ்க்கைத் தத்துவத்திற்கு அடி கிடைத்திருக்கிறது. அது தடுமாறிக் கொண்டிருக்கிறது. அதன் பாதிப்பின் முழு வீச்சையும் அப்போதைக்கு அவனால் உணரமுடியாத அளவு, வில்லெயின் மரணம் மிகப்பெரும் நிவாரணமாக இருந்தது. அந்தக் கசப்பு கொஞ்சம் கொஞ்சமாகத் தேய்ந்து இனிமையாக மாறிவிட முடியுமா? அப்படியானால் அதிலிருந்து மீண்டெழ இனியும் நம்பிக்கை கொள்ளலாமா, மூச்சுவிடுவதற்காகக் கடலிலிருந்து மேலெழுவது போல் துயோரிலா சென்றபோது வில்லெ இறந்திருந்தான். அப்போது அவன் இல்லாதது யூகாவை வேதனைப்படுத்திற்று. துயோரிலா பயணம் இந்த வேதனைக்குப் புதிய அர்த்தத்தைத் தந்தது. அங்குச் சென்று வந்த ஆறு நாட்களில் கிடைத்த பணம் ஒன்றும் மோசமில்லைதான். வில்லெ இறந்தபோது அவன் இல்லாத வேதனை இந்தத் தூரத்திலிருந்து பார்க்கையில் மிகவும் பின்னால் தள்ளிச் சென்றுவிட்டதாகத் தெரிகிறது. பையன் புதைக்கப்பட வேண்டும். ஆனால் அதன் பின்? ஆ, பழைய சுறுசுறுப்பு வாழ்வில் ஏராளமாக இன்னும் உள்ளது; அந்தச் சுறுசுறுப்பு மேலும் வளரவில்லை. வாசல் படிக்கட்டில் இருந்த யூகா சிறிது புத்துணர்வு கொள்ளுமளவு மரணம் ஒருவகையில் அவனுக்கு உதவுகிறது எனலாம். முற்றத்தில் விளையாடிக்கொண்டிருந்த குழந்தைகளிடம் அவன் இரைந்து கத்துவதில் அது தெரிகிறது.

[1]அந்த வருடம் கோடை காலத்திலிருந்து இலையுதிர் காலத்தை நோக்கி மெல்ல நகர்ந்தது. அதுவரையிலான கோடைகால இயற்கைச் சூழ்நிலத்திலும் பசுமை நிறைந்த சதுப்புநிலக் காடுகளுக்குள்ளும், குளிர்கால ரை தானிய விளைநிலங்களுக்குள்ளும் இலையுதிர் காலம் அரவம் காட்டாது ஏற்கனவே நகர்ந்திருந்தது. மேற்சட்டையுடன் ஒருவரால் அப்போதும் வேலைசெய்ய முடிந்தது. சட்டைக் கிழிசல்களூடே வயதானவனின் தோல் நிறம் தங்கத்தின் பழுப்புடன் இன்னும் மின்னிற்று. மண்வெட்டியைப் பிடித்திருந்த தசைப் பற்றுள்ள கை வெதுவெதுப்பாக உணர்ந்தது. வீட்டுச் சுவரருகே குவித்து வைக்கப்பட்டிருந்த மலைப்பகுதி வைக்கோலிலிருந்து மிதமான வெப்பத்தின் மணம் எழுந்தது. அப்போதுதான் வந்துசேர்ந்திருந்த குளிர்ந்த புத்தம் புதுக் காம்புகளின் மணம் இதமாக இருந்தது. தமது ஒளி, மிதமான வெப்பம், மணம் ஆகியவற்றால் ஊரின் உறுதி வாய்ந்த உட்பகுதிகள் மனித மனங்களில் ஒளிந்திருக்கும் துயரங்களின் நாற்றம் வெளியே தெரிந்து விடாமல் தடுத்தன. எனினும் அந்தத் துயரம், அடியோட்டமான அதன் சோகத்தை ஒரு கணம்கூட இழக்கவில்லை. கோடையின் நடுப்பகுதிவரை மக்களிடம் நம்பிக்கையைத் தூண்டிற்று கோடைகாலம். அந்த நம்பிக்கை நிஜமாகும் முன்பே கடந்த காலத் துயரங்களின் நினைவு எட்டிப் பார்த்தது. ஆகஸ்ட் மாத நண்பகலில் இலையுதிர் காலத்தின் நிறைவான செழுமை இன்னுமிருந்தது. ஆனால் குத்தகை உழவன் யூகாவின் மகள் ஹில்டுவின் கழுத்திலும் பழுப்புநிறத் தலைமுடிப் பின்னலிலும் விழுந்த அந்த நண்பகல் வெளிச்சத்தில் துயரத்தின் சாயல் இருந்தது. அது புறக்கணிக்க முடியாதபடி வெளிப்படையாகவே தெரிந்தது.

---

1. ஆங்கில வருடத்தின் நான்கு பருவங்கள்: 1. கோடை காலம் 2. இலையுதிர் காலம் 3. குளிர் காலம் 4. வசந்த காலம்.

கோடைகாலத்தில் தேவாலய வட்டார மத்தியப் பகுதிகளின் திறந்த வெளிகளில் மக்கள் வாழ்வின் அதே கட்டங்களையே காட்டிலுள்ள குடிசை வாழ்வும் பின்தொடர்கிறது. விரிவான விளைநிலங்களை ஆழ உழுவது, விதை விதைப்பது, அறுவடை செய்வது போன்றவை லேசான தூரத்து எதிரொலியாகக் காடுகளில் மட்டுமே நினைவுகளாக இன்னும் இருக்கின்றன. இந்த வேலைகளைச் செய்வதிலேயே மனிதர் பலர் கடுமையான முயற்சிகளைத் தொடர்ந்து செய்துவருகின்றனர். மிகப் பலவீனமான ஒருவனும் இந்தக் கடமையைச் செய்வதிலிருந்து முழுவதும் விடுபடமுடியாது. வேலைச்சுமை கூடிக்கொண்டே போக ஒவ்வொரு மாலை வேளையிலும் களைப்பும் சோர்வும் வளர்ந்துகொண்டே போகிறது. ஆண்டுகள் செல்லச் செல்ல ஒவ்வொரு கோடையிலும் அவன் மேலும் களைத்துச் சோர்வுறுகிறான்.

மரணம் எனும் நிகழ்வு புத்துணர்வு தருவதாகும். வில்லெயின் இறப்பிற்குப் பிறகு நீண்ட நாட்களாகவே தொய்வோலா வாழ்க்கை பண்டிகையின் பாதித் தன்மைகொண்டதாக இருந்துவந்திருந்தது. மிகக் கடுமையான உழைப்பிற்கிடையே ஆண்டுகள், பதிற்றாண்டுகள், கடந்த காலம் என யூகா தொடர்ந்து பின்னால் பார்த்துக்கொண்டிருப்பது போலத் தோன்றியது. கடந்தகாலம் எப்படிப்பட்டதாக இருந்தாலும் அதனைச் சுற்றிலும் மெலிதான புனித வட்டமிருந்தது. யூகா குறைவாகவே பேசியதால் சிடுசிடுப்புடன் இருப்பதாகத் தோன்றினான். அவன் பிடரியோரம் இன்னு மிருந்த தலைமுடி தடித்து விறைப்பாக மாறியது. அவனது சிறிய கண்களில் பார்வை கடுமை கொண்டிருந்தது. பண்ணை வேலைக்கு மீண்டும் ஒழுங்காகச் செல்லத் தொடங்கினான். எஜமானனும் அவனை வேலைசெய்ய விட்டு விட்டார். ஆள்–குதிரை ஒப்பந்த வேலை தினங்களைப் பற்றி அவனை அவர் நச்சரிப்பதில்லை. மதிய உணவிற்குப் பிறகான ஓய்வில், வேலை செய்வோர் எது பற்றியாவது சூடு பிடிக்க விவாதம் செய்துகொண்டிருப்பர். அப்போதெல்லாம் வயதான தொய்வோலா கடவுள் பற்றி ஆற்றும் நீண்ட உரையில், வாழ்க்கை கசப்பானது எனும் கண்ணோட்டம் வெளிப்பட்டது மிகக் கோபமான உரத்த குரலில் குற்றம் சாட்டும் தொனியில் அவன் சொற்பொழிவு இருந்தது. எஜமானனையும் பிறரையும் அது சில்லிடச் செய்தது. யூகா தொய்வோலாவிற்கு வயதாகிவிட்டது என்பது நன்றாகவே தெரிந்தது. அந்தக் கோடையில் அவன் ரொம்பவே மாறிவிட்டான்.

பயபக்தி நிறைந்த அமைதியே யூகாவின் மனதில் இருந்தது. குடும்பத்தில் நிகழ்ந்த மரணத்தால் தனது மதிப்பு அதிகரித்திருந்ததென ஆழ்ந்த நம்பிக்கை கொண்டிருந்தான் யூகா. பிறரிடம் அல்ல. தன்னிடமே தனது மதிப்பு உயர்ந்துள்ளது. ஒருவகையில் கடவுளின் பார்வையிலும் எனலாம். சொல்லப்போனால் எத்தனையோ பேரைவிடக் கடவுளுடன் அவன் நல்லுறவு கொண்டிருந்தான் – வேலையாட்கள் கூட்டத்தில் முதலாளியுடன் நல்லுறவு கொண்டுள்ள ஒருவனைப் போல. அதனால் வெறும் வாய் வார்த்தையாகப் பசப்பவோ அல்லது ஓர் அடிமையின் பணிவைக் காட்டுவதற்கான தேவையோ யூகாவுக்கு இருந்ததில்லை. தலை காலியாக உள்ள பெரும்பாலான சாதாரண மக்களுக்குக் கடவுள் ஒரு பெயர்தான்.

இதன் காரணமாகச் சந்தர்ப்பம் கிடைக்கும்போதெல்லாம் கடவுளைப் பற்றிக் கடுமையாக அவர்கள் விமர்சிப்பர்.

இந்தக் கோடையின் பிற்பகுதியில் பழக்கமான வேலியோரப் பாதையில் வீடு திரும்பிக்கொண்டிருக்கும் யூகாவின் தலைக்குள் எரிச்சலூட்டும் திட்டங்கள் எதுவும் கொந்தளிக்கவில்லை. முந்தையத் திட்டங்கள் தோல்வியடைந்ததற்காக ஏமாற்ற உணர்வும் இல்லை. துயோரிலாவிலிருந்து வீட்டிற்குத் திரும்பிவந்ததிலிருந்து அவன் வாழ்க்கை ஓர் இடைநிறுத்தமாக, ஒருவகை அமைதியான எதிர்பார்ப்பாக இருந்து வந்திருக்கிறது. வில்லெ ஏற்கனவே இறந்துவிட்டான். ஆனால் தனது வாழ்வு புதிய திசையைத் தேடிக்கொண்டிருப்பதாக யூகா உணர்கிறான். ஏதாவது ஒரு வழியில் தீர்மானிக்கப்பட வேண்டிய விஷயங்கள் நிறைய இருக்கின்றன; அவனிடம் குதிரையில்லை. அதனால் ஒப்பந்தப்படி குதிரை செய்ய வேண்டிய வேலை நாட்கள் குறித்து ஏதாவது செய்தாக வேண்டும். இந்தப் பிரச்சினை பற்றி யோசிப்பதற்கே அவன் மனம் விசித்திரமாகச் சோம்பல்கொள்கிறது. இது பற்றி எஜமானன் எதுவும் பேசுவதில்லை. இதற்காகவே எஜமானுக்கு நன்றிக் கடன்பட்டிருக்கிறான் யூகா. ஆனால் உடனடியாகச் செய்வதற்கு வேறு ஏதோ இருப்பதாகத் தோன்றுகிறது; அந்த 'ஏதோ' தான் என்னவென அவனால் தீர்மானிக்க முடியவில்லை. அவன் காலத்தைக் குறித்துக்கொள்கிறான், காத்திருக்கிறான், ஒரு நாள், மற்றொரு நாள் என.

பல ஆண்டுகளாகக் களைப்பு ஒன்றுதான் தொய்வோலாவின் பொதுவான அனுபவமாக இருந்துவந்திருக்கிறது. ரீனா பிறவிச் சோம்பேறி; பலவீனமான மனம்கொண்டவள். புளித்த பால், உருளைக் கிழங்கு, உப்புத் தண்ணீர் என்ற அவளது உணவு முறை வயதான காலத்தில் கடினமான பிரச்சினைகளைச் சமாளிக்கும் மனவலிமையைத் தரவில்லை. குழந்தை மடியில் கிடக்க, வீட்டு வேலைக்காரிக்குத் திருமண ஆசையைத் தூண்டிவிடும் முட்டாள்தனமான இச்சையின் இயல்பைப் பற்றி அடிக்கடி யோசித்துக்கொண்டு, அந்த இச்சையின் உள்நோக்கங்களையும் கடந்து சென்றுவிட்ட அந்தப் பழைய நாட்களின் மனவோட்டங்களையும் புரிந்து கொள்ளும் முயற்சியில் அவள் ஆழ்ந்திருப்பாள்.

உறங்கப்போகும் முன்னர் மறுநாள் செய்ய வேண்டியவை பற்றியோ இன்று செய்யாது விட்டவை பற்றியோ ஒரு வேலைக்காரன் எண்ணிப் பார்க்கத் தேவையில்லை. இதுவே அவன் வாழ்வின் ஒப்புயர்வற்ற பெரு மகிழ்ச்சியாகும். இதுபோன்ற எண்ணங்களுக்கே அவன் வாழ்வில் இடமில்லை. ஆனால் ஒரு குத்தகை உழவனின் மனைவிக்கோ இந்த விஷயங்கள் (செய்தவை, செய்யாது விட்டவை) தீவிரமானவை; அவளை விசாரணைக் கூண்டில் நிறுத்துபவை. ஆனால் குழந்தை பெறும் விஷயத்தில் வேலைக்காரிக்கும் மனைவிக்கும் வித்தியாசம் உண்டு. வேலைக்காரிக்குக் குழந்தை பிறந்தால் அது அவளின் கெட்ட நடத்தையால் பிறந்தது என்பதாகப் பொருள் படும். ஆனால் மனைவியைப் பொறுத்தவரை குழந்தை பெறுவது ஓர் இயற்கையான செயல்பாடாகும்; வாழ்வின் பொதுவான சலிப்பூட்டும் ஒரு சாம்பல் நிறப் பகுதி. அவ்வளவே. இதனை

ஓர் அயலாள் பரிவுடன் காண்கிறான். இவ்விதமாகச் சலிப்பூட்டும் சாம்பல் நிறப் பகுதி என்பது ஒட்டுமொத்தப் பெண்கள் அனைவருக்கும் பொதுவானதாக இருக்கிறது, இருக்கும். இங்கே வேலைக்காரி, குத்தகை உழவன் மனைவி, எஜமானி என்னும் பாகுபாடு எதுவுமில்லை. எனவே வேலைக்காரியும் திருமணம் செய்துகொள்ள முயல்வதில் வியப்பில்லை. சுதந்திரமாக இருப்பதற்காகச் சிலர் திருமணம் செய்யத் தயங்குவதுண்டு. அவர்களைத் திருமணம் செய்துகொள்ளும்படி ஓர் எஜமானி தூண்டுவாள். தான் பணிப்பெண்ணாக இருந்த காலத்தின் கட்டுகளற்ற சுதந்திரமான நாட்கள் நினைவிற்கு வர மனங்கசந்த புன்னகை ரீனாவின் உதட்டில் நெளிகிறது. பாத்திரத்தில் காஃபி கொதிக்கிறது. காத்திருக்கிறாள் ரீனா. வயதான யூகா வெளியே சென்றிருக்கிறான். பணிப்பெண்ணாக இருந்த நாட்களின் நினைவில் அமிழ்ந்துபோவது சுகமாக இருக்கிறது.

ரீனா களைத்திருந்தாள். கடைசிக் குழந்தை பிறந்த பின் அவள் உடல்நலம் சரியாக இல்லை. பெண்கள் தொடர்பான ஏதோ நோய் அவளைப் பீடித்திருந்தது. பிற பெண்களிடம் அது பற்றிப் பேசவே அவமானத்தால் கூசினாள். யூகாவிடமும் அதுபற்றி மூச்சுவிடவில்லை. இந்தக் கோடையில் நோய் மிகவும் மோசமாகிவிட்டது. அவளைக் களைப்புறச் செய்து நிலைகுலையச் செய்துவிட்டது. வைக்கோலைக் கட்டுகளாக இறுக்கிக் கட்டி எடுத்துவரும்போது அவளுக்குத் தலை சுற்றியது. இந்தப் பிரச்சினையை ரகசியமாக வைத்துக்கொள்ள வேண்டும் என்னும் அழுத்தம் மேலும் பல கோளாறுகளை உருவாக்கிற்று. யூகாவைத் தனியே படுத்துக்கொள்ளும்படி செய்ய வேண்டும். ஏற்கனவே தீர்மானித்து விட்டாற் போலவும் விளக்க வேண்டிய தேவையில்லை என்பது போலவும் அவனிடம் விஷயத்தைத் தெரிவித்தாள் ரீனா. கணவன் அவளை முறைத்தான். எனினும் ஒத்துக்கொண்டான். வயதான அவன் இப்போதெல்லாம் நிறையவே மாறியிருந்தான்.

தாளமுடியாத களைப்பும் சோர்வும் அவள் வலிமையை மெல்ல வற்றச்செய்தன. அதனால் செய்தே ஆகவேண்டிய பல அவசியமான வேலைகளைச் செய்யாதுவிடும்படியான கட்டாயம் உருவானது. யூகா வீட்டில் இல்லாதபோது படுக்கையில் அடிக்கடி ஓய்வெடுத்துக்கொள்ள விரும்பினாள். ஹில்டு நல்ல பெண். அவள் கிறிஸ்துவ வகுப்பில் கலந்து கொண்டு ஏற்கனவே உறுதிசெய்யப்பட்ட நிலையடைந்தவள். அவளது நாளங்களில் வேறு ரத்தம் ஓடியது போல மிகக் கடுமையாக முயன்றும் அச்சிறு பெண்ணால் வேலைகளைச் சமாளிக்க முடியவில்லை. தேவதையின் நிழல் போன்ற அந்தச் சிறுமி அவ்வளவு திடகாத்திரமானவள் அல்ல. அவளை ஓயாமல் திட்டிக்கொண்டிருக்க முடியாது. சேட்டை செய்ததற்காக ஒருபோதும் அவள் கசையடி வாங்கியதில்லை. அவள் வயதுடைய பெண்கள் பையன்களுக்குப் பின்னால் ரகசியமாகச் சுற்றித் திரிந்தனர். அவளோ லேசாகப் பயமுறுத்தினாலும் மனமுடைந்து அழுது விடுவாள். மென்மையான சுபாவம் கொண்டிருந்த அவள் தனது சுற்றுப்புறச் சூழ்நிலைக்குச் சிறிதும் பொருத்தமற்றவளாக இருந்தாள். அவள் இறந்து போயிருந்தாலும் ரீனா அரிதாகவே கண்ணீர் சிந்தியிருப்பாள். அவள் சிறுமி. அவளுக்கு வேலை தர ரீனாவிற்குப் பிடிக்கவில்லை. அதனால்

சாதுவான பாரம்பரியம்

தனது உடல்நிலை என்னதான் மோசமாக இருந்தாலும் அவளே எல்லா வேலையையும் செய்தாள். அல்லது இன்னொரு நாளுக்குத் தள்ளிவைத்தாள்.

கோடைகால வேலைகள் அந்தந்தக் கட்டங்களில் செய்யப்பட வேண்டும். களைத்துச் சோர்ந்தவர்களையும் மேலும் முயற்சி மேற்கொள்ளும்படி அவை கட்டாயப்படுத்துகின்றன. தனது முழுச் சக்தியையும் திரட்டிக் கடுமையாக உழைத்தான் யூகா. ரீனாவும் தன்னால் முடிந்தவரை வேலைசெய்தாள். எஜமானனின் பண்ணையிலும் அதிகமாக வேலைசெய்தான் யூகா. இல்லையெனில் அவனைப் பண்ணையிலிருந்து வெளியேற்றிவிடும் வழிகளை அவர் யோசிக்கத் தொடங்கிவிடுவார். ரை தானியத்தை வயலிலிருந்து வீட்டிற்குக் கைவண்டியில் இழுத்துவர மேலதிகமாகத் தன்னை வருத்திக்கொண்டதால் குடலிறக்கக் கோளாறுக்கு ஆளானான் யூகா. அது வெட்கக் கேடான நோய் எனவும் என்னவானாலும் அதனை ரகசியமாக வைத்துக்கொள்ள வேண்டும் எனவும் நினைத்தான். கோடைகாலத்தின் வேலைச்சுமை வாழ்க்கையைக் கடினமாக்கிற்று. கடைசிப் பயணத்திற்குப் பிறகு என்னதான் களைப்படைந்திருந்தாலும் கட்டாயமாக மீண்டும் மேற்கொள்ள வேண்டிய நீண்ட தொடர்பயணங்கள் போலக் கோடைகால வேலைகள் இருந்தன. பயணத்தின் முடிவைக் கண்டுகொள்ள முடியாது. பாதையின் முன்னால் இருப்பதென்ன என்பதை அறியும் ஆர்வமும் இருப்பதில்லை. ஏனெனில் அங்கே இருப்பது மரணம். வேறெதுவும் இல்லை.

சனிக்கிழமை மாலைநேர நீராவிக் குளியல் வழக்கத்தைவிடவும் சுகமானது. ஏராளமான நீராவியுடன் அது இதமாக இருக்கும். ஆனால் உயிர் குடிக்கும் வாயுப் பொருட்களும் அதில் நிச்சயம் மறைந்திருக்கும். ரீனா விஷயத்தில் அப்படித்தான் ஆனது. குளியலறையிலிருந்து திரும்பியதும் அவளைப் படுக்கைக்குக் கொண்டுபோக வேண்டியதிருந்தது. திரும்புவதற்காகப் படுக்கையில் அவளால் சிறிது அசைய முடிந்தது. அவளது நிலைமை அந்த அளவு மோசமாக இருந்தது. பேச்சற்றுக் கிடந்தாள். மூச்சு வாங்கியது. காலையில் அவளால் எழுந்திருக்க முடியவில்லை. ரீனா தொய்வோலா இவ்விதமாக உண்மையிலேயே நோய்வாய்ப்பட்டிருந்தாள். மறுநாள் குத்தகை உழவர் கிராமத்தின் கடைக்கோடியில் இரண்டு பேர் பேசிக்கொள்வதை ஒருவர் கேட்டிருக்கக்கூடும்.

“ரீனா தொய்வோலாவுக்கு உடம்பு சுகமில்லை எனக் கேள்விப்பட்டேன்”
“அப்படியா . . ? தெரியாதே எப்போதிருந்து . . ?”

“சனிக்கிழமை மாலை குளிக்கச் சென்றாள். அதன் பின் கடுமையான வலி. வீட்டிற்கு அவளைக் கொண்டுவருவதே பெரும்பாடாகிவிட்டது. சொட்டு மருந்து கேட்டு இன்று காலை எங்கள் வீட்டிற்கு வந்திருந்தான் யூகா.”

“ஏதாவது கிடைத்ததா . . ?”

“ஆமணக்கு எண்ணையும் நெஞ்சுச் சொட்டு மருந்தும் என்னிடம் கொஞ்சம் இருந்தது. இதெல்லாம் உள் வலிக்கு உதவாதென்பது தெரிந்தது தானே.”

கிராமத்தில் பல்வேறு சமயங்களில் பெண்களுக்கு வந்த ஏதேதோ உபாதைகளைப் பற்றிப் பேச்சுத் திரும்பிற்று.

ரீனாவின் வலி மிக மோசமான நிலையை அடைந்திருந்தது. அது மட்டுமின்றி வெளிப்படையாகச் சொல்லமுடியாத இன்னொரு நோயும் அவளிடம் இருந்தது. அது அசிங்கமான வெட்கக்கேடான நோய் என்பதாகக் கிராமத்துப் பெண்கள் மனதில் ஊறிப்போயிருந்தது. குடும்பத்தில் மற்றவர்கள் இதனை ஏற்கனவே அறிந்திருந்தனர். தன்னை ஏன் ரீனா தனியே படுக்கச் செய்தாள் என்பதை யூகா இப்போது விளங்கிக்கொண்டான். தன் தாயாரை வருத்தியது எதுவென என ஹில்டுவும் கண்டுகொண்டாள். தாயாரைப் படுக்கையில் கிடத்திய அந்த இரவுக் குளியலின் நினைவுதான் ஹில்டுவின் மனதில் முதன்மையாக இருந்தது. அந்த இரவிலிருந்து தாயாரின் வேதனை நீடித்திருந்த வாரங்கள், நாட்களை எண்ணி எவ்வளவு சீக்கிரம் அவள் குணமடைவாள் என்பதைக் கணக்கிட முயன்றாள். அவள் இறந்துபோகலாம் என்னும் சந்தேகம் எந்தக் குழந்தையிடமும் இல்லை. முதல் குழந்தை மார்ட்டிக்கு இரண்டு வயது. அடுத்த குழந்தை லெம்பிக்கு நான்கு வயது நடந்துகொண்டிருந்தது. வில்லெ மரணமடைந்தபோதிருந்த அச்சம் நிறைந்த அதே அமைதி, பரபரப்பு என்பதாகவே தாயாரின் நோய் அவர்களுக்குப் புரிந்தது. மார்ட்டி சிறு குழந்தை என்பதால் அவளால் எதையும் உணர்ந்துகொள்ள முடியாது. பகல் நேரத்தில் பெரும்பாலும் அவர்கள் வெளியே இருந்தனர். இரவில் ரீனாவின் வேதனை முனகல்கள் தூக்கத்திலிருந்து அவர்களை விழிக்கச் செய்யவில்லை.

வரவிருக்கும் ஏதோ ஒன்றின் அறிகுறியை ரீனாவின் நோயில் கண்டான் யூகா. கிராமத்துப் பயணங்களின் போது அவனைச் செவி மடுக்கும் தேர்ந்தெடுக்கப்பட்ட வெகு சிலரிடம் நீண்ட நேரம் பேசுவான்; வீட்டிலோ உணர்ச்சி வசப்படாது சுறுசுறுப்பாக நடந்துகொள்வான். அவனுக்குத் தெரிந்தவர்களிடமிருந்த 'சொட்டு மருந்துகள்' அனைத்தையும் வீட்டிற்குக் கொண்டுவந்த பின்னர் அவற்றால் எந்தப் பயனும் இல்லை என்பது தெரிந்தது. மருந்து தயாரித்து விற்பவர்களிடமே செல்வதெனத் தீர்மானித்தான். பசு ஏராளமாய்ப் பால் கறந்தது. அதன் மூலம் கிடைத்த நாலு பவுண்ட் வெண்ணெய் மொத்தத்தையும் டவுனில் விற்குமாறு நண்பனிடம் கொடுத்தான். கிடைத்த பணம் மருந்து வாங்கப் போதுமானதாக இல்லை. ஆனால் மருந்து தயாரித்து விற்பனை செய்பவன் அன்புள்ளம் கொண்டவன். மீதிப் பணத்தைப் பின்னர் வாங்கிக்கொள்வதாகக் கூறினான். மருந்து விற்பவனிடம் நாள் முழுவதுமான பயணத்திற்குப் பிறகு வீடு திரும்பினான் யூகா. வீட்டுச் சூழல் மீண்டும் அமைதியாக இருந்ததைக் கண்டான். லெம்பி, மார்ட்டி இருவருமே மருந்துப் பாட்டிலின் அழகான காகித மூடி வேண்டுமெனக் கேட்டனர். மூச்சிளைப்பிற்கிடையே சண்டை போடும் குழந்தைகளைச் செல்லமாகக் கோபிக்கும் அளவு ரீனாவிடம் புத்துணர்ச்சி இருந்தது.

தவிர்க்க முடியாத வலி. தவிர்க்க முடியாத தேவைகளுடன் தினசரி வாழ்வு இருந்தது. இதனை நன்கு அறிந்த யூகா குழந்தைகளின் பராமரிப்பில்

ரீனாவை விட்டுவிட்டு வழக்கமான வேலைகளுக்காகக் கிராமங்களுக்கு நாட்கணக்கில் செல்லத் தயங்கவில்லை. குதிரை இல்லாததால் பண்ணை வேலைக்கு யூகா அடிக்கடி செல்ல வேண்டியதிருந்தது. வயலில் விளைந்த குறைந்த அளவு தானியமும் மில்லில் அரைக்கப்பட வேண்டியதிருந்தது. தானியத்தைக் கைவண்டியில் ஏற்றிக் கிராமத்து மில்லிற்குக் கொண்டு செல்ல வேண்டியதிருந்தது. அங்கே மணிக்கணக்கில் காத்துக் கிடக்க வேண்டியதிருந்தது. மில்லிற்குத் தானியம் அரைக்கும் சுறுசுறுப்பான பருவம் அது. அதனால் விவசாயிகளும்கூடத் தங்கள் முறைக்காகச் சண்டையிடும் நிலை இருந்தது. அதுபோன்ற பயணங்களுக்குப் பிறகு வீடு திரும்புவதற்காகக் காட்டுப் பாதைக்கு வரும்போது நேரம் நள்ளிரவை நெருங்கிவிடும். அவ்வப்போது வண்டியை நிறுத்தி வழுக்கைத் தலையைத் துடைத்துக்கொண்டு, பசியுடன் வீடு திரும்புவான். தனக்குத் தெரியாமல் மாவு இனிமேல் காணாமல் போகாது என்னும் ஆறுதலான எண்ணம் வர, வண்டியிலிருந்த மாவின் மதிப்பு புதிய முக்கியத்துவம் பெற்றுவிட்டது போலத் தெரிந்தது. வீட்டில் பழக்கமான அதே சூழல் நிலவிற்று. புத்தம் புதிய நீண்ட இரவுநடை வீட்டின் நாற்றத்தை இரட்டிப்பாக உணரச் செய்தது. குழந்தைகள் உறங்கிக்கொண்டிருந்தனர்; வார்த்தையேதுமின்றிப் பெற்றோர் ஒருவரை ஒருவர் பார்த்துக்கொண்டனர். களைத்துச் சோர்ந்து விலகிய கணநேரப் பார்வை.

மறைந்திருந்த புற்றுநோய் தன் வேலையைச் செய்தது. திசுக்களின் அழுகிய நாற்றம் அறையை நிரப்பிற்று. இலையுதிர் காலத்து மழை சிறார்களை முழுநேரமும் வீட்டிற்குள்ளேயே வலுக்கட்டாயமாக இருக்கச் செய்தது. அந்தக் கெட்ட நாற்றத்திற்கு அவர்கள் பழகிப்போயிருந்தனர். ஹில்டுவின் நிலையோ மிக மோசமாக இருந்தது. ஒல்லியான கை கால்களுடன் சிலையின் இறுக்கமான தோற்றத்துடனிருந்த அவள் தன் தாயார் வழக்கமாய்ச் செய்துகொண்டிருந்த வேலைகளில் சுறுசுறுப்பாக இருந்தாள். தாயாருடன் அவள் பேசியதில்லை. ஆனால் அவள் சொன்ன வேலைகளைச் செய்தாள். மிகுந்த சிரமத்துடன்தான் ரீனாவால் பேச முடிந்தது. அதனால் வேலை எவ்விதம் போய்க்கொண்டிருந்தது என்னும் விபரங்களை அரிதாகவே கேட்டாள். தாயாரின் உடைந்த முணுமுணுப்பு களை விளங்கிக்கொள்வது எளிதாக இல்லை. சில சமயங்களில் இந்தச் சொற்களை அவளால் புரிந்துகொள்ள முடிந்தது. ‘எதைப் பற்றி – நான் – கவலைப்பட வேண்டும் . . ? ஏசுவே – எனக்கு உதவி – தாரும்.’ அவளின் கடைசி வார்த்தை ஹில்டுவைப் பேரச்சம்கொள்ள வைத்தது. கண்கள் விரிய அவளையே வெறித்துப் பார்த்தவாறு அதிர்ச்சியில் அசையாது நின்றாள் ஹில்டு. அவள் சாகப்போகிறாளா . . ? மீண்டும் மூச்சுத் திணறினாள் தாயார், அவளிடம் எந்த அசைவுமில்லை. கண்கள் மூடியிருந்தன. தாயாரிட மிருந்து வெகுதொலைவில் இருப்பதான விசித்திர உணர்வு ஹில்டுவின் மனதை அழுத்திற்று. பால் கறக்கப் பசுவை நோக்கிச் சென்றாள். மனதில் இன்னும் குழந்தையான அவள் வளர்ந்த ஒருவரின் பொறுப்புகளை வலுக்கட்டாயமாகச் சுமக்க வேண்டியதிருந்தது.

ஒருமுறை யூகா வெளியே சென்றிருந்தான். திரும்பிவரத் தாமத மானது. இளவயதுக் குழந்தைகள் ஏற்கனவே உறங்கிவிட்டிருந்தனர். அந்தி

இருளில் யூகாவின் படுக்கையில் அரைகுறைத் தூக்கத்தில் கனவு கண்டு கொண்டிருந்தாள் ஹில்டு. மென்மையான மங்கலான கனவுகளுக்கிடையே தாயார் அழைத்தது போலிருந்தது. விழித்ததும் அவள் உண்மையிலேயே தன்னை அழைத்துக்கொண்டிருந்தது தெரிந்தது. ஹில்டுவின் இதயத் துடிப்பே ஏறத்தாழ நின்றுவிட்டது. அந்த அறை ஏறக்குறைய இருட்டாக இருந்தது; எதற்காக அழைத்தாள்? என்ன நடந்திருந்தது?

மிகுந்த துயரத்துடன் "என்ன?" என்றாள் ஹில்டு.

"விளக்கேற்று" என்றாள்.

பணிந்தாள் ஹில்டு, தந்தை வெளியே இருந்தார் என்னும் பயங்கர உண்மை அவள் கண்முன் வந்தது. தாயார் இறந்துகொண்டிருக்கிறாள். காட்டில் தனியே இருக்கும் அவர்களுக்கு என்னவாகப் போகிறது . . ? மார்ட்டியையும் லெம்பியையும் எழுப்ப வேண்டுமா . . ? தாயாரிடம் திரும்புவதற்கு முன்னர், படுத்திருந்த குழந்தைகளின் ஒல்லி முகங்கள் துணுக்குக் காட்சியாய் அவள் கண்ணில் பட்டது. வேதனை நிரம்பிய ரீனாவின் தோற்றம் மகள் ஹில்டுவை அவளருகே போகச் செய்தது. காட்டின் மத்தியில் தன்னந்தனியாக ஏற்கனவே இருப்பதான உணர்வில் அந்த அறையை அவள் கடந்தாள். ஆனால் அவள் தாய் இன்னும் உயிருடன் இருந்தாள். ஏதேனும் செய் செய் என மகளிடம் யாசித்துக்கொண்டிருந்தாள். நோய்வாய்ப்பட்டிருந்த நாளாக, அவளிடம் உதவி கேட்டு இரந்து நிற்பது இதுவே முதல்முறை . . . நோயாளிப் பெண்ணின் வருத்தமான ரகசியங்கள் அனைத்தையும் ஹில்டு காண்கிறாள். அவள் முகத்தின் ஈரமான வெப்ப நாற்றத்தை உணர்கிறாள், கடுமையான உளச்சோர்வு ஹில்டுவை வதைத்தது. ஆனால் அதேநேரம் தன் தாயாருடன் நெருங்கிய சொந்தத்தை ஒரு புதிய அனுபவமாக உணர்ந்தாள் ஹில்டு – அவளும் தாயாரும் ஏதோ ஒரே வயதுடையவர்கள் போல. தாயார் உடலின் மஞ்சள் நிறத் தோலையும் அதிர்ச்சியூட்டும் மெலிந்த உடலையும் முதன்முறையாய்க் கவனித்தாள். அது அவளின் தோற்றத்தையே தூய்மையாக உருமாற்றியிருந்தது. இந்தக் கணத்தில் தனது கரங்களிலேயே தாயார் உயிர் பிரிந்துபோனாலும் அவளுக்குப் பயமில்லை.

அந்த இரவு ரீனா இறந்துபோகவில்லை. ஆலோசனை கேட்க பிர்ஜோலா எஜமானனைப் பார்க்கச் சென்றிருந்தான் யூகா. எஜமானனிடம் கடன் கேட்க நினைத்திருந்தான். ஆனால் அவனோ யூகா தான் வந்த நோக்கத்தை அவனிடம் தெரிவிக்கவே முடியாதபடி கெட்டிக்காரத்தனமாகப் பேச்சை மாற்றிவிட்டான். அதற்குப் பதிலாக ரீனாவின் நோய் பற்றி யூகா கூறிய விபரங்களை மிகுந்த பரிவுடன் கேட்டான். அவர்கள் பேச்சில் கடவுள் பெயர் வந்தபோதெல்லாம் சஞ்சலத்தின் அறிகுறி எதுவும் அவனிடம் தென்படவில்லை. இறுதியில் ரீனாவின் நோய்க்கு மிகச் சிறந்த தீர்வாக அனுபவத்தில் தான் அறிந்ததை யூகாவிடம் விளக்கினான் எஜமானன். தான் வந்த நோக்கத்தை மறந்து எஜமானனிடமிருந்து இந்த ஆலோசனையைப் பெறுவதற்காகவே வந்ததாக யூகா நம்பி எஜமானனின் மேல் நன்றியுணர்வு கொள்ளுமளவு எஜமானனின் நடத்தை இருந்தது.

ஹில்டு தன் தாயாருக்கு உதவி செய்துகொண்டிருந்தபோது வீடு திரும்பினான் யூகா. வீட்டின் பழக்கப்பட்டிராத தோற்றமும் ரீனாவின் புதிய முகபாவமும் அவள் மருந்துகளைக் கடந்துவிட்டதான எண்ணத்தை யூகாவின் மனதில் எழுப்பிற்று. ஆனால் அவன் செய்ய வேண்டிய கூடுதல் பொறுப்புகளை அதுவே அவனுக்கு நினைவூட்டிற்று. மருந்துடன் சேர்மானமாய்க் கலக்க வேண்டிய பொருட்களைத் தேடி இந்த இருட்டில் உடனே வெளியே போக வேண்டுமா அல்லது காலைவரை காத்திருப்பதா என்பதில் யூகாவிற்குச் சந்தேகம் இருந்தது. ரீனா அமைதியானாள். கண்களை மூடி அசையாது கிடந்தாள். யூகாவும் ஹில்டுவும் படுத்துக்கொண்டனர் விளக்கை எரிய விட்டுவிட்டு.

அசம்பாவிதம் எதுவும் அந்த இரவில் நடக்கவில்லை. பகல் வெளிச்சம் வந்தவுடன் மருந்துச் சேர்மானங்களைத் தேடி யூகா வெளியே சென்றான். விசேஷமாக எதுவும் இல்லை. வெறும் செர்ரி மரப்பட்டைதான். அதிலிருந்து கசாயம் காய்ச்சப்பட்டுப் போதுமான அளவு குளிர்ந்தவுடன் அது நோயாளிக்குக் கொடுக்கப்படவேண்டும். கசாயம் கசப்பாக இருந்தது. அதனால் மருந்து குடிக்கையில் மிடறுகளுக்கிடையே கொஞ்சம் சீனி கொடுக்கலாம்.

காலையில் ரீனா மிகவும் பலவீனமாக இருந்தாள். கசாயத்தைக் குடிக்கவைக்க அவளை நிமிர்த்திப் பிடிக்க வேண்டியதிருந்தது. முதலில் அதனைக் குடிக்க மறுத்தாள் ரீனா. அவளை மன்றாடி மூன்று மிடறு குடிக்கச் செய்தான் யூகா. வேகத்துடன் அது வெளியே வந்துவிட்டது. தவறிழைத்துவிட்ட வருத்தம் அவன் நெஞ்சில் அலைமோதிற்று. வீட்டில் வளர்த்த செல்லப் பிராணியைத் தற்செயலாகச் சித்திரவதை செய்து விட்டதுபோலத் தோன்றியது. மருந்து வாங்க அலைந்து திரிந்ததன் பலன் இதுதான். லேசாக அசைந்து வலி இருக்குமிடத்தைக் காட்டினாள் ரீனா. போர்வையை விலக்கிப் பார்த்தான் யூகா. ஏராளமாக ரத்தம் சிந்தியிருப்பது தெரிந்தது. உதவ முயன்றான் யூகா. ஆனால் அந்த நோயாளிப் பெண் "கவலை வேண்டாம்" என்றாள். யூகா போர்வையை மாற்றினான்.

ரீனாவின் கடைசி வார்த்தை அது. அதன் பின்னர் உடல்நிலை மீண்டும் மோசமடைந்து உணர்வற்ற நிலையடைந்தாள். ஆனால் அன்று மாலைவரை அவள் உடலைவிட்டு உயிர் பிரியவில்லை. பாழடைந்த அந்த வீட்டில் தந்தையும் மூன்று பிள்ளைகளும் தாய் இறந்துபோவதைக் காண மணிக்கணக்காகக் காத்திருந்தனர். அவர்களில் ஒருவர் அவ்வப்போது வெளியே சென்று சிறிது அமர்ந்துவிட்டுப் படுக்கை அருகே திரும்புவார். மரணத்தின் பிதற்றல் கடைசியாய்க் கேட்டது. ரீனா தொய்வோலா மரணத்தில் தூங்கிவிட்டாள். வாழ்வில் மோசமான பணிப்பெண்ணாக இருந்திருந்தாள். குத்தகைப் பண்ணை உழவனின் மிக மோசமான மனைவி யாகவும் அவள் இருந்திருக்கலாம். எனினும் புதிய மனித உயிர்களை இந்த உலகிற்குக் கொண்டுவரத் தனக்கு இடப்பட்ட மிகக் கடினமான கடமையில் அவள் ஜெயித்திருந்தாள். வாழ்நாள் முழுவதுமே புறக்கணிக்கப்பட்ட ஒரு ஜீவனாகவே அவள் இருந்திருந்தாள். எனினும் அவள் இறப்பில் அவளுடைய குழந்தைகள் ஒரேயடியாக வீறிட்டுக் கதறி அழுதனர்.

யூகாவும் நெகிழ்ந்துபோனான். எப்போதோ எங்கோ வெகு தூரத்தில் நிகழ்ந்த தன் தாயின் மரணம் அவன் மனதில் வந்தது. அவள் மரணமடைந்த அந்நியமான அந்தப் பழைய வீட்டின் உணர்வு தனது கடந்தகால வாழ்வின் நினைவுகளிலிருந்து வெட்டித் துண்டிக்கப்பட்டது. தேம்பியழும் தனது குழந்தைகளருகே நின்றுகொண்டு தன் வீடு இதுதான் என்று உணர்ந்தான் யூகா. அவன் கண்கள் ஈரமாயின. தெளிவான கண்ணீர்த் துளி அவன் மூக்கு நுனியில் விழுந்தது.

நீண்ட திருமண வாழ்விற்குப் பிறகான மனைவியின் மரணம் கண்ணுக்குத் தெரியாத ஆழமான வேர்கள் தனது சாரத்திலிருந்து பிடுங்கி எறியப்பட்டதான உணர்வைக் கணவனிடம் எழுப்பியது. இந்த வேர்களின் தன்மை என்னவென்பது பொருட்டே அல்ல. அதன் விளைவு சக்தி வாய்ந்தது. எத்தனையோ பேர் வாழ்க்கையில் திருமணம் பெரும் சுமையாகவே தம்பதியர் இருவருக்கும் அமைந்துவிடுகிறது. சுமை பெரும்பாலும் ஆழ்மனம் சார்ந்தது. இந்தச் சூழ்நிலையில் தம்பதியரில் ஒருவரின் மரணம், சுமை நீங்கிவிட்டதைக் குறிக்கிறது. கரடுமுரடான மனம்கொண்ட ஒருவன் இதனை மறைக்க எந்தச் சிரமமும் எடுத்துக்கொள்வதில்லை. எனினும் ஆழ்ந்த ஏக்கத்துடன் விடுதலையுணர்வையும் எத்தனையோ பேர் அனுபவமாக உணர்கின்றனர்; அவர்களின் மனநிலை சோகமான சுகமாக இருக்கிறது. இந்த வகை மனிதர்கள் தனது அல்லது தம் குழந்தைகளின் உயிரிலிருந்து பிய்த்திழுக்கப்பட்ட வேர்கள் விட்டுச் சென்ற வெற்றிடத்தை இயல்பாகவே நிரப்ப முயல்கின்றனர். அவை வேர் பிடிக்கையில் அதனுடன் வரும் சுமையுணர்வு இருப்பதில்லை. ஈடுகட்டும் தூய உணர்வுதான் லேசாக இருக்கும். யூகாவின் விஷயத்திலும் இதுவே நிகழ்ந்தது.

ரீனா இறந்த நாளிலிருந்து அடுத்தடுத்த பல நாட்கள் தனது வாழ்வு ஒத்திசைவுகொண்டதாக இருப்பதை யூகா உணர்ந்தான். ரீனா தனக்குரியவள் என உறுதியாகத் தெரிந்த அந்த இரவிலிருந்து இதுபோன்ற அனுபவம் ஒருபோதும் அவனுக்கு வாய்க்கவில்லை. அவன் குழந்தைகளிடம் கோபத்துடன் கத்தவில்லை. தாயுணர்வு கொண்ட வயதான பறவை போல் அவர்களோடு பரபரப்புடன் இருந்தான். உண்மையில் வாழ்க்கை இப்போது விடுமுறை தினமாக இருந்தது. பண்ணைக் குத்தகை தொடர்பான எல்லாப் பிரச்சினைகளும் மறைந்திருந்தன. அந்தச் சமயத்தில் யூகாவைப் பண்ணையிலிருந்து வெளியேற்றுவது எந்தப் பின்விளைவையும் ஏற்படுத்தி யிருக்காது. வயல் வெளியில் காகம் பறப்பதான ஒரு நிகழ்வாகவே அது இருந்திருக்கும். இறந்துவிட்ட ஆத்மாவிற்காகத் தேவமகிமைப் பாடலைப் பாடுகையில் இப்படியொரு காகம் பறந்துசெல்வதை அவன் பார்த்திருந்தான். தன் சிறு குழந்தைகளைத் தவிக்க விட்டுவிட்டு மனைவி அப்போதுதான் இறந்திருந்த நிலையில், மனிதன் ஒருவனைப் பண்ணையைவிட்டு வெளியேற்றுவதென்பது அவனுக்கு மேன்மையையே கொடுக்கும். தாழ்மையை அல்ல. அண்டை அயலாரிடம் மூர்க்கமான ஆழ் உணர்வுகளைக் கிளப்பிவிடும் ஒரு கொடூரமான வகைபோல் இல்லாமல், சற்றே மென்மை கூடிய வகையான விதியிது. எஜமானன் இருக்கையில் இயல்பாகவே யூகா கூச்ச உணர்வுகொள்வதுண்டு. ஒப்பந்த வேலைநாட்கள் நிலுவையில் இருந்ததை எஜமானன் முழுக்கவும் மறந்திருந்தார். அதனால்

யூகா மனத்தடையேதுமின்றித் தனது துன்பங்களை மிக இயல்பாக அவரிடம் கூற முடிந்தது. இறந்துபோன மனைவியை முறையாகச் சவ அடக்கம்செய்ய யூகாவிடம் பணம் இல்லை. எஜமான் தந்தார். அவர் தருவார் என்பதில் யூகாவிற்குச் சந்தேகம் இருந்ததில்லை. அப்போது தான் மனைவியை இழந்திருந்த ஒருவனுக்கு இல்லை என எப்படிச் சொல்வார் . . ? எல்லாம் மிக அருமையாக நடந்திருந்தது. அவனுக்குப் பிடித்தமான குதிரை மட்டும் கிடைத்திருக்குமேயானால் அவனது பொருளாதார நிலை மிகவும் மேம்பட்டிருக்கும். உண்மையிலேயே அவனுக்குத் தேவைப்படுவது பசு ஒன்றே. ரொட்டியைத் தவிர்த்துத் தேவையான உணவை அது அவர்களுக்குத் தந்தது. வில்லெ இறந்திருந்ததால் உணவு அளிக்க வேண்டிய ஒரு நபர் வீட்டில் குறைந்திருந்தார். ரொட்டித் திருடியும் இல்லையாதலால் ரொட்டி வெளியே போய்விடும் பயம் இல்லை. ஹில்டுவும் விரைவிலேயே எங்கேயாவது வேலைக்குப் போய்விடுவாள் என்பதில் சந்தேகம் இல்லை. அதன் பின் லெம்பியுடனும் மார்ட்டியுடனும் அவன் தனியே இருப்பான். கரம்புநிலத்தின் சாலையில் யூகாவை ஒரு சமயம் சூழ்ந்திருந்த பதற்றம் இப்போது இல்லை. தன்னுணர்வற்ற நிலையில் தேவ மகிமைப் பாடல் ஒன்றை வாய்க்குள்ளேயே பாடிக்கொண்டிருந்தான் யூகா.

எல்லாவிதமான சின்னச் சின்ன வழிகளிலும் மாற்றங்கள் தெரிந்தன. முன்னர் வயதான பெண்கள் தொய்வோலாவிற்கு வருகை தருவர். அவர்களால் எங்கே தனது செல்வ வளம் குறைந்துவிடுமோ என்னும் சந்தேகத்தில் அவர்களிடம் யூகா சிடுசிடுப்பாக நடந்துகொள்வான். காஃபி குடிக்கவும் தானிய மாவு மூட்டைகளைத் திருடிச் செல்லவுமன்றி வேறு எதற்காக அவர்கள் அங்கே வரவேண்டும் . . ? இப்போது அவர்கள் அங்கே வந்தபோது மகிழ்ந்தான். ஏனெனில் ரீனாவின் சடலத்தை வெளியே சவப்பெட்டியில் கிடத்துவதற்கு வயதான அந்தப் பெண்களின் உதவி தேவையாக இருந்தது. அவர்கள் அமைதியாக இருப்பதாகவே முதலில் தோன்றினர். ஆனால் எல்லாம் முடிந்து பண்ணைக் கட்டடத்திலுள்ள சவப்பெட்டிக்கு உடல் கொண்டுசெல்லப்பட்ட பின்னர் அவர்கள் வம்பு பேசத் தொடங்கினர். அவர்களைக் கட்டுப்படுத்த முடியவில்லை. திருமணம் செய்துகொள்ள வேண்டுமென யூகாவைக் கேட்பதை மயிரிழையில் தவிர்த்தனர். அவர்கள் சென்ற பின் யூகா தனிமையை உணர்ந்தான். சவ அடக்கம் மட்டும் முடிந்திருக்குமேயானால் அதுவே செய்யப்பட வேண்டிய முதல் விஷயம் . . .

பேசும்போது இடையிடையே தேவனின் வார்த்தைகள் வருமாறு தனது மொழியைச் சுவிகரித்துக்கொள்வது யூகாவிற்கு எளிதாக இருந்தது. தேவனின் வார்த்தைகளை அடிப்படையாகக் கொண்டு ஒருவன் பேசுவானேயானால் வெகு சிலரே அதற்கு மறுப்புத் தெரிவிக்க முடியும். தன்னிடமிருந்த குதிரைச் சேணங்களையும் பிற சில்லறைச் சாமான்களையும் ஏலத்தில் விற்ற பிறகு ஒரு ஞாயிற்றுக்கிழமை காலையில் பண்ணைச் சமையலறைக்கு வந்தான் யூகா. எஜமான் அவனை வரவேற்பறைக்கு வருமாறு அழைக்கும்வரை எஜமானியுடன் சிறிதுநேரம் பேசிக்கொண்டிருந்தான் யூகா. குத்தகை ஏற்பாடு தொடர்பாகப் பழைய எஜமானனோடு பேசுவதற்காக முதன் முதலாக அந்தப் பண்ணைக்கு வந்ததிலிருந்து அதுவரை அவனுக்குக்

கிடைக்காத மரியாதை அது. (வரவேற்பறைக்கு அவனை அழைப்பது) வாங்கிய கடனை அவருக்குத் திருப்பித் தந்தான் யூகா. பின்னர் குத்தகைப் பண்ணை தொடர்பாகப் பேச்சு திரும்பிற்று. ஒப்பந்த வேலை தினங்கள் இன்னும் ஏராளமாக நிலுவையில் இருப்பதை விறைப்புடன் குறிப்பிட்டார் எஜமான். அதனை யூகா பணிவுடன் ஏற்றுக்கொண்டான். இந்தக் கோடை காலத்தில் ஒவ்வொரு வகையிலும் தான் மிக மோசமாக அடிபட்டுவிட்டதாக அவரிடம் குறிப்பிட்டான். இதனை ஒத்துக்கொண்ட எஜமான் அவனை வற்புறுத்தத் தனக்கு விருப்பமில்லை எனவும் ஆனால் சில ஏற்பாடுகளை இப்போது செய்தேயாக வேண்டும் எனவும் கூறினார். குதிரையில்லாத அவனால் குத்தகைப் பண்ணையோடு இணைந்த நிலம் முழுவதையும் பராமரிக்க முடியாது என்றார். யூகா உள்ளுக்குள் பயந்து நடுங்கினான். 'எப்படியாவது . . . தன்னால் சமாளித்துவிட . . .' அவரிடம் விவாதிக்க முயன்றான் யூகா.

"இன்னொரு குதிரை ஒருபோதும் உனக்குக் கிடைக்கப்போவதில்லை" என்றார் எஜமான். அவர் குரல் மற்றுமொரு முறை கடுமைகொண்டது.

"எப்படியும் உன்னால் பெரிய பயனேதும் எனக்கில்லை. நிலத்தை வறண்டுபோகச் செய்து காட்டைத் திருடி . . ."

"நான் ஒருபோதும் – உங்கள் அனுமதியில்லாமல்," திக்கினான் யூகா.

"புல்வெளிக்கருகேயுள்ள சிறு துண்டு நிலத்தைச் சாகுபடி செய்ய நீ எப்போது என்னிடம் அனுமதி பெற்றாய்?" கடுங்கோபத்துடன் அவனை முறைத்தார் எஜமான்.

"நான் அவ்விதம் செய்யவில்லை."

"எல்லாம் எனக்குத் தெரியும்."

யூகா திகைத்து நின்றான். இந்த விதமாகப் பண்ணையை விட்டும் வெளியேற்றப்படுவது கொடுமை. இவ்விதம் பேசும் எஜமான் தன்னை வெளியேற்றுவது உறுதி. இளைய எஜமான் இதுபோல் உறுதிகொண்டவராக இருந்ததை இதற்கு முன்பு அவன் பார்த்ததில்லை; அந்தத் தொனியில் அவர் பேசியதை அவன் கேட்டதுமில்லை.

ஆனால் யூகாவை வெளியேற்றும் உத்தேசம் எஜமானனிடம் இல்லை; அப்படிச் செய்ய அவன் வெட்கப்படுவான். ஏதோ ஒருவகையில் யூகா எஜமானனை எரிச்சலுறச் செய்துகொண்டிருந்தான். மறைந்திருக்கும் இந்த எரிச்சலுணர்வை ஒரேயடியாக முடிவிற்குக் கொண்டுவர எஜமானன் நினைத்தான். யூகா தனக்கு நன்கு பழக்கமானவன். அவன் தன்னை விடவும் மேல்நிலையடைய ரகசியமாக ஏதோ முயல்வதாக எஜமானனுக்குப் பட்டது. அதனால்தான் வழக்கத்திற்கு மாறாக அவன் யூகாவிடம் கடுமை யாக நடந்துகொண்டான்.

கடிகாரத்தின் டிக் டிக் சத்தத்திற்கு மெல்ல நகர்ந்தது ஞாயிறு காலை. வரவேற்பறை மிகவும் வெப்பமாக இருந்தது போல் சங்கடத்துடன் அங்கே இருந்தான் யூகா. விஷயங்கள் படிப்படியாகச் சீராகத் தொடங்கியிருந்தன. எஜமானனின் நிபந்தனைகளின்படியே ஒப்பந்தம் சுமூகமாக முடிந்தது.

யூகாவின் வேதனை, உள்ளடங்கிய ஆனந்தமாக மாறிற்று. ஒரு ஏக்கருக்கும் சிறிது கூடுதலான நிலப்பகுதி தவிர, தொய்வோலாவின் மீதி நிலம் முழுவதையும் எஜமானனிடம் யூகா ஒப்படைத்துவிட வேண்டும் என இறுதியாக முடிவுசெய்யப்பட்டது. பண்ணையிலுள்ள குடிசையில் தொடர்ந்து அவன் தங்கிக்கொள்ளலாம். காட்டில் பசுவை மேயவிடலாம். எஜமானனுக்குச் சொந்தமான காட்டில் விழுந்து கிடக்கும் மரங்களில் ஆறடி நீளம் கொண்ட இரண்டு மர அடுக்குகளை ஒவ்வொரு ஆண்டும் தனக்காகச் சேகரித்துவைத்துக்கொள்ள அவனுக்கு உரிமை உண்டு. இதற்கு ஈடாக 30 நாட்கள் எஜமானனின் உணவுடனும் 10 நாட்கள் அவனது உணவின்றியும் யூகா எஜமானனின் பண்ணையில் வேலை செய்யவேண்டும். அனுமதியின்றி மரக்கட்டைகளில் கைவைக்கக் கூடாது.

பண்ணையாட்கள் சமையலறையில் உணவு சாப்பிட்டுக்கொண்டிருந்தனர். அவர்களைக் கடந்து வீடு திரும்பினான் யூகா. ரீனாவின் சவ அடக்கத்தை ஏற்கனவே முடித்திருந்தான். குத்தகைப் பண்ணை விஷயமும் முடிக்கப்பட்டுவிட்டது. குழந்தைகளைப் பார்க்கவும் அவர்களோடு சேர்ந்து சாப்பிடவும் யூகா அவசரம் கொண்டான்.

பெர்ரி பழம் பழுக்கும் நேரம் வந்திருந்தது. வீட்டில் அனைவருக்கும் பிடித்தமான பெர்ரி பழம் பழுக்கும் இடங்களுக்கு ஹில்டுவுடன் சென்றான் யூகா. பழத்திலிருந்து சதை வேறு கொட்டை வேறாகப் பிரிக்கும் இந்த வேலையிலிருந்து முன்பு பணம் சிறிது வருவதுண்டு. எவ்வளவு கிடைக்குமெனக் கூறுவது கடினம்; ஏனெனில் பெர்ரி பழுக்கும் சமயத்தில் பண்ணை நிலத்தில் இலையுதிர் கால வேலகளில் யூகா சுறுசுறுப்பாகி விடுவான். அதனால் பெர்ரி பழ வேலையிலிருந்து கிடைக்கும் பண வரவு—செலவைக் கவனிக்கும் வாய்ப்பு அவனுக்கு இருந்ததில்லை. இந்த ஆண்டு பண்ணை வேலை இல்லை. அதனால் பெர்ரி பழம் சேகரித்து விற்பனை செய்யும் வசீகரமான வேலையில் முழுமூச்சுடன் ஈடுபட்டான். குத்தகைப் பண்ணை விவசாயத்திலிருந்து பெர்ரி பழ வேலை முழுக்க வித்தியாசமானது. தகரக் குவளைகளில் பெர்ரி பழங்கள் சேகரித்து அவற்றைப் பெரிய வாளிகளில் ஒவ்வொரு தடவை போடும்போதும் பழக்குவியல் வளர்வதை உடனடியாகக் காண்பது ஆனந்தப் பரவசம்! இது லாபம் தரும் வேலை என்பதில் சந்தேகமில்லை. ஒப்பந்தம், வேலை தினங்கள், மழை குளிர் காலத்தில் வேலையில்லாமல் இருப்பது போன்ற கேள்விக்கே இடமில்லை. குத்தகைப் பண்ணை விவசாயத்திலும் முதுகு முறிபடும் இதுபோன்ற மற்ற வேலைகளிலும் கொஞ்சங்கூட லாபம் இல்லை; அந்த வேலைகள் வாழ்க்கையை ஒருவகையில் இட்டு நிரப்புபவை. அவ்வளவே. மனைவி, தறுதலைகள், நோய்நொடி, பிற கவலைகள் இன்ன பிறவற்றுடன் பிரிக்கவே முடியாதபடி இறுக்கிக் கட்டப்பட்டவைதாம் இந்த வேலைகள். யூகா இதனை முழுக்க அனுபவித்துவிட்டான்; ஏதோ கொஞ்சம் சம்பாதிப்பதற்கான வாய்ப்பு இப்போது கிடைத்திருப்பதாக அவன் உணர்ந்தான். சம்பாதிக்க வேறு வழிகளும் இருந்தன. உதாரணமாக: மரப்பட்டைகள் சேகரிப்பது. ஆனால் அதற்குக் கோடை வரும்வரை காத்திருக்க வேண்டும். அந்த வேலையிலிருந்தும் நல்ல வருவாய் உண்டு. இந்த ஆண்டு மிகவும் தாமதமாகிவிட்டது.

யூகா செயல்படும் பரப்பெல்லை சுருங்கிவர அவனது மகிழ்ச்சியும் உறுதியும் அதிகரிக்கிறது. வீட்டைப் பராமரிக்கும் வேலையை மூன்று குழந்தைகளிடம் விட்டுவிட்டுப் பெர்ரி பழங்கள் விற்பதற்காக யூகா வெளியே செல்கிறான். விரைவில் ஹில்டுவும் பெர்ரி பழம் சேகரிக்கச் சென்றுவிடுவாள். வீட்டில் இருப்பது லெம்பியும் மார்ட்டியும் மட்டுமே. வில்லெ போய்விட்டான், தாயாரும் சென்றுவிட்டாள், கோடை வெப்பமும் போய்விட்டது; இது இலையுதிர் காலம். இலையுதிர் அல்ல, இலையுதிர் எனச் சரியாக உச்சரிக்கும்படி லெம்பிக்கு அடியெடுத்துக் கொடுக்கிறாள் மார்ட்டி. லெம்பி அதனைத் திருப்பிச் சொல்கிறாள். அசைவற்று ஓய்வாக நிற்கிறது காற்று; காலையிலிருந்து மாலைவரை நாள் மெல்ல நகர்கிறது.

யூகா தொய்வோலாவின் பழக்கமான உருவம் ஒரு நாட்டுப்புற மாளிகை வாசலில் பெர்ரி பழம் அளந்துகொண்டிருப்பதைக் காண முடியும். பேரம் முடிக்கப்பட்டிருக்கிறது. பெர்ரி பழ விளைச்சல் எவ்வளவு என யூகாவிற்குத் தெரியுமாதலால் தன்னை முக்கியமானவனாக அவன் உணர்கிறான்.

மாளிகையின் தடித்த பெண்மணி பெர்ரி பழம் அளக்கப்படுவதைக் கண்காணிக்கிறாள். எல்லாம் திருப்தியாக முடிவுற்றதும் பண நோட்டு ஒன்றை அவனிடம் நீட்டுகிறாள்.

அவனிடம் "தேவாலய உறுதிப்பாடு வயது கடந்த ஓர் இளம்பெண் உனக்கு இருக்கிறாள்தானே . . ?" எனக் கேட்கிறாள்.

தலைக்குள் கணக்குப் போடுவதைச் சற்று நிறுத்தி, "ஆம் ஹில்டு" எனப் பதில் கூறுகிறான் யூகா.

"அப்படித்தான் நினைத்தேன். ஒரு சர்ச் முகவரை மணந்த என் மாமி இப்போது விதவை. வீட்டுவேலைக்கு அவளுக்கு ஒரு சிறுமி வேண்டும். மத நம்பிக்கையுள்ள அவளுக்கு டவுனைவிடவும் கிராமத்துப் பெண்ணாக இருந்தால் நல்லது. உன் மகள் அமைதியானவள்தானா . . ? அங்கே நிலையாக இருப்பாளா . . ?" என்றாள்.

யூகா கணக்குப் போடுவதில் இன்னும் கவனமாக இருக்கிறான். கொடுக்க வேண்டிய பாக்கிச் சில்லறையைக் கணக்குப் பார்த்து முடிக்கும் வரை, தனக்குள் முணுமுணுத்துக்கொண்டு அவளிடம் பதிலாக ஏதோ கூறுகிறான்.

பின்னர் தனது பைக்குள் தட்டித் தடவியவாறு "ஹில்டுவை போன்ற ஒரு சிறுமியை வேறெங்கும் காணமுடியாது. உங்கள் மாமியா? என்ன சொன்னீர்கள் . . ?" என அவளிடம் கேட்கிறான்.

மூடுபனி சூழ்ந்த அந்த நாளின் நிச்சலனத்தில், தூரத்துப் பண்ணையில் சேவல் கூவுவதையும் கேட்க முடிகிறது. கிராமங்களினூடே நெடுஞ் சாலையில் வீடு நோக்கிச் செல்கிறான் யூகா. கூடை காலி. பையில் பணம். சர்ச் முகவர் விதவையின் வீட்டில் ஹில்டு வேலைசெய்வதற்கு யூகா ஒத்துக்கொண்டிருந்தான். முன்பு எப்போதுமில்லாதபடி யூகாவின் வாழ்வு சுதந்திரமாகவும் மேம்பட்டும் இருக்கிறது. புதிய சுற்றுச் சூழலுக்கு

சாதுவான பாரம்பரியம் 147

ஏற்ப ஹில்டு நடந்துகொள்வாள். என் பெண் ஹில்டு மிக நல்லவள். அந்த வீட்டு உயர் குடிமக்களுக்கு அவளை நிச்சயம் பிடிக்கும். லெம்பிக்கும் மார்ட்டிக்கும் கொஞ்சம் உபரி வருமானமும் அவளால் தேடித்தர முடியும். ஹில்டு இப்போது போகிறாள். மிகக் குறைவான பணத்திலேயே இனிக் குடும்பம் நடத்திவிடலாம். நானே பசுவைப் பராமரித்துக்கொள்வேன். லெம்பியும் மார்ட்டியும் சிறு குழந்தைகள். அதனால் நான் பண்ணையில் இருக்கையில் அவர்கள் இங்கே தனியே இருக்க வேண்டியது வரும். அது மிகவும் கடினமானதுதான். ஆனால் எப்படியாவது சமாளித்துக் கொள்ளலாம். எல்லாம் மிக நன்றாகவே நடந்துகொண்டிருக்கிறது. மாறிய இந்தச் சூழ்நிலையில் விஷயங்களை எவ்விதம் கையாள்வது என்பது பற்றித் திட்டமிடத் தொடங்குகிறான் யூகா. ஈரக்காற்றின் அமைதியில் சேவல் கூவுவதை அவனால் இன்னும் கேட்க முடிகிறது. இந்த அமைதி நல்லதற்கான அறிகுறி அல்ல என்னும் உணர்வை விட்டுவிடுவது கடினமாக இருக்கிறது.

ஹில்டு வேலைக்காக வெளியே போக இருக்கிறாள். செய்தி காதில் விழுந்ததும் ஹில்டு சிறிது அழுகிறாள். ஏதோ காரணத்தால் அப்போது அவளுக்குத் தாயின் நினைவு வருகிறது. வேலைக்குப் போக அவள் மறுப்பேதும் சொல்லவில்லை. எனினும் தான் விரைவில் வெளியே போகப் போகிறோம் என்பது அவளைப் பரவசம்கொள்ளவைக்கிறது. முன்பு எப்போதையும்விட மற்ற குழந்தைகளுடன் அதிக நேரம் செலவிடுகிறாள்; அவளுக்குத் தெரிந்த குழந்தை விளையாட்டுகளை மற்றுமோர் முறை அவர்களுக்குக் கற்றுத் தருகிறாள். குழந்தைகள் ஹில்டுவிடம் கேட்பது யூகாவின் காதில் விழுகிறது. ‘மாளிகை எப்படி இருக்கும்..? சர்ச் முகவர் என்றால் என்ன?’ தாயாரை நினைத்து ஹில்டா கண்ணீர் விடுகிறாள். சனிக்கிழமைக்கு இன்னும் இரண்டு தினங்களே இருக்கின்றன.

ஹில்டு புறப்படுவதற்கான ஏற்பாடுகள் வீட்டில் நடந்துகொண்டிருக்கின்றன. தூய்மையான விசித்திரச் சூழல் அங்கே நிலவுகிறது. அவசரம் ஏதுமின்றி ஏற்பாடுகள் நடந்துகொண்டிருக்கின்றன. அங்கே அப்போது நிலவும் உணர்வு காத்திருப்பு.

ஹில்டு இன்று புறப்படுகிறாள் என்பதை நினைத்துக்கொண்டு மொத்தக் குடும்பமும் காலை விடியும்வரை உறங்காமல் கண்விழித்திருக்கிறது.

அந்த நாளில் சூரியன் பிரகாசமாக ஒளி வீசுகிறான். ஹில்டுவின் தோல் பூட்ஸ்களிலும் தலைமுடியைப் பின்னிக் கட்டிய வெள்ளை ரிப்பனிலும் சூரிய ஒளி பிரகாசிக்கிறது. பயண உடையில் அதிசயமான மெல்லிய ஜீவனாகத் தோன்றுகிறாள் ஹில்டு. நீண்ட காலத்திற்கு முன்பிருந்தே பிறரிடமிருந்து அவள் பிரிந்துதானிருக்கிறாள். வெகுதூரத்திலிருக்கும் அந்நியமான அந்த இடத்திற்கு அவள் போகிறாள். ஏற்கனவே தாயாரும் போய்விட்ட நிலையில் இப்போது அவள் பிரிவும் நிரந்தரமானதென்றே அவர்கள் ஒவ்வொருவரும் உணர்கின்றனர்.

சுற்றியிருக்கும் இவர்களின் இந்த உணர்வு ஒரு விசித்திர ஒளியுடன் அவளைச் சூழ்கிறது. குழந்தைகள் இறுகி நிற்கின்றனர். தந்தை ஹில்டுவை

வழியனுப்பச் செல்கிறார். குழந்தைகள் வாயடைத்து நிற்கின்றனர். அதோ தொழுவத்தைத் தாண்டித் தந்தையும் ஹில்டுவும் செல்கின்றனர். சன்னலுக்கருகே இரண்டு குட்டித் தலைகள் நெருக்கமாக நின்று வெளியே பார்க்கின்றன. என்னதான் உற்றுப் பார்த்தும் அவர்களின் பார்வை பயணியைத் தொடர்ந்து வெகுதூரம் போக முடியவில்லை; கடைசியாக அவர்களுக்குத் தெரிவது ஹில்டுவின் குதிகால் மட்டுமே. கண்ணாடியில் நீர்க் குமிழியில் தெரியும் தனியான ஒரு சிறிய பிம்பம் சீக்கிரமே உருச் சிதைவுறுவது போல் அதுவும் தேய்ந்து மறைகிறது. அவர்களின் மூக்குகள் சன்னல் கண்ணாடிச் சட்டகத்தைத் தட்டையாய்ச் சிறிது நேரம் அழுத்தியவாறிருக்கின்றன. பின்னர் பெஞ்சிலிருந்து கீழே அறையின் வெறுமையில் அவர்கள் விழுகின்றனர். ஹில்டுவின் ஆழ்ந்த உயிர்த் துடிப்பு இன்னும் அங்கே நிலைத்திருப்பதாகத் தோன்றுகிறது.

மிகப் பெரிய அல்லது எந்த விதத்தில் பார்த்தாலும் தனித்தன்மை வாய்ந்த சம்பவம் ஒன்று நடந்திருக்கிறது. குத்தகைப் பண்ணை உழவனான யூகன் தொய்வோலாவிற்குத் தபால்காரன் எதோ கொண்டுவந்திருக்கிறான். ஒரு கடிதமும் தினப்பத்திரிகையும் அவனுக்கு வந்திருக்கின்றன. பண்ணையில் சமையலறைச் சன்னல் திண்டிலேயே ஒரு வாரமாகக் கிடந்திருந்தன. யூகா பண்ணை வேலைக்கு வரும் முன்னர் சமையலறைப் பணிப்பெண்ணிடமிருந்து அதனைப் பெற்றுக்கொண்டான்.

'மக்கள் செய்தி' தினசரி பத்திரிகையை யூகா வைத்துக்கொண்டிருந்ததைப் பார்த்தபோது "ஓ ... தொய்வோலா சமதர்மவாதியாக மாறியிருக்கிறான் ..." என எஜமானன் கேலிசெய்தான். தன் பெயருக்குத் தபாலில் வந்த பத்திரிகைகளைப் பார்த்ததும் யூகா திகைப்படைந்தான். அந்தக் கடிதம் அநேகமாக ஹில்டுவிடமிருந்துதான் வந்திருக்கும். அது புதிராகத் தெரிந்தது.

"ஈவா அதனை நீ படி" என்றான் யூகா.

"என்னிடம் தந்தால் அதனை வாசிப்பேன்."

"அவளிடம் கொடுக்காதே. அது காதல் கடிதமாக இருக்கலாம்" இடைமறித்தான் எஜமானன்.

"உடனே படி" வற்புறுத்தினான் யூகா.

"கல்லேயிடமிருந்து வந்திருக்கிறது. இதோ பார் ... அவன் பெயர் கார்லோ தொய்வோலா எனக் கீழே இருக்கிறது" ஈவா கூறினாள்.

"சரி. படி. கடிதத்தில் அவன் என்ன எழுதியிருக்கிறான் என்பதை வேலைக்குப் போகும் முன் கேட்டுத் தெரிந்துகொள்கிறேன்" என்றான் யூகா.

கடிதம் இவ்விதம் தொடங்கிற்று. 'அன்பான தந்தை, சகோதரி சகோதரனுக்கு' பின்னர் வழக்கமான சம்பிரதாயச் சொற்றொடர்கள் இருந்தன. பனி போன்ற வெண்ணிறக் காகிதம், உணர்வற்ற எழுதுகோல் பிடிப்பான், நேசக்கரம் ஆகியவை உங்களிடம் வராதாகையால் பேனா மையால் இதனை எழுத வேண்டியதிருக்கிறது. 'தான் நலமாக இருப்பதாகவும் அதே

சாதுவான பாரம்பரியம்

போல் நீங்களும் இருப்பீர்கள் என்னும் நம்பிக்கை கொண்டிருப்பதாகவும் எழுதியவர் குறிப்பிட்டிருந்தார்.' இப்போது நான் டாக்சி ஓட்டுநராக இருக்கிறேன். எல்லாம் நன்றாகப் போய்க்கொண்டிருக்கின்றன. உங்களைப் போன்ற நாட்டுப்புற ஆசாமிகளைவிடவும் நான் அதிகம் சம்பாதிக்கிறேன். ரத்தம் உறிஞ்சும் விவசாயியால் நான் தோலுரிக்கப்படவில்லை. 'மக்கள் செய்தி' பத்திரிகையை அனுப்பிவைத்திருக்கிறேன். 'பாட்டாளி வர்க்கம் பற்றி நீங்கள் தெரிந்துகொள்ள முடியும் . . .'

கடிதம் எழுதிவர் மேலும் கூறியதாவது: 'ஹில்டு இப்போது இருப்பது தாம்பரெயில், சரியாகச் சொல்வதெனில் தாம்பரெவுக்கு அருகிலுள்ள பங்களாவில். உங்கள் தேவாலய வட்டாரத்திலிருக்கும் எவரைவிடவும் அந்த பங்களா எஜமானி நாகரிகமானவள். நகரிலிருந்து டாக்சியில் வீடு செல்லப் பெரும்பாலும் அவர்கள் என் டாக்சியை வாடகைக்கு அமர்த்துவதுண்டு. ஹில்டுவைப் பார்த்ததாகவும் அவளது சமையலறையில் அவனுக்கு ஒரு தடவை காஃபி தந்ததாகவும் . . .'

'ஆக அம்மாவும் இறந்துவிட்டாள். ஒருமுறை வாடகை டாக்சி வரிசையில் வயதான பிர்ஜோலா நின்றிருந்தான். அம்மாவைப் பற்றி அவனிடமிருந்து தெரிந்துகொண்டேன். இறப்பதுதான் தொழிலாளியின் விதி. தம்பி வில்லெயும் இறந்துவிட்டான்.'

கடிதம் வாசிக்கப்பட்டபோது வீட்டிலுள்ள அனைவரும் உற்றுக் கேட்டனர், வாசித்து முடித்ததும் எஜமானன் கூறினான்: 'பேச்சிலும் பேனாவிலும் அந்தப் பையன் கெட்டிக்காரனாகவே தெரிகிறான்.'

கடிதமும் செய்திப் பத்திரிகைகளும் யூகாவிடம் கலவையான உணர்வுகளை எழுப்பின. கல்லே உயிருடன் இருப்பதையே ஏறத்தாழ யூகா மறந்திருந்தான். ஏதோ காரணத்தால் நிஜமற்ற ஏதோ ஒன்று கல்லேயின் வாழ்வின் அடையாளத்தில் இருந்தது. கல்லே கெட்ட வழிகளில் சென்றுவிட்டதாகத் தெரிந்தது. ஹில்டு என்ன செய்து கொண்டிருப்பாளோ என்னும் சந்தேகத்தை அது அவனுள் எழுப்பிற்று. எல்லா எதிர்பார்ப்புகளையும் தாண்டி இரண்டு பிள்ளைகளும் வளமாக இருப்பதாகவும், ஒருவரால் நினைத்துப் பார்க்கவும் முடியாத உயரங்களை யூகா– ரீனாவின் குழந்தைகள் வாழ்வில் அடைந்திருந்தனர் என்பதையும் மேலோட்டமாகவேனும் யூகா ஒத்துக்கொண்டே ஆகவேண்டும். ஒரு கனவானுக்கு டாக்சி ஓட்டும் அண்டை வீட்டுக்காரனின் நினைவு வந்தது; வாழ்வதற்கு வயல்களிலோ காடுகளிலோ கடுமையாக உழைக்க வேண்டிய தேவையில்லை, ஒரு வண்டியோட்டுநரின் இருக்கையில் அமர்ந்தவாறே எல்லாவற்றையும் எளிதாக எடுத்துக்கொள்ளலாம். ஒரு பண்ணைக் குத்தகை உழவன் மகனுக்கு இதற்கு மேலும் நல்லது எதுவும் நடக்க முடியாது. ஒரு டாக்சி ஓட்டுநர் வேலையைக் கவுரவமாய்ச் செய்யும் கல்லேயின் திறனில் யூகாவிற்குச் சந்தேகங்கள் இருந்தன; வேறொருவனின் சமையலறை மூலையில் உறங்கிக்கொண்டு ஒரு பண்ணை ஆளாகக் கல்லே வேலை பார்த்துக்கொண்டிருப்பதாக யூகா கேள்விப்பட்டிருப்பானேயானால் அதனை அவன் மனம் எளிதாக ஏற்றுக்கொண்டிருக்கும். என்ன சொல்வது . . ? இந்தக் கடிதம் முழுவதுமே ஒரு பொய் மூட்டையாகவும்

இருக்கலாம். ஹில்டு விஷயமே வேறு. தற்போதைய அதிர்ஷ்டத்திற்கு அவள் மிகவும் தகுதியானவள், பசுவின் சாணம் முதலிய குப்பை கூளங்களில் கிடந்து மல்லாடாமல் பணக்காரர் வீடுகளின் தட்டுமுட்டுப் பொருட்களைத் தூசு தட்டும் இப்போதைய வேலையே அவளுக்குச் சரியானது. குழந்தைப் பருவத்திலிருந்தே தனது வழிகளில் பணிவாகவும் மென்மையாகவும் அவள் இருந்துவந்திருந்தாள். கல்லே அவளை வழிகெடுத்துவிடக் கூடுமென்ற சந்தேகம் அப்போதுதான் வந்திருந்தது.

இவ்வித எண்ணங்களோடு நிலா வெளிச்சத்தில் வீட்டிற்கு நடந்து கொண்டிருந்தான் யூகா. அவன் மனம் வெறுமை கொண்டிருந்தது. கடந்த வாரங்களின் கனவு போன்ற இசைவான மனநிலை இப்போது மறைந்திருந்தது; வீட்டு அரவணைப்பில் அவன் குழந்தைகள் இருந்தனர். வழக்கமாக அவன் எண்ணங்கள் குழந்தைகள் பற்றியதாகவே இருக்கும். இந்த முறை அவ்விதம் இல்லை. எங்கோ தொலைவில் கல்லேயின் டாக்சி பாதைகளில் அவை அலைந்தன. நிலவு பிரகாசித்துக்கொண்டிருந்தது. எனினும் உலகைப் பார்ப்பதில் வழக்கமான தினசரித் தன்மையே அவனிடம் இருந்தது. ஒரு மாறுதலுக்காக யாருடனாவது சண்டை போட விரும்பினான் யூகா. ‘என்ன நினைத்துக்கொண்டிருக்கிறான் இந்தப் போக்கிரிப் பயல் . . ? வாடகை டாக்சியை ஓட்டிக்கொண்டு அங்கே அவன் துள்ளிக்கொண்டிருக்க, நானோ இங்கே அடிமை ஊழியம் செய்ய வேண்டியதிருக்கிறது. இந்த நிமிசத்தில் மிகவும் களைப்பாக இருக்கிறேன். கால்களை அசைக்கவும் முடியவில்லை, வீடு சென்றால் பசுவைப் பராமரிக்கும் வேலை. வில்லெ இறந்துபோனான். பாவம். அவனது அத்தனை துன்பங்களுக்கும் கல்லேதான் தான் காரணம். காசும் நிறையச் செலவாகிவிட்டது . . . அவன் ஏதாயினும் எப்போதாவது அனுப்பினானா . . . வாடகை வண்டியோட்டி . . .’

வருங்காலத்தைப் பற்றித் தனது வாழ்நாளில் யோசித்துப் பார்த்ததில்லை என்பதை உணர்ந்தான் யூகா. தனது சொந்த மகனான போக்கிரிப் பயலால் அவன் தோற்கடிக்கப்பட்டிருந்தான். கசப்பு மிகுந்த அற்பமான வாழ்க்கைச் சித்திரம் மீண்டும் தன்னைப் பிடித்தாட்டப்போவதாகப் பயந்தான் யூகா; கோடைகாலத்தில் அவனைத் துயோரிலா செல்லத் தூண்டிய கற்பனைகளுக்குப் பக்கத்தில் கடந்த வாரங்களின் அமைதி அதற்கான இடத்தை எடுத்துக்கொண்டிருந்தது. அக்கற்பனைகளின் தொனியை அது பகிர்ந்துகொண்டாற்போலத் தோன்றிற்று. மீண்டும் ஒரு பயணத்திலிருந்து மனமுடைந்தவனாக யூகா வீடு திரும்பிக்கொண்டிருப்பதாகத் தோன்றிற்று; இப்போது தனக்காகக் காத்துக்கொண்டிருக்க வீட்டில் மனைவியுமில்லை. இறந்துபோன பழங்கால அரக்கனைப் போல் நிலா வெளிச்சத்தில் வீடு தோற்றம்கொண்டிருந்தது. ஹில்டு மட்டும் வீட்டில் இருந்திருப்பாளே யானால் . . .

யூகாவின் மோசமான மனநிலைக்கு உறுதியான காரணங்கள் எதுவு மில்லை. ஆனால் விளக்கருகே அமர்ந்து பத்திரிகைகளை நோட்டமிட்ட போது, அவற்றிலிருந்த செய்தி ஒருபோதுமில்லாதபடி அவனை அதிகமாக எரிச்சலூட்டிற்று. உறையவைக்கும் தனிமையில் விட்டுவிடப்பட்டதான

உணர்வுகொண்டான். அதோ அங்கே படுக்கையில் பாவப்பட்ட இரு உயிர்கள் உறங்கிக்கொண்டிருந்தன. அவை உலகிற்குக் கொண்டுவரப்பட்டிருந்தனவே தவிர வேறேதுமில்லை . . . இலையுதிர் காலத்தில் இரவில் இந்தக் காடுகள் நடுவே இங்கே அமர்ந்திருந்தான் அந்த 60 வயது மனிதன்.

ஒவ்வொரு தபாலிலும் பத்திரிகைகள் தொடர்ந்து வந்துகொண்டிருந்தன. மாலை வேளைகளில் அவற்றை வாசித்தான். அவனுக்குக் கோபம் வந்தது. சச்சரவிடும் மனநிலைக்கு உள்ளானான். வாசித்த கட்டுரைகள் குறிப்பிடும்படியாக அவனை ஈர்க்கவில்லை; கல்லேயின் கடிதங்கள் போலவே நிச்சயமான தொனியில் எரிச்சலூட்டும் விதமாக அவை எழுதப்பட்டிருந்தன. ஏழ்மை பற்றிய ஒருவகைப் பெருமித உணர்வுடன் அவை பேசின. மோசமாக வளர்க்கப்பட்ட போக்கிரிகளைப் போல் இருந்தன. அல்லது இனிப்புப் பூசிய உணர்வுடன் இருந்தன. அவற்றின் தொனி யூகாவுக்கு அருவருப்பூட்டிற்று. கட்டுரைகள் எந்த உற்சாகத்தையும் அவனிடம் எழுப்பவில்லை. தனது சுயவெறுப்பை உயிர்ப்புடன் தக்க வைத்துக்கொள்வதற்காக அவற்றை ஒருவகை எதிர்ப்புடன் வாசித்தான். இந்த அளவு தாழ்ந்த நிலைக்கு வாழ்க்கை அவனைத் தள்ளியிருந்தது.

ஆதரவற்ற இரண்டு குழந்தைகளுடனான தினசரி வாழ்வு மொத்தத்தில் ஒரு சோதனைதான். பசுவைச் சரியாகப் பராமரிக்க முடியாத அளவு யூகா முதுமையடைந்துவிட்டான். பாலைக் கையாளும் விஷயத்தில் குழறுபடி செய்தான். ஹில்டு தொலைதூரம் போய்விட்டாள். அவளைப் போகவிட்டது அவன் மடத்தனம். எனினும் அவளைத் திரும்பி வரச் சொல்வது சரி அல்ல; உணவும் உடையும் அவளுக்கு அவன் எப்படி அளிப்பான்? லெம்பி மார்ட்டி விஷயத்திலும் திடீரென நம்பிக்கையிழக்கத் தொடங்கியிருந்தான். 'எனக்கு ஏதாவது நேர்ந்துவிட்டால் அவர்கள் கதி என்னவாகும்..? தம்மைத்தாமே கவனித்துக்கொள்ளும் நிலையை அவர்கள் அடையும் முன்பே, வயதாகி என்னால் வேலைசெய்ய முடியாது போய் விட்டால் . . ?' மனைவி இல்லாததை உணர்ந்தான் யூகா. எல்லாக் குறைகளுடனும் அவளிடம் நல்லதுமிருந்தது. உடல்நலத்துடன் ஆரோக்கிய மாக அவள் இருந்தபோது குறைந்தபட்சம் அவனால் சரியாக உறங்க முடிந்தது. ஆனால் இப்போதோ அந்நியமான படுக்கையில் உறங்குவது போலிருந்தது. ஹில்டு வீட்டிலிருந்தபோது வாழ்க்கை ஆறுதலாக இருந்தது.

ஹில்டுவிற்காக மேலும் மேலும் ஏங்கினான். இங்கேயே அவளைத் திரும்ப அழைத்துக்கொள்வதென எத்தனையோ தடவை கோபத்தில் அவன் தீர்மானித்ததுண்டு. மனைவி உயிருடன் இருக்கையில் எதற்கெல்லாமோ அவன் எரிச்சல்கொள்வான். அப்போதெல்லாம் இருந்ததைவிடவும், தற்போதைய மோசமான மனநிலை தாங்கவே முடியாததாக இருந்தது. இந்த முறை அவனது வெறுப்பு வெகுதொலைவு சென்றது. கல்லேயும் ஹில்டுவும் வாழும் இடம்வரை. புதிய கூறு ஒன்றும் அதில் சேர்ந்துகொண்டது: முதுமையின் நிராதரவற்ற நிலை நெருங்கிவருவது குறித்த பயம்.

ஆனால் ஒரு நிகழ்ச்சி நடந்தது. அவனது கேள்விகளை அப்போதைக்கா வது அது நிறுத்திவைத்தது – ஒவ்வொன்றுமான இறுதித் தீர்வு வரும் முன்பாக.

ஒப்பந்தப்படி யூகா பண்ணை வேலைக்குச் செல்ல வேண்டும். . காலம் ரொம்பவே மாறிவிட்டது; காலை ஆறு மணிக்கே இப்போது வேலை தொடங்கிற்று. இந்த வேலை விளையாட்டுத்தனமாக இருந்தது. கதிரிலிருந்து தானியத்தைப் பிரிக்கும் எந்திரத்தில் கதிர்களைப் போடவேண்டும். இது தவிரச் செய்வதற்கு ஒன்றுமில்லை. 12 மணிக்கு எஜமான் விசில் ஊதுவார். பண்ணை வேலையாட்கள் சாப்பிடுவதற்குச் சமையலறைக்குச் செல்வர். ஆனால் யூகாவும் இன்னொருவனும் எப்போதும் போல் தங்களின் உணவுப்பை இருக்கும் கூடத்திற்குச் சென்றனர்.

ஃப்ளாஸ்க்கிலிருந்து சில மிடறு பால் குடித்தான். பத்திரிகைகளுடன் கூடத்திற்கு வந்த ஈவா "உங்களுக்கு ஒரு கடிதமும் வந்திருக்கிறது" என்றாள்.

கடிதத்தைத் தபால்காரன் அப்போதுதான் கொடுத்திருந்தான். கடிதம் கல்லேயிடமிருந்து வந்திருந்தது. ஈவா அதனை யூகாவிற்குப் படித்துக் காட்ட வேண்டும். கடிதத்தைத் திறந்ததும் பத்து மார்க் பண நோட்டு படபடத்துத் தரையில் விழுந்தது. இதன் பொருள் என்ன . . ?

கடிதத்தின் அதே தொடக்க வரிகள். நல விசாரிப்புகள் . . .

ஒரு துக்கச் செய்தியை உங்களிடம் தெரிவிக்க வேண்டும். உங்கள் அருமை மகள் ஹில்டு ஏரியில் மூழ்கி இறந்து போனாள்; நேற்றைக்கு முந்தைய இரவு. நிலா வெளிச்சம். எஜமானி வெளியே சென்றிருந்தாள். எஜமானியின் மகன் அப்போது வீட்டிலிருந்தான். ஆனால் மாடியில் அப்போதுதான் படுக்கைக்குச் செல்ல இருந்தான். காலைவரை அவனுக்கு அதுபற்றி எதுவும் தெரியாது. விஷயத்தை அறிய வந்தபோது மிகவும் தாமதமாகிவிட்டிருந்தது.

'நாளை மறுநாள் ஹில்டுவின் உடல் புதைக்கப்பட இருக்கிறது. நீங்கள் வருவதாக இருந்தால் எஜமானி அதற்குப் பணம் தருவாள். மிகக் குறைவான நாட்களே ஹில்டு அவளுடன் இருந்ததால் ஹில்டுவிற்குச் சம்பளம் எதுவும் தரப்போவதில்லை எனவும் அவளின் ஈமச்சடங்கிற்கான செலவை அது சரிகட்டிவிடும் எனவும் எஜமானி கூறினாள். இதில் பத்து மார்க் பணம் வைத்திருக்கிறேன். ஏதாயினும் நீங்கள் வாங்கிக்கொள்ளலாம். 'மக்கள் செய்தி' புதன் கிழமை பத்திரிகையில் ஹில்டு இறப்பு பற்றிய அறிவிப்பு இருக்கிறது. அதற்கு இரண்டு மார்க் செலவானது. பத்திரிகையின் உள்ளே அது பற்றிய செய்தியும் வந்திருக்கிறது. மரணம் உங்களுக்குத் தாங்க முடியாத சோதனையாக இருக்கும். ஆனால் இறந்துபோவது சாமானியத் தொழிலாளர்கள். நீங்களும் ஒரு தொழிலாளி. இந்த யுத்தத்தில் நீங்கள் கட்டாயம் எங்களுடன் இணைய வேண்டும். முதலாளித்துவத்தின் நுகத்தடியை நொறுக்க வேண்டும்.'

யூகாவின் மனம் ஸ்தம்பித்து நின்றது. தன்னைச் சுற்றிலும் என்ன நடந்துகொண்டிருந்தது என்பதை அறியாதவனாகவே சிறிதுநேரம் இருந்தான். கடிதத்தில் மரணம் பற்றிய பத்தியை ஈவா உற்றுப் பார்த்துக் கொண்டிருந்தாள். ஈவாவை வேலைக்கு அழைத்துப் போக எஜமானி கோபமாக அறைக்குள் வந்தாள். "வேலைக்கு வராமல் இங்கே என்ன செய்துகொண்டிருக்கிறாய் . . ? இந்த வீட்டில் இதுபோன்ற செய்தித்

தாள்களை வாசிக்க விடமாட்டேன்!" எனக் கூறினாள். அவள் வந்ததோ பேசியதோ யூகாவிற்குத் தெரியாது. அவள் பேசியதைக் கேட்டிருந்தால் ஒருவேளை அவன் மனம் புண்பட்டிருக்கக் கூடும். அதற்கான காரணம் இருந்தது. ஆனால் எஜமானி வந்ததை அவன் கவனிக்கவே இல்லை.

ஹில்டுவும் இறந்துபோனாள். அவள் வீட்டைவிட்டுப் போகும்போதே அவளது மரணம் மிகத் தெளிவாகத் தெரிந்துதான இருந்தது – இல்லையா? அவள் குழந்தையாக இருந்தபோதே இந்த முடிவு இருந்ததுதானே. ஹில்டுவைப் பற்றிய வழக்கமான சித்திரங்கள் யூகாவின் மனதில் தோன்றின. தனது சாவைச் சந்திக்க ஹில்டு விரைவதை அவை அனைத்திலும் கண்டான். ஹில்டு ஏரியில் மூழ்கி இறந்தது எதிர்பாராத விபத்து என்னும் எண்ணம் அழிக்கவே முடியாதபடி யூகாவின் மனதில் பதிந்திருந்தது.

இந்தச் செய்தி வேறு வகைகளில் யூகாவைக் கடுமையான துயரத்தில் விட்டுவிட்டது. துயரார்ந்த விடுதலை உணர்வை அது அவனுள் எழுப்ப வில்லை. மதிய உணவுக்குப் பிறகு மற்றவர்களுடன் வேலைக்குத் திரும்பினான். ஹில்டு தொய்வோலாவின் மரணம் ஒரு துண்டுச் செய்தியின் மிகச் சிறிய விளைவையே அவர்களிடம் ஏற்படுத்திற்று; வேலையின் போது ஏதாயினும் பேசுவதற்காக ஒருவர் தொடங்கும் உரையாடலுக்கான விஷயமல்ல அவள் மரணம். சாதாரணமாகப் பேசிக்கொள்ள அவர்களுக்கு ஆண்மை தொடர்பான எவ்வளவோ விஷயங்கள் இருக்கின்றன – குறிப்பாக எஜமான் இருக்கையில். அவர்கள் பேச்சின் மேற்பரப்பிற்குக் கீழே ஆழத்தில் வர்க்கப் பிரச்சினையின் அபாயம் மங்கலாகத் தெரிகிறது. அந்தப் பிரச்சினையில் பொதிந்துள்ள மறைமுக அவமதிப்பை எஜமானன் கவனித்துக் கேட்க வேண்டியதிருந்தது. தனது மேம்பட்ட அறிவின் தன்னம்பிக்கையுடன் எஜமானன் பேசினான். அதில் அவனது பகுத்தறிவு தெரிந்தது. அந்தச் சமயங்களில் வேலை வேகமாக நடந்தது. வயதான தொய்வோலா கடைசியில் அசிங்கமாக ஏதோ கூறினான். மற்றவர்கள் இளித்தனர். எஜமானன் பிரயாசையுடன் தன்னைக் கட்டுப்படுத்திக் கொண்டான். "ஜனநாயகத்தில் கிழட்டுக் குறியும் பெரிதாக விறைத்து விடும். குறிப்பாக அவன் டாக்சியில் இருக்கையில்" என்றான் எஜமானன்.

அந்தப் பண்ணையில் வில்லின் நாண் முன்னர் ஒருபோதும் அந்த அளவு இழுத்து வளைக்கப்பட்டதில்லை. அதன் பின்னர் பதற்றமான சூழல் உணவு நேரம்வரை இருந்தது.

உழைப்பு தனக்குள் பின்வாங்கி எஜமானன், ஆட்கள், வேலை என வளைக்க முடியாத தனித்த மூன்று மூலப் பொருட்களை உருவாக்கித் தனிவேறான கூறாக ஆகிறது. ஹில்டு போன்ற எந்த மரணத்தையும் விடவும் இது மிகப் பெரியது, வீரியமிக்கது. எனவே அனைத்தையும் (எஜமானன், ஆட்கள், வேலை) ஒரே சிந்தனையுள் சேர்ப்பது இயற்கைக்கு மாறான ஒன்றாகும்.

அவனுக்குக் கிடைத்த புதிய இந்த அடியின் வலியைத் (ஹில்டுவின் மரணம்) தணிக்கும் விடுதலை உணர்வேதும் இல்லை. (வில்லெ மரணத்தின் போது இருந்தது போன்ற). வேர்கள் பிடுங்கி எறியப்பட்டதான உணர்வோ

இழப்பீட்டிற்கான ஏக்கமோ இல்லை. அந்த மாலை வேளையில் காட்டுப் பாதையில் யூகா நடந்துகொண்டிருந்தபோது அவன் மனநிலை ஒரு தீய சுருதியுடன் சேர்ந்திருந்தது. நிலா காய்ந்தது. நிலவின் வலப்பக்க ஓரம் ஏற்கனவே சுருங்கியிருந்தது. குளிர்ந்த அதன் வெளிச்சம் உறுதியற்ற அந்தக் குடிசையில் விழுந்தது; கடந்த தினங்களின் வருத்தந் தோய்ந்த வெளிச்சமேதும் அதிலிருந்து வரவில்லை;

முழுமையும் நிகழ்கணத்திற்குரியதாகவே அது இருந்தது. பெருமளவு பழுதுபார்க்கப்பட வேண்டும் என அக்குடிசை அவனிடம் முறையீடு செய்வதாகத் தோன்றிற்று. எதிரிக்குச் சொந்தமான நிலத்தில் கட்டப் பட்டிருந்த அது எதிரியின் சொத்து. அதனுள் இருந்த இரண்டு மனித உயிர்களின் வாழ்வு விரும்பத்தக்கதாக இல்லை.

முன்னால் போகும் பாதை தெளிவாக இருந்தது.

VI
கிளர்ச்சியாளன்

ஃபின்லாந்தின் தேசியத் துயரான ருசிய ஒடுக்குமுறைக் காலகட்டம் பற்றிய யூகாவின் கருத்தோட்டத்தைவிடவும் ஒரு செயற்கையான ஆய்வுப் பொருள் இருக்க முடியாது. இந்தக் காலகட்டத்தில் யூகா தொய்வோலாவின் துன்பங்கள் முன்பிருந்ததைக் காட்டிலும் கணிசமாக ஒன்றும் கூடிவிட வில்லை. இது மட்டுமன்றி அவன் வாழ்ந்த சிறிய உலகில் அசாதாரணமான பிற துயரங்கள் எதையும் அவன் காணவும் இல்லை. பண்ணை எஜமானனும் செல்வந்தனாகச் சீராக வளர்ந்துகொண்டிருந்தான்; இந்த வருடங்களில் அவனது பண்ணையில் குதிரை எண்ணிக்கையில் இரண்டு கூடிற்று. பால் மாடுகள் 12இலிருந்து 18ஆக அதிகரித்தன. தன்னிடம் வேலைசெய்வோரிடம் அவன் நடந்துகொண்ட முறையில் வெளிப்படைத் தன்மை இல்லை. அதேநேரம் எரிச்சலூட்டுவ தாகவும் அதிகாரம் மிக்கதாகவும் இருந்ததெனக் கூறினர்.

இல்லை, எஜமானன் துயருறவில்லை. யூகாவிற்கும் புதிதாய் அதிகமான துன்பங்கள் என எதுவுமில்லை. அவனது நிலைமை யில் நிச்சயமற்ற தன்மை இருந்தது. வேலை ஒப்பந்தமேதும் அவனுக்கில்லை. பண்ணையின் மிகச் சிறந்த காடுகள் அவனது சிறிய வீட்டைச் சுற்றிலுமிருந்தன. ஆனால் சில விஷயங்கள் முன்னேற்றமடைந்திருந்தன. வேலை நேரம் நாளொன்றிற்கு 15 மணியிலிருந்து 12ஆகக் குறைந்திருந்தது. வேலையும் எளிதாகி விட்டிருந்தது. கதிரறுக்கும் எந்திரத்தை முன்னர் ஒரு ஆள் கையால் திருப்புவான். அதன் பின் அந்த வேலையை ஒரு குதிரை செய்தது. நீராவி எந்திரம் அதனைச் செய்யும் நிலை இப்போது வந்துவிட்டது. மற்றுமொரு புதிய இயந்திரம் வந்திருந்தது. முன்பிருந்த கெட்டியான மோரை நீலநிற மெல்லிய திரவமாக அது மாற்றியது. 'காய்கறி' வெண்ணெய்க்கு மாற்றாக இதனைப் பயன்படுத்தலாம். உண்மையான நல்ல வெண்ணெய் எனப் பண்ணை ஆட்கள் இதனைக் கருதினர். 'மலர்ச்சி' என்னும் பெயரில் இதனை அழைத்தனர்.

ஃபின்லாந்து 'மக்களின்' துன்பங்களை மிகக் கடுமையானதாகத் திடீரென உருவாக்கியது எது என்பதை என்னதான் நல்லெண்ணம் கொண்டிருந்தாலும் யூகாவைப் போன்றோர் கூற முடிவதில்லை. (1905 பொது வேலைநிறுத்தம் வரவிருந்த காலகட்டம் அது. 'மக்கள்' கடும் துன்பத்தில் வாடியதான கருத்து அப்போது இருந்திருக்கலாம். மொ.ர்) விவசாயிகள் கொழுத்துக்கொண்டிருந்தனர். தேவாலயப் பகுதிகளில் வாழும் கனவான்களிடம் வறுமை அல்லது பசி பட்டினியால் மெலிந்து போதல் ஆகியவற்றின் அறிகுறிகளே இல்லை; அந்தப் பகுதிகளில் துயரமும் குழப்பமும் நிலவுவதாகக் காதில் விழும் செய்திகளெல்லாம் என்னவெனச் சுத்தமாக ஒன்றும் தெரியாமல் ஏழை மக்கள் திகைத்தனர். 'அவர்களின் வேலைக்கு ஏதேனும் அபாயம் வந்திருக்கும்' என நினைத்தனர்.

தனிப்பட்ட வீடுகளில் நடந்த பள்ளிக்கூடங்கள் மகிழ்ச்சி அளித்தன. பள்ளிக்கூடப் பாடங்களில் ஐரோப்பிய நாடுகளை வரைபடத்தில் சுட்டிக் காட்டுபவர்களுக்குக் கொடுப்பதற்காகப் பரிசுப் பொருட்களை அனைவரும் பார்க்கும்படி கையில் வைத்துக்கொண்டு ஊர்ப் பெரிய மனிதர்கள் பெஞ்சில் அமர்ந்திருந்தனர். வகுப்பில் பையன்களும் இருந்தனர். பழுப்பு நிறத் தலைமுடி கொண்ட ஒரு இளம் கனவான் 'தந்தையர் நாட்டின்' வரலாற்றைக் கண்ணீர் மல்க விரித்துரைத்துக்கொண்டிருந்தபோது பரிகாசமாகச் சிரித்த இளம் பெண்களுடன் இந்தப் பையன்களும் சேர்ந்து கொண்டனர். வீட்டுப் பள்ளிக்கூடங்கள் நீண்ட நாள் நீடிக்கவில்லை. ஆனால் பள்ளிக்கூடங்கள் தந்த உத்வேகம் பலரின் சிந்தனையை உயிர் பெறச் செய்தது. அவர்கள் சுயமாகச் சிந்திக்கத் தொடங்கினர்.

பள்ளிக்கூடங்களால் தாக்கமுற்றவனல்ல யூகா. அவை பற்றிப் பிறர் பேசுவது அவன் காதில் விழுந்தது. அவனது சொந்தக் கிராமத்திலேயே ஒருவன் இருந்தான். எத்தனையோ கூட்டங்களையும் உரைகளையும் போலவே பள்ளிக்கூடங்களும் அதே தூரிகையால் கறை பூசப்பட்டிருந்தன என்று அவன் கூறினான்; என்னதான் கெட்டிக்காரத்தனமாகக் கீழே ஒளித்துவைக்கப்பட்டிருந்தாலும் பள்ளிக்கூடங்களின் இலக்கு மக்களிடம் பணம் பெறுவது ஒன்றே. 'வீட்டுப் பள்ளிக்கூடங்களுக்கும்' ஒருவகை நுழைவுச் சீட்டு வாங்கப்பட வேண்டும் என்பது யூகாவைப் பொறுத்தவரை நம்பக்கூடியதாக இருந்தது. அதில் நியாயமும் இருந்தது. இல்லையெனில் பள்ளிக்கூட ஆசிரியர்கள் எவ்விதம் மொறமொறப்பாக நல்ல சட்டை அணிவார்கள்? பள்ளிக்கூடம் செல்லும் ஆசை தனக்கு வந்ததில்லை என்பதிலும் தந்திரத்தால் தன்னை யாரும் அங்கே போகச் செய்யவில்லை என்பதிலும் அவனுக்கு லேசான திருப்தி இருந்தது. ஆனால் பணம் கொடுத்து நுழைவுச் சீட்டு வாங்கிப் பள்ளிக்கூடம் செல்லுமளவு அவன் அப்பாவி அல்ல.

ஒடுக்குமுறைக் காலகட்டத்துடன் யூகாவின் தொடர்பு இந்த விதமாகவே இருந்தது; அது பற்றிய பேச்சிலும் ஏதோ செயற்கைத் தொனி இருந்தது. இளவயதுப் பண்ணை ஆட்களிடமிருந்தும் இளம் பணிப்பெண்களிட மிருந்தும் பணம் பெறுவதற்காகச் சர்ச் கிராமத்திலிருந்த இளைஞர் சங்கம் (அல்லது அதன் பெயர் வேறு ஏதோ) தந்திரங்கள் செய்வது போலவே இந்தப் பள்ளிக்கூடங்களும் செய்வதாக யூகா நினைத்தான்.

ஃபின்லாந்தின் [1]முதல் பொது வேலைநிறுத்தம் இந்தச் சூழ்நிலையில் தான் நடந்தது. அதன் நோக்கம் முழுக்கவும் புரிந்துகொள்ள முடியாததாக இருந்தது. இது அவனுக்குத் தெரியும்தான். இதுகுறித்த பேச்சுகளில் ஏதோ ஓர் அம்சம் அவனை எரிச்சலுறச் செய்தது. அதில் ஏதோ சூழ்ச்சி இருந்ததாக யூகா நம்பினான். வேலைநிறுத்தம் கைவிடப்பட்டதும் உழைப்பாளர் பிரதிநிதியான ரீனெ குறிப்பிட்டது யூகாவின் மனதைத் தைத்தது. “தொழிலாளர்கள் கனவான்களின் பித்தான்களைத் தேய்த்துப் பளபளப்பாக்கினர்” என்றான் ரீனெ.

சட்டசபைக்கான தேர்தலில் வாக்களிக்கும் உரிமை பெற்றிருந்தும் வாக்களிப்பதில் அவனுக்கு எந்த மரியாதையும் இல்லை. முதல் தேர்தலில் அவன் வாக்களிக்கவில்லை. வீட்டில் மரணங்கள் நிகழ்ந்த ஆண்டிற்கு முன்னரும் அவன் வாக்களிக்கவில்லை. அப்போது சொந்த வாழ்வின் கவலைகளே போதுமான அளவு இருந்தன. “எனக்குப் பிரச்சினைகள் இருக்கின்றன. பிரச்சினைகள் இல்லாதவர்கள் வாக்களிக்கட்டும். வாக்களிப்பது அவர்களுக்குச் சோறு போடாது” என்றான்.

1905 பொது வேலைநிறுத்தத்திற்குப் பிறகுதான் பின்லாந்தின் தொழிலாளர் இயக்கம் உண்மையில் வளரத் தொடங்கிற்று. கிளர்ச்சியாளர்கள் ஆர்வத்துடன் நாடு முழுக்கச் சுற்றுப் பயணம் மேற்கொண்ட பின்னர் தொழிலாளர் சங்கங்கள் முளைத்தன. செய்தித்தாள்கள் தோன்றி நெருப்பைக் கிளறின. வேலைநிறுத்தம் முடிந்து மூன்றாண்டுகளுக்குப் பிறகு யூகா தொய்வோலா தன்னை ஜனநாயகவாதி என அறிவித்துக் கொண்டான். நம்ப முடியாததாக இது தோன்றலாம். அனேகமாக அவனும் ஜனநாயகவாதியாக இருக்கவும் கூடும்தான். இவ்விதம் அவன் உருவாக வேலைநிறுத்தமோ கிளர்ச்சியாளர்களோ நிச்சயமாகச் செய்தி பத்திரிகைகளோ எதுவும் செய்யவில்லை. தலை வழுக்கையான யூகாவிடம் இவை எந்தத் தாக்கத்தையும் ஏற்படுத்தவில்லை. கையில் கிடைத்த செய்தித்தாள்களை அவன் வாசித்துவிடுவான். கண்ணில் படும் சில பகுதிகள், மோசடிச் செய்திகள், திருமண விண்ணப்பங்கள் முதலானவற்றைப் பார்ப்பான். ஹில்டுவின் மரணத்திற்குப் பிறகு இது போன்ற விஷயங்களில் அவனுக்கு ஆர்வமேதுமில்லை.

ஹில்டு இறந்த செய்தியைத் தெரிவிக்கும் கடிதம் வந்த மறுநாள் இரவு தனது படுக்கையில் யூகா படுத்திருந்தான். அவனால் தூங்க முடியவில்லை. ஹில்டு வீட்டைவிட்டுச் சென்றது, அதில் தனது பங்கு

1. பல நூறு வருடங்களாக சுவீடன் மன்னராட்சியின் கீழிருந்த ஃபின்லாந்தை, 1809இல் ருசியா கைப்பற்றியது. அப்போதைய ருசியப் பேரரசர் பெருமளவு தன்னாட்சி உரிமையை ஃபின்லாந்திற்கு வழங்கினார். ஆனால் 1898இல் ஆட்சிக்கு வந்த புதிய ருசியப் பேரரசர் இதனைத் திரும்பப் பெற்றுக்கொண்டார். இதன் காரணமாகவும் வாக்குரிமை, பேச்சுப் பத்திரிகை சுதந்திரம் முதலிய காரணங்களுக்காகவும் பொது வேலைநிறுத்தம் 1905இல் நடந்தது. இதனைச் சமூக ஜனநாயகக் கட்சி முன்நின்று நடத்திற்று. 2 மாதங்கள் நடந்த பொது வேலைநிறுத்தத்தின் விளைவாகப் பிரபுக்கள், சமயக் குருமார், பூர்ஷ்வாக்கள், குடியானவர் அடங்கிய முந்தைய செனட் அமைப்பு கலைக்கப்பட்டு 200 உறுப்பினர் கொண்ட சட்டசபை அமைக்கப்பட்டது. இந்த உறுப்பினர்கள் மக்களால் தேர்ந்தெடுக்கப்பட்டனர். 24 வயதிற்குட்பட்ட ஆண் பெண் அனைவரும் வாக்களிக்கும் உரிமை பெற்றனர். சமூக ஜனநாயகக் கட்சியின் துணைநிலைப் படையாகச் செஞ்சேனைக் காவலர் – *Red Guards* அணி வேலைநிறுத்தத்தின்போது உருவானது.

ஆகியவற்றிலேயே அவன் மனம் ஊடாடிற்று. ஹில்டுவின் மரணம் பற்றிய எண்ணம் அப்போது அவன் மனதில் இல்லை. மெல்லிய நிலா வெளிச்சம் அறையை நிரப்பிற்று; லெம்பி, மார்ட்டி இவர்களின் சுவாசக் காற்றையும் அவனால் கேட்க முடிந்தது. காலமும் இடமும் மங்கலாகவே உணரப்படும் இதுபோன்ற கணங்களில் மிகப் பலவீனமான மனம் கூடப் பெரிய சிந்தனைப் பிரதேசங்களையும் இயல்பான எளிமையுடன் கடந்து சென்றுவிடுகிறது. மனைவியையும் குழந்தைகளையும் இழந்த 50 வயதுகளிலிருக்கும் பண்ணைக் குத்தகை உழவனால், மரணம் குறித்த எண்ணங்களும் எஞ்சியிருக்கும் வாழ்வும் மனதில் வருவதைத் தடுக்க முடியவில்லை. ஒவ்வொரு மணியாக நேரம் கழிகிறது. வாயிலிருந்து புகையிலைத் துண்டை எடுத்து மீண்டும் அதனை உள்ளே திணிக்கிறான். தண்ணீர் குடிக்க எழுகிறான். மீண்டும் படுத்துக்கொள்கிறான். ஆளற்ற வெற்றறையில் படுத்திருப்பதாக உணர்கிறான். அறைக்கு உள்ளே வர மறுக்கிறது உறக்கம். அந்த அமைதியில் இரண்டு குழந்தைகள் அதுபோல் உறங்குவது அச்சம் தரும் விதத்தில் அந்நியமாக விலகியிருப்பதாகப் படுகிறது. தாயாரால் விட்டுவிடப்பட்ட குழந்தைகள் அவர்கள். இந்த உலகில் அவர்களின் வருகை மகிழ்ச்சிக்கான அறிகுறியாக இருந்ததில்லை.

என்னதான் மோசமானவளாக இருப்பினும் மனைவி, வளரும் குழந்தைகள் என ஒருவயதான பண்ணைக் குத்தகை உழவனுக்குக் குடும்பம் என ஒன்று இருக்கும்வரை – அவன் சுமை எவ்வளவு பாரமாக இருப்பினும் அவன் வாழ்க்கை முழுமையானதாக இருக்கும். அந்த வாழ்வு அவனுக்குக் கடினமானதாக இருக்கலாம், அதிலிருந்து மீளவிரும்பாமல் அந்த வாழ்வை அவன் விடாப்பிடியாக அவன் பற்றிக்கொண்டிருக்கலாம், குடும்பத்திலுள்ள மற்றவர்களைப் பற்றிக் கவலையேதும் அவனுக்கு இல்லாதிருக்கலாம். இருந்தும் அந்த வாழ்வு முழுமையானது. இப்போது மனைவியும் குழந்தைகள் வில்லெ, ஹில்டுவும் இறந்துவிட்டதால் யூகாவிற்குக் குடும்பம் என ஒன்று இல்லை. ஒருவகையில் சுமை அவனிடமிருந்து இறங்கியிருக்கிறது.

பல ஆண்டுகளாக அவனது வாழ்க்கை இவ்விதம் தொடர்கிறது. மனைவி இல்லை, குழந்தைகளும் இல்லை. தன்னுடைய கருணையின் மூலமாக மரணம் சற்றுத் தாராளமாகவே இருந்துவந்திருக்கிறது. அவனுக் கெனச் சுமையும் விட்டுவைக்கப்படவில்லை. இப்போது சுமையின்மையே அவனுக்குச் சுமையாக இருக்கிறது. அவனைச் சுற்றிலும் வெறுமை. சலிப்பூட்டும் வெறுமை. சுமையிலிருந்து விடுபட்ட பின்னர் அவனுக்காக எஞ்சியிருப்பது வெறுமைதான். எண்ணங்களை ஈர்க்கும் சூனியம். அந்த எண்ணங்கள்மீது அவனுக்கு எந்தவிதக் கட்டுப்பாடும் இல்லை. இவற்றில் பயிற்சியற்ற மனதிற்கு இது துயரம். விரிவாக உள் இணைத்துக்கொள்ளும் மிகப்பெரிய குடும்பச் சூழலை இழந்திருந்தான். இப்போது அவன் தனது வாழ்வின் எண்ணற்ற சிறுசிறு குறைபாடுகளை இரக்கமற்ற தெளிவுடன் காண்கிறான். இந்தக் குறைபாடுகள் முன்பே அவனுக்குத் தெரிந்தவைதாம். வீட்டிற்கு வெளியே தனியே இருக்கையில் இவற்றை அவன் நினைத்துப் பார்த்ததுண்டு. எல்லாக் குறைபாடுகளுக்கும் மேலே அவனுக்கென வீடு இருந்தது – மனைவி, குழந்தைகள், பசு, என்று ஒரு

வார்த்தையில் சொல்வதென்றால் ஒரு குடும்பம். அவனுக்காகக் குடும்பம் காத்துக்கொண்டிருந்தது. என்னதான் துயரம் மிகுந்ததாக அது இருந்தாலும் குடும்பத்தில் ஒவ்வொருவரும் பாதுகாப்பிற்காக ஆழ்மனதில் அதனைப் பற்றிப் பிடித்துக்கொண்டனர். குடும்பம் இருந்தபோது அதன் 'அம்சமாகக் கடவுளும் இருந்தார். வாழ்வின் திடமான இந்த மையம் இப்போது வெளியே விழுந்துவிட்டது; அதனால் முழு வாழ்வின் தட்டையான பெரும் பரப்பு, எல்லாம் நானே என்னும் தன்னகங்கார நிலைக்கு உயர்ந்திருக்கிறது. உறங்கும் இரண்டு குழந்தைகள் என்னைச் சார்ந்திருக்கிறார்கள்.

யூகாவின் இப்போதைய மனநிலையின் கீழ் புதிய தோழமைக்கான இயல்பான விருப்பம் இருந்தது. கைவிடப்பட்ட இந்த இடம் வாழும் வீடல்ல. ஹில்டுவும் ஒருபோதும் இங்கே திரும்ப வரமாட்டாள்.

இந்தச் சமயத்தில் யூகா தொய்வோலாவின் பண்பில் ஒரு புதிய கூறு தெரிந்தது. கிராமத்தைச் சுற்றத் தொடங்கினான். தெரிந்த வீடுகளுக்குச் சென்று அங்கேயே ஒரேயடியாக மணிக்கணக்காகப் பேசிக்கொண் டிருப்பான். உலகத்தின் போக்கை விமர்சிப்பான். அவன் குரல் உயர்ந்து கோபம்கொள்ளும் நிலைக்குச் செல்லும். அவனது அனைத்து அவதானிப்பு களிலும் உணர்ச்சிகரமான ஒருபுறச் சாய்வுத் தன்மை இருந்தது. இந்த அவதானிப்புகளெல்லாம் நேரடியாகச் சோதித்தறிந்த தனது சொந்த முடிவுகள் எனவும் சாமானியச் சனநாயகவாதி ஒருவனின் பொதுவான முடிவுகள் அல்ல எனவுமான மறைமுகக் குறிப்பு அவற்றில் இருந்தது. 'மீட்பர் சொல்வது போல' போன்ற சொற்றொடர்கள் அவனது பேச்சில் இன்னும் தலைகாட்டுவதுண்டு.

"எதிர்காலத்தில் நிகழ இருப்பவை பற்றி முதியவன் தொய்வோலா எங்கள் வீட்டில் அரை நாள் முழுவதும் பேசிக்கொண்டிருந்தான்" எனக் கிராமத்துப் பெண்கள் பேசிக்கொண்டனர்.

மணிக்கணக்காக இவ்விதம் தொடர்ந்து பேசிக்கொண்டிருந்த பின்னர் ஒருபோதுமில்லாத மனச்சோர்வுடன் யூகா வீடு திரும்புவான். காட்டின் ஊடே நடந்துவருகையில் தனக்குப் பழக்கமில்லாத சிலரின் பிரச்சினைகளைச் சரிசெய்வதாகவோ அல்லது அவர்கள் சார்பாகச் சிக்கலான வேலையில் ஈடுபட்டிருப்பதாகவோ அவன் நினைப்பதுண்டு. இந்த உணர்வு அவனுக்குப் பிடிக்காத ஒன்று. சகமனிதர்கள்மீதான அன்பு அவனது அடிப்படைக் குணத்தில் இல்லை. அவர்களை அவன் சகித்துக்கொண்டிருந்தான் என்பதே உண்மை. குழந்தைப் பருவத்திலிருந்தே அவர்களோடு அவன் வாழ வேண்டியதிருந்தது. இந்த உலகில் நிரம்பியிருந்த மக்கள் திரளில் – அவன்மேல் அன்புகொண்ட மனித உயிர்கள், ஏழையோ பணக்காரரோ ஒருவரும் ஒருபோதும் இருந்ததில்லை.

பிறருக்கு உதவும் லட்சியங்கள் யூகாவின் இயல்பிற்கு அந்நியமானவை. ஆனால் வாழ்க்கை முரண்பட்ட விசைகளால் ஆனது. அவன் வாழ்வில் எதிர்பாராத சில நிகழ்வுகளால் பிடிவாதமான சில அழுத்தங்கள், விசைகள் அவனுள் உருவாகியிருந்தன. அவை சனநாயகம் என்னும் லட்சியம் குறித்துப் பிற வீடுகளில் நீண்ட உரையாற்றுமாறு அவனைத் தூண்டின. அவனை அன்புடன் அரவணைக்க மறுக்கும் பயமுறுத்தும் அவனது வீட்டுச்

சூழ்நிலைகளோடு ஒருவகையில் இந்த விசைகள் தொடர்புடையவை. இதனால் அவன் பிறருக்கு உபதேசம்செய்ய வேண்டியதிருந்தது. சனநாயகம் பற்றிய அருவமான விவாதங்களில் பிறருடன் முழுவதுமாக அவனால் உடன்பட முடிவதில்லை. சில 'சனநாயகக் கொள்கையின்' உண்மையை அவன் என்னதான் தெளிவாக விளங்கிக்கொண்டாலும் அல்லது இன்னொருவர் சிலவற்றை விளக்கினாலும், அவற்றை அவன் ஒத்துக்கொள்வதில்லை. ஆனால் பிறர் கவனிக்கத் தவறிய, இருண்மையான காரணங்கள் கொண்ட, தனதான சனநாயகத்தை – தான் புரிந்துகொண்ட விதத்தில் அவன் கண்டுபிடித்தாக வேண்டும். எதிர்காலத்தில் நிகழ இருப்பவை பற்றி முதியவன் தொய்வோலா தீர்க்கதரிசனமாகப் பேசியே ஆகவேண்டும்.

எதிர்காலத்தில் நிகழ இருப்பவை பற்றி ஆண்டுகள் பலவாகப் பேசிக்கொண்டிருக்கிறான் யூகா. மொறமொறப்பாகப் பளிச்சென ஆடை அணிந்த இளந்தலைவர்கள் வழிகாட்டுதலுடன் ஃபின்லாந்து தொழிலாளர் இயக்கம் வளர்ந்து மலர்ச்சி அடைகிறது. அலுவலக ஊழியர்களான அவர்கள் அந்நியமானவர்கள். அவர்களை அவன் வெறுக்கிறான். நேர்மை யற்ற வழிகளில் அவர்கள் பணம் சம்பாதிப்பவர்கள் என்னும் தனது பழைய சந்தேகத்திலிருந்து அவனால் விடுபட முடியவில்லை. நீரூற்றாகப் பெருகியவாறிருக்கும் யூகாவின் நீண்ட உரை ஓர் அலுவலக ஊழியனுக்குத் தர்மசங்கடமாக இருந்தது.

முதல் உலகப் போர் வரும்வரை யூகாவின் வாழ்க்கை இந்தவிதமாகத் தொடர்ந்தது. போர் அதனுடன் துயரங்களையும் கொண்டுவந்தது. இருபதாம் நூற்றாண்டைத் தயார்செய்யும் வரலாற்றுக் காரணங்களுக்காக இந்தத் துயரங்களால் மனித இனம் தூய்மைப்படுத்தப்பட இருந்தது. பத்தொன்பதாம் நூற்றண்டிலிருந்து தங்கள் ஆன்மாவை மரபுரிமையாகப் பெற்றுக்கொண்ட மக்கள் மட்டுமே – கோடைகாலப் பிற்பகுதியின் மாலை வேளைகளில் பத்திரிகை வாசித்தனர். போரில் எந்தப் பக்கம் ஜெயிக்கும் என்பது குறித்து யூகித்துக்கொண்டிருந்தனர். போருக்கு முன்பிருந்தது போல் சகஜ நிலைக்கே எல்லாம் திரும்பிவிடும் என்னும் நம்பிக்கை யுடன் தொடர்ந்து வாழ்ந்துகொண்டிருந்தனர். பரபரப்பான அந்த நேரத்தில் வாழ்வது கிளர்ச்சியூட்டும் மகிழ்வைத் தந்தது. கிறிஸ்துமஸிற்குள் போர் முடிந்து விடுமென மக்கள் நினைத்தனர். ஆனால் இரண்டாம் கிறிஸ்துமஸ் வந்த போதும் போர் முடிவடைவதற்கான அறிகுறிகள் எதுவும் தென்படவில்லை. மக்கள் பதற்றமடையத் தொடங்கினர். ராணுவ வலிமையால் பெற்ற வெற்றியுடன் விஷயங்கள் முடிவுக்கு வராதெனவும் மிக நீண்ட சிக்கல்கள் அதனைப் பின்தொடரும் எனவும் தங்கள் ஆழ்மனதில் உள்ளுணர்வாக அவர்கள் உணர்ந்தனர்.

இந்தச் சூழ்நிலையில் ஆயுதங்கள் மோதல் தற்காலிக ஓய்வுக் காலமாக அமைந்தது. போரால் பேரழிவு நிகழ்ந்துகொண்டிருந்தது. அந்தச் சமயத்தில் அமைதிக் காலத்தைவிடவும் மக்கள் வாழ்வில் ஒழுக்கம் தளர்ந்திருந்தது. (பைபிளில் கூறப்பட்ட) முன்னொரு காலத்துப் பெருவெள்ளத்திற்கு முன்பு வாழ்ந்ததாகக் கூறப்பட்ட மனித இனம் போல இப்போதைய போர்ப் பேரழிவின்போது அவர்கள் வாழ்ந்தனர். சொந்த வேலைகளுக்கிடையே

மேலோட்டமான முயற்சிகளால் பழுது பார்த்து மேம்படுத்த முயன்ற சென்ற நூற்றாண்டு லட்சியங்களும் கொள்கைகளும் பேனா மை, காகிதங்களிலேயே இருந்தன. அந்த யுகத்தின் மிகப் பரிதாபமான காட்சி எதுவெனில் மனிதர்கள் தங்கள் முதிர்ந்த வயதில் வறண்டுபோன தங்களின் லட்சியங்களருகே அமர்ந்திருந்ததுதான். இது பரிதாபம். ஏனெனில் இவற்றின் மீது அவர்கள் உண்மையிலேயே நம்பிக்கை கொண்டிருந்தார்கள். தெருக்களிலும் சாலைகளிலும் இளைஞர்கள் சுற்றித் திரிந்தனர். நடனமாடி உல்லாசத்தில் களிகொண்டனர். தடுக்கப்பட்ட தீவிர அரசியல் சூழ்நிலைகளில் சிலர் மர்மமாகத் தலைமறைவாயினர். இவை அனைத்தையும் உள்ளடக்கிய தினசரி நிகழ்வாக வாழ்க்கை ஆகியிருந்தது.

முதல் உலகப் போரில் ருசிய வீழ்ச்சி வரும்வரை இது தொடர்ந்தது. அந்த வீழ்ச்சியால் ஃபின்னிய தேசத்துப் பெரும்பாலான மக்கள் தங்கள் மகிழ்ச்சியின்மையையும் ஏமாற்றத்தையும் வெளிப்படுத்தாமல் ரகசியமாக வைத்துக்கொண்டனர். ஏனெனில் ஏராளமான வேலை வாய்ப்புகளையும் நல்ல வியாபாரமும் தந்துகொண்டிருந்த [2]அரண் அமைக்கும் வேலை திடீரென இப்போது நின்றுபோனால் அடுத்து என்னவாகும்? சமநிலைக்குச் சிறிது திரும்பிய தேசம் பிரிவினையற்ற ருசியப் பேரரசின் மீது முழு நம்பிக்கையை வெளிப்படுத்த அவசரம் காட்டிற்று. இந்த நம்பிக்கையின் அடையாளமாகப் பலதரப்பட்ட முத்தங்களும் கையொப்பங்களும் பகிர்ந்துகொள்ளப்பட்டன. பத்திரிகைச் சுதந்திரம் அப்போது இருந்தது. எனினும் பேரரசின் மீதான நம்பிக்கைக்கு எந்த விமர்சனங்களும் எழவில்லை. தலைமறைவாய்ப் போன இளைஞர்களின் விஷயத்தைப் பொறுத்தவரை அவர்களின் இலக்கு எல்லோரும் அறிந்த ரகசியம். அது கண்டனத்திற்குரியது. ஃபின்லாந்து உள்நாட்டு எழுச்சியின் போது ராணுவப் பயிற்சிக்காக ருசியாவை அவர்கள் நாடினர். அது ஃபின்லாந்து சட்டத்தின்படி தேசத்துரோகக் குற்றம். ஆனால் ருசியப் புரட்சி இதற்கான தண்டனையைத் தேவையற்றதாக்கிவிட்டது. ருசியப் பேரரசின் கீழ் ஃபின்லாந்து இருந்தது. ருசியப் புரட்சிவரை (1917 அக்டோபர்) ருசியப் பேரரசரின் மீதான நம்பிக்கை தொடர்ந்தது. தொடக்கத்தில் குற்றமாகக் கருதப்பட்ட புரட்சி ஏற்கனவே முடிந்துவிட்ட அரசியல் நிகழ்வாகிவிட்டது. அதற்குள் ஃபின்னிய சுதந்திர இயக்கம் பற்றிய விவாதம் சாமானியக் குடிமக்கள் வட்டத்தில் எழத் தொடங்கிற்று.

முன்னர் எப்போதும் போலவே தனக்குள் மூழ்கியிருந்தான் யூகா. எனினும் தேசத்தின் வரலாற்றை உருவாக்க அந்தச் சமயத்தில் தீவிரமாக ஈடுபட்ட எத்தனையோ பேரில் யூகாவும் ஒருவன்.

மே மாதக் காலை அழகு. பூமியின் அதன் செடிகொடி தாவரங்களின் அற்புத மணம். வாய்க்கால் கரைகளைத் தீண்டும் மஞ்சள் நிறம் காண்போர்

2. சுவீடன் மன்னராட்சியின் கீழ் ஃபின்லாந்து இருந்தபோது எதிரிகள் ஃபின்லாந்தைக் கைப்பற்றக் கூடாது என்பதற்காக 6 தீவுகளைச் சுற்றிக் கடலில் அரண் அமைக்கும் வேலை தொடங்கப்பட்டது. சுவீடனின் ராணுவக் கேந்திரமாகவும் அது இருந்தது. ஆனால் 1808இல் ருசியா ஃபின்லாந்தைக் கைப்பற்றிய பின்னர் அந்தக் கோட்டையை மேலும் வலுப்படுத்தவும் ராணுவக் குடியிருப்புகளை அமர்த்தவும் ருசியப் பேரரசு அந்த அரண் அமைக்கும் வேலையை மேலும் தொடர்ந்தது. 1917 டிசம்பரில் ருசியாவிடமிருந்து ஃபின்லாந்து விடுதலை பெற்றது.

கண்களை ஈர்க்கும். கிராமத்தை நெருங்கிவந்துகொண்டிருக்கிறான் யூகா. நடையால் அவன் உடல் வெதுவெதுப்புடனிருந்தது. முடியடர்ந்த முகத்தின் அகல விழித்த அமைதியற்ற கண்கள் மின்னிக்கொண்டிருந்தன. பத்தாண்டு களுக்கு முன்பிருந்ததைவிடவும் இப்போது இளமையாகத் தெரிகிறான் யூகா. இவ்விதம் கோடை வந்துகொண்டிருந்ததாலும் பிற காரணங்களாலும் கவலைக்கான நியாயம் மேலும் குறைந்திருப்பதாகத் தெரிகிறது. திறந்த வயல்வெளிகளில் அந்த நாளைக் கழிக்கப்போகிறோம் என்னும் எண்ணம் அவனை மகிழ்ச்சியுறச் செய்கிறது. இன்று பண்ணை வேலைக்கு அவன் போகப்போவதில்லை. ரீனேயின் இடத்திற்குச் செல்கிறான்.

வசந்த காலத்தின் முற்பகுதியில் சர்ச் கிராமத்தில் யூகா இருக்க நேர்ந்தது. அங்கே புரட்சியில் இறந்தோரைக் கவுரவிக்கும் விதமாக மிகப்பெரும் கூட்டம் நடக்க இருந்தது. மக்கள் எல்லாத் திசைகளிலிருந்தும் நீண்ட வரிசைகளில் அணிவகுத்து வந்திருந்தனர். சில வரிசைகளிலிருந்த சாதாரண உறுப்பினர்கள் கையிலும் செங்கொடி பறந்தது. யூகா கூஸ்கொஸ்கி குறுக்குச் சாலையை அடைந்தான். அப்போது காகித ஆலைத் தொழிலாளர் அணிவரிசை வந்துகொண்டிருந்தது. அணிவகுப்பிலிருந்த ஒருவன் யூகாவை வரிசையில் வருமாறு கடுகடுப்புடன் உத்தரவிட்டான். “உன்னைப் போலவே என் இடம் எனக்குத் தெரியும்” என வெடுக்கெனக் கூறிய யூகா வரிசையில் சேர்ந்துகொண்டான்.

வரிசையிலிருந்த யூகா தனக்கு உத்தரவிட்ட இளைஞனின் சிவந்த கழுத்துப் பகுதியை முறைத்தான். ‘உன்னைப் பற்றி நீ என்னதான் நினைத்துக் கொண்டிருக்கிறாய்?’ என்னும் எண்ணம் அவன் மனதில் ஓடிற்று. இளைஞர் குழுக் கட்டடத்தில் எல்லா அணி வரிசைகளும் ஒன்று கூடின. கூட்டம் விரைவிலேயே தொடங்கிற்று. கிராமத்துப் பெரியவர்கள் ஃபின்லாந்தின் நீல – வெள்ளைக் கொடிகளை ஏற்றினர். பின்னர் எதிர்ப் புரட்சி ஆர்ப்பாட்டத்திற்கு எதிராக எடுக்கப்பட வேண்டிய நடவடிக்கை குறித்துக் கூட்டத்தில் விவாதிக்கப்பட்டது.

கூட்டத்தில் பேசும் சூழ்நிலை யூகாவுக்கு வந்தது. அணிவகுப்பு வரிசையில் சேர்ந்துகொள்ளக் கடுகடுப்பாக உத்தரவிடப்பட்டதால் அதே எரிச்சலுடனே யூகா இன்னுமிருந்தான். தனது வாழ்வில் முதன் முதலாகக் கூட்டத்தில் பேசினான். எல்லோரும் தன்னை உற்றுப் பார்ப்பது அவனுக்குப் பிடித்திருந்தது. அவன் பேச்சு சுருக்கமாக இருந்தது. ஆனால் எடுத்துக்கொண்ட விஷயத்திற்கு முழுக்கவும் சம்பந்தமில்லாதிருந்தது. எனினும் பேச்சின் விளைவாக ஒரு தூதுக்குழு உறுப்பினனாக அவன் தேர்ந்தெடுக்கப்பட்டான். யூகாவை அணிவகுப்பில் சேர உத்தரவிட்ட அதே இளைஞன்தான் இந்தக் குழுவின் தலைவன். யூகாவுக்கு அதிகாரபூர்வமாக உத்தரவிடுவது இப்போது அவன் கையிலிருந்தது. அங்கிருந்தோரில் மிக மூத்த சனநாயகவாதியான யூகாவிற்கும் கூறுவதற்குக் கருத்துகள் இருந்தன. யூகாவின் வார்த்தைகள் நாகரிகமாக இல்லை. அந்த நாளின் பிற்பகுதியில் ஓர் உயர்குடிக் கனவான் அன்றைய நிகழ்ச்சிகளைத் தன் சகாக்களுடன் விவாதித்துக்கொண்டிருந்தான். ‘குழப்பமான முகம்கொண்ட அந்த முதியவன் யார்? அவன்தான் மிக மோசமானவன்’ என அவர்கள் தங்களுக்குள் பேசிக்கொண்டனர்.

இவ்விதம் அந்தக் காலகட்டத்தின் பெரும் [3]கிளர்ச்சியுள் யூகா இழுக்கப்பட்டான். அந்த அழைப்பிற்குக் கடைசிவரை யூகா விசுவாசமாக இருந்தான். அன்று மாலை வீடு திரும்பிக்கொண்டிருந்தபோது காட்டுப் பாதையின் தனிமையிலும் எதிர்ப்புணர்வின் உச்சத்தில் அவன் மனம் இருந்தது. கூட்டத்தில் பேசியபோதும் பின்னர் உயர்குடிக் கனவான்கள் வீடுகளிலும் அவனை வெறித்துப் பார்த்த புதுமுகங்கள் அவன் கண்முன் வந்தன. அந்த முகங்கள் அதே வெறுப்புணர்வை அவனுள் எழுப்பிற்று. தனக்கு யாரும் ஆணையிடத் தேவையில்லை. தான் என்ன செய்கிறோம் என்பது அவனுக்குத் தெரியும் . . . 'சனநாயகம் பற்றிய பாலபாடம் அறியாதவர்களெல்லாம் எனக்குச் சொல்ல வந்துவிட்டார்கள்.'

ஆயிரக்கணக்கான எத்தனையோ மாலை நேரங்களைப் போலவே அவனது வீடு அப்போதும் அவன் கண்ணுக்குப் பட்டது. 'இந்த வீட்டை விட்டும் அவர்கள் என்னை வெளியேற்றிவிடுவார்களா?' எனத் தனக்குள் நினைத்துக்கொண்டான். எதிர்காலம் குறித்த நீண்ட திட்டங்கள் முதல் முறையாக அவனுள் உருவாகத் தொடங்கின. குளிர் காலமும் முடிவுக்கு வந்திருந்தது.

மறுநாள் பண்ணையில் வேலைசெய்துகொண்டிருந்தபோது எஜமானன் அவனைச் சபித்தான். அவனிடம் கூறுவதற்கு யூகாவுக்கு எவ்வளவோ இருந்தது. "வாயை மூடு" இடைமறித்தான் எஜமானன். "இங்கே என்ன சொல்ல வேண்டுமோ அதனைச் சொல்பவன் நானே" என்றான். "அதையும் பார்க்கலாம்" என யூகா நறுக்கெனத் தணிந்த குரலில் கூறினான்.

இப்போது கவனத்தில்கொள்ள வேண்டிய விஷயம் ஒன்று உள்ளது. அதாவது இந்த மே மாதக் காலையில் யூகா வேலைக்குச் செல்லப் போவதில்லை. ரீனெ வீட்டிற்குப் போகிறான். வேலைநிறுத்தம் தொற்று நோயாக இந்தத் தேவாலய வட்டாரத்தில் பரவியிருக்கிறது. பால்பண்ணை இதுவரை வேலைசெய்ய அனுமதிக்கப்பட்டிருக்கிறது. ஆனால் அதற்கும் இப்போது முற்றுப்புள்ளி வைக்க வேண்டிய நிலை வந்திருக்கிறது. விவசாயிகள் சண்டையிடப்போகிறார்களா என இன்று தெரியும்.

நல்லது நிகழுமென்ற நம்பிக்கையுடன் சர்ச்சிற்குப் போகும் அதே உணர்வுடன் நடந்து செல்கிறான் யூகா. மட்டுமீறிய தன்னம்பிக்கை உணர்வு அவன் நெஞ்சில் நிறைந்திருக்கக் கிராமத்தின் திறந்த வயல்வெளிகளை

---

3. பெருமளவு போர் வீரர்கள் இழப்பிற்குப் பிறகு ஜெர்மெனியின் தாக்குதலைச் சமாளிக்க முடியாமல் முதல் உலகப் போரிலிருந்து ருசியா பின்வாங்கிற்று. 1917 அக்டோபர் புரட்சிக்குப் பின்னர் பெரும் மாற்றங்கள் ருசியாவில் நிகழ்ந்தன. இவற்றின் விளைவுகளால் ருசியப் பேரரசரின் ஆட்சியின் கீழ் இருந்த ஃபின்லாந்து, 1917 டிசம்பரில் ருசியாவிடமிருந்து விடுதலை பெற்றது. விடுதலை பெற்ற பின்னரும் ஃபின்லாந்தின் அதிகாரத்திற்கும், தலைமைக்கும் இரு அணிகளுக்கிடையே நடந்த போட்டியில் உள்நாட்டுப் போர் வெடித்தது. 1. விவசாயக் கூலிகள், குத்தகைப் பண்ணை உழவர்கள், தொழிலாளர்கள் ஆகியோர் அடங்கிய செஞ்சேனை அணி (*Red Guards* – செஞ்சேனைக் காவலர்) 2. வெள்ளை அணி (*Butchers* – கொலையாளிகள்): நில உடமையாளர்கள் எனவும் பண்ணை எஜமானர்கள் எனவும் அறியப்படும் விவசாயிகள், நடுத்தர வர்க்கம், உயர்தர வர்க்கத்தினர் இந்த அணியில் அடங்குவர். செஞ்சேனை அணி ருசியாவிடமிருந்து ஆயுதங்கள் பெற்றது. வெள்ளை அணிக்கு ஜெர்மனி ஆயுதங்கள் வழங்கியது. நான்கு / ஐந்து மாதங்கள் (1918 ஜனவரியிலிருந்து மே வரை) நடந்த இந்தக் கிளர்ச்சியில் வெள்ளை அணி வெற்றிபெற்றது.

அடைகிறான். வயல்களின் பல்வேறு உரிமையாளர்களை நினைக்கையில் அவனுக்குச் சிரிப்பு வருகிறது. வேலைநிறுத்தத்தில் கலந்துகொள்ளாத கருங்காலிகளை முறைத்துப் பார்த்தவாறு நேற்று வேறு பலருடன் யூகா இங்கே வந்திருந்தான். இன்று வயல்வெளிகள் வித்தியாசமான தோற்றம் கொண்டிருக்கின்றன. வளரும் தானியப் பயிர்களைக் காண்கிறான். முன்பெல்லாம் இதுபோன்ற காட்சிகள் எஜமானனையும் பூட்டி வைக்கப் பட்டிருக்கும் அவனது தானியக் களஞ்சியங்களையும் அவனுக்கு நினைவூட்டும்; ஆனால் இப்போதோ தொழிலாளர்களின் இன்றையத் திட்டங்கள் பற்றிய நினைவு அவனுக்கு வருகின்றன. திறந்தவெளி நிலங்களின் வளம் மனித குலத்தின் பொதுவான வளம்தானே.

இந்த எண்ணங்களுடன் காட்டுப்பாதையில் வந்துகொண்டிருந்த யூகாவை ஏரியில் வலைவீசி மீன் பிடித்துக்கொண்டிருந்த எஜமானன் கண்டான். முதியவனான யூகாவைத் தடையேதுமின்றி உற்றுப் பார்க்கத் தேவையான அளவு தூரம் அவர்களுக்கிடையே இருந்தது. யூகாவை நன்கறிந்ததால் எஜமானனுக்கு அவனைப் பிடிக்காது. பாவம் யூகா. அவன் மிக வயதானவன், மிகவும் ஏழை, மூளையில்லாதவன், அறியாமை நிறைந்தவன். அவனை வெறுப்பது ஏற்புடையதல்லதான். என்றாலும் அவன் மேல் எஜமானனுக்கு வெறுப்புணர்வு இருந்தது என்பது உண்மை. அதே நேரம் அந்த மனிதனின் தீவிரத்தில் நெகிழச் செய்யும் ஏதோ ஒன்று இருப்பதாகவும் எஜமானன் உணர்கிறான். நில உரிமையாளர்களுக்கு எதிரான தொழிலாளர்களின் போக்கால் உருவாகிக்கொண்டிருக்கும் அமைதியின்மையின் இப்போதைய முணுமுணுப்பு காற்றில் துடிப்பதாகத் தோன்றுகிறது; இந்த அமைதியின்மையில் அபாயம் நிறைந்த ஏதோ இருக்கிறது. அதன் முன் ஆழமான தனித்த மனித ஆன்மா அனாதரவாக நிற்கிறது; ரகசியமாகச் சரணடையத் தயாராக இருக்கிறது. எதிர்பாராத கணங்களில் வலிமை மிகுந்த இந்த நீரோட்டப் பாய்ச்சலுக்குச் (தொழிலாளர்களின் எதிர்ப்பு) சரணடையும் விருப்பத்தை எஜமானன் உணர்ந்திருக்கிறான். ஆனால் தாறுமாறான தாடியும் துளைக்கும் கண்களும் கொண்ட அருவருப்பான முதியவனான யூகாவைப் போன்றவர்களைப் பார்க்கிறபோது அவனுக்கு வயிற்றைப் புரட்டுகிறது. வெறுப்புணர்வு வருகிறது. தானாகவே தருவித்துக்கொண்ட உணர்வுச் சிக்கல்களிலிருந்து உருவான வெறுப்பு.

ஒவ்வொரு இடத்திலும் இதேபோன்ற சின்னஞ் சிறிய சொந்த விஷயங்களும் முடிவுகளும் மக்கள் மனதில் வளர்ந்து தீவிரமடைகின்றன. அவை ஒன்றுசேர்ந்து புரட்சிகரமான அந்த நாட்களுக்குப் பதற்றத்துடன் கூடிய அழுத்தம் தருகின்றன. பால் பண்ணை முற்றத்தில் இப்போது நடந்துகொண்டிருப்பதைப் போன்ற சம்பவங்களில் இந்த அழுத்தம் தலைக்கேறி வடிகால் தேடுகிறது. அங்கே உரத்த முழக்கங்கள் வானை நிரப்புகின்றன. நீண்ட எதிர்ப்புரை இதனைத் தொடர்கிறது. பெரும் மக்கள் கூட்டத்தில் பார்வைகள் தெறிப்பதையும் கன்னச் சதைகள் இறுகுவதையும் காணமுடிகிறது. எதிர்க் குழுவைச் சார்ந்த சிறிய கூட்டங் களில் கலந்துகொள்வோர் கண்களில் வெஞ்சினம் பறக்கிறது. நண்பகல் வரை முற்றத்திலிருக்கும் மக்கள் கூட்டம் பின்னர் கலைந்து செல்கிறது.

ஊருக்கருகேயுள்ள இந்த இடத்தில் இந்த நாளுக்கான காட்சி இவ்விதம் முடிவடைகிறது. மாலையில் அந்த நாள் நிகழ்வுகள் பல வீடுகளில் விவாதிக்கப்படுகின்றன. சரி தவறு பற்றி இனிமேலும் விவாதிக்க ஒருவருக்கும் அக்கறையில்லை. அடுத்த குழுவின் செயல்பாடுகளையும் முறைகளையும் கொந்தளிப்புடன் தங்களுக்குள் விவரித்துக்கொள்வதில் மக்கள் மனத்திருப்தி கொள்கின்றனர். இரவுவேளையில் வீட்டின் கதவுகளைக் கவனமாகப் பூட்டி வண்ணமடித்த மரப்பலகைகளான வீடுகளில் உறங்குவதற்கு விவசாயிகள் தயாராகின்றனர். வரிசையான நீண்ட அறைகளில் அமைதியின் பழைய வாக்குறுதி இன்னும் உலவுகிறது.

நிழல் உருவங்களின் நடமாட்டம் நெடுஞ்சாலையிலும் சந்துகளிலும் தென்படுகிறது. சிகரெட் எரியும் ஒளிப் புள்ளிகள் தெரிகின்றன. சில சமயங்களில் உரக்கச் சிரிக்கும் சத்தம் கேட்கிறது. தலையில் வெள்ளைக் கைக்குட்டையுடன் பண்ணைப் பணிப்பெண்கள் மூவர் நடந்துவருகின்றனர். அந்த இரவில் வெள்ளைக் கைக்குட்டை லேசாகப் பிரகாசிக்கிறது. சில ஆண்களும் அவர்களுடன் சேர்ந்துகொள்கின்றனர். எலுமிச்சைச் சாறு பானமும் கேக்கும் விற்பனை செய்யப்படும் வழக்கமான சிறிய குடிலுக்கு அவர்கள் சேர்ந்து செல்கின்றனர். ஒரு டஜன் ஆட்களுக்கும் அதிகமாகவே இருக்கும் அவர்களுக்கிடையே கடந்துசெல்லும் எண்ணங்கள் எவை என்பதை எந்தத் தேச பக்தனாலும் யூகிக்க முடியாது.

அந்தக் குழு பற்றி இவ்வளவு போதும். அவர்களின் நடவடிக்கைகள் என்னவென யூகாவிற்குத் தெரியாது. அன்று முழுவதும் அங்குமிங்கும் பரபரப்புடன் திரிந்தான். மாலைவேளையில் மிகுந்த சோர்வுடன் தனது காடுகளுக்குச் சென்றான். சந்தேகங்களுக்கோ பிடிவாதங்களுக்கோ அவன் மனதில் இப்போது இடமில்லை. எதிர்கால நிகழ்வுகள் பற்றிய வழக்கமான அவனது தீர்க்கதரிசனப் பேச்சுகளைக் கடந்த சில தினங் களாகக் கைவிட்டிருந்தான். விவசாயிகளையும் அவர்களின் எதிர்ப்பையும் மட்டுமே அவன் இப்போது காண்கிறான். விவசாயிகளுக்கு எதிராகத் தொழிலாளர்கள் எனத் தற்போது உருவாகிவரும் சூழ்நிலையைத் தெளிவாக வும் முழுமையாகவும் இது உணர்த்திற்று. அந்தச் சூழ்நிலை அப்போதிருந்த காலகட்டத்தின் உணர்வலையுடன் ஒத்திசைவாக இருந்தது. அந்தக் கோடையில் முதியவன் யூகா புரட்சிக் காய்ச்சலுக்கு ஆட்பட்டான்.

வளர்ந்துகொண்டே போகும் சுயமுக்கியத்துவத்துடன் புரட்சி தொடர்கிறது. ஹெல்சிங்கிக்கு மேலேயுள்ள நாட்டின் பிற பகுதிகளில் இயக்கத்தின் வளர்ச்சி பற்றிய செய்திகளை ஒவ்வொரு நாள் காலையிலும் பத்திரிகைகள் தெரிவிக்கின்றன. ஃபின்லாந்து பாட்டாளி மக்களின் அற்புதக் கோடை காலம் மலர்கிறது. வாரங்கள் கடந்த பின்னரும் புரட்சி குறித்த மிகச் சிறிய செய்தியைக்கூட முதலாளித்துவப் பத்திரிகைகளில் காண முடியாது. பாட்டாளி இயக்கத்தின் உண்மைக்கு எதிராகப் பொய் உரைத்தும் திரித்தும் இந்தப் பத்திரிகைகள் செய்தி வெளியிடுகின்றன. மூன்று அறுவடை வயல்களில் விளைந்த தானியக் கதிர்களை யார் உதவியுமின்றி ஓர் ஆவேசத்தில் கட்டுகளாகச் சேர்த்துக் கட்டி, காய்வதற்காக அவற்றை நேராக நிமிர்த்திவைக்கிறான். எல்லா வேலைகளையும் தனியாகவே செய்ய முடியுமென ஓர் உதாரணமாகத் தன்னை நிறுவ முயல்கிறான் எஜமானன்.

கதிர் அரிவாளைச் சோதித்துத் தீட்டிக் கூராக்கியவாறு மணிக்கணக்காக அங்கு அமர்ந்திருக்கும் ஆட்கள் எஜமானனின் நிராதரவான கோபத்தைப் பார்த்துக்கொண்டிருப்பதில் மகிழ்வுறுகின்றனர். அறுவடையின்போது வயலின் ஒரு முனையிலிருந்து தொடங்கி மறுமுனை வரை கதிர் அறுப்பை யார் முதலில் முடிப்பது என்பதில் முன்பு போட்டி இருந்தது. அந்த நினைவும் இப்போது இல்லை. ஃபின்லாந்துப் பாட்டாளிகளின் கோடை காலம்–1917. பெருமையுடன் தலை நிமிர்த்தி கோடை வெப்பத் தெருக்களில் சுதந்திரமாகத் திரிகிறான் ஓர் இளம் தொழிலாளி. தனது வயல்கள் மீது புதிய நேசம் கொள்கிறான் பண்ணைக் குத்தகை உழவன். அவற்றிலிருந்து எதிர்காலத்திற்கான நம்பிக்கையூட்டும் செய்தி மூச்சாக வருகிறது.

எனினும் சமுதாய அடுக்குகள் ஒவ்வொன்றிலும் ஒவ்வொரு கட்டத்திலு மிருக்கும் ஃபின்லாந்து மக்களுக்கு ஓர் அவலமாகவே அனைத்தும் மாறிவிடுகிறது. இது வினோத அவலம். விதி ஒரேயடியாக நாட்டைப் பூண்டோடு அழிப்பதற்குப் பதிலாக மெல்ல மெல்லச் சித்திரவதைக்கு உள்ளாக்குகிறது. அது சூரியனை எழச் செய்கிறது. நமது நல்லதிருஷ்டம் இதுவென எண்ணி மகிழ்கிறோம். மகிழ்ச்சியில் தன்னிலையிழந்து யாரை அணைத்துக்கொள்ளலாமெனத் திகைத்து நிற்கையில், இதுவரைய அனைத்தும் எமது விளையாட்டேயென நம்மிடம் வெளிப்படுத்த அவசரம் கொள்கிறது விதி.

குளிர்காலம் வந்திருந்தது. ஜனவரி. உறைபனி, பனிப்புயல், நட்சத்திரங்கள் துலக்கமாக ஒளிரும் இரவுகள். காலம் நின்றுவிட்டதாகத் தெரிகிறது. கடந்துசென்றிருந்த பல ஆண்டுகளூடே காடுகளின் அமைதியில் காலம் உற்றுக் கேட்டுக்கொண்டிருப்பதாகத் தெரிகிறது. பக்தி பூர்வமான வேளையில் அறியாமலே வரும் ஆழ்ந்த பெருமூச்சு போல் தொப்பெனக் கிளையிலிருந்து விழுகிறது பனி. தலைமுறைகளாகப் பனிக்காலம் மீண்டும் மீண்டும் இந்த வடிவத்தில் வந்தவாறு இருக்கிறது. குறுகலான குளிர்காலத்துப் பாதைகள் வழியே மக்கள் நகர்ந்திருந்தனர். அவர்களின் ஆழமான உள்ளுணர்வு அந்தத் தியான நிச்சலனத்துடன் இசைவுகொண்டிருந்தது.

இவ்விதமாகவே இருந்துவந்திருக்கிறது முன்பிருந்தே. இப்போதல்ல.

குளிர்காலம் வந்திருக்கிறது; இதனைக் கவனிக்கக்கூட ஒரு சிலருக்கே நேரமிருக்கிறது. ஏன், நவம்பர் மாதம் நேற்றுத்தான் பிறந்தது. அப்போதுதான் கொலையாளிகள் படை சிதறடிக்கப்பட்டிருந்தது. வரி செலுத்தும் மக்களின் வேலைநிறுத்தம் முடிந்து மூன்று வாரங்களே ஆகியிருந்தன. 'சர்ச்சுக்கும் ஒரு சல்லி டச்சுக் காசும் கிடையாது' – என்பதே இப்போதைய முழக்கம். இதுபோன்ற நேரங்களில் ஒரு பண்ணைக் குத்தகை உழவன் வீட்டில் அமைதியாக உட்கார்ந்திருக்க முடியாது. வீட்டின் தனித்த அறையில் முந்தைய காலத்து நிச்சலனம் காத்திருப்பதாகத் தெரிகிறது. அமைதியான அந்தக் காலத்திற்கு இப்போது யார் திரும்ப முடியும்..? அமைதியிலிருந்து இயல்பாகவே ஒருவன் தப்பி ஓடுகிறான். சட்டசபையில் என்ன நடக்கப்போகிறது..? கொலையாளிகள் படையை முதலாளிகள் சட்டபூர்வமாக்கப் போகிறார்களா..? அப்படியானால் நாம் எழுச்சி கொள்ள வேண்டிய நேரம் இது. சட்டசபை. என்ன பெரிய சட்டசபை?

தேர்தலில் நாம் தோற்றுவிட்டோம்தான். சரி. தோற்றுத்தான் போனோம். கடவுளே. அது பற்றி என்ன..? சட்டசபையில் நாம் ஜெயித்தாலும் தோற்றாலும் நம்மைத் தடுத்து நிறுத்த பூர்ஷ்வாக்கள்தாம் இருக்கிறார்களே. சட்டசபையில் தொழிலாளர்கள் என்னதான் பெரும்பான்மை பெற்றிருந் தாலும் முதலாளிகள் இருக்கும்வரை பெரிய வித்தியாசம் எதுவும் இருக்கப்போவதில்லை. பண்டக சாலைச் சாவிகள் அவர்கள் வீட்டுச் சுவர்களிலேயே தொங்குகின்றன. நம்மைப் பொறுத்தவரை சட்டசபையோ பெரும்பான்மையோ எதற்கும் எந்த அர்த்தமுமில்லை. நாம் அதிகளவு இருக்கும் காரணத்தால் நெருக்கடியில் அவர்களுக்கு நாம் பெரும்பான்மை தரமுடியும்.

ஒரு கிறிஸ்துவப் புனிதர் பண்டிகையின் போது நடைபெறும் பெயர் சூட்டு நாளில் சமூக மரியாதைக்குரிய ஒருவன் நடனமாடுகிறான். காஃபி மேசைகளையும் எரிச்சலூட்டும் பிற பரபரப்புகளையும் காண்கையில் அவன் கத்துகிறான்.

யூகா தொய்வோலாவிற்கு முன்பு போல வீட்டுக் கவலைகள் நிறைய இல்லை; லெம்பிக்கு 14 வயதாகிறது. அவளால் பசுவைப் பராமரிக்க முடிகிறது – குறிப்பாகப் பால் கறக்காத இப்போது. மனைவி ரீனா மரணமடைந்த அந்தக் கோடை காலம். அந்தச் சமயத்தில் துயோரிலா உறவினர்களைப் பார்க்கச் சென்றிருந்தான். இப்போது பத்தாண்டுகள் கடந்துவிட்டன. நீடித்த கடும் வெப்பத்துடன் பழைய காலத்துக் கோடையாக அது இருந்தது. இறந்துபோனவர்களைப் பற்றியோ தன் உறவினர் பற்றியோ இப்போதெல்லாம் யூகா நினைத்துப் பார்ப்பதில்லை. நிகழ்காலத்திற்கும் அவர்களுக்கும் எந்தச் சம்பந்தமும் இல்லை. இப்போதுள்ள பிரச்சினை குத்தகை உழவர்கள் பற்றியது. மற்றும் கொலையாளிகள் தொடர்பானது.

தெரிந்த வீடுகளில் கீச்சுக்குரலில் போதனை செய்கிறான் யூகா. மாலை வேளையில் எதனையும் நினைக்கவும் முடியாத சோர்வில் கொட்டாவி விட்டவாறு வீடு திரும்புகிறான். படுக்கை, கந்தல் கூளங்களுடன் வீட்டின் அறை காலப்போக்கில் ஒரு புதிய தன்மையைப் பெற்றிருக்கிறது. வறுமை முன்பு இங்கே இருந்ததுதான், அது மேலும் மோசமாகித் தரித்திர நிலையை இப்போது அடைந்திருக்கிறது. பழைய குடும்பச் சூழல் இப்போது இல்லை. அதனை உருவாக்கிய அடிப்படைக் கூறுகள் எல்லாம் கரைந்து ஆவியாகிவிட்டிருக்கின்றன. வேலைசெய்வதற்காகத் தற்காலிகமாக ஒரு பண்ணையின் கூடத்தில் தங்கியிருந்த நாடோடிக் கும்பல் அதனைக் காலி செய்த பின்னர் அது விட்டுச்சென்ற ஆபாசங்களின் அதிர்வுகள் உலவும் அந்த இடத்தைப் போல அவனது வீடு அப்போது இருந்தது.

துயரத்தின் இந்தப் புதிய தன்மையை யாரும் பிரமை என நினைக்கக் கூடும். ஆனால் இது உண்மை. இதற்குக் கண்கூடான சாட்சி பேன்கள். தொய்வோலா படுக்கைகளில் இப்போது பேன்கள் இருக்கின்றன. இரவு நேரத்து ஆழ்ந்த சிந்தனைகள் பேன்கள் இருக்கும் படுக்கைகளைக் கைவிட்டு விட்டன. மனசாட்சியில்லாமல் எதிர்பாராது வருகை தரும் பார்வையாளர் அல்ல அவை. அல்லது அழுக்குக் குப்பை கூளங்கள் இருக்கும் இடங்களில் மட்டும் அவை வளர்ந்து பெருகுவதில்லை. பாழடைந்த மிக மோசமான

குடிசைகளையும் அது விட்டுவிடலாம். ஆனால் போர்முனையில் எதிரிப் படையின் அகழிகளை ஒட்டியோ தொழிலாளர் குடியிருப்புகளிலோ அல்லது ஊழியர் வாழும் பகுதிகளிலோ என எங்கெல்லாம் மனித குலம் அதன் பேரழிவின் விளிம்பில் நடுங்கிக்கொண்டிருக்கிறதோ அங்கெல்லாம் அது மெதுவாகவும் உறுதியாகவும் பரவுகிறது.

தொய்வோலா சூழலின் மேலோங்கிய தன்மையாக இப்போது அமைந்திருப்பது வறுமையும் தேவையுமே. இலையுதிர் காலத்தில் பண்ணைக் குடும்பங்களுக்கு யூகா போக முடியாது. அதற்கு அனுமதியில்லை. அவர்கள் தானியம் பயிரிடுவோர். அதனால் உணவுப் பொருட்கள் சிறப்புப் பங்கீட்டிற்கு உரிமையுடையவர்கள். ரொட்டி வினியோக அட்டை மூலமாகச் சிறிய அளவு உணவுப் பொருட்கள் மட்டுமே சர்ச் கிராமத்தி லிருந்து பெற்றுக்கொள்ள யூகாவிற்கு உரிமையுண்டு. சாப்பிடுவதற்கு உருளைக் கிழங்கும் அயிரை வகை மீன் ஊறுகாய் நீரும் மட்டுமே உணவாக உட்கொண்டு யூகாவின் மொத்தக் குடும்பமும் நாட்கணக்கில் ஒரேயடியாகப் பட்டினி கிடக்கும். பெரும்பாலான நேரங்களில், இரவுவேளைகளிலும் கூட யூகா வீடு வருவதில்லை. அதனால் மெல்லிய கழுத்தும் குழிவிழுந்த கண்களும் கொண்ட இரண்டு உயிர்கள் இந்த உணவிலேயே உயிர் வாழ்ந்தனர். துயரத்தின் உருவகமான இந்த இரு பிம்பங்கள் நிதானமான உடலசைவுகளுடன் ஆறுதலற்ற படுக்கையில் கந்தல் போர்வைக்குள் சுருண்டுகொண்டனர். அவர்கள் பள்ளிக்கூடம் செல்வதில்லை. வாழ்க்கைப் பள்ளிக்கும்கூட.

வீட்டிற்கு வெளியே கிராமத்தில் இருக்கவே யூகா மிகவும் விரும்புகிறான். ஒரு கணம் இந்தத் 'தோழர்', அடுத்த கணம் அடுத்தவர், என ஆட்களை அணுகிச் சிறு கடன்களுக்காக வலுக்கட்டாயமாகப் பிச்சையெடுக்கும் நிலைக்குத் தள்ளப்பட்டிருப்பதாக யூகா தன் காதுகளிலேயே தொடர்ந்து கிசுகிசுத்துக்கொண்டிருக்கிறான். ரீனெ. அவன் யாரென யாருக்குத் தெரியும் . . ? கபடமும் சூழ்ச்சியும் கொண்ட கிளர்ச்சியாளன். ஒரு சமயம் நல்லது செய்வான், பின்னர் ரகசியமாக ஏதோ செய்வான். யூகாவை நம்பி ஒப்படைக்கக்கூடிய சின்னஞ்சிறு தொழிற்சங்க வேலைகளைச் செய்யுமாறு அவனை ரீனெ அனுமதிக்கிறான். அதற்காக யூகாவின் கையில் கொஞ்சம் மார்க்குகளைத் திணிக்கிறான். எப்போதும் அவனைத் தேடி ஆட்கள் வந்து கொண்டிருக்கின்றனர். பல பூர்ஷ்வாக்கள் குழுமங்களில் உறுப்பினனான ரீனெ அவர்களுடன் சேர்ந்து இன்னும் செயல்பட்டுக்கொண்டிருக்கிறான். அவனது புருவங்கள் எப்போதும் சிடுசிடுப்பில் சுருங்கியிருக்கின்றன. நறுக்கெனப் பதில் கூறுவதற்காகவே அவன் வாய் திறக்கிறான். யூகா எது பற்றிப் பேசினாலும் அவன் வெறுமனே புன்முறுவல் செய்கிறான். எனினும் எந்த விவசாயியைவிடவும் ரீனெ நல்ல மனிதன்.

ஒரு மனிதனின் சூழ்நிலை மோசமான நிலையிலிருந்தால் அது மேலும் மேலும் மோசமடைந்து கடைசியில் கேடுகெட்ட நிலையை அடையும். கடந்த 24 மணிநேரமாக ஒரு துண்டு ரொட்டியும் வீட்டில் இல்லை. பசுவிற்கு ஒரு கைப்பிடி வைக்கோலும் இல்லை. ஒரு புதன்கிழமை தொய்வோலா நிலைமை இவ்விதமிருந்தது. துன்பங்களிலிருந்து விடுபடும்

வழியேதும் யூகாவிற்குத் தென்படவில்லை. இன்னும் ஐந்து வாரங்களில் பசு கன்று ஈன இருக்கிறது. பூச்ச மரத்தின் முளைக் குருத்துகளையே அதற்கு உணவாகக் கொடுக்க வேண்டிய பரிதாபம். எனினும் ரீனேயிடம் மீண்டும் பணம் பிச்சை கேட்பது சரியல்ல. பசுவிற்காக வைக்கோலுக்கு ரீனே எங்கே போவான். உவர்ப்பு நீரில் முக்கியெடுத்த உருளைக் கிழங்குகளைப் பிள்ளைகள் பெரிய கவளங்களாகச் சாப்பிடுகின்றனர். இறுதியில் கிராமத்திற்குச் செல்வதென யூகா முடிவுசெய்கிறான். வழியில் ரீனெ வீட்டில் தலை காட்டுவான். ஆனால் தனது நிலைமையை அவனிடம் யூகா கூறப்போவதில்லை. இவ்வளவு தாமதமாகப் புறப்படும் தந்தை இரவு முழுக்க வெளியே இருப்பார் என்பதை உணர்ந்த குழந்தைகள் சத்தம் வராது தேம்பி அழுகின்றனர்.

தன்னைவிடவும் நல்ல நிலையிலுள்ளோரைச் சென்று காணும் எண்ணத்துடன் ரீனெ வீட்டருகே வந்தான் யூகா. கடந்த சில வாரங்களாக அவனது இயல்பின் ஓர் அம்சமாக யூகாவிடம் தென்படும் இந்த உணர்வே முன்பொருமுறை அவனைத் துயோரிலோவிற்கு அனுப்பிற்று. ஆனால் ரீனெ வீட்டுக்கூடத்தில் காலடி வைத்தபோது நேரங்கெட்ட நேரத்தில் வந்துவிட்டதாக யூகா உணர்ந்தான். ரீனெ வேறு வேலைகளில் மும்முரமாக இருந்தான். யூகாவைக் கவனிக்க அவனுக்கு நேரம் இருந்ததாகத் தெரியவில்லை. வரவேற்பறையிலிருந்து ரீனெயின் குரலைக் கேட்க முடிந்தது; அங்கே பலர் இருந்தனர். தற்செயலாகவோ அல்லது வானிலை பற்றிப் பேசுவதற்காகவோ அவர்கள் அங்கு கூடவில்லை என்பதை அவர்களின் பேச்சுச் சத்தத்திலிருந்து யூகிக்க முடிந்தது. ரீனேயின் மனைவி காஃபித் தட்டுடன் உள்ளே சென்றாள். அப்போதுதான் புதிதாக வந்திருப்பவர் யாரென ரீனெ எட்டிப் பார்த்தான். யூகா வணக்கம் கூறினான். நன்கு நடித்துப் பழகிய நட்புணர்வுடன் அதற்குப் பதிலளித்த ரீனே வரவேற்பறைக்குத் திரும்பினான்.

காஃபி கொடுத்துவிட்டு வெளியே வந்த ரீனெயின் மனைவி யூகா விடம் “தொய்வோலா இப்போது நீங்கள் ஏன் வரவேற்பறைக்குப் போகக் கூடாது..? இப்போது அங்கே நிறையப் பேர் இருக்கின்றனரே” என்றாள்.

“நான் போகலாமென நினைக்கிறீர்களா..?”

“ஏன் கூடாது? தொய்வோலா உள்ளே வரலாம்தானே . . . இல்லையா?” எனக் கதவு இடைவெளி வழியாக ரீனெயிடம் சத்தமாகக் கேட்டாள். பதில் சரியாகக் கேட்கவில்லை. ஆனால் அவள் யூகாவிடம் “நீங்கள் உள்ளே போகலாம்” என்றாள்.

வரவேற்பறைக்குள் சென்ற யூகா கதவருகே அமர்ந்தான். அழைப்பின் பேரில் ஒரு [4]விவசாயியின் வீடு சென்று அங்கே இருக்கும்போது வரும் அதே உணர்வு இப்போதும் வந்தது. சிகரெட்டுகள், காபி கோப்பைகள், மேசை விரிப்புகள், சுவர்களின் படங்கள் என இங்கும் இருந்தன. மிக நேர்த்தியான உடையுடனும் பளபளக்கும் பூட்ஸ்களுடனும் தொழிலாளர்

---

4. சமூக அடுக்கில் விவசாயி உயர்நிலையில் இருப்பவன். குத்தகைப் பண்ணை உழவன், விவசாயக் கூலிகள், தொழிலாளர்கள் ஆகியோர் தாழ்ந்த நிலையில் இருப்பவர்கள்.

தலைவர்கள் ஒரு வேலை நாளில் இங்கு ஏன் கூடியுள்ளனர் என்பது பற்றி யூகாவிற்கு எதுவும் தெரியாது. ஒருவிதச் சிறப்புக் கூட்டமாகவே நிச்சயம் இது இருக்கும்.

வீட்டில் ரொட்டியோ வைக்கோலோ இல்லாத சூழ்நிலையில் யூகா இங்கே அவ்வளவு நேரம் அதுபோல் அமர்ந்திருக்கக் கூடாது. அவர்கள் எதைப் பற்றி விவாதித்துக்கொண்டிருந்தனர் என்பது யூகாவிற்குத் தெரியாது. எனினும் அவ்வப்போது ஒரு சில வார்த்தைகள் கூற முயன்றான். கூஸ்கொஸ்கியில் ஏதோ மலைத் தொடர் பற்றியும் அதன் நெடுகிலுமுள்ள பல்வேறு இடங்கள் பற்றியும் அந்த விவாதம் இருந்தது. அந்த மலைத்தொடர் பற்றி எல்லோரையும் போல யூகாவிற்கும் தெரியும்.

"தற்காப்பிற்கு அது எளிதான இடம். அதுபோன்ற விஷயத்திற்கு நமக்கு அது தேவைப்படுமா..?" என்றான் யூகா.

"எவ்வளவு சீக்கிரம் நமக்கு அது தேவைப்படும் என்பது யாருக்குத் தெரியும்?" அங்கிருந்த ஒருவன் பதிலளித்தான்.

பேச்சிடையே பொருத்தமான கேள்விகளைப் படிப்படியாகக் கேட்டு என்ன நடந்தது என்பதைத் தெரிந்துகொண்டான் யூகா. போர் வெடித்திருந்தது. போர் – இந்தச் சொல்லை யாரும் உச்சரிப்பதும் இல்லை. அது ஏற்கனவே இருக்கும் பெருமளவு காரணிகளின் மொத்தக் கூட்டுப் போல் இருக்கிறது. போர் – செஞ்சேனைக் காவலர்களுக்கும் கொலையாளிகளுக்குமிடையே நடக்கும் மோதல் உண்மையான போராகுமா? கோடையில் பால் பண்ணை முற்றத்தில் நிகழ்ந்த ஏதோ ஆர்ப்பாட்டம் போன்றதல்லவா அது? ஏராளமானோர் ஆர்ப்பாட்டத்தில் பங்கு பெறுவதால் ஆர்ப்பாட்டத்தை ஒருவராலும் ஒன்றும் செய்ய முடியாது. அதுபோன்ற பெரிய கூட்டத்தின் மீது துப்பாக்கிச் சூடு நடத்த முடிமென்பது நம்ப முடியாததாகத் தெரிகிறது.

கூடத்திற்கு அதிக ஆட்கள் வந்தனர். அவர்களைச் சந்திக்க ரீனே வெளியே வந்த சமயத்தில் நாட்டு நடப்புகளில் ஏற்பட்ட திருப்பங்கள் பற்றி அங்கிருந்தவர்களிடம் தணிந்த குரலில் கேட்டு அவர்கள் கருத்தை அறிய முயன்றான் யூகா. ரீனே அறையில் இருந்தபோது அவன் முன் பேசுவதற்குப் பயந்திருந்தவன் போல் ரகசியம் பேசும் தொனியில் யூகாவின் குரல் தணிந்திருந்தது. யூகாவின் வீட்டிலிருந்த மோசமான சூழ்நிலைபற்றி அங்கிருந்த யாருக்கும் தெரியாது; எனவே இவ்விதம் பொதுவாகப் பேச யூகாவால் முடிந்தது.

ஆறு பேர் கூடத்திற்குள் வந்தனர். குழல் துப்பாக்கிகளைத் துணுக்குக் காட்சியாக யூகா கண்டான். விவாதம், செயல்பாடு முதலியவற்றின் மையமாக வரவேற்பறைதான் அதுவரை இருந்தது. இப்போது அது கூடத்திற்கு மாறியிருந்தது. கிராமத்து முரடர்கள் சிலரும் கூட்டத்தில் இருந்தனர். சிலர் சிறையிலிருந்து வந்தவர்கள். தீவிரமான எந்த நோக்கங்களுக்கும் தகுதியற்றவர்களாகவே அவர்களைப் பற்றி யூகா நினைத்திருந்தான். ஆனால் அதுபோன்று வேறுபடுத்திப் பார்ப்பது நச்சுத்தன்மை கொண்டதென அங்கு நிலவிய மேம்பட்ட உணர்வு வெளிப்படுத்திற்று. கூடத்தில் சிகரெட் புகை நிரம்பியிருந்தது. இப்போது கவனத்திற்குரிய விஷயம் நிகழ்கணம்

மட்டுமே. நேற்றோ நாளையோ அல்ல. கூடத்திற்கு ஒன்றிரண்டு பேர் அவ்வப்போது வந்தனர். அவ்விதம் வரும் ஒவ்வொரு தடவையும் கும்பல் உணர்வு இரட்டிப்பாக வலுவடைந்தது. இரவில் காவலர்களை வீட்டிற்கு வெளியே நிறுத்துவதென ஏற்கனவே திட்டமிடப்பட்டிருந்தது. யாரும் கேட்டுக்கொள்ளாமலேயே ரீனெயின் வீட்டிலேயே அந்த இரவைக் கழித்தான் யூகா. ரொட்டியோ வைக்கோலோ வீட்டில் இல்லாததால் பிற்பகலில் வீட்டைவிட்டு வெளியே வந்திருந்தான் யூகா. அந்தப் பிற்பகல் இப்போது வெகுதொலைவு சென்றுவிட்டது. அதுபோலவே அங்கிருந்த ஒவ்வொருவருக்கும் சிறிது நேரத்திற்கு முன்புவரை இருந்த அவரவர் சொந்தப் பிரச்சினைகள் இப்போது இல்லை.

அந்தப் பகுதியில் 'செஞ்சேனையின் ஆட்சி' தொடங்கியிருந்தது. அன்று காலை ரீனெயின் வீட்டிற்கு வெளியே முற்றத்தில் ஆட்கள் ஏற்கனவே அணிவகுத்து நின்றிருந்தனர். ஆயுதங்கள் பறிமுதல் செய்ய இனிமேல்தான் அவர்கள் வெவ்வேறு திசைகளுக்குச் செல்ல வேண்டும். முதல் உத்தரவு ஒரு விவசாயிக்கு அன்று மாலையில் பிறப்பிக்கப்பட்டது; அந்த விவசாயி ஒரு பொதி வைக்கோலை – படைவீரர் குடியிருப்பிற்குக் கொண்டு வந்தான்; படைவீரர் குடியிருப்பு என்னும் இந்தச் சொல் திடீரெனப் பயன்பாட்டிற்கு வந்திருந்தது. ஆயுதங்கள் பறிமுதலுக்கான தேடுதல் முடிந்த பிறகு அப்போதுதான் ஆட்கள் திரும்பியிருந்தனர். யார் யார் எப்போது திரும்பினர் என நினைவு வைத்துக்கொள்ள முடியாத அளவு அதிக எண்ணிக்கையில் அவர்கள் இருந்தனர். சிகரெட் புகை சூழ்ந்திருந்த அறையைப் பேச்சுச் சத்தம் நிரப்பிற்று. தாங்கள் சென்றிருந்த ஒவ்வொரு பண்ணையிலும் நிகழ்ந்தவை பற்றி அவர்கள் தங்களுக்குள் விவாதித்துக்கொண்டிருந்தனர். யூகா அதுவரை பார்த்திராத போக்கிரிகளும் அவர்களில் இருந்தனர். நேற்று வந்திருந்த அதே அலுவலக ஊழியர்களுடன் வரவேற்பறையில் இருந்தான் ரீனெ. படைவீரர் குடியிருப்புகள், ஊழியர் வசிப்பிடங்கள் இருக்கும் பகுதியிலிருந்து கிராமத்தின் மீதிப் பகுதிகள் விலகியிருப்பதாகத் தெரிகிறது. தொய்க்கா பண்ணை வெகு தூரத்திலும் சிறிது தள்ளி பைத்துலாவும் உள்ளன. சர்ச் கிராமத்தில் என்ன நடந்திருக்கிறது..?

யூகாவைத் திகிலடையச் செய்யும் தனிப்பட்ட ஒரு விஷயம் இன்னும் இருந்தது; அவன் வீட்டைவிட்டு வெளியே வந்து 24 மணிநேரத்திற்கு மேலாகி இருந்தது. அவனைச் சுற்றிலும் இரைச்சலாக இருந்தது. வழக்கத்திற்கு மாறாகக் கூருணர்வு கொண்டவனாக அந்த இரைச்சல் அவனை மாற்றியிருந்தது. இன்று மாலையும் வீட்டிற்குப் போகாதிருப்பது நல்லதென நினைத்தான். சூப்பும் வெண்ணெய் தடவிய ரொட்டியும் சாப்பிட்டுக் கொண்டிருந்தபோது இந்தப் பிரச்சினையைத் தீர்க்க முயன்றான்: வீட்டின் மிகக் கடினமான சூழ்நிலையில் பிள்ளைகளும் பசுவும் இன்னொரு நாள் தாக்குப்பிடிக்க முடியுமா..? இன்று மாலையும் வரும் இரவும்..?

பனிப்பாறை என்னதான் வேகமாக வளர்ந்தாலும் அதன் சரிவு அதற்கான வேளையில்தான் நிகழும். அது நிகழ்வதற்காகக் காத்திருக்கிறான் யூகா. அவன் நம்பிக்கை நிறைவேறுவதற்குள் ஏறத்தாழ மூன்று நாட்கள் முடிந்திருந்தன.

‘கொடுங்கோன்மை நுகத்தடிக்கு எதிராக
சேனை எழுகிறது பூமியில்’

ஓங்கிக் குரலெழுப்பினர், வாய் மூடி ராகமிழுத்தனர், விசிலடித்தனர், சிறார்கள் குழலூதினர், பெண்கள் கிறீச்சிட்டனர். சாலை கடக்கும் பனிச்சறுக்கு வண்டி வரிசைகளில், சந்துகளில் பண்ணை முற்றங்களில் என இந்த முழக்கம் எங்கும் ஒலிப்பதை அந்த நாளில் கேட்க முடிந்தது.

ஆட்சி செய்தல் என்றால் என்னவென அந்த நாளில் ஒருவர் அறிந்து கொண்டார். விடுதலை உணர்வை அனுபவித்தார். ஆனால் வயதான யூகாவிற்கோ சுதந்திர உணர்வு தலைமுறைப் பயமாக அவன் முதுகுத் தண்டை நடுக்கிற்று. அவன் பாட முயன்றபோது மெல்லிய அவன் குரல் நடுங்கிற்று. வேதனையுடன் காத்திருந்த பின்னரே அவனது சொந்த விடுதலை வந்தது. வைக்கோல் சுமை காட்டுப்பாதையில் தொய்வோலாவிற்குச் சென்றபோது பசியிலும் அழுகையிலும் பாதி இறந்திருந்த குழந்தைகளுக்கு ரீனெயிடமிருந்து பெற்ற உணவுப் பொருட்களின் பெரும் பாரம் ஒன்றை யூகாவே எடுத்துச் சென்றான். இவ்விதம் குழந்தைகள் பிரச்சினை தீர்ந்ததால் விடுதலை என்னும் மாபெரும் லட்சியத்திற்குத் தன்னை முழுவதும் அர்ப்பணிக்க யூகாவால் முடிந்தது.

அதற்குள் விஷயங்கள் ஒரு முடிவிற்கு வந்திருந்தன. மறுநாள் இரவு தன் மகன் கல்லேயைச் சந்தித்தான் யூகா. சிவந்த முகமும் பருத்த உருவமும் கொண்ட வாடகை வண்டி ஓட்டியான அவன் இப்போது படைப்பிரிவின் அதிகாரி. அவர்கள் சந்திப்பில் தந்தை மகன் உறவு வெளிப்படவில்லை. அதற்கான நிபந்தனை எதுவும் அங்கில்லை. தந்தையாக யூகாவிடம் சிறிது முரட்டு அதிகாரமிருந்தது. வேறு ஒருவனுடன் பேசுவது போல் கல்லே யூகாவிடம் பேசினான். மறுநாள் காலை கூஸ்கொஸ்கி இருக்கும் திசையில் தன் ஆட்களுடன் கல்லே கிளம்பினான்.

இந்தக் கனவான் இப்போது இல்லை, அந்தப் பெரிய மனிதர் உயிருடன் இல்லை என்பதான வதந்திகள் ஏற்கனவே உலவத் தொடங்கியிருந்தன. ஆனால் இதுபோன்ற விஷயங்களைப் பெரிய அளவில் ஒருவரும் விவாதிக்க வில்லை. உள்ளூர் விவசாயிகளைப் பற்றி ஒருவர் பேசினார் . . . விவசாயிகள் ஒவ்வொருவரின் குணங்கள் பற்றித் துருவி ஆராய்ந்து பொழுதுபோக்கினர். இது தொடங்கி நாளையுடன் ஒரு வாரம் முடியப் போகிறது. முதல் சில தினங்கள் அருகேயுள்ள பகுதியில் மக்களின் இயல்பு வாழ்க்கை பாதிக்கப்பட்டிருந்தது. ஆனால் அதுவே விரைவில் இயல்பு நிலையாகி விட்டது. இந்தப் புதிய சூழ்நிலைக்கு உள்ளூர்வாசிகளிடம் குறிப்பிட்ட பெயர் எதுவும் இல்லை; என்னவாக இருந்ததோ அப்படியே இருந்தது. அது பற்றி விபரமாகப் பேச ஒருவர் தயங்கினார். [5]வெள்ளை அணி வந்த பிறகே இது கிளர்ச்சி எனவும் ஃபின்லாந்தின் சுதந்திரப் போர் எனவும் பலர் அறிந்துகொண்டனர்.

5. 1917 டிசம்பரில் ருசியாவிடமிருந்து ஃபின்லாந்து சுதந்திரம் பெற்றதும் உள்நாட்டுக் கலகம் வெடித்தது. விவசாயக் கூலிகள், குத்தகை உழவர்கள், தொழிலாளர்கள் அடங்கிய செஞ்சேனை அணி ஒருபுறமும்– நிலஉடைமையாளர்கள், மத்திய, உயர் வர்க்கத்தினர் அடங்கிய பழமைவாத அணி – வெள்ளையர் மறுபுறமும் அதிகாரத்திற்காகப் போட்டியிட்டன.

போர் தொடங்கி 7 வாரங்களாகிவிட்டன. போர் பற்றிப் பெரிய அளவு அக்கறையில்லாத பலரிடம் ஆரம்ப நாட்களிலிருந்த மிகைப் பரபரப்பு, நாள் செல்லச் செல்லக் குறைந்தது. குதிரைகள், உணவுப் பொருட்களுக்கான கோரிக்கைகள், வெளியே போய் வருவதற்கான அனுமதிச் சீட்டு முதலிய அனைத்தும் வழக்கமான நடைமுறையானது. பனிச்சறுக்கு வண்டி வீட்டிற்கு வருகையில் மக்கள் பெரிதாகக் கலவரமடையவில்லை. குழல் துப்பாக்கிகள், துப்பாக்கியைச் சுத்தம் செய்யும் கோல், சிவப்பு ரிப்பன் முதலியவற்றுடன் ஆட்கள் திரிவது பழக்கமான காட்சியானது. அவர்களை நேசமான புன்னகையுடன் மக்கள் வரவேற்றனர். அவர்கள் கொண்டு வரும் ஆணைகளை நிறைவேற்றுவதாக வாக்குறுதியளித்தனர். தங்களின் தேவாலய வட்டாரத்தைச் சேர்ந்த ஏற்கனவே பழக்கமானவர்கள்தாம் அவர்கள். இருந்தாலென்ன? அதோ சிறிது தூரத்திலுள்ள முற்றத்திற்குச் சறுக்குவண்டி சென்றுகொண்டிருந்தது. பால் வாங்குவதற்குப் போர் முனையிலிருந்து விரைவிலேயே ஆட்கள் இங்கு வருவர்.

மாறுதல் எதுவுமின்றிச் சலிப்பாக இருக்கிறது வாழ்க்கை. மாலை வெளிச்சம். அண்டை வீட்டிற்கு அரட்டையடிக்கச் செல்கிறார் ஒருவர். செஞ்சேனை ராணுவ அதிகாரி வண்டியில் அங்குமிங்கும் சென்றதை யாரோ பார்த்ததையும், வேறு பகுதியிலுள்ள செஞ்சேனைக் காவலர் இவ்விதமெல்லாம் கூறியதாகவும் கூடத்தில் அமர்ந்து ஒருவருக்கொருவர் பேசிக்கொள்கின்றனர். மற்றொருவர் உதட்டில் புன்னகை நெளிய ஏதோ கூறி இணக்கத்துடன் நடந்துகொள்ள முயல்கிறார்.

எதிர் அணியைக் 'கொலையாளி' (*Butcher*) என்னும் சொல்லால் மட்டுமே செஞ்சேனை அணியினர் அழைக்கின்றனர். (அவர்கள் *White Guards* – 'வெள்ளைக் காவலர்கள்') செஞ்சேனைக் காவலர்களிடம் முற்போக்கான சிந்தனையும் செயல்பாடுகளும் இருக்கின்றன. இதுபோல் அந்த அணியில் இருப்பது சந்தேகம்தான். உதாரணமாக: செஞ்சேனை அணியில் வண்டியோட்டியாக வேலைசெய்யும் ஒரு விவசாயிக்கு சிகரெட் வழங்கப்படுகிறது; இப்போது அவர் பிறருக்கு சிகரெட் வழங்கி மரியாதை தருகிறார். ஒரு நாளில் நான்குமுறை ரீனெயிடம் தனது வருகையைப் பதிவுசெய்யும்படி பைத்துலா எஜமானன் ஆணையிடப்பட்டிருப்பதாக யாரோ கூறுகிறார்;

அவமதிப்பு மனிதனுக்கு நல்லதே செய்யுமென அனைத்து எல்லைகளுக்கும் அப்பாற்பட்ட யாரோ அந்நியன் ஒருவன் தனக்குள் நினைத்துக் கொள்கிறான். ரீனெயின் மகன் கொல்லப்பட்டிருப்பதைக் கேள்வியுற்றதாக ஒருவன் கூறுகிறான்; அந்தப் போக்கிரி இறந்துபோனது நல்லதுதானென அந்த அந்நியன் நன்றியுணர்வுடன் நினைத்துக்கொள்கிறான். சங்கிலித் தொடர்பான பல்வேறு நிகழ்வுகள்தாம் தற்போதைய இந்த உள்நாட்டுக் கலகச் சூழ்நிலைக்குக் கொண்டுவந்திருக்கிறது எனத் தான் நம்புவதாக அந்த அந்நியன் கூறுகிறான். ரகசிய மனநிறைவின் ஆதாரமாய்த் தனக்கு இருப்பது காலம் எனவும், எது நடக்க வேண்டுமோ அதுவே நடந்துகொண்டிருக்கிறது எனவும் நினைக்கிறான். பொறுமையின்மை ஒன்றே தன்னைத் தொந்தரவு செய்வதாகக் கூறுகிறான். இதனை உடனே கடந்துவிட வேண்டும். வெற்றி

பெறும் தகுதி எந்த அணிக்கும் இல்லை என்பதும் வெற்றிபெறுவதற்கான முதல் நிபந்தனை தன்னையே ஒருவன் வெற்றிகொள்வதாகும் என்பதாகவும் அந்த அந்நியன் கருதுகிறான்.

அனைத்து எல்லைகளையும் கடந்த ரகசியமான அந்த அந்நியனின் மனதில் இவ்விதமாக எண்ணங்கள் ஓடுகின்றன. தான் யாரென வெளியே தெரிந்துவிடாதிருப்பதில் கவனமாக இருக்கிறான். (மாறுதலுக்கான) சம்பவங்கள் இப்போது நடந்துகொண்டிருப்பதாக உண்மையிலேயே அவன் உணர்கிறான். மாறுதலே இல்லாத நீண்ட சலிப்பை வாழ்க்கை கடுமையாக வெறுக்கிறது. பொதுவாக உணர்ச்சிகரமாக இருப்பதே வாழ்வின் நாட்டமாக இருக்கிறது.

கூச்சல் குழப்பமுமாக எங்கேயாவது ஏதேனும் நிகழுமேயானால் யூகா தொய்வோலா பரபரப்பாகிவிடுவதுண்டு. சிவப்பு ரிப்பனுடனும் வெறிக்கும் கண்களுடனும் முழுநேரமும் இப்போது அங்கங்கே தென்படுகிறான் யூகா. சமதர்மவாதிகள் பட்டியலில் யூகாவைச் சேர்க்கும் எளிய பாராட்டைக்கூட முன்பு தெரிவிக்காத விவசாயிகள் இப்போது அவனிடமிருந்து உத்தரவுகள் பெறவேண்டியதிருக்கிறது. ஒவ்வொரு முக்கியமான நிகழ்ச்சியிலும் விருப்பத்துடன் கலந்துகொள்கிறான் யூகா. அப்போதெல்லாம் அவன் கண்களில் ஆர்வம் கொப்பளிக்க அவன் வாய் கடுமையாக இறுகிவிடுகிறது. வேலை விஷயமாக வெளியே அனுப்ப யூகாவைவிடவும் சரியான வேறு ஆள் இல்லையா என ரீனெயே தனது அலுவலக ஊழியர்களிடம் ஒருமுறை கேட்டிருந்தான். எனினும் படைத்துறையின் தேவைகளுக்காக வெளியே அனுப்பப்படுவதை யூகா விரும்புகிறான். யூகாவைப் போன்றோரிடமிருந்து உத்தரவு பெறுவதைவிடவும் தங்கள் நிலத்தில் பாதியைத் துறந்துவிடப் பல விவசாயிகள் தயாராக இருந்தனர். ஏதோ புதிரான காரணத்திற்காக விவசாயிகளுக்கு யூகாவைப் பிடிக்காதுபோயிற்று. அவன் அவர்களின் வெறுப்பிற்கு ஆளாகியிருந்தான்.

யூகாவைப் பொறுத்தவரை விவசாயிகள் மேல் அவனுக்குப் பெரிய வெறுப்பு என ஏதுமில்லை. அவர்களிடமிருந்து அவன் எதிர்பார்ப்பது இதுதான்: 'சர்வ வல்லமை கொண்டோர் மக்களே. இன்னொரு மனிதனின் வியர்வையில் வாழ்வது நிற்க வேண்டும்.' அவன் எப்போதும் கூறிவரும் இதனை அவர்கள் ஏற்றுக்கொள்ள வேண்டும். முன்பெல்லாம் அவர்கள் அவனைக் கவனிப்பதேயில்லை. அவர்களின் சமையலறைக்குச் சென்றால் அவனை உட்காரக்கூடச் சொல்வதில்லை. என்னதான் மரியாதையுடன் அவன் அவர்களை அழைத்தாலும் அவர்கள் உறுமியவாறு தங்கள் கவனத்தை வேறெங்கோ திருப்பிக்கொள்வர். போர் நடந்துகொண்டிருக்கும் இந்த நேரத்திலும் அவர்களுக்கான உத்தரவை அவன் கொண்டுவந்தால் அவர்கள் கோபத்தில் தங்களுக்குள் கொதிப்பதை யூகா கவனித்திருக்கிறான்.

யூகாவிற்கு இவ்விதமாகவே எல்லாம் நடந்துவந்திருக்கிறது. இன்று தொலைபேசி உரையாடலை ரகசியமாகக் கேட்ட சிலர் விரைவில் என்ன நடக்குமென்பதில் சந்தேகம் கொண்டுள்ளதாகத் தெரிவிக்கின்றனர். ஆனால் யூகாவோ படைத்துறைக்குத் தேவையான முரட்டுக் கம்பளங்களுடன், அருகில் கல்லே அமர்ந்திருக்கத் தேவாலய வட்டாரத்திலேயே இன்னும்

சாதுவான பாரம்பரியம்

வண்டியோட்டிக்கொண்டிருக்கிறான். தற்போதைய நிலைமை பற்றிக் (தொலைபேசி உரையாடல்) கல்லேயிடம் தெரிவிக்க வேண்டிய தேவையை யூகாவின் சுருங்கிய மூளை உணர்ந்திருக்கவில்லை. இதுவரை 500 மார்க்குகளுக்கும் அதிகமாகவே யூகா சேமித்துவைத்திருக்கிறான். ரொம்ப மோசமில்லைதான். எனினும் நிலைமை சீரானதும் தனக்குக் கிடைக்குமென அவன் நினைத்துக்கொண்டிருக்கும் தொகையளவு இது இல்லை. எனினும் இந்தப் பணத்தைக் கொண்டு சிறிய வீடும் வயல்களும் கொஞ்சம் காடுகளும் இப்போது அவனுக்குச் சொந்தமாகக் கிடைக்கும். அவனுக்கு இன்னும் ஏராளமாகப் பணம் தேவைப்படும். யூகா பொறுமை இழக்கத் தொடங்குகிறான். தனது பங்கிற்குக் கடுமையாகவே உழைத்திருக்கிறான். இன்னும் தொடர்ந்து வேலைசெய்வான். ஆனால் அதன் பலன் மெதுவாகவே வருகிறது. கையில் ரொக்கமாய்ப் பணம் புரளும் நிலையிலிருக்கும் ரீனெயும் தனக்கென வரும்போது பணவிஷயத்தில் எச்சரிக்கையுடன் இருப்பான்.

வண்டியில் தனக்கருகேயிருக்கும் கல்லே நீமெனனிடம் ஏதோ குறிப்பிடுகிறான் யூகா. ஆனால் கல்லே அதனைக் காதில் வாங்கிச் சலிப்புடன் ஏதோ பதில் கூறுகிறான். ஏதோ ராகத்தை முணுமுணுத்தவாறு வண்டி போகும் பாதையின் முன்னால் பார்க்கிறான். தனது வாழ்நாள் முழுமையும் ஒருபோதும் ஓர் உண்மையான காம்ரேடை யூகாவால் பார்க்க முடிந்ததில்லை.

கொள்ளைப் பொருட்களுடன் ஊழியர் தலைமை அலுவலகத்திற்கு யூகா வந்தபோது மாலை இருள் பரவியிருந்தது. ரீனெயின் வீட்டிற்குள் சென்றான். அமைதியும் வேறு எது பற்றியோ மனதிலிருந்த கோபமும் முடியடர்ந்த அவன் முகத்தில் தெரிந்தன. அவன் வயதானவன். ஆனால் சுறுசுறுப்பாக இருக்கிறான். வேலைசெய்யாமல் ஒவ்வொருவரும் ஓய்வெடுத்துக்கொண்டால் வீட்டுக் காரியங்கள் அரிதாகவே நடக்கும். உரிய நேரத்தில் சுறுசுறுப்பாகச் செயல்பட வேண்டும். அவனுக்குக் காஃபி தர ரீனெயின் மனைவி யூகாவைச் சமையலறைக்கு அழைக்கிறாள்.

காஃபிக் குவளை கையிலிருக்கையில் அப்போதைக்கு ஓர் ஆடம்பர உணர்விற்கு ஆளாகிறான் யூகா. கடந்த காலத்தில் ஏதாவது வேலை செய்தமைக்காக அவனுக்குப் பணம் தரப்படும்போது இதே மனநிலைக்கு அவன் ஆளாவதுண்டு, காஃபியை உறிஞ்சிக் குடிக்கும் நேரம் முழுவதும் பணம், மனதிற்கேற்ற எண்ணங்களை அவனுள் எழுப்புகிறது. உறுதியாகச் செயல்படுவதில் உள்ள அழகு அவனைத் தூண்டுகிறது. அதற்கு நிகராகக் கவலையுறவும் செய்கிறது. சுற்றுப்புறச் சூழ்நிலைகளில் பத்திரமாகத் தன்னை உணர்கிறான் யூகா. மனிதர்கள், நேச உணர்வு, உணவு, காஃபி, இயக்கம் என அனைத்தும் அவனைச் சுற்றிலும் இருக்கின்றன. யாராவதொருவர் எப்போதும் வெளியே எங்கேயாவது போய்க்கொண்டிருக்கிறார். தொலைபேசி மணி ஓயாமல் ஒலித்துக்கொண்டிருக்கிறது. எளிதாகவும் இழைவுடனும் ஒவ்வொன்றும் போய்க்கொண்டிருக்கின்றன. சமையலறைக்கு விறகு கொண்டுவரும் எண்ணம் யாருக்காவது இருக்கிறதா? இல்லை. விறகுகள் அடுக்கு குறைந்துகொண்டே வருகிறது. நான்தான் கொண்டுவர வேண்டும்.

கூஸ்கொஸ்கி போர்முனையிலிருந்து வாரக்கணக்காக வரும் கடகட ஓசையும் இப்போது பழகிப்போய் மனதிற்கு உகந்ததாக ஆகியிருக்கிறது. அந்த ஓசை இந்தச் சூழ்நிலைக்கு உரித்தானது. போர்முனையிலிருந்து வரும் அந்தச் சத்தத்துடன் கூடிய வாழ்க்கை இப்போதிருக்கும் வாழ்வாக இராது. கீழே பனிப்பாறையின் ஊடே நூற்றுக்கணக்கான வண்டிகளின் நீண்ட அணிவகுப்பு அதுவாகவே முன்னகர்வதாகத் தோன்றுகிறது, எங்கே போக வேண்டும் என்பதைக் கூற ஒரு தலைவன் தேவையில்லை போலும். இன்ன பகுதிகளைச் சார்ந்த இன்ன நபர்கள் இறந்துவிட்டதாகச் சில சமயங்களில் பேச்சு வரும். இந்தச் செய்தி பாதுகாப்புணர்வை அதிகரிக்கவே செய்கிறது என்பது புதிரான ஒன்று. ஒரு விவசாயியாக இருக்கவும் யூகாவிற்கு விருப்பமில்லை; இப்போதிருப்பது போல் இருக்கவே அவனுக்குப் பிடித்திருக்கிறது. பரபரப்பான செயல்பாடுகளில் தொடர்ந்து ஈடுபடுவதன் மூலம் ஒருவகையில் தன்னை மறைத்துக்கொள்கிறான் யூகா. சூழ்நிலையின் முக்கியத்துவத்தையும் விளைவுகளையும் தனது மூளை விளங்கிக்கொள்ள வேண்டும் என்பது யூகாவின் இயல்பிற்கு மாறானது. எவ்விதம் இருக்கிறானோ அதுவே தனக்குச் சரியானதாகும் என யூகா உணர்கிறான். ஆயிரக்கணக்கானோரில் அவனை மட்டும் ஒருவர் தனிமைப் படுத்துகிறார் எனில் குறிப்பிடும்படி அப்படி என்னதான் அவனிடம் உள்ளது . . ? சமையலறைக்கு விறகு எடுத்துவர வெளியே செல்கிறான்.

யூகா சுறுசுறுப்பானவன். அலுவலக ஊழியர்கள் அவனை உன்னிப்பாகப் பார்க்கின்றனர். அவனிடம் பேசுகையில் ஆதரவான புன்னகை அவர்கள் முகத்தில் தெரிகிறது. லேசான முரட்டுத்தனத்துடன் அதனை ஏற்றுக் கொள்கிறான் யூகா. தேவாலயப் பகுதியை ஒரு சுற்றுச் சுற்றி அப்போதுதான் விறகு கொண்டுவந்திருக்கிறான். கூடத்தில் மற்றவர்கள் கால்களை நீட்டிப் படுக்கையில் படுத்திருக்கின்றனர்; பத்திரிகை வாசித்தவாறு ஆடும் நாற்காலியில் ஒருவர் அமர்ந்திருக்கிறார்.

எனினும் இன்று மாலை அலுவலக ஊழியர்களைத் திருட்டுத்தனமாகப் பார்த்தான். அவர்களின் அமைதி ஒரு பாவனையாகும் என்னும் அச்சமூட்டும் சந்தேகம் ஏதோ காரணத்தால் அவன் மனதில் ஊடாடிற்று. ஊழியர்களின் இவ்வித நடத்தை அந்த முரட்டுக் கம்பளங்களைப் படைத்துறைப் பயன்பாட்டிற்காக அவன் கொண்டுவந்தபோதிருந்தே தொடங்கிவிட்டது. ஒரு பண்ணையிலிருந்து கொண்டுவரப்பட்ட தொலைபேசிச் சாதனம் மரத்துப்போன உணர்வுடன் சுவரிலிருந்து கீழே பார்ப்பதாகத் தோன்றிற்று. மேற்கூரையிலிருந்து மின்சார பல்பு தொங்கியது. ‘ஆணையின் படி’ பொருத்தப்பட்டது என்னும் அறிவிப்பு அதில் இருந்தது. யூகா உதவியாக இருப்பவன் என்பதை ஒருவரும் கொஞ்சமும் கண்டுகொள்வதில்லை. யூகாவின் வெற்று ஆர்ப்பாட்டங்களைப் போதுமான அளவு அனுபவித்து விட்டதான எண்ணம் அவர்களிடம் இருக்கலாம். யூகா வெளியே வந்தான். இந்தப் புதிய வாழ்க்கை தொடங்கி ஏழு வாரங்களாகிவிட்டது என்னும் எண்ணம் அவன் மனதில் பளிச்சிட்டது.

உண்மையில் எதுவும் மாறியிருக்கவில்லை. அந்த மாலைப் பொழுது அமைதியாக இருக்கிறது. கூஸ்கொஸ்கியில் துப்பாக்கிச் சூடு சிறிது குறைந்திருக்கிறது. கொலையாளிகள் அங்கேயே இன்னும் சுற்றிக்

கொண்டிருக்கின்றனர். கொலையாளிகள் ... வாசலில் காவலாளி நிற்கிறான். சாலையிலிருந்து நடந்துவரும் சத்தம் கேட்கிறது. இரண்டு பேர் நெருங்கிவந்து கொண்டிருக்கின்றனர். ஒரு ஆண், மற்றொருவர் பெண். நேர்த்தியான கம்பளி கோட் அணிந்த அவர்கள் அமைதியாக வருகின்றனர். சமூகத்தின் மேல்நிலையிலுள்ள அவர்கள் பைத்துலா எஜமானனும் எஜமானியும்தான். வழக்கம் போல் தனது வருகையைப் பதிவு செய்யத் தன் மனைவியுடன் தலைமை அலுவலகம் (ரீனெயின் வீடுதான் தலைமை அலுவலகமும்கூட) வந்திருக்கிறான். பைத்துலா எஜமானன். கூஸ்கொஸ்கியில் துப்பாக்கி சுடும் சத்தம் மிகவும் குறைந்துவிட்டது. குறிப்பிடும்படியாக ஏதேனும் நிகழ்ந்து கொண்டிருக்கிறதா .. ? அத்தகைய விசித்திர உணர்வு அங்கே நிலவுகிறது.

கொட்டகைக்குச் சென்ற யூகா உற்சாகமற்று இரண்டு கைகளாலும் விறகுக் கட்டைகளை அள்ளிக்கொண்டிருந்தான். இதெல்லாம் என்ன .. ? ஓர் எண்ணம் மனதில் ஓடிற்று. செய்துகொண்டிருந்த வேலையை இடையில் நிறுத்தி இருளில் பார்த்தான். இது புரட்சி. நான் புரட்சியாளன். இவ்விதம் தனக்குள் முணுமுணுத்துக்கொள்வது ஆரம்பத்தில் மனதிற்கு ரம்மியமாகவே இருந்தது. ஆனால் இப்போது உட்புக முடியாத அளவு ஆழமான அர்த்தங்கள் கொண்டிருப்பது போல் தெரிகிறது. பழைய அமைப்பிற்கே இப்போது மீண்டும் போக முடியுமானால் . . . சேமிப்பாக 500 மார்க்குகளுக்கு மேலாகவே இருக்கிறது. அது நல்லதுதான்.

பழைய அமைப்பிற்குத் திரும்பிச் செல்ல முடியாதென்ற பயங்கரமான எண்ணம் யூகாவைத் திணறச் செய்தது. பைத்துலா எஜமானன் திடீரென ரீனே வீட்டினுள் மறைந்திருந்தான். யூகாவைச் சுற்றிலுமிருந்த மவுனம் உடையாதிருந்தது.

யூகா விறகுச் சுமையுடன் ரீனேயின் வீட்டிற்கு வருகிறான். பைத்துலா எஜமானன் கூடத்தில் கதவருகே நின்றுகொண்டிருக்கிறான். அவன் நின்ற விதத்தில் ஒரு கனவானின் திமிர் தெரிகிறது. அவனது தாடை வெளியே நீண்டு முகம் சிவந்து இருண்டிருக்கிறது. ரீனே மீண்டும் அவனைக் கேள்வி கேட்கிறான். அப்போது தனது விறகுச் சுமையுடன் யூகா கனவானின் பின்புறமாகக் கடந்துசெல்கிறான். கனவானின் உடல் அசைவுகள் தன்னுணர்வுடன் அமைந்திருக்கின்றன. கலகக் குரலில் ரீனேயிடம் கனவான் பதில் கூறுவது காதில் விழுகிறது. விறகுகளைச் சமையலறையில் வைத்துவிட்டுக் கூடத்திற்குத் திரும்பும் யூகா,

“ஏழை ஜனங்களின் விடுதலையைத் தலைநகர் (பழமைவாதிகள்) நசுக்கிக்கொண்டிருக்கிறது. அங்குமில்லாமல் இங்குமில்லாமல் அது இருக்கும்வரை ஓர் ஆண் மகன் தனது காலால் அதனை எட்டி உதைக்க வேண்டும்” எனக் கனவானிடம் கூறினான்.

யூகாவின் சாமர்த்தியமற்ற குறுக்கீடு இது. எனினும் அவனது வெளிப்படையான பேச்சால் எஜமானனுக்கும் ரீனேக்கும் இடையே இருந்த தயக்கம் உடைகிறது. தனது முழங்கைகள் முழங்கால்களைச் சேர்த்துப் பிடித்திருக்கப் படுக்கையில் அமர்ந்திருக்கிறான் ரீனே. அவன் கைவிரலிடுக்கில் சிகரெட். முகம் சுளிக்கிறான் ரீனே. அது கனவானிடம் இவ்விதம் கூறுவது போலிருக்கிறது: ‘நாங்கள் யூகாவைப் போன்றோரைச்

சார்ந்திருக்கிறோம் என நினைத்தால் அது உன் தவறு.' அவசரமான உடலசைவுடன் சத்தமாக பைத்துலா எஜமானனிடம்

"நல்லது இனி நீ இங்கு வரத் தேவையில்லை. நீ போகலாம்" என ரீனே கூறுகிறான்.

"சரி" என்றவாறு அறையைவிட்டு வெளியேறினான் கனவான். ரீனேயும் படுக்கையிலிருந்து எழுந்து வெளியே சென்றான். கூடத்தில் அதுவரை மவுனமாக இருந்த மற்றவர்களிடம் சிறிது நேரத்திற்கு முன்னர் ரீனேயிடமிருந்த பாவனை தெரிந்தது. யூகா மட்டும் ஏதோ சொல்ல முயன்றான். ஆனால் ஒருவரும் அவனைக் கவனிக்கவில்லை. தொலைபேசி மணி அடித்தது. லாட்டின் மாக்கி அதனை எடுத்தான். "ஹலோ . . . ஆம் . . . இல்லை, அது அவனல்ல – என்னால் கூற முடியாது – ஒன்றிரண்டு நிமிடங்களுக்கு முன்னர் அவன் வெளியே சென்றான் – என்ன? துர்க்கு ஆட்கள் அல்லவா? – என்ன –? போய்விட்டதா – எங்கே? அது பச்சைப் பொய்–" லாட்டின் மார்க்கி ஒன்றும் பேசாது தொலைபேசியை வைத்தான்.

"நானும் அந்த அளவு பயந்தேன்" என்றான் மாக்கினன்.

லேசான பதற்றத்திற்கு ஆளானான் யூகா. அந்தத் தொலைபேசி அழைப்பு எதற்காகவென அவனால் விளங்கிக்கொள்ள முடியவில்லை. ரீனே உள்ளே வந்தான்.

"நீ போ தொய்வோலா. அந்தக் கொலையாளி மீது ஒருகண் இருக்கட்டும். தனது குகையைவிட்டு அவன் வெளியே வருவதில்லை."

"எந்தக் கொலையாளி?"

"இப்போது இங்கிருந்து வெளியே சென்றானே அவன்." "தொலைபேசிச் செய்தி ஏதேனும் உண்டா" என மற்றவர்களிடம் திரும்பினான் ரீனே.

"ஆம்."

"எனது துப்பாக்கியை எடுத்துக்கொள்ளட்டுமா" எனக் கேட்டான் யூகா.

"நிச்சயமாக," புதிரான உரத்த சிரிப்புடன் கூறினான் ரீனே.

ரீனெயின் வீட்டிலிருந்து வெளியேறுகிறான் யூகா. அதுவே கடைசி முறை என்பதை அப்போது அவன் அறிந்திருக்கவில்லை. வெகுதொலைவு முந்தைய கடந்த காலத்தின் ஒரு கிறிஸ்துமஸை ஒட்டிய அந்த இரவிலிருந்து, போர் அபாயங்கள் சூழ்ந்த இந்த நாட்கள்வரை அறுபதாண்டு கால உயிர்ப்புள்ள நீண்ட தொடர்பு அதன் முடிவை நெருங்குகிறது. அந்த நாட்களில் தீப்பந்தங்கள் எரிந்தன. முதியவன் பெஞ்சமி நிக்கிலா கரடு முரடான துணியில் தைத்த தளர்ந்த சட்டையுடன் நாட்டுச் சாராயம் குடித்து அந்த நாட்களைக் கழிப்பான். தன் மூன்றாம் மனைவியை அடிப்பான். இவ்விதம் தனது குடும்பத்தை அவன் ஆட்சி செய்தான். பூமிக்கும் வானிற்குமிடையே கிராமத்தின் ஆழ்ந்த அமைதி அப்போது கோலோச்சிற்று. தனது குடும்பத்தைச் சார்ந்த ஏனையோரெல்லாம் நிரந்தர ஓய்வில் எப்போதோ சென்றுவிட, அந்தச் சமயத்தில் பிறந்த பையன்

சமதர்மவாதியாக உருவாகியிருக்கிறான். அந்தச் சாலையில் அதோ அங்கே நடந்துகொண்டிருக்கிறான். அவன் மூளை எளிமையிலும் எளிமையானது. அவன் மனதின் எல்லைகளோ நினைத்துப் பார்க்கவும் முடியாத அளவு மிகவும் சிறியது. எனினும் அவனது தேச மக்கள் வரலாற்றில் மிக முக்கியமான நிகழ்வுகளும் வளமும் முன்னேற்றமும் கொண்ட அறுபது ஆண்டுகளூடே அவன் தொடர்ந்து வாழ்ந்திருக்கிறான்.

தாடியுடனும் வெறிக்கும் கண்களுடனும் துப்பாக்கியுடனும் பனி படர்ந்த இருண்ட சாலையில் யூகா செல்கிறான். மானுட முன்னேற்றம் என்னும் குறும்புத் தேவதை மெலிந்த அவன் தோள்களில் அமர்ந்திருப்பதை யாருமே உணர முடியும். துள்ளியும் குதித்தும் விளையாட்டான எண்ணத் துடன் முதியவன் யூகா தொய்வோலாவை அது முன்னோக்கிச் செல்லத் தூண்டுகிறது. இந்த விதத்தில் ஒருவர் காண்பாரேயானால் எந்த வகையிலும் யூகா வெறுக்கத்தக்கவன் அல்ல. பாதிப் பரிகாசத்துடன் கூடிய ஒரு பரிவுணர்வைப் பார்ப்பவரிடம் அவன் எழுப்புகிறான் என்பது சரியாக இருக்கும்.

ஏனெனில் ஞானத்தின் ஆழமான நெற்றிக் கோடுகளுடன் தங்கள் பாதையில் நடந்து செல்லும் பலரின் தோள்களிலிருந்து அதே குட்டிச் சாத்தான் எத்தனையோ தடவை எக்காளமிட்டு இளித்திருக்கிறது— இல்லையா?

பைத்துலாவை நோக்கி நடந்துசென்றுகொண்டிருந்த யூகாவின் மனதில் முதன்மையாக இருந்த உணர்வு ஆதரவற்ற தனிமைதான். புனித மேரி நாளுக்கு முந்தைய தினத்தில் முக்கியமான நிகழ்வுகள் உருவாகத் தொடங்கியிருந்தன. அவை எந்தத் திசையில் போகுமென்ற தெளிவான அறிகுறிகள் எதுவும் யூகாவிற்குத் தென்படவில்லை. வேறு யாரையும் தொந்தரவு செய்ய முடியாதாகையால் இந்த வேலையைச் செய்யத் தான் அனுப்பப்பட்டிருப்பதாக யூகா சந்தேகிக்கிறான். அவன் விறகு சுமந்திருக்கிறான். எத்தனையோ வழிகளில் உதவியாக இருந்திருக்கிறான். ஆனால் இவை அனைத்திற்கும் மோசமான கைம்மாறே தனக்குக் கிடைத்திருப்பதாக அவன் உணர்கிறான்.

எனினும் இதுவே வாழ்வு முழுவதும் அவனது விதியாக இருந்து வந்திருக்கிறது. பிறரால் அவன் ஏளனமாகப் புறக்கணிக்கப்படுகிறான்; எந்த முயற்சி செய்தாலும் அதற்குத் தவறான நேரத்தையே எப்போதும் அவன் தெரிவுசெய்கிறான் என்பதைப் பிறர் கண்டுகொள்கின்றனர். யூகாவின் விதி இது. உலகில் மற்றவர்களின் எழுச்சியும் வீழ்ச்சியும் இயல்பாக நிகழ்கின்றன; அவர்களின் துரதிருஷ்டம்கூட ஒருவகையில் தீவிரமாகவே எடுத்துக்கொள்ளப்பட வேண்டியதாக இருக்கிறது. ஆனால் யூகாவின் விஷயத்திலோ நல்லது கெட்டது அனைத்தும் தரித்திரமாகவே எப்போதும் அமைந்துவிடுகின்றன.

அவனுக்கு இப்போது பணம் கிடைக்கிறது. வாழ்வின் வளமும் பொதுவாக மேம்பட்டு வருகிறது. இதனால் நல்லது ஏதும் நடக்கப் போகிறதா என்பதைப் பொறுத்திருந்துதான் பார்க்க வேண்டும். அவன் மனைவி இறந்தபோது இணக்கத்தின் அலை அவனுள் எழுந்தது. தன்

குழந்தைகளிடம் நேசமாக இருப்பதாக அப்போது அவன் உணர்ந்ததுண்டு. அந்தப் புதிய தொடக்கத்திலிருந்து தன் வாழ்வு சீராகச் செல்லுமென நம்பினான். நோய்வாய்ப்பட்ட மனைவி இல்லையாதலால் வாழ்க்கை சில வழிகளில் லேசாகிவிடுமென மனக்கணக்குப் போட்டான். அதுபோல் சில விஷயங்கள் நல்ல நிலையில் உருவாகத் தொடங்கியது உண்மைதான்; சமூகத்தில் உயர் குடியைச் சார்ந்த ஒருவரிடம் மகளுக்கு வேலை கிடைத்த அதிர்ஷ்டம் நம்பிக்கையூட்டும் சிறப்பான அறிகுறியாகும். அதனால் புதிய பலம் பெற்றுவிட்டதாக உணர்ந்தான் யூகா. அது எந்த அளவுக்கெனில் பத்து மார்க் பணத்தாள் ஒன்றை மட்டுமே பையில் வைத்துக்கொண்டு அதனைச் செலவு செய்யவும் மனமில்லாமல் வாரம் முழுக்கச் சுற்றித் திரிந்துகொண்டிருந்தான். அது அவனுக்குக் கடினமாக இருக்கவில்லை.

அந்த நாட்கள் பற்றிய நினைவுகளில் குறிப்பிடத்தக்கது எதுவெனில் வழக்கத்திற்கு மாறான ஒளியுடன் அன்று நிலவு பிரகாசித்தது . . . அவன் வாழ்வில் ஒளிமிகுந்த காலமும் அதுவே. ஆனால் அந்தப் பெண் குழந்தை அவ்விதம் இறந்தபோது ஒவ்வொன்றும் நொறுங்கிச் சிதறி அதன் பழைய நிலையை அடைந்தது. வழக்கமான பழைய வாழ்விற்கே யூகா திரும்பினான். அந்த வாழ்வில் காலையிலிருந்து மாலைவரை செய்வதற்கு ஏதாவது இருந்தது. ஆனால் அவை ஒருபோதும் மனநிறைவு தந்ததில்லை. தன்னை முட்டாள் எனப் பிறர் தாழ்வாகப் பார்ப்பதிலிருந்து அவன் தப்பிக்க வேண்டும். அதற்கு ஏதாவது ஒன்றில் தன்னை ஈடுபடுத்திக்கொள்ள வேண்டும். அது ஓர் அபத்தமான வேலையாக, ஒருவகை இட்டு நிரப்புவதாக இருந்தாலும் சரி. அத்தகைய இட்டு நிரப்பும் ஒன்றாக சனநாயகம் என்ற விஷயம் அப்போது அங்கு வந்தது. பற்பல வீட்டுக்கூடங்களிலும் அது போதிக்கப்பட்டது, 'இரட்சிப்பு' பற்றி அதற்கு முன்னர் போதனை செய்யப்பட்டது போல.

பனி உறைவைத் தாண்டிப் பைத்துலா முற்றத்தின் வாயிற் கதவை அடைந்தான் யூகா. வீடு இருண்டிருந்தது. அரவமேதுமில்லை. வாய்க்காலின் குறுக்கே ரீனேயின் தலைமை அலுவலகத்திலிருந்து விளக்குகள் மின்னின. சிறிது தூரம் தள்ளி இரண்டு பெரிய கார்பன் பல்புகளின் வெளிச்சம் சர்ச் கிராமத்தில் விழுந்தது. அதே திசையிலிருந்து சடசடவென்ற மெலிதான துப்பாக்கி சுடும் சத்தம் கூஸ்கொஸ்கியிலிருந்து தொடர்ந்து வந்துகொண்டிருந்தது. தனித்த ஒரு பனிச்சறுக்கு வண்டி பைத்துலா செல்லும் சரிவுப் பாதையின் மேலே ஏறிக்கொண்டிருந்தது. வண்டி யூகாவின் அருகே நெருங்கி வர, குழல் துப்பாக்கிகளையும் மடித்துவைக்கப்பட்ட கம்பளிக் கோட்டின் கழுத்துப் பட்டிகளையும் யூகாவால் அடையாளம் காணமுடிந்தது.

"அங்கே போவது யார்?" சிடுசிடுப்புடன் கேட்டான் யூகா. கம்பளிக் கோட்டு அணிந்தவர்களிடமிருந்து பதில் இல்லை. குதிரையின் நடைவேகம் சற்றுத் தடைபட்டது.

பின்னர் ஒரு மணிநேரம் முழுதாகக் கடந்தது. ஒருவரும் வரவில்லை. நட்சத்திரங்கள் மட்டுமே மர்மமாய்க் கண்சிமிட்டின. தூரத்திலிருந்து எப்போதாவது வரும் சடசடச் சத்தம் மட்டுமே அமைதியான இந்த இரவின் கண்டிப்பான குரலாகக் காதில் விழுந்தது. பைத்துலா எஜமானன்

பற்றிய கற்பனை அவன் மனதில் ஓடிற்று. புரிந்துகொள்ள முடியாத எஜமானனின் வாழ்வைச் சித்திரமாகக் காணமுயன்றான். அவன் விவேகம், செல்வ வளம், பழக்கவழக்கங்கள் ஆகியவை யூகாவின் கண் முன்னால் தெரிவது போலிருந்தது. அவற்றிலிருந்த முரண்பாடுகளைக் கண்ட யூகா கோபமடைந்தான். அவன் தொடர்பான சந்தர்ப்பங்களை யூகா நினைவு கூர்ந்தான்.

தொழிலாளர்களும் பைத்துலா எஜமானனும் – அவனைப் போன்ற கனவான் மக்கள் முன்னால் எவ்வளவு நிராதரவாக நிற்கிறான்! உலகில் முன்னேறுவதற்காக அவனது விவேகமும் திட்டங்களும் ஒருபுறம். தொழிலாளர்களின் புத்திசாலித்தனம் மறுபுறம். அவனது விவேகம் அதோ அவன் வீட்டு வரவேற்பறைக்குள் பதுங்கியிருக்கிறது,

தொழிலாளர்களின் விவேகமோ உலகின் ஒரு மூலையிலிருந்து இன்னொரு மூலைக்கு அலைமோதுகிறது.

தான் நின்றுகொண்டிருந்த வழியில் பனிச்சறுக்கு வண்டிகள் மீண்டும் வந்துகொண்டிருப்பதை யூகா பார்த்தான். நிச்சயமாக அது வண்டிகளின் நீண்ட வரிசைதான் என்பதை அதன் சத்தத்தைக் கொண்டே தெரிந்து கொள்ளலாம். அந்தத் திசையிலிருந்து எதற்காக அவ்வளவு பெரிய எண்ணிக்கையில் வண்டிகள் வரவேண்டும்..? யூகாவைக் கடந்து சென்று கொண்டிருந்த வண்டியிலிருந்து முரட்டுத்தனமான ஒரு குரல்,

“ஏய் கிழவா! இரண்டு பேர் இங்கே வண்டியில் கடந்துபோனார்களா..?” என அதிகாரத்துடன் கேட்டது.

“ஒரு மணிநேரத்திற்கு முன்னர் இருவர் சென்றனர்.”

“அவர்கள் தேசத் துரோகிகள் – அவர்களை நீ ஏன் தடுத்து நிறுத்தவில்லை?”

கேள்வி கேட்டவனின் வண்டி போய்விட்டிருந்தது. அதனைத் தொடர்ந்து மூன்று நான்கு வண்டிகள் யூகாவைக் கடந்துசென்றன. மீண்டும் யூகா அழைக்கப்பட்டான்.

“ஏய் கிழவா! இந்த வழியில் இரண்டு அதிகாரிகள் வந்தனரா..?”

‘ஆம்’ அவர்களைப் பார்த்தேன்.

“எவ்வளவு நேரத்திற்கு முன்பு?”

“சுமார் ஒரு மணிநேரமிருக்கும்.”

மிகுந்த சிரமத்துடன் குதிரைகள் வண்டிகளை இழுத்துச் சென்று கொண்டிருந்தன. ஒரு வண்டியில் ஐந்தாறு பேரும் சில வண்டிகளில் எட்டுப் பேரும் அமர்ந்திருந்தனர். ஆண்கள் மடியில் பெண்கள் அமர்ந்திருந்தனர்.

ஒரு வண்டியிலிருந்து, “வழிவிடு. கிழவனே! போர் முனை... அழிக்கப்பட்டுவிட்டது” என்ற குரல் கேட்டது.

ஆனால் அவன் கூறியது யூகாவிடம் எந்த விளைவையும் ஏற்படுத்தவில்லை. உழைக்கும் மக்கள் திரளின் வலிமை மிகுந்த தூண்டுதலின்

பிடியில் அவன் இருந்தான். அதே கூக்குரல்களும் கேள்விகளும் அவனிடம் தொடர்ந்து கேட்கப்பட்டுக்கொண்டிருந்தன.

"ஒரு கொலையாளி இங்கே வந்ததைப் பார்த்தாயா?" அல்லது "எதற்காக நீ அங்கே உட்கார்ந்திருக்கிறாய்?"

வண்டிகளின் வரிசை போரில் பின்னடைவு ஏற்பட்டதைக் குறிப்பதென யூகா இதற்குள் நிச்சயமாக அறிந்திருக்க வேண்டும். ஒரு வேளை தனது ஆழ்மனதில் அவன் இதனை உணர்ந்திருக்கலாம். ஆனால் அதிகளவு பரபரப்பான உணர்வே அவன் மனதில் முதன்மையாக இருந்தது. இந்த அளவு மக்கள் கூட்டத்தைப் பார்க்கையில் அவர்கள் போரில் பின்வாங்கிவிட்டனரா அல்லது முன்னேறினரா என்பது அற்ப விஷயமாகத் தோன்றியது. ஆனந்தம் அவன் ஆன்மாவை அமைதியாக ஊடுருவ, வாழ்விற்கெதிரான அடிப்படையான அவனது வெறுப்பும் கரைந்துபோவதாகத் தோன்றிற்று. தனது உணர்வை வெளிப்படுத்த அவன் ஆழ் மனம் சொற்களைத் தேட, அவன் வாய் பிதற்றியது.

"தொழிலாளர்கள் – மக்களால் உருவாகும் அரசாங்கம் – ராணுவம்– வெற்றி நமதே . . ."

அதுவரை தொடர்ச்சியாகப் பனிச்சறுக்கு வண்டிகள் வந்து கொண்டிருந்ததால் மிகவும் பீதியடைந்திருந்தான் யூகா. கடைசியாக வந்த வண்டியும் சென்று வெகுநேரமாகிவிட்டிருந்தது. இப்போது சந்தேகங்கள் அவனை அலைக்கத் தொடங்கின. பைத்துலாவின் இருண்ட பெரிய கட்டடங்களும் அவற்றுக்குப் பின்னாலிருந்த காட்டின் விளிம்பும் அவனை அமைதிப்படுத்தின. காடுகள், பைத்துலா கட்டடங்கள் என மொத்தமும் எஜமானன் பக்கம் இருந்தன. சாலை இருளில் யூகா மட்டும் தன்னந்தனியாக இருந்தான். அவனைத் தெரிந்துகொண்டதான பொறுப்பைத் துறந்துவிட்ட பாவனையில் ரீனெயின் வீட்டு விளக்குகள்கூட வெறுப்புடன் கண் சிமிட்டின. இருண்ட அந்தக் கட்டடங்களுக்குள் எங்கோ பைத்துலா எஜமானன் இருக்கிறான். இப்போது அவன் வேகமாக வெளியே வந்தால் அவனைத் தடுத்து நிறுத்தும் சக்தி யூகாவிற்கு இல்லை. வீட்டிற்குள் இருக்கும் அவனது எண்ண ஓட்டத்தை அறிந்துகொள்ளும் சக்தியை யூகா ரகசியமாகப் பெற்றிருப்பவன் போலத் தெரிந்தது. முக்கியத்துவத்தில் அவனுக்கு ஈடாக ஒருவரையும் அந்தத் தேவாலய வட்டாரம் முழுவதிலும் யூகாவால் நினைத்துப் பார்க்க முடியவில்லை. இப்போது எஜமானனும் யூகாவும் எதிர் எதிரே.

பைத்துலா எஜமானனின் எண்ண ஓட்டத்தை அறிந்துகொள்ளும் சக்தி பெற்றிருந்ததால், அவன் மூளையின் ரகசிய விரைவுச் செயல்பாட்டை யூகா கண்டான். லேசான எதிர்ப்புணர்வு திடுமெனப் பற்றிக்கொள்ள, அதன் விளைவாக ஏதேதோ காட்சிகள் யூகாவின் மனதில் ஓடின.

கனவானின் (பைத்துலா எஜமானன்) தலை சகித்துக்கொள்ள முடியாத ஒன்று. அவனைக் கொன்றாலும் அவன் தலை அவன் உடம்பிலேயே இருக்கும். தான் தோற்கடிக்கப்பட்டதாகக் கொன்றவன் நினைப்பான். இது போன்ற கனவான்கள் தலைகளின் ஒரு முழு வரிசையை ஒரு மேடையில்

காண்பது போல யூகாவுக்குத் தோன்றியது. தாங்கள் ஏளனம்செய்யப் படுவதை ஏழைகளுக்கு உணர்த்துவதற்காகவே அவை (கனவான்களின் தலைகள்) இருக்கின்றன.

கூஸ்கொஸ்கி போர் முனையில் துப்பாக்கிச் சூடு நின்று வெகுநேரமாகி விட்டதென்ற உணர்வு திடீரென அவன் மனதை ஊடுருவ, மனக்காட்சிகள் சட்டென அறுந்தன. அவ்வளவு பெரிய கூட்டம் சிறிதுநேரத்திற்கு முன்பு தான் கூஸ்கொஸ்கி இருக்கும் திசையிலிருந்து வந்தது. அதனால் அங்கே இப்போது ஒருவரும் இருக்கமாட்டார்கள். கொலையாளிகள் அங்கே இருக்கலாமென யூகாவால் கற்பனை செய்யவும் முடியவில்லை; எனவே அவர்களிடமிருந்தும் அபாயம் வரும் சாத்தியம் இல்லை. ஆனால் அவனை நொறுக்கி விழுங்க மிகப் பெரும் அபாயமாக இருப்பது பேரச்சமூட்டும் வெறுமையே. உண்மையிலே தான் தனியே இருப்பதாக அப்போது உணர்ந்தான் யூகா. வெறுமையும் மனக் காட்சியில் கண்ட கனவானின் தலையும் சேர்ந்து அவனுக்கு எதிராகச் சதிசெய்வது போலத் தோன்றியது; ஓர் ஆச்சரியத்தை அவன் முன்நிறுத்தி அவனைப் பார்த்துச் சிரிப்பதுபோலிருந்தது. ஒளியற்றிருந்தன ரீனெ வீட்டு விளக்குகள்.

வெளியே எங்கேயும் தன்னால் தைரியமாகத் தனியே செல்ல முடியாதென நன்கு தெரிந்திருந்தும் ஏரிக்கரைக்கு நடக்கத் தொடங்கினான் யூகா. ரீனெயின் வீட்டிற்குப் போகவும் அவனுக்குத் துணிவில்லை; காலை வரை அவன் இங்கேயே இருக்க வேண்டும்; எது நடந்தாலும் வீட்டருகே இங்கிருப்பதே அவனுக்குப் பாதுகாப்பாகும்.

சிறிது நேரமாகப் பனிச் சறுக்கு வண்டி எதுவும் வரவில்லை. இப்போது ஒரு பனிச்சறுக்கு வண்டியின் கிறீச் ஒலி கரையில் கேட்கிறது. அதோ . . . அந்த வண்டி தனியே வந்துகொண்டிருக்கிறது. யூகாவைத் திடீரெனப் பேரச்சம் கவ்வுகிறது. சமீபத்திய அவனது மனக்காட்சிகள் இதனை அவனிடம் உரக்கச் சொல்கிறது:

“அந்த வண்டி அபாயத்தின் முன்னறிவிப்பாகும் – அது உனக்காகவே வருகிறது!”

சிறிது நேரத்திற்கு முன்னர்க் கடந்துசென்றிருந்த வண்டிகள் இதற்குள் வெகுதூரம் சென்றிருக்கும். வந்துகொண்டிருக்கும் வண்டியிலுள்ள புதிய நபர்களின் முழுக் கட்டுப்பாட்டிலேயே யூகா இருக்கிறான். அவர்களும் துப்பாக்கி ஆயுதமேந்தியிருப்பவர்கள்.

பைத்துலா வீட்டு வாயிற்கதவை நோக்கி வண்டி திரும்புகிறது. கிசுகிசுப்பாக யாரோ பேசுவது யூகா காதுகளில் விழுகிறது.

“அந்தக் கிழட்டுத் தேவடியா மகன் அதோ அங்கே நிற்கிறான்.”

வண்டி நிற்கிறது. யூகாவின் இதயத் துடிப்பு அதிகரிக்கத் தொடங்குகிறது. “ஒருவருக்கும் ஒருபோதும் தான் தீங்கிழைக்கவில்லை. ஒருவருக்கும்கூட.”

உறுதியான இந்த நம்பிக்கையை உருவாக்க அவன் மனம் அவசரம் கொள்கிறது. அந்த நபர்கள் எழுந்து நிற்கின்றனர். ஒருவன் மிகச் சுருக்கமாகப்

‘படுகொலை’ என்கிறான். அந்தச் சொல்லை யூகா கேட்கிறான். ஆனால் எதையும் அவனால் விளங்கிக்கொள்ள முடியவில்லை. அவன் முழங்கால்கள் நடுங்குகின்றன.

“படுகொலை” அந்த மனிதன் சத்தமாகத் திருப்பிக் கூறுகிறான்.

“ஆம் ... என்ன படுகொலை ... கொ ...” திக்கித் தடுமாறுகிறான் யூகா.

“என்ன எழவு காவலாளி நீ .. ? கடவுச் சொல்லே தெரியவில்லை.”

அந்த மனிதன் விளங்கிக்கொள்ளவே முடியாதபடி அவ்வளவு வேகமாகப் பேசினான். அவனை நோக்கி ஒரு எட்டு எடுத்துவைக்க மட்டுமே யூகாவால் முடிந்தது. பின் எவ்வளவு முடியுமோ அவ்வளவு உகந்த தொனியில் அவனிடம் . . . “ம் என்ன” என்றான்.

“உன்னை இங்கே அனுப்பியது யார்?” அந்த அயலாள் அதிகாரத்துடன் கேட்டான்.

“ரீனெ வரச் சொன்னான்” குற்றம் சாட்டப்பட்டவனின் தொனியில் யூகா பதில் கூறினான்.

“சரி. இங்கேயே நில் குதிரையைப் பிடித்துக்கொள்.”

கனவான்களைப் போன்ற தோற்றத்துடன் அந்த அயலாட்கள் லட்சணமாக இருந்தனர். ஒருவனின் முகம் குறிப்பிடும்படி மிக அருமையாக இருந்தது. அவன் அணிந்திருந்த தொப்பியின் கீழிருந்து நீண்ட சுருட்டைத் தலைமுடி வெளியே பறந்தது. அமைதியாக இருந்த அவன் பிறரைப் பேச விட்டான். அவர்களில் ஒருவன் தாவியவாறு பைத்துலா எஜமானனின் வீட்டிற்குச் சென்று கதவைத் தட்டினான். தட்டிய ஓசையைத் தவிர வேறு அரவமேதும் அங்கில்லை. மீண்டும் தட்டினான். ஓர் எதிர்ப்புடன் உடனடியாக விரியத் திறந்தது கதவு. இருவர் உள்ளே சென்றனர். நீண்ட சுருட்டைத் தலை முடியுடன் அழகான முகத்தோற்றம் கொண்டவன் மட்டும் வெளியே இருந்தான். மனப்பூர்வமான தோழமை உணர்வுடன் அவனிடம் அன்பாக இரண்டொரு வார்த்தை பேச விரும்பினான் யூகா. ஆனால் பேசுவதற்குப் பயந்தான். வாயிற் கதவருகே இருப்பதே மிகவும் நல்லது – அவன் யாருக்கும் எந்தத் தீங்கும் செய்ததில்லை. அவனுக்கு இடப்பட்ட கட்டளையின்படி நல்ல விதமாகக் குதிரையைப் பார்த்துக்கொள்வான். நீண்ட சுருட்டைத் தலைமுடி கொண்டவனை உள்ளே அழைத்துச் செல்லாத காரணத்தால் வீட்டிற்குள் சென்றவர்கள் விரைவிலேயே திரும்பிவந்துவிடுவார்கள். யூகாவின் மனம் லேசாகியது. அவன் யாருக்கும் எந்தத் தீங்கும் செய்ததில்லை.

சத்தத்துடன் படீரெனக் கதவு திறந்தது. உள்ளே சென்ற இருவர் பின்தொடர வெளியே வந்தான் பைத்துலா எஜமான். தான் எங்கு செல்ல வேண்டுமென்பதை அறிந்தவன் போல் அவன் உடலசைவுகள் துரிதமாகவும் நிச்சயத்துடனும் இருந்தன. யூகாவை நோக்கிவந்த அவன் யூகாவைப் பார்க்கவில்லை. பனிச்சறுக்கு வண்டியின் முன்னாலிருந்த வண்டியோட்டியின் இருக்கைக்குப் பைத்துலா எஜமானனைத் துப்பாக்கி முனையில் அழைத்துச் சென்றான் ஒருவன். எஜமானன் குதிரையின்

கடிவாளத்தைச் சேர்த்துப் பிடித்துக்கொள்ள அந்த இருவரும் வண்டியில் ஏறிக்கொண்டனர். நீண்ட சுருட்டைத் தலைமுடி கொண்டவன் வண்டியில் தாவி ஏறிக்கொண்டான். வந்த திசையிலேயே கரையின் கீழே வண்டி ஓடிற்று.

யூகாவுக்கு எதுவும் நிகழவில்லை . . . எதுவும் நடக்கப்போவதுமில்லை . . . கீழே பனி உறைவில் உட்கார்ந்துவிடுமளவு ஆசுவாசம் கொண்டான் யூகா. பைத்துலா எஜமானன் வெளியே கொண்டு செல்லப்பட்டான். ஆனால் யூகாவை நிம்மதியாக இருக்கும்படி அங்கேயே விட்டுச் சென்றிருந்தனர். கடவுச் சொல் தெரியாததால் அந்த ஆசாமிகள் அவனைச் சபித்தனர். அவனுக்குத் தெரிந்திராதது நல்லதாகப் போயிற்று. அது அவனை அனைத்திலிருந்தும் விடுபடவைத்துவிட்டது. இப்போது கனவான் சென்றுவிட்டதால் அந்த வீடு முழுவதும் அவன் பொறுப்பில் விடப்பட்டதாகத் தோன்றியது; பத்திரமாகவும் நிம்மதியாகவும் மீண்டும் தன்னை உணர்ந்தான் யூகா. என்ன நடக்கப்போகிறது என்பது தெரியும் வரை அவன் அங்கேயே இருப்பான். கூஸ்கொஸ்கியிலிருந்து துப்பாக்கிச் சத்தமேதும் கேட்கவில்லை.

ஆனால் வண்டியில் சென்றவர்கள் கீழே ஏரிக்கரையில் என்ன செய்ய இருக்கிறார்கள்?

வண்டி நிற்கும் சத்தம். சொற்கள், கோபத்துடன் பேசும் சொற்கள், பின்னர் துப்பாக்கி சுடும் சத்தம். இரண்டாவது முறை துப்பாக்கி சுடும் சத்தம். அதன் பின்னர் லேசான முணுமுணுப்பும் அதிர்ச்சியுற்ற குதிரையை ஒருவன் அமைதிப்படுத்தும் உடைந்த குரலும் கேட்கிறது.

யூகாவின் முழங்கால்கள் தள்ளாடின. அவன் மனதில் வெறுமை கவிந்தது. ஆனால் கனவானின் கண்டிப்பு மிகுந்த தலை தனக்குப் பின்னாலிருந்த கட்டடத்தைக் கையகப்படுத்தி யூகா இருந்த திசையில் பெருமூச்சுவிடுவதாகத் தோன்றிற்று. அதன் அருகே எஜமானியின் தலையும் உத்வேகத்துடன் மேலும் கீழும் ஆடுவதுபோலிருந்தது. ‘தான் ஒருவருக்கும் ஒருபோதும் தீங்கிழைக்கவில்லை’ எனச் சிறிது நேரத்திற்கு முன்புவரை அவனுள் தொடர்ந்து ஒரு குரல் ஒலித்துக்கொண்டிருந்தது. குரல் ஒலித்த மனதின் அந்தப் பகுதியில் இப்போது அமைதி நிலவிற்று.

கரை உச்சியில் அதிவேகப் பாய்ச்சலுடன் ஒரு பனிச்சறுக்கு வண்டி வந்துகொண்டிருப்பது தெரிந்தது. மூன்று அயலாட்கள் அதில் இருந்தனர். ஒரு வார்த்தையும் பேசாது அவர்கள் வீட்டைக் கடந்துசென்றனர். பீதியிலும் நிராதரவான உணர்விலும் திகைத்து நின்ற யூகா அவர்களைத் தொடர்ந்து ஓடுவதற்குத் திரும்பினான். அப்போது ‘நில்’ என்ற குரல் சத்தமாகக் கேட்டது. நெருங்கிவந்துகொண்டிருந்த இரண்டாவது வண்டியிலிருந்து வந்த குரல் அது.

ஆணும் பெண்ணும் வண்டியிலிருந்து கீழே குதித்தனர். யூகாவை நோக்கி வேகமாக வந்தான் அவன்.

“யார் நீ?”

“நான் யோகன் தொய்வோலா. ரீனெ என்னை இங்கே அனுப்பினான். நான் யாருக்கும் எந்தத் தீங்கும் செய்ததில்லை.”

“வாய் திறக்காதே. இங்கேயே நின்று குதிரையைப் பிடித்துக்கொள். யாராவது வந்தால் சுடு.”

சில நிமிடங்களுக்கு முன்னர் எஜமானனை வீட்டிலிருந்து வெளியே இழுத்துவந்த அதே நுழைவாசல் வழியே அந்த ஆணும் பெண்ணும் வீட்டிற்குள் வேகமாகச் சென்றனர். அவர்களோடு உள்ளே செல்ல யூகா விரும்பியிருக்கக் கூடும். பிடித்துக்கொள்ள அவனருகே குதிரை இருந்தபோதிலும் தனியாக விட்டுவிடப்பட்ட நிலையை எண்ணித் திகிலடைந்தான் யூகா. அவன் கை அதுவாகவே குதிரையின் பிடரியைத் தடவிக்கொடுத்தது; கழுத்து வாரைச் சரிப்படுத்திற்று. ஆனால் வீட்டிற்குள் சென்றவர்கள் திரும்பிவந்தால் தனது நிலை என்னவாகுமோ என்னும் பயத்தில் அவனது அனைத்துப் புலன்களும் வெளியே ஆழ்ந்த இரவில் குவிந்திருந்தன. நிகழ் கணம் அவனிடமிருந்து விலகி வெளியே விழுந்திருந்தது. தனக்கு மிக அருகே மின்னல் வெட்டித் தெறிக்கையில் இருக்கும் ஒருவனாக யூகா அங்கே விடப்பட்டிருந்தான்.

அந்த இரவு கூஸ்கொஸ்கி போர்முனை தகர்க்கப்பட்டது. வெற்றி பெற்ற அணியினர் தேவாலய வட்டாரத்திற்குள் குவியத் தொடங்கினர். கூஸ்கொஸ்கியின் சுற்றுப்புறங்களில் பின்தங்கி இருந்த கிளர்ச்சியாளர்கள் மீது வெற்றிபெற்ற அணியினர் துப்பாக்கிச் சூடு நடத்தினர். அதன் சத்தம் இரவு ஒரு மணியளவில் அவ்வப்போது கேட்டது. போரில் முக்கியமான பங்கேதும் வகிக்காமல் பின்னால் இருந்தவர்கள். தோல்வியடைந்ததும் வேகமாக வெளியேறிச் செல்லும் தீவிரமும் இல்லாமல் நிதானமாக வந்துகொண்டிருந்த அவர்கள் மிக மென்மையானவர்கள்; போர், பகைச் சூழல் என எதுவும் அறியாதவர்கள். அங்கே நிலவும் குளறுபடியில் தங்களை யாரும் கண்டுகொள்ளமாட்டார்கள் எனவும் தங்களுக்கு ஒன்றுமே நேராது என்பதுமான பிரமையில் அவர்கள் இருந்தனர். அது அவர்களுக்குக் கேட்டில் முடிந்தது. அவர்களில் சிலர் கூஸ்கொஸ்கியில் சிறைபிடிக்கப்பட்டனர்; ஆவணத்தில் உறுதிக் கையொப்பமிடத் தவறினால் சுடப்பட்டனர். இந்தப் பரபரப்பில் நிரபராதிகள் பலர் மரணத்தைச் சந்தித்திருக்கக் கூடும். நல்லவேளை யூகா அப்போது அங்கே இல்லை. அந்தச் சமயத்தில் காட்டின் நடுவே வேலியருகேயுள்ள குறுகலான பாதையில் வீடு நோக்கிச் சென்றுகொண்டிருந்தான். கிராமத்துத் திறந்தவெளி நிலங்களில் அதுவரை அவன் அனுபவித்திருந்த பயங்கரங்கள் நினைவிற்கு வர, பாதையின் இருபுறமுமிருந்த மரங்கள் அவற்றின் கடுமையைத் தணித்தன. ஊசியிலை மரங்கள் வரிசையாக நிற்கும் அந்தப் பாதை காலத்துடன் நகராமல் பழைய வாழ்வின் ஒரு பகுதியாக இன்னும் மாறாதிருந்தது. இந்தப் பகுதியில் தனது சாலையில் வந்துகொண்டிருந்த யூகாவை யாராவது ரகசியமாக உற்றுப் பார்த்திருந்தால் காலமாற்றத்தால் அவனுக்கு நேர்ந்ததை யூகாவின் கண்களில் கண்டு புன்னகை செய்திருப்பான்.

புரட்சிகரமான மனநிலையிலிருந்து உறுதியாக வெளியே வந்திருந்தான் யூகா. மங்கலான துப்பாக்கிச் சத்தம் கொஞ்சமும் அவன் கவனத்தை

ஈர்க்கவில்லை; காட்டின் பாதுகாப்பில் இருந்தான். இனி அவன் தனியேதான் வாழ்வான். இது ஒன்றே எஞ்சிய அவன் வாழ்வின் விருப்பமாக இருக்கும். சிறிது நேரத்திற்கு முன்பிருந்த கடினமான சூழலிலிருந்து அவனால் இந்தளவு விடுபட முடிந்திருக்கிறதெனில் துன்பமில்லாமல் அவன் வாழ்க்கை இனித் தொடரும் என்பது நிச்சயம். அவன் யாருக்கும் எந்தத் தீங்கும் செய்ததில்லை என்பது நற்பேறு.

போர் முடிவுக்கு வந்து கூஸ்கொஸ்கி போர்முனை தகர்க்கப்பட்டது. அதன் உடனடி விளைவாய்க் குழப்பமும் கொள்ளையும் நிகழத் தொடங்கின. கொள்ளையர்கள் பைத்துலா பண்ணை நிலங்களின் முக்கியக் கட்டடத்திற்குள் நுழைந்தனர். பனிப்பொழிவுப் பகுதியில் ஒரு கும்பல் தாறுமாறாகத் தாக்குதல் நடத்தத் தொடங்கிற்று. நம்பிக்கையின்மையும் விரக்தியும் நிலவிய தத்தம் சொந்த வட்டாரங்களிலும்கூடக் கும்பல் தாக்குதல் பரவிற்று. என்ன நடந்துகொண்டிருந்தது என்பது அப்போது தான் யூகாவுக்குப் புரிந்தது. மந்தையிலிருந்து திடுதிப்பெனத் தனியே பிரிந்து வந்துவிட்ட நகைப்பிற்குரிய ஒரு ஆடு போல் அது அவனை உணரச் செய்தது. ஏனெனில் அவனை நோக்கி வந்துகொண்டிருந்த மந்தை அவன் சார்ந்த செஞ்சேனை அணி அல்ல. அவர்களுடன் அவனுக்குப் பொதுவான அம்சம் என எதுவும் இல்லை. அது மட்டுமல்லாது தனக்குத் தேவையான பாதுகாப்புணர்வை அவர்களிடமிருந்து அவன் பெறவும் முடியாது.

நீண்டநேரம் துப்பாக்கியைப் பிடித்திருந்ததால் அவன் கை எரியத் தொடங்கிற்று; பைத்துலா எஜமானனின் வீட்டிற்குள் சென்ற ஆணும் பெண்ணும் எந்நேரமும் வெளியே வந்து அவனைச் சூழ்ந்துகொள்ளலாம். ரீனெ வீட்டில் விளக்குகள் இன்னும் எரிகின்றன. அங்கே போகவும் முடியாது. முயலும் சாத்தியம்கூட இல்லை. அபாயம், அபாயம் . . ! யூகா ஒரு கொட்டகைக்கு மெல்ல நழுவி அங்கே ஓர் இருண்ட மூலையில் துப்பாக்கியை நிறுத்தினான். அருகே சத்தம் கேட்டது. உற்றுக் கேட்டான். குழந்தையின் அழுகை, பெண்ணின் புலம்பல் எனக் குரல்களை அவனால் பிரித்தறிய முடியும். அதேபோல் இன்னொரு குரலா . . . ஆ . . . இது குரல் அல்ல. அவனது நடுங்கும் சுவாசமேதான்; துப்பாக்கி அருகே எங்கோ இருந்தது. எந்த நொடியும் அது தவறி விழுந்து விசுவாசமற்ற மனிதனைப் போல அவன் இருப்பதைக் காட்டிக் கொடுத்துவிடலாம்.

பைத்துலா எஜமானன் வீட்டிற்குச் சென்ற ஆண் பெண் இருவரும் வீட்டிலிருந்து வெளியே வந்தனர். யூகாவைக் காணாததால் அவனைச் சபித்தனர்.

"அந்த வயதான சாத்தான் கொலையாளியா . . ? கடவுள் அவனுக்கு உதவுவாராக, ஒரு ரொட்டி விநியோக அட்டையை அவனுக்கு நிரந்தரமாகவே (நிரந்தர ரொட்டி அட்டை என்பது மரணத்தைக் குறிக்கும்) கொடுத்து விடுவேன்."

"எனக்கு என்னவாகப் போகிறது . . ? கர்த்தரே . . . பரமண்டலத்திலிருக்கும் பிதாவே ! – நான் என்ன சொல்வேன் – சென்ற கோடையில் புனித சேவையில்

பங்கேற்கவில்லை – நான் சாகப்போவதில்லை, சாகப் போவதில்லை! புனித சேவை – இந்தத் துன்பத்திலிருந்து விடுபட்டவுடன் புனித சேவையில் நான் பங்கேற்பேன்."

அவர்களின் முணுமுணுப்பும் காலடிச் சத்தமும் கேட்கிறது. அவர்களின் குரல் மெல்லத் தேய்ந்து மறைந்தது. அவர்கள் அவனையா தேடுகிறார்கள் . . ? கடவுளே புனித திருச்சபைச் சேவையில் முதலில் பங்கு பெறவேண்டும். இல்லையெனில் அவனுக்கு எதுவும் நேரலாம். குளிரில் அவன் கால்கள் நடுங்குகின்றன. பசி அவனை நோயுற்றவனாக உணரச் செய்கிறது.

தாறுமாறான கும்பலின் கூச்சல் நின்று வெகுநேரம் சென்ற பின்னரும் கொட்டகையில் மூலையிலேயே யூகா நின்றிருந்தான். பைத்துலா எஜமானன் வீடு இருந்த பகுதியில் ஏதோ உருவங்கள் நடமாடுவதாக அவனது கற்பனை சென்றது. கோபத்துடன் இருக்கும் பல இளவயதுக் கனவான்களுடன் பைத்துலா எஜமானி அங்குமிங்கும் வேகமாக நகர்ந்துகொண்டிருப்பதாகத் தோன்றியது. என்ன சொன்னாலும் நம்மைத் தவறாகவே புரிந்துகொள்ளும் வகை ஆட்கள் அவர்கள். பயத்துடன் கொட்டகைக் கதவருகே ஒளிந்து கொண்டான் யூகா. எந்தச் சத்தமும் இல்லை. யாரும் கண்ணில் படவில்லை. வெளியே முற்றத்திற்குத் தைரியமாக வந்தான். சமீபத்திய நிகழ்வுகளின் சுமையுடனே அந்த இரவு இன்னுமிருந்தது. மீண்டும் அவை நிகழக் காத்திருப்பதாகத் தோன்றியது. ரீனெ வீட்டு விளக்குகள் அணைந்திருந்தன. ஆனால் கூஸ்கொஸ்கி அருகேயுள்ள சர்ச் கிராமத்தில் விளக்குகள் இன்னும் மின்னிற்று. முந்தைய புனித மேரி தினங்களின் காலம் இன்னும் திரும்பவில்லை என்பதை மின்னிய அந்த விளக்குகள் அழுத்தமாகக் கூறுவது போல் தோன்றின.

சமீபத்திய திருக்கோயில் சடங்கின் மனக்காட்சிகள் கடந்து சென்றன. கொட்டகை மூலையிலேயே துப்பாக்கி இன்னுமிருந்தது. குழந்தைகளுக்குக் கொடுக்க ரொட்டியோ பசுவிற்கு ஒருபிடி வைக்கோலோ இல்லாத சமயத்தில் வீட்டிலிருந்து அவன் மேற்கொண்ட நெடும் பயணம் அவன் கண்முன்னால் இன்னும் இருந்தது. மரத்துப்போன அவன் எண்ணங்கள் அந்தப் பயணத்தில் ஊடாடிக்கொண்டிருந்த அந்தச் சமயத்தில் ஏதோ குற்றச் செயலில் உண்மையிலேயே தான் ஈடுபடுத்தப்பட்டிருப்பதாக உணர்ந்தான் யூகா. அந்த வீட்டின் இந்தச் சூழலிலிருந்து அவன் தப்பிக்க முடியுமேயானால் . . ! மிகச் சிறிய சத்தத்தையும் உற்றுக் கவனித்துக் கேட்டவாறு கீழே பனிஉறைவுப் பகுதியை நோக்கி நடக்கத் தொடங்கினான். தேவைப்பட்டால் பாய்ந்தோடித் துப்பாக்கியை மீண்டும் எடுத்துக் கொள்ளலாம். தனது வாழ்வில் ஒரு தடவைகூடத் துப்பாக்கியால் ஒரு தோட்டாவும் சுடவில்லை. இப்போதும் அவன் துப்பாக்கியை உபயோகிக்கப்போவதில்லைதான். எனினும் ஏதேனும் பேரிடர் எந்த நொடியிலும் தன்னை அச்சுறுத்தலாம். எனவே கையில் துப்பாக்கி இருப்பது பாதுகாப்பானது என ஏதோ உள்ளுணர்வு அவனை எச்சரிப்பதாகத் தோன்றிற்று. இங்குதான் எங்கோ பைத்துலா எஜமானனைக் கொண்டு வந்தனர் எனப் பாதி வழியில் திடீரெனச் சந்தேகம் வந்தது. இல்லை,

துப்பாக்கியை இங்கேயே விட்டுவிட்டுப் போகக் கூடாது. கொட்டகைக்கு ஒரே ஓட்டமாக ஓடித் துப்பாக்கியைத் தேடி எடுத்துக்கொண்டு இன்னும் தைரியமாகக் கீழே கரையை நோக்கி நடந்தான்.

பனியில் உறைந்த ஏரியும் அதன் கரையும் சேருமிடத்தில் பனி மூட்டத்தில் கறுப்பாக ஏதோ ஒன்று பெரிதாகத் தெரிந்தது. துப்பாக்கியுடன் அதனருகே நெருங்கினான் யூகா; சூழ்ந்திருந்த இரவு அந்தக் கறுப்புப் பொருளைத் தனது சார்பாக அவனுக்கு வெளிப்படுத்தப் பதற்றம் கொண்டது போலத் தோன்றியது. அதனால் அது அவனை அவ்விதம் நெருங்கிப்போகத் தூண்டியதாகத் தெரிந்தது. புதிரும் அமைதியும் கொண்ட பேரச்சம் அவன் மனதைப் பிடித்தாட்டிற்று. இப்போது அவனால் தெளிவாகப் பார்க்க முடிந்தது. அது மல்லாந்து கிடந்தது. கழுத்து பின்புறமாகத் திருப்பப்பட்டு இழுக்கப்பட்டிருந்தது. அதன் நெஞ்சும் வயிறும் வளைக்கப்பட்டிருந்தது. அதன் வலது கரம் உயர்த்தப் பட்டிருந்தது; இடது கை வெளியே பனிக்குன்றில் வீசியெறியப்பட்டிருந்தது.

பைத்துலா எஜமானன்; சிறிது நேரத்திற்கு முன்னர் ரீனெயுடன் பேசிக்கொண்டிருந்தவன். கொலை, கொலையாளி என்பது பற்றிய எந்த எண்ணமும் யூகாவின் தலையில் இல்லை. அவனைப் பேரச்சம்கொள்ள வைத்தவன் அந்தப் பைத்துலா எஜமானன்தான். இறந்துபோன அந்தக் கனவானின் விவேகம் அதன் சர்வ வல்லமையுடன் பனிக்குன்றில் கிடந்தது.

மட்டுமீறிப் பயந்திருந்தான் யூகா. 'பிணத்தை நான் பார்த்துக்கொண் டிருக்கிறேன், பிணத்தை நான் பார்க்கலாம்தானே? யாரேனும் இங்கு வருவாரேயானால் அவர் முதலில் பார்ப்பது பிணத்தைத்தானே . . ?' எனத் தனக்குள்ளேயே குளறி, சமாதானம் செய்தவாறு இயல்பாகவே தன்னைத் தற்காத்துக்கொள்ள முயன்றது அவன் மனம்.

பிணத்தைச் சுற்றி ஆட்கள் ஏற்கனவே கூடிவிட்டது போலப் பயத்துடன் சுற்றுமுற்றும் பார்த்தான் யூகா. இறந்த கனவானும் அவனது விவேகமும் மீண்டும் பின்னால் மறைந்தது. 'இனியும் இங்கேயே இருக்க உனக்குத் தைரியமுள்ளதா? கிராமப்புறங்களின் திறந்தவெளிகளினூடே வெகு தூரம் சென்றால்தானே உனது வீடிருக்கும் காட்டை நீ அடைய முடியும். அங்கே போய்ச் சேர்ந்துவிட்டால் பத்திரமாக நீ இருப்பாய். உனது துப்பாக்கி, அதனை நீ எங்கு வைக்கப்போகிறாய்?' என மங்கலான அந்த இரவு அவனிடம் கேட்பது போல் இருந்தது.

பிணத்தைச் சுற்றிவந்தான் யூகா. வெளிப்படையாகக் கூறப்படாத ஏதோ ஒரு கட்டளைக்குக் கீழ்ப்படிந்தாற் போலப் பிடித்திருந்த துப்பாக்கியை அதனருகே விழச் செய்துவிட்டு ஓட்டம் பிடித்தான். கூஸ்கொஸ்கியி லிருந்து ஒரு துப்பாக்கி வெடிக்கும் சத்தம் எதிரொலித்தது. பழக்கமான பாதையிலிருந்து விலகிப் பனி உறைவின் குறுக்கே மூச்சிரைக்க ஓடி எதிர்க் கரையில் சாலை தொடங்கும் இடத்தையடைந்தான். பெயரற்ற அபாயமொன்று அவன் தோள்மேல் இருந்தது. துப்பாக்கியைப் பிணத்திற்கருகே போட்டுவிட்டதால் தற்காப்பு ஒன்றையே இப்போது அவனால் நினைக்க முடிந்தது. இப்போது அவனது குறிக்கோள் ஒன்றே ஒன்றுதான்: வீட்டிற்குச் செல்ல வேண்டும். பின்னால். கடந்துபோன

பழைய நாட்களுக்கு. குடும்பத்துடன் சேர்ந்திருந்த கடந்த நாட்களுக்குத் திரும்ப வேண்டும். குழந்தைகளும் இறந்துவிட்ட மனைவியும் அவன் மனதில் பளிச்செனத் தோன்றினர். அருமையான ஞாயிற்றுக்கிழமைக் காலையின் அமைதிச் சித்திரம். எல்லாம் நன்மையில் முடியும்.

அந்தக் கணத்தில் வழுக்கிக் கீழே விழுந்தான் யூகா. ஏற்கனவே இருந்த பழைய புண் கீறிப் புதிய புண் ஆனது. வலியால் கண்ணில் நீர் நிறைந்தது. கூஸ்கொஸ்கி செல்லும் பாதையிலிருந்து துப்பாக்கிச் சத்தம் இரண்டுமுறை கேட்டது. 'உனக்கு நான் என்ன செய்தேன் . . ? இப்படி என்னை வதைக்கிறாயே . . . நான் ஒரு நல்ல சமதர்ம ஜனநாயகவாதி . . .' யூகா பனிப்பாறையின் மீது அமர்ந்தான்.

பனிப்பாறையின் குறுக்கே நடந்து தேய்ந்த பழக்கமான பாதையில் அகதிகளின் புதிய கூட்டமொன்று வெள்ளமாக வந்து குவிந்தவாறிருந்தது. யூகா நிமிர்ந்து உட்கார்ந்து அவர்களைக் கவனித்தான். பேச்சுச் சத்தம் புதிய நம்பிக்கையைத் தரப் பனிப்பாறையிலிருந்து எழுந்து சாலையை நோக்கி அவனால் நடக்க முடிந்தது. துப்பாக்கி அவனுக்குப் பின்னால் வெகுதூரம் தள்ளிக் கிடந்தது. யாராவது ஒருவன் அதனைப் பார்ப்பான். அது அங்கே எப்படி வந்ததெனத் தன் முழு வாழ்நாளிலும் அவனால் புரிந்துகொள்ள முடியாது.

கடும் பிரயாசையால் முழுதும் சோர்வுற்றவனாகக் காலை இரண்டு மணிக்குத் தனது வீட்டிற்கு வந்தான் யூகா. ஒரு வாரமாக அவன் வீட்டில் இல்லை. லெம்பி கதவைத் திறந்தாள். இரவின் புழுக்கம் அவனை வரவேற்பது போல் இருந்தது. விளக்கை ஏற்றினான். வீட்டை உற்றுப் பார்த்தான். வீட்டைப் பராமரிப்பதில் செய்திறனற்ற குழந்தைகளின் துயரமான சிறிய சான்றுகள் அங்கே தெரிந்தன. தாங்களாகவே உணவு சமைக்க அவர்கள் முடிந்தவரை முயன்றிருந்தனர். ரீனெயிடமிருந்து சென்ற தடவை அவன் எடுத்துவந்திருந்த வெண்ணெய் ஒரு சிறிய ஜாடியில் உப்பு நீர் மூடியிருக்கும்படி வைக்கப்படாமல் பாதுகாப்பற்று இருந்தது. உபயோகிக்கப்பட்டு மீதியிருந்த வெண்ணெய் அவன் கொண்டுவரும்போது சுற்றிவைக்கப்பட்டிருந்த அதே காகிதத்திலேயே இன்னும் ஒட்டிக் கொண்டிருந்தது. உருளைக் கிழங்குத் தொலிகள், மீன் ஊறுகாய்களின் சிதறல்களோடு வெண்ணெய்க் காகிதங்களும் அங்குமிங்கும் மேசையில் கிடந்தன. வைக்கோல் படுக்கையில் ஒட்டுப்போட்ட கிழிந்த போர்வைக்குள் குழந்தைகள் சுருண்டிருந்தனர். அறை மிகவும் குளிராக இருந்தது. பனி படர்ந்த ஈர விறகுக் கட்டைகளைக் காட்டிலிருந்து எடுத்துவருவது குழந்தைகளால் முடியாத ஒன்று.

வாழ்நாள் முழுவதுமே அவனுக்குப் பழக்கமான இந்தக் கொடிய வறுமைச் சூழல் அந்த இரவு அவனுக்கு நிம்மதி தந்தது. (துப்பாக்கிச் சத்தம் அகதிகள்) தேவாலய வட்டாரத்தின் குழப்பங்கள் அனைத்தும் முடிவிற்கு வந்திருந்தன. எல்லாம் நன்மைக்குத்தான். மரத்துப்போன அவன் இதயத்திற்கு அது இதமாக இருந்தது. குறிக்கோள் ஏதுமின்றி அலைய வேண்டிய தேவை இனி இல்லை. இவ்விதம் அலைந்து திரிந்தவாறே இதுவரை இருந்துவந்திருந்தான் – இருக்க முயன்றான் – அல்லது இருக்க

நேர்ந்திருந்தது. ஒரு புதிய தொடக்கத்தை இப்போது அவன் உருவாக்க வேண்டும்.

துருவித்தேடி ஏதோ சாப்பிட்டான். தொந்தரவுகள் இல்லாத புதிய வாழ்க்கை, சம்பந்தப்பட்ட அனைவருக்கும் தொடங்குமென்ற பக்திபூர்வ மான நம்பிக்கையில் உறங்கச் சென்றான்.

விடிந்ததும் தேவாலய வட்டாரத்தில் புதிய வாழ்க்கை தொடங்கத்தான் செய்தது. அதுவரை இருந்துவந்த சர்வ வல்லமை கொண்ட மனநிலைகளும் கருத்துகளும் திடீரென வீசியெறியப்பட்டு முழுக்கவும் மறக்கப்பட்டன. விவசாயிகள் தங்களின் மிகச் சிறந்த கம்பளி ஆடையுடன் கிராமங்களிலிருந்து சர்ச் கிராமத்திற்கு வண்டியில் வந்தனர். தேவாலய வட்டாரக் கூடம், பள்ளிக்கூடம், இளைஞர் குழுக் கட்டடம் என ஒவ்வொரு இடத்திலும் அவர்கள் நின்றுகொண்டிருந்ததைக் காண முடிந்தது. சமீபத்திய சூழ்நிலை பற்றிய அவர்கள் சிலரின் ரகசியமான அணுகுமுறை ஐயத்திற்குரியதாக இருந்தது. எனினும் [6]புதிய சூழ்நிலைக்கு அவர்களின் மனப்பூர்வமான ஒப்புதலிருந்தது என்பதில் எந்தச் சந்தேகமும் இல்லை. எல்லா வயதிலும் தோற்றங்களிலுமிருந்த கைதிகள் தேவாலய வட்டாரத்தின் பல்வேறு பகுதிகளிலிருந்து ஏற்கனவே கொண்டுவரப்பட்டிருந்தனர். சாம்பல் நிற அதிகாலை விடியலில் தங்களின் தவறான நடவடிக்கைகளுக்கான விலையைச் சிலர் ஏற்கனவே தந்திருந்தனர். மிகத் துரிதமாக விசாரித்து நீதி வழங்கும் இந்த முறையால் மென்மையான இதயம்கொண்ட விவசாயிகள் பலர் முதலில் பதற்றமடைந்தனர். இன்னின்ன இடங்களில் இன்னின்ன வயதான ஆட்கள் சுடப்பட்டனர் என்னும் செய்தி அதிர்ச்சி தந்தது. ஆனால் நாட்கள் செல்லச் செல்ல மிகப் பயந்த சுபாவம் கொண்டவர்களும் இதற்குப் பழகிப்போனார்கள். இதனைப் பரபரப்பில்லாமல் சாதாரணமாக எடுத்துக்கொள்வதில் ஒருவர் மற்றவரைத் தோற்கடிக்க முயன்றனர். போகிற போக்கில் சாதாரணமாகவும் சிரித்தவாறும் செய்திகள் குசுகுசுக்கப்பட்டன.

புரட்சியில் (உள்நாட்டுக் கலகத்தில்) கலந்துகொள்ளாமல் விலகியிருந்த உழைப்பாளர்களை நடுநிலைகொண்ட பார்வையாளன் கவனிப்பானே யானால், அவர்களின் நடத்தை அவனுக்கு வேடிக்கையாக இருந்திருக்கும். தேவாலய வட்டாரத்தில் அதுபோன்ற உழைப்பாளர்கள் இங்குமங்கும் குடிசைகளில் இருந்தனர். பேசும்போது முடிந்தவரை எச்சரிக்கையாக அவர்கள் இருக்க முயன்றனர். ஆனால் உண்மையான உணர்ச்சியை மறைப்பதென்பது அவர்களைப் போன்றோருக்கு மிகக் கடினமானது. தப்பித் தவறி வாய் தவறி எப்போதோ பேசிய அவர்களின் வார்த்தைகள், அவர்கள் மனச்சாட்சியை இப்போது தொந்தரவு செய்தன. பெரும்பாலும் மவுனமாகவே இருந்தனர். பிறர் கண்ணில்படுவதை முடிந்தவரை தவிர்த்தனர். போர் நடந்துகொண்டிருந்தபோது விவசாயிகள் பலர் மோசமான கருத்துகளைக் கூறியிருந்தனர். அவர்கள் செஞ்சேனைக்கு லஞ்சம் கொடுத்தனர். அவர்களுக்காகக் காட்டிக்கொடுக்கும் வேலை பார்த்தனர். இவையெல்லாம் உண்மைதான். ஆனால் அது முழுக்கவும்

6. உள்நாட்டுக் கலகத்தில் விவசாயக் கூலிகள், தொழிலாளிகள் அடங்கிய செஞ்சேனை அணி தோல்வியுற்று, விவசாயிகள், மத்திய வர்க்க, உயர் வர்க்கத்தினர் அடங்கிய வெள்ளை அணி வெற்றிபெற்றிருந்தது.

வேறு விஷயம். புரட்சிக்கு ஆதரவாக நில உடைமையாளர் (விவசாயி) இருந்தாரென்ற சந்தேகம் இப்போது ஒருவருக்கும் வராது. ஆனால் இந்தச் சூழ்நிலையில் ஒரு தொழிலாளி இருந்து எதையும் மறைக்காமல் வெளிப்படையாகப் பேசியிருப்பானேயானால் அதுவே அவன் கவலைக்குக் காரணமாக இருந்திருக்கும். கட்டாய ராணுவப் பயிற்சிக்கு ஆளெடுக்கும் அதிகாரிகள் முன்பு தங்களை ஆஜர்படுத்திக்கொள்ள இவர்களைப் போன்ற தொழிலாளிகள் அவசரப்பட்டனர். யார் கண்ணிலும் படாமல் தங்கள் மனைவியரைக் கவனமாக ஒதுங்கியிருக்கச் செய்தனர். அதுபோன்ற பெண்கள் பலர் கைதுசெய்யப்பட்டு வடக்கே அனுப்பப்பட்டனர். மீதியிருந்தோர் ஒரு நகரக் காவலரின் நிழல் சன்னலில் விழும் ஒவ்வொரு முறையும் பீதியடைந்தனர்.

பைத்துலா எஜமானின் கொலை விரைவிலேயே துப்புத் துலக்கப் பட்டது. பிணத்தருகே ஒரு துப்பாக்கி கண்டுபிடிக்கப்பட்டது. ரீனெ வீட்டிலிருந்ததற்கான வெளிப்படையான அனைத்துத் தடயங்களும் அவசர மாக அழிக்கப்பட்டன. துப்பாக்கி வழங்கப்பட்ட பட்டியல் கிடைத்தது. சர்ச்சைக்குரிய துப்பாக்கி யூகா தொய்வோலாவிற்குச் சொந்தமானது என்பது பட்டியலில் தெரிந்தது. ‘எல்லாம் அந்தச் சோளக் காட்டுப் பொம்மையான கிழவனின் வேலை’ எனவும், கொலை நடந்த இரவில் யூகா தொய்வோலாவை வீட்டு வாயில் கதவருகே பார்த்ததாகவும் பைத்துலா எஜமானி வாக்குமூலம் அளித்தாள்.

முந்தைய இரவைவிட யூகா தொய்வோலாவின் மனம் காலையில் தெளிவாக இருந்தது. விஷயங்கள் அவ்வளவு எளிதாக இருக்கப்போவ தில்லை என்பது கண்விழித்ததும் யூகாவிற்குப் புரிந்தது. அதிகாரிகள் எந்த நேரமும் அவன் வீட்டிற்கு வரலாம்.

தனது அறையிலிருந்த யூகா, வீட்டுக் கதவையே பார்த்தவாறிருந்தான். ஆனால் சுவரில் சன்னல் இல்லையாதலால் அவனால் வெளியே பாதையைப் பார்க்க முடியவில்லை; இடைவெளிவிட்டு அடிக்கடி வெளியே முற்றத்திற்குப் போய்வந்தான். அன்று காலையில் பசுவிற்குத் தீனியாக ஏராளமாக வைக்கோல் வைக்கப்பட்டிருந்தது; பசுத்தொழுவத்தில் சாணம் முழுக்க அள்ளப்பட்டுத் தரை சுத்தமாகப் பெருக்கப்பட்டிருந்தது. இதுபோன்ற வேலைகள் அந்தச் சமயத்தில் அரிதாகவே நிகழ்வதுண்டு. யூகாவை யாரும் இன்னும் விசாரிக்க வரவில்லை.

‘பிணத்திற்கருகே இதற்குள் துப்பாக்கியைக் கண்டுபிடித்திருப்பார்கள்’ என நினைத்தான் யூகா. ‘துப்பாக்கியை நான் அங்கேயேவிட்டு வந்தது நல்லதா? அல்லது கெட்டதா? அதனைக் கொட்டகை மூலையில் விட்டு விட்டு வந்திருந்தால் அது மிக மோசமாக இருந்திருக்கும்.’ ஒரு கனவானோ ஒரு விவசாயியோ இதுபோன்ற (துப்பாக்கியைப் பிணத்தருகே விட்டுவிட்டு வந்த செயலை) ஒருபோதும் செய்திருக்கமாட்டார்கள்; அப்படிப்பட்ட எண்ணமே அவர்களுக்கு வந்திராது என நினைத்தான் யூகா. யாராவது இளம் கனவான் இதனைப் பார்த்தால், நாட்டுப்புறத்தான் ஒருவனின் முட்டாள்தனமான யோசனையை இதில் கண்டு திகைப்படைந்து சிரித்திருப்பான். ஒருபோதும் இதனை அவனால் புரிந்துகொள்ள முடியாது.

யூகா தொய்வோலாவும் ஒரு இளங்கனவானும் . . ! இதனைவிடவும் ஒத்திசைவற்ற, நகைப்பிற்குரிய, ஒவ்வாத முரண்பாடு ஒன்றைக் கற்பனை செய்யவும் முடியாது. தனது வாழ்வு முழுவதும் இந்த முரண்பாட்டை உணர்ந்தவாறே இருந்திருக்கிறான் யூகா.

இதுபோன்ற பொருத்தமற்ற முரண்பாடுகளை வாழ்க்கை சில சமயங்களில் அரங்கேற்றுவதுண்டு. சொற்களற்ற சில உண்மைகளைச் சுட்டிக்காட்டுவதற்காக வேண்டுமென்றே இந்த முரண்பாடுகளை அது பயன்படுத்திக்கொள்வதாகத் தெரிகிறது. அன்று மதியம் பிற்பகுதியில் ஆரோக்கியமான தோற்றமும் வெண்மை நிறப்பற்களும் கொண்ட இரண்டு இளைஞர்கள் பிர்ஜோலா இளம் எஜமான் வழிகாட்ட யூகாவின் வீட்டிற்கு வண்டியில் வந்தனர். பசுத்தொழுவத்தின் சன்னலிலிருந்து யூகா பார்த்தபோது அவர்கள் ஏற்கனவே வாயிற் கதவருகே வந்து விட்டிருந் தனர். யாருக்கும் தெரியாமல் அவர்கள் முகங்களை ஆராயும் வாய்ப்பு அவனுக்கிருந்தது. தனது இதயம் ஸ்தம்பித்து நிற்பதை உணர்ந்தான் யூகா. புதிதாக ஏதோ ஒன்றைப் பிரதிநிதித்துவப்படுத்துவதாக அவர்கள் தோன்றினர். எதிரி என்னும் தெளிவான சித்திரம் யூகாவின் மனதில் அதுவரை இருந்ததில்லை. அவர்கள் கனவான்கள், விவசாயிகளின் பிள்ளைகள் என்னும் மங்கலான எண்ணமே யூகாவிடமிருந்தது. புத்திசாலித்தனமற்ற எதிரணியிலுள்ள சில தனிமனிதர்கள் என்பதாகவே அவன் அவர்களைப் பார்த்தானே தவிரத் திட்டமிட்டுச் செயலாற்றும் ஒருங்கிணைந்த ஓர் அமைப்பாக அவர்களை நினைத்ததில்லை. ஆனால் இவை – வந்திருந்த இவை ஒரே மாதிரியான தொப்பி, இடுப்பு வார் அணிந்திருந்தனர். யூகாவால் ஒருபோதும் சகித்துக்கொள்ள முடியாத முழுமையான ஒரு சமூக அமைப்பு இவர்களுக்குப் பின்னால் பெரிய அபாயமாக இருந்தது. இப்போது அவன் இருக்குமிடத்திற்கே அவர்கள் அவனைத் தேடி வந்துவிட்டனர். வலுக்கட்டாயமாக அவனை அவர்கள் வெளியே இழுக்கும்வரை தொழுவத்திலேயே இருப்பது நல்லது. அவர்களிடம் தெரிவிக்க வேண்டியதை நினைவுபடுத்திக்கொள்கிறான் யூகா. ‘பைத்துலா வீட்டிற்கு வெளியே காவல் இருந்தேன். இங்கே கிடக்கும் வைக்கோல் பிர்ஜோலாவிற்குச் சொந்தமானது.’

வைக்கோல் கொட்டகைக்கு வந்த பிர்ஜோலா எஜமான் கூறுவது கேட்கிறது.

“ஆ… இந்த வைக்கோல் எனது பண்ணையிலிருந்து வந்திருக்கிறது.”

“உன்னிடமிருந்து திருடினானா?” துல்லியமான உச்சரிப்புடன் அயலாள் ஒருவன் கேட்டான்.

“ஆம்.”

அதே நேரம் மற்றொருவன் யூகா வீட்டிற்குச் சென்றான். ஏழ்மையின் பலதரப்பட்ட அறிகுறிகளை அவன் அங்கே கண்டான். ஆனால் வீட்டிற்கு வந்தபோது யூகாவிடமிருந்த அதே உணர்வுகளுடன் அல்ல.

“உன் தந்தை எங்கே?” சிறுமியிடம் கேட்டான்.

"தெரியாது."

"அது எப்படி உனக்குத் தெரியாமல் போகும்?"

பதிலை யோசிக்கிறாள் சிறுமி. முயற்சியில் தோல்வி.

அந்த அயலாள் பையனிடம் திரும்பினான். "உன் தந்தை எங்கிருக்கிறார் என்பது உனக்குத் தெரியுமா?"

"தெரியாது."

"இன்று இங்கே அவர் வந்தாரா?"

"ஆம்."

"சரி. அப்படியானால் இப்போது அவர் எங்கிருக்கிறார் என உனக்கு எப்படித் தெரியாமல் போகும்..?" அவன் சொற்கள் கூர்மைகொண்டன. பையனை நோக்கி ஒரு எட்டு முன்னால் வைத்தான்.

பையனுக்கு அழுகை வெடித்தது.

"சரி சரி அழாதே. உன்னை விழுங்கிவிடமாட்டேன்."

இது நடந்துகொண்டிருந்தபோது தொழுவத்தின் சுவற்றை ஒட்டி அதனை அழுத்தியவாறு நின்றுகொண்டிருந்தான் யூகா. கதவைத் திறந்த பிர்ஜோலா எஜமானின் கண்ணில் முதலில் பட்டது பசு. எனினும் அவன் தேடிக்கொண்டிருக்கும் மனிதனின் பழக்கமான மகிழ்ச்சியற்ற வெறித்த கண்களை விரைவிலேயே கண்டுகொண்டான்.

"அவன் இங்கே... இருக்கிறான், இங்கே" உரக்கக் கத்தினான். கோபமும் கடும் உணர்ச்சிகளும் அவன் தொனியில் கலந்திருந்தன.

வீட்டில் குழந்தைகளை விசாரித்துக்கொண்டிருந்த அந்த மற்றொருவன் வேகமாக வாசலுக்கு வந்தான். அவனது அழகான முகமும் ராணுவ வீரன் போன்ற அவன் உடம்பின் மேற்பகுதியும் யூகாவிற்குத் தெரிந்தது. அவனது வார்த்தைகள் தெளிவாகக் கேட்டன.

"வெளியே வா."

கதவை நோக்கி வந்தான் யூகா. அவனைப் பிடிக்க வந்தவர்கள் வாசலை அடைத்துக்கொண்டு நின்றதால் அங்கேயே தயங்கி நின்றான். ஓர் அருவருப்பான மிருகத்தை வலுக்கட்டாயமாகக் கையாளும் மனிதர்கள் போல் அந்த இளம் ராணுவ வீரர்களின் முகத்தோற்றம் இருந்தது.

"சரி. சொல்வது காதில் விழுகிறதா, வெளியே வா."

யூகா வெளியே வந்தான். அவன் தலை நடுங்கிற்று. கண்கள் பயத்தில் நிலைகுத்தி நின்றன. அயலாள்கள் இருந்ததால் பழக்கமான தொனியில் பிர்ஜோலா கூறினான்.

"யூகா வா. தலைமையகத்திற்குப் போகலாம். அங்கே உனக்கு என்ன நடக்குமென உத்தரவாதம் எதுவும் தர முடியாது.

போகும் வழியில் ராணுவ வீரன் கேட்டான். "பைத்துலா எஜமானனைக் கொன்றது நீதானா . . ?"

"இல்லை நான் இல்லை. சம்பவம் நடந்த அதே இடத்தில் நான் துப்பாக்கியால் சுடப்பட இருந்தபோதிலும், இல்லை . . . அதனுடன் எனக்கு எந்தத் தொடர்புமில்லை . . ." உணர்ச்சித் தூண்டலால் மூக்கைச் சிந்தினான் யூகா.

"உனது துப்பாக்கி எங்கே?"

"எனது துப்பாக்கி . . . அங்கே எனக்குத் தெரியும் . . . ஆனால் செய்தது . . . நான் அல்ல."

"தலைமையகத்தில் அது எல்லாவற்றையும் விபரமாகச் சொல்."

அவர்கள் மவுனமாக முன்னே சென்றனர். வீட்டில் ரொட்டி, மீன் வைக்கோல் எவ்வளவு இருந்தன என்று யூகா கணக்கிட முயன்றான். பிர்ஜோலா தனது வைக்கோலைத் திரும்பக் கேட்டால் பசு பட்டினி கிடக்கும். பையன் கதி என்னவாகும் . . ? பெண் எங்கேயாவது வேலைக்குப் போய்விடுவாள். ஹில்டுவின் விதியை யூகா நினைத்துப் பார்த்தான். அவன் கன்னங்களில் கண்ணீர் வழியத் தொடங்கிற்று. இந்தப் பயணம் மரணத்தில்தான் முடியும். வேலி சூழ்ந்த இந்தப் பாதையில் இனிமேல் ஒருபோதும் அவன் திரும்பி வரப்போவதில்லை. தனது வாழ்வில் எதையுமே அவனால் முழுமையாக முடிக்க முடிந்ததில்லை. ஒரு மனைவியுடன் வாழ்ந்திருக்கிறான், பண்ணைக் குத்தகை விவசாயம் செய்திருக்கிறான்; சமதர்மவாதியாக இருந்திருக்கிறான்; அடிப்படையில் இவை எல்லாமே ஒரே மாதிரியான விஷயங்கள்தான். இவற்றைச் செய்ய வேண்டியிருந்த காரணத்தால் அவன் இந்த விஷயங்களைச் செய்திருக்கிறான் – இப்போது அவன் சாக வேண்டியதிருக்கிறது – குழந்தைகள் அனாதரவாகவே இன்னுமிருக்கின்றனர். அவர்களும் உலகில் மற்றக் குழந்தைகள் போல் அல்ல. ஆனால் சரியாக வளர்க்கத் தெரியாத ஒருவனின் . . .

கிராமத்தின் திறந்த நிலங்களுக்கு அவர்கள் வருகின்றனர். அந்தி இருள் சூழும் வேளை. கடைசியாகப் பார்த்து ஒரு டஜன் ஆண்டுகள் கடந்தாற்போல் அங்கே தென்படும் வீடுகளைப் பார்க்கிறான் யூகா. தான் கொல்லப்படப்போகிறோம் என்பது இப்போது அவனுக்குத் தெளிவாகவே தெரிகிறது. உணர்ச்சியின் வெப்ப அலை அவன் மனப்பதற்றத்தைத் தணிக்கிறது. அவன் கண்கள், மூக்கிலிருந்து நீர் பீறிட்டு வருகிறது. கால்கள் களைத்துச் சோர்ந்திருக்கின்றன. ஆனால் களைப்பும் சோர்வும் வினோதமான போதையாக இப்போது இருக்கிறது. கடந்தகால வாழ்வின் வலுவான உணர்வும் நம்பிக்கை எல்லாவற்றையும் இழந்துவிட்ட இயலாமை உணர்வும் அவனது மென்மையான மனநிலைக்குப் பின்னால் இருக்கின்றன. அறுபது வயதுக் குழந்தையான முதியவன் பெஞ்சமி நிக்கிலாவும் அவனது பணிப்பெண் மையாவும் மிக மேம்பட்ட அறிவுக்கூர்மை கொண்டவர்கள் அல்ல. அவ்விதம் அறிவுக்கூர்மை பெற்றிருப்பார்களேயானால், இந்தப் புனிதப் பயணத்தின் கடைசி மைல்களில், அவனது கடந்தகால வாழ்வின் சூழ்நிலைகள் ஆறுதலின் நிழலை அவனுக்குத் தந்திருக்கக் கூடும். ஆனால்

இப்போதோ அவனது கடந்தகாலம் அவனுக்கு ஆறுதல் தரவில்லை. வழியும் அவன் கண்ணீர் அவனது கடந்தகாலச் சூழ்நிலைகளை ஒரு வகையில் நொறுங்கச் செய்கிறது. அவனது மென்மையான உணர்வுகளை மெல்லத் தொட்டுக் கடக்கிறது விடைபெறும் இத்தருணம்.

இன்னும் பல வீடுகளைக் கடந்துசெல்ல வேண்டும். சில வீடுகள் ராணுவ வீரர்களால் முழுக்கவும் சூழப்பட்டிருக்கின்றன. தனது மனதில் அந்தரங்கமானவேனும் அவர்களைக் கொலையாளிகள் என அவனால் நினைக்க முடியவில்லை. முற்றங்களில் குதிரைகள் டஜன் கணக்கில் கட்டப்பட்டிருக்கின்றன. இந்த உலகம் இனியும் அவனது வாழ்விடமாக இருக்கப்போவதில்லை என்பதை ஆழமாக உணர்ந்தான் யூகா. சித்திரவதை யின் கொடுமையான அனுபவத்திலிருந்து அவர்கள் அவனை உடனடியாக மீட்டால் போதும். குழந்தைகள், பசு பற்றிய நினைவுகள் கூரிய கத்திகளாக அவன் நெஞ்சில் இறங்குகின்றன. அழுகிறான் அவன். அழுவதற்கான இடையறாத விருப்பம் இருந்துகொண்டேயிருக்கிறது ...

விசாரணைக்கு முன்பே யூகா தொய்வோலா வழக்கின் முடிவு ஐயத்திற்கிடமின்றித் தெளிவாகிவிட்டது. கடைசிவரை குற்றச் செயல் களில் அவன் ஈடுபட்டிருந்தான். முரட்டுக் கம்பளங்கள் திருடியது அண்மை உதாரணம். பைத்துலா எஜமானனின் கொலையில் அவனுக்கு முக்கியப் பங்கு உண்டு என்பது வெளிப்படை. யூகாவை ஒருமுறை பார்த்தாலே போதும். முதியவனான அவன் துப்பாக்கிச் சூட்டில் உண்மையில் ஈடுபட்டிருப்பான் என்பதில் கூரிய அறிவுடைய வழக்கறிஞருக்கும் கட்டாயம் சந்தேகம் வந்துவிடும். ஒட்டுமொத்த அந்தச் சமுதாயத்தில் சிறிதளவேனும் அவனுக்காகப் பரிவுகொள்ள ஒரே ஒரு நபர்கூட இல்லை. கைதுசெய்யப்பட்டு யூகாவைச் சிறைக்குக் கொண்டுசெல்கையில், அங்கிருந்த விவசாயிகள் சிலர் அவனைப் பார்த்தனர். அவன்மேல் அவர்களுக்கு இரக்கமில்லை. இரக்கம் காட்டுவது அவர்கள் தன்மைக்கு மாறானது. மனமில்லாமலேயே சம்பிரதாயமாகவேனும் அவன் மீது இரக்கம் காட்ட அங்கு நிலவிய சூழல் அவர்களைத் தூண்டிற்று. அவன் அவர்களைக் கடந்துசென்றதும் யூகா சம்பந்தப்பட்ட எந்த விஷயத்திற்கும் இனிமேல் எதுவும் செய்யத் தேவையில்லை என ஆறுதல் கொண்டனர். அவர்களின் மனப்பான்மை இவ்விதமிருந்தது: இறைச்சிக்காக விலங்கு கொல்லப்படுவதைக் காண மனம் பொறுக்காது வீட்டைவிட்டு எப்படியோ வெளியே போனவன் திரும்பிவருகையில் நேர்த்தியாக வெட்டப்பட்ட இறைச்சித் துண்டங்களை ஆசையுடன் பார்த்தானாம்.

தனது சிறைப் பகுதிக்கு வந்தபோது யூகாவின் உடலும் உள்ளமும் நடுங்கின. அந்த இரவே அவன் சுடப்படப்போவதாகத் தனக்குத்தானே உறுதிப்படுத்திக்கொள்ள முயன்றான்; துப்பாக்கிக் குண்டின் தாக்கம் எவ்விதம் இருக்கும் என்பதைத் தொடர்ந்து கற்பனை செய்தவாறிருந்தான். அதேநேரம் சுற்றுச் சூழல் பற்றிய கவனமேதுமின்றி அவன் உதடுகள் பிரார்த்தனையைத் தெளிவற்றுக் குழறியவாறிருந்தன. எல்லோரும் கீழே படுக்க முடியாத அளவு அறை முழுக்கக் கைதிகள் நெருக்கமாக நிரப்பப்பட்டிருந்தனர். இருமல் சத்தமும் துப்புவதும் ஒவ்வொரு இடத்தி

லிருந்தும் தொடர்ந்து கேட்டுக்கொண்டிருந்தது. நேரம் செல்லச் செல்ல மரணத்தின் எதிர்பார்ப்பும் தீவிரமடைந்தது. சகமனிதரால் சாவு வரும் முன்னர் கடவுள் தங்கள் உயிரை எடுத்துக்கொள்ள வேண்டுமெனப் பலர் பிரார்த்தனை செய்தனர். இளம் போக்கிரிகள் மிருகம் போன்ற தோற்றமுடையவர்களாக இருந்தனர். இப்போது தீவிரமும் அவர்களிடம் அழையாமலே வந்தமர்ந்துகொள்ள, நகைப்பிற்குரியவர்களாகத் தோன்றினர். ஒரு போக்கிரி காவலாளியுடன் பேச்சுக் கொடுத்தான்.

“நீ கொல்லப்படமாட்டாய்”

எனப் போகிறபோக்கில் அக்கறையேதுமில்லாமல் காவலாளி குறிப்பிட்டான்.

மெல்ல வந்தது இரவு. சுடப்படுவதற்காக அப்போதும் வெளியே யாரும் கொண்டுசெல்லப்படவில்லை. விடியும் நேரத்தில் ஒருவர் பின் ஒருவராகக் கைதிகள் லேசாகத் தூங்கி விழுந்தனர். தூக்கக் கலக்கத்தில் சிலர் ஏதோ முணுமுணுத்தனர். சிலர் இருமினர். ‘தேவனே, பரலோகத்திலிருக்கும் எங்கள் பிதாவே’ எனப் பிரார்த்திப்பது எப்போதாவது கேட்டது. சிலர் குறட்டைவிட்டனர்; இந்தச் சூழ்நிலையிலும் இளம் போக்கிரியால் ஆழ்ந்து உறங்க முடிந்தது.

விடிந்த பிறகு புதிய சிறைக் கைதிகள் பலர் அறைக்குக் கொண்டு வரப்பட்டனர். சன்னலருகே உறங்கச் சென்ற அவர்களைத் தடுத்துச் சுவரருகே இருக்கச் செய்தான் காவலாளி.

“விடுதலை தோல்வியடைந்தால் அதற்குத் தரவேண்டிய பிணையத் தொகைதான் கலக்கம்” என்றான் புதிதாக வந்த ஒருவன்.

ஒருவரும் அதிக நேரம் தூங்கவில்லை. கண்சிமிட்டும் நேரமும் உறங்கவில்லை என்பதாகவே எல்லோரும் நம்பினர். மிகக் குறுகிய நேரக் குட்டித் தூக்கமும் நேற்றைக்கும் இன்றைக்கும் இடையே தடையாக இருக்கிறது. மாலை வேளைக்கு முன்னர் ஒருவரும் சுடப்படமாட்டார்கள் என்னும் உள்ளுணர்வு அனைவரிடமும் அன்று காலையில் இருந்தது. விசாரணைக்கான நீண்ட நாள் ஒன்று அவர்கள் முன்னால் இருந்தது.

போர் நடவடிக்கைகள் தொடர்பான நீதிபதியோடு படைப் பிரிவின் முதல்வரும் உள்ளூர்க் காவலரும் காலை 8–30 மணி அளவில் தங்களின் காலைக் காஃபி அருந்திக்கொண்டிருந்தனர். விசாரணை தொடர்பான ஒவ்வொன்றும் குளறுபடியான நிலையிலேயே இன்னும் இருந்ததால் தங்களுக்குள்ளேயே சண்டையிடும் அளவு மன உளைச்சலின் உச்சத்தில் அவர்கள் இருந்தனர். அந்த நாள் அவர்களுக்கு மிகக் கடினமானதாக இருக்கப் போகிறது. தேவைப்படும் பொருட்கள் எதுவும் அங்கில்லை. பெருமளவு சிறைக் கைதிகள் இருந்தது உண்மையிலேயே தொந்தரவாக இருந்தது. அவர்களைக் கையாளும் நிலையான வழிமுறைகள் எதுவும் இல்லை. உள்ளூர் விவசாயிகளின் உத்தரவாதத்தால் சிலர் விடுவிக்கப்பட்டனர். சில நபர்கள் ஒருசிலரைத் துப்பாக்கியால் சுட்டிருந்தனர். அதற்கான பொறுப்பையும் ஏற்றுக்கொண்டனர். அவர்களிடையே இருந்த காலணி

செய்வோர் உடனடியாக வேலையில் ஈடுபடுத்தப்பட்டனர். பெண்களையும் விசித்திர நடத்தை கொண்ட நபர்களையும் விசாரணைக்காக நாள் முழுக்க விவசாயிகள் கொண்டுவந்தவண்ணமிருந்தனர். இதுமட்டுமல்லாது ஏதேதோ கோரிக்கைகளுடன் ஆட்கள் வந்துகொண்டிருந்தனர். உதாரணமாக: ராணுவ வீரர்கள் தங்களின் சொந்த உபயோகத்திற்காக எடுத்துக்கொண்ட தொலைபேசிக் கருவிக்காக ரசீது கேட்டு ஒருவன் வருவான். இவை எல்லாம் நீதிபதிக்கும் படைப் பிரிவு முதல்வருக்கும் எரிச்சலூட்டின. அதனால் அவர்கள் தொடர்ந்து சுவீடிஷ் மொழியில் பரஸ்பரம் தங்களுக்குள் உரையாடிக்கொண்டனர். அப்பகுதியின் படைத்துறை ஆணை அதிகாரி ஃபின்னிய மொழியிலேயே பேசினான்.

சிறைக் கைதிகளை என்ன செய்வது என்பதே மிகக் கடுமையான பிரச்சினையாக இருந்தது. “சுடப்பட வேண்டிய ஆட்களிலிருந்து தொடங்க வேண்டும்” என்றார் நீதிபதி.

“அலுவலகப் போக்கிரிப் பணியாள் ஒவ்வொருவனுக்கும் ரொட்டி வினியோக அட்டையை நிரந்தரமாகவே கொடுத்துவிட வேண்டும். விசாரணை தேவையில்லை” என்றார் படைப் பிரிவு முதல்வர்.

“ஆனால் அலுவலகப் போக்கிரிப் பணியாள் யாரென சாத்தானுக்கு மட்டுமே தெரியும்.”

இவ்விதமாகச் சிறைக் கைதிகள் விஷயத்திலும் அலுவலகக் கனவான்கள் விஷயத்திலும் இந்த அதிகாரிகள் இருவரும் பெருமளவு வேறுபட்ட மனநிலை கொண்டவர்களாக இருந்தனர். காலை ஒன்பது மணியிலிருந்தே விவாதித்துக்கொண்டும் ஆலோசனை செய்தவாறும் ஒருவரோடொருவர் மிக நெருங்கிய தொடர்புகொண்டவர்களாக இருந்தனர். வேலையை இன்றே தொடங்கி விரைவாக முடித்துவிட வேண்டுமென்பதில் சுறுசுறுப்பாக இருந்தார் நீதிபதி. அன்று மாலைக்குள் 40 சிறைக் கைதிகள் வடக்கே அனுப்பப்பட்டனர். ஒன்பது பேர் மரண தண்டனைக்குத் தயாராக இருந்தனர்.

முற்றத்திலிருந்து சிறிது தூரம் தள்ளித் தனியே இருந்த ஒரு சிறிய கட்டடத்திற்கு மரண தண்டனை விதிக்கப்பட்டவர்கள் கொண்டு செல்லப்படுகின்றனர். கத்தி பொருத்தப்பட்ட துப்பாக்கியுடனும் இடுப்பு வாரில் எறி குண்டுடனும் இரண்டு படைவீரர்கள் அவர்களுக்குக் காவலிருக்கின்றனர். அந்தக் கட்டடத்தில் அடைத்துவைக்கப்பட்டிருந்த கைதிகளின் பெயர்கள் உள்ளூர்ப் படை வீரர்கள் மத்தியில் அன்று பகலில் கசிகிறது. அவர்களில் கூட்டுறவுப் பண்டக சாலை காப்பாளரும் ஒருவர். அல்வீனா குல்மலாவும் மந்தா விர்டானென் என்னும் இரு பெண்மணிகளும் கைதிகள் பட்டியலில் இருந்தனர். யூகா தொய்வோலாவின் பெயரும் அதில் இருந்தது. மரண தண்டனை நிறைவேற்றப்பட்ட பின்னர் அவர்களின் குடும்பத்தினருக்குத் தேவாலய வட்டாரம் உணவளிக்க வேண்டியதிருந்தது. அக்குடும்பங்களின் எண்ணிக்கை அதிகமிருந்தது.

அச்சிறிய கட்டடத்தில் அந்த ஒன்பது பேர் இரவின் வருகைக்குக் காத்திருக்கின்றனர். (அவர்களுக்கு மரண தண்டனை நிறைவேற்றப்பட

இருப்பதால்) பெண்கள் சிலர் தங்கள் வாழ்வின் அமைதிக் கட்டத்தைக் கடந்துகொண்டிருக்கின்றனர்;

மணி என்னவெனக் காவலரைக் கேட்கிறார் ஒருவர்.

"எங்கேயாவது வெளியே போகப்போகிறாயா . . ?" காவலர் பதிலுக்குக் கேட்கிறார்.

காவலர்கள் மாற்றப்படுகின்றனர்.

"காவலில் நிற்பது களைப்புறச் செய்யுமல்லவா . . ?" என ஒருவர் கேட்கிறார்.

"கேட்டதற்கு நன்றி. மிகச் சீக்கிரமே நாங்கள் விடுவிக்கப்படுவோம். அதிகாரி ஏற்கனவே வந்திருக்கிறார்" என்றார் காவலர்.

"அதிகாரியும் மாறுவாரா ?"

"இல்லை. எல்லாம் அதற்குள் முடிந்துவிடும். இதுவே அவரது கடைசி மாற்றமாக இருக்கும்."

காட்டில் வெகுதூரத்திலுள்ள துயர் மிகுந்த ஒரு குடிசையில் ஒன்றுமறியா இரு இளம் உயிர்கள் திகில் நிரம்பிய தங்களின் இரண்டாம் நாள் இரவைக் கழிக்கின்றனர். தங்களின் தந்தையைப் பற்றி ஏதேனும் கேள்வியுற்றனரா என்பதை அறிய தூரத்திலிருந்த அண்டை வீட்டானிடம் அந்த மாலைவேளையில் ஓடினாள் அந்தச் சிறுமி. ஆனால் அந்த வீட்டில் யாருமில்லை. தேம்பியழுதுகொண்டு காட்டினூடே பதைபதைப்புடன் வீட்டிற்குத் திரும்பி ஓடிவந்தாள். குடிசை இருளில் பையன் அழுது கொண்டிருந்தான். மற்றுமோர் இரவின் பயங்கரத்தை இருவரும் சேர்ந்து தாங்கிக்கொள்ளத் தயாரானார்கள். தங்களுக்குள் ஓயாமல் சண்டை போட்டுக்கொண்டிருக்கையில் தந்தை அவர்களை அடிப்பதுண்டு. ஆனால் வழுக்கைத் தலை, நெற்றியின் மேல் முடிக்கற்றை தொங்கும் வயதான அந்த மனிதனின் சித்திரம் இப்போது அவர்கள் கண்முன் வந்தது. பேரச்சத்துடன் பீறிட்டுவந்த அழுகை கீழே ஆழத்தில் அவர்களின் ரத்தத்திலுள்ள ஆழ்மன உணர்வுகளை மேற்பரப்பிற்குக் கொண்டுவந்தது. கைப்பற்றப்பட்ட பறவை – அதன் குஞ்சுப் பறவைகள் ஒரு கூட்டில் பாதுகாப்பற்றுக் கைவிடப்பட்ட நிலை.

சிறைக் கட்டடத்தின் மூலையில் உண்மையில் கிழட்டுப் பறவை ஒன்று அமர்ந்திருந்தது. அவன் கைகள் முழங்கால்களைச் சுற்றிப் பிடித்திருந்தன. அவன் தலை ஆடிக்கொண்டிருந்தது. நாள் முழுக்க நெஞ்சு வலித்தது. மூச்சு வாங்கிற்று. நீதிபதியிடம் சென்றான். அவனிடம் என்ன தெரிவிக்கப்பட்டது என்பது அவனுக்கு நினைவில்லை. தன் வாழ்க்கைப் பாதையில் அவன் கடந்துவந்த நிகழ்வுகளின் நினைவுகள் பிரக்ஞையில் நடனமாடின. மனைவியுடன் அவனது இரவுகள். அவன் மகிழ்ச்சியாக இருந்த நாட்கள் அவை. அடுத்து ஹில்டுவிற்கு நேர்ந்த விதி; குழந்தைப் பருவத்திலிருந்து அவளது வாழ்வின் அடுத்தடுத்த கட்டங்களை இப்போது அவன் நினைத்துப் பார்க்கிறான். ஏரிக்குள் மூழ்கிய அந்த நிலா வெளிச்ச இரவை நோக்கிய ஒரு தொடர்ச்சியான பயணமாக அவற்றை அவன் காண்கிறான்.

இந்தக் காட்சி அவன் மனதில் தோன்றுவதற்காக இந்தக் கணத்தை ஏன் தேர்ந்தெடுக்க வேண்டும் என்பதை நினைத்துப் பார்க்க முடியவில்லை. அந்தளவு அந்தக் காட்சி தெளிவாக இருக்கிறது.

அவன் தொடர்ந்து தலையாட்டியவாறு இருக்கிறான். தனது வாழ்வின் கட்டங்களையும் இதேபோன்ற ஒரு தொடர்ச்சியான பயணமாகக் காண்கிறான்.

தணிந்த குரல் "வெளியே வா" என்றது. ஏதேதோ நினைத்துக் கொண்டிருந்த யூகாவின் மனம் நிகழ் காலத்திற்கு வருகிறது; நடுங்குகிறது. பின் வேறு பாதையில் பயணிக்கத் தொடங்குகிறது. இவ்விதம் வேறு வேறு பாதைகளின் மனப்பயணம் சுதந்திரப் போரின் இப்போதைய பொதுவான அம்சம்தான்.

கல்லறை வாயிற் கதவைக் கடைசியாகக் கடந்தது யூகா தொய்வோலா தான். வயதில் இவனைவிடவும் இளையவர் சிலர் ஒரே ஓட்டமாக வேகமாகச் சென்றனர்; தொப்பை வயிறு பண்டக சாலைக் காப்பாளன் மட்டுமே யூகாவுடன் சேர்ந்து செல்வதற்காகத் தாமதமாகப் பின்னால் வந்தான்.

குளிரும் பட்டினியும் தூக்கக் குறைவும் முதியவன் யூகாவிற்கு நல்லதையே செய்திருக்கின்றன. நெஞ்சு வலி பற்றிய நினைவு அவனுக்கு இப்போது இல்லை. சிரமமேதுமின்றி அவனால் மூச்சுவிட முடிகிறது. உடலின் வலியோ வேதனையோ எதுவும் அவனுக்குத் தெரியவில்லை. அவன் நடுக்கமும் தன்னுணர்வற்ற நிலையை அடைந்துவிட்டது.

அலைந்தவாறிருக்கும் அவன் எண்ணங்கள் ஒரு வட்டத்திற்குள் பிடித்துவைக்கப்பட்டுச் சேர்ந்திருப்பதாகத் தோன்றுகிறது. எண்ணங்கள் நகர முடியாமல் அசைவற்று இருக்கையிலேயே ஆயிரக்கணக்கான சின்னஞ் சிறு உணர்வுகள் ஒன்றையொன்று நெருக்கித் தள்ளிக்கொண்டிருக்கின்றன. இந்த மன இயக்கம் தொடர்கிறது – மனதின் கவனத்தை அதிகம் ஈர்க்காமல் பழக்கத்தால் செயல்பாடுகள் தொடர்ந்து நிகழும்வரை.

உதாரணமாக: புதிய ஆணைகள் எதுவுமில்லாமல் கைதிகள் அணிவகுப்பு வழக்கம் போல் நிகழும்போது. ஆனால் பிரத்தியேகமாகப் புதிய நிகழ்வு ஏதாயினும் – அது மிகச் சிறியதாக இருப்பினும் நடக்கையில்: உதாரணமாக இரும்பு வாயிற் கதவை அதிகாரி விரிவாகத் திறக்கையில் அல்லது அவர் பின்னால் திரும்பும்போது துப்பாக்கியின் குழல் இருளில் இங்குமங்கும் ஆடுகையில்.

இந்தச் சமயங்களின்போது நம்பிக்கை எல்லாவற்றையும் இழந்த தாள முடியாத வேதனை யூகாவைச் சோர்வுறச் செய்கிறது. ஊசியால் துளைக்கும் வேதனை அல்ல; யாரோ ஒருவன் அவனது அந்தரங்க உறுப்புகளை ஒரு லெதர் பால் கொண்டு அடிப்பதைப் போன்ற வலி.

மணலில் புதைகுழிகள் தோண்டப்பட்டிருக்கும் நீண்ட வரிசை தெரிகிறது. 'நில்!'. வரிசையில் முன்னால் உள்ள மரண தண்டனைக் கைதிகள் சட்டென நின்றுவிடுகின்றனர். ஆனால் பின் வரிசையிலுள்ளோர்

இன்னும் சில எட்டுகள் முன்னால் வைக்கின்றனர். பின்னர் சுதாரித்துக் கொண்டு எளிதாக நின்றுகொள்கின்றனர், அவர்கள் மூச்சுவிடும் ஒலி கேட்கிறது. கைகள் முழங்கால்கள் சரிய ஒரு சிறைக் கைதி கீழே விழுகிறான். ஒருவரும் ஒன்றும் சொல்லவில்லை. யூகாவின் எண்ணங்களைச் சுற்றியிருந்த வளையம் மறைந்திருக்கிறது. தடுக்கவே முடியாதபடி தரையில் விழும் நிலையிலிருந்தும் எப்படியோ சமாளித்துக்கொண்டு நிற்கிறான். ஒருமுறை நோய்வாய்ப்பட்டிருந்தபோது கிறிஸ்துவத் திருக்கோயில் புனிதச் சடங்கில் பங்குபெற்றிருந்தான். அப்போதிருந்த அதே உணர்வை இப்போது பெறத் தொடங்கியிருந்தான். சமீபத்தில் திருக்கோயில் சடங்கில் அவன் பங்குபெற்றது உண்மைதானே இல்லையா..? பைத்துலா கொட்டகை மூலையில் சும்மா நின்றுகொண்டிருந்த மகிழ்ச்சியான நாள் கடைசி நினைவாக அவன் நினைவில் நிற்கிறது. அதன் பின்னர் எல்லாமே வெறுமை. நீதி – அநீதி, குற்றம் – குற்றமின்மை. இவை அனைத்தும் இந்தச் சூழ்நிலைக்கு, இந்த மனநிலைக்கு முற்றிலும் அந்நியமான கேள்விகள். அவனது உணர்வுநிலைக்கு வெகுதொலைவு அப்பாலும் அவற்றுக்கு இடமில்லை. 'அந்தப் பகல்வேளை சூரிய ஒளியில் வீட்டைவிட்டு வெளியேறிய ஹில்டு என்ன உடை அணிந்திருந்தாள்..? ஆம். அந்த உடைதான். அணிந்திருந்த பூட்ஸ்களும் அவைதாம்."

என்ன நடந்துகொண்டிருக்கிறது என்பதை யூகாவின் புலன்கள் பதிவுசெய்துகொண்டிருக்கின்றன. வரிசையின் பின்னாலிருந்த தொப்பை வயிறு பண்டக சாலைக் காப்பாளன் ஒரு வார்த்தையுமின்றி அழைத்து வரப்படுகிறான். அவன் உடைகளையும் ஷூவையும் கழற்றுமாறு ஆணையிடப்படுகிறான்; அவனும் அவ்விதமே செய்கிறான். இப்போது கீழே புதைகுழியுள் இறங்குகிறான், அவன் காலடியில் மணல் சிறிது உடைபடுகிறது. கோபமும் பதற்றமும் கொண்ட எதிர்பார்ப்பு நிலை–ரேக் நிக்–நேக் ரேக் ட்–ராக் துப்பாக்கியின் பின்பகுதியிலுள்ள பூட்டுகளின் கடகட ஒலி. நீண்ட நெடிய அமைதி. அந்தச் சமயத்தில் செயற்கையான ஏதோ நிகழ்வின் முற்றிலுமாக நிலைகுலையச் செய்யும் உணர்வு ஓர் உச்சக்கட்டத்தை அடைகிறது. துப்பாக்கி சுடும் சத்தம் மிகப் பெரும் நிம்மதி. முதல் மரண தண்டனை முடிந்ததும் ஒவ்வொன்றும் எளிதாகத் தொடர்ந்து மேற்செல்கின்றன.

உடைகளைக் களைந்து புதைகுழியுள் இறங்குமாறு வரிசையில் அடுத்திருந்தவன் ஆணையிடப்படுகிறான். மரத்துப்போன மனங்களை எழுப்பும் வீண் முயற்சியில் துப்பாக்கித் தோட்டாக்கள் பெரும் சத்தத்துடன் வெடிக்கின்றன. இந்த அணிக்கு ஒரு நாயகன் இருக்க வேண்டியதில்லை. பெண்களின் சத்தம் துடித்து அதிர்கிறது. அது அழுகை அல்ல. தனது குட்டிகளிடமிருந்து பிரிக்கப்பட்ட தாய் விலங்கின் ஆதி அழுகையொலியாக இருக்கலாம். அவர்களின் பயனற்ற பிரார்த்தனைகளும் முழங்கால் ஜெபங்களும் எப்போதோ நின்றுபோயிருந்தன.

பிறருக்கு ஏற்புடையவனாக அல்லாத நமது நண்பன் வயதான யூகா மரண தண்டனைக்குக் கடைசியாக வர நேர்ந்தது. உணர்வுநிலையில் இருந்த அவன் மனதுள் இந்த உண்மை மந்தமான உணர்ச்சியை எழுப்பிற்று.

புனிதத் திருக்கோயில் சடங்கில் சமீபத்தில் பங்கேற்றிருந்தது நினைவுக்கு வர நம்பிக்கையையும் நிம்மதியையும் உணர்ந்தான். 'தேவனே ... என் ஜீவனை எடுத்துக்கொள்ளும்' எனத் தனக்குத்தானே இடைவிடாமல் முணுமுணுத்தவாறிருந்தான். தனது கால்சட்டையைக் களைவதற்குச் சிறிது தயங்கினான் யூகா. அவன் உள்ளாடை கந்தலாக இருந்தது. செஞ்சேனைப் பண்டக சாலையிலிருந்து அவ்வப்போது உடைகளைப் பெற்றுத் தனது ஆடை அலமாரியை நிரப்பிக்கொள்ள அவனைப் போன்ற அசட்டைப் போக்குடைய ஒருவன் அக்கறை இல்லாதிருப்பது இயற்கை. தனது இடுப்பு வாரையும் மேற்சட்டையையும் கழற்றினான். 'கர்த்தர் ஏசுவே எனது ஜீவனை எடுத்துக்கொள்ளும், கர்த்தர் ஏசுவே எனது ஜீவனை எடுத்துக்கொள்ளும்.'

கந்தலாய்க் கிழிந்த காலுறைகளுடன் யூகா புதைகுழியுள் இறங்கிய போது பெருமளவு ரத்தம் அங்கே ஏற்கனவே சேர்ந்திருந்தது. நல்லவேளை யாக அரைத் தூக்கத்திலிருந்தான் யூகா. நன்றிக்குரிய அந்த அரைத் தூக்கம் அவனை அங்கே கிடந்த பிணக்குவியலின் மேல் அவனறியாமலே விழச்செய்தது. வானத்தின் மங்கிய ஒளியில் புதைகுழியின் ஓரங்கள் இருண்டு காணப்பட்டன. பின்னர் ஒரு திடீர் நடுக்கம் அவனது அரைத் தூக்கச் சுகத்தைப் பறித்தது. இறுக்கி மூடிய கைமுஷ்டி அவனது கழுத்தின் பின்புறத்தை அழுத்திற்று.

தனக்கு முன்னால் இருப்பதை ஒரு கணம் மறந்திருந்தான் அவன். ஆனால் அடுத்த நிமிடம் ஓர் அதிகாரியின் ஆணை அவனை எழுந்து நிற்கச் செய்கிறது. கவலையும் மன அழுத்தமும் மிகுந்த சமயங்களில் மனிதர்கள் இயல்பாகவே ஓர் ஆணைக்குக் கீழ்படிகின்றனர். தனது கந்தல் உள்ளாடைகளைப் பிடித்தவாறு சிரமத்துடன் எழுந்து நிற்க அல்லாடும் யூகா தொய்வோலா எல்லாவற்றையும் தழுவும் வலிமை மிக்க மரணம் என்னும் இருப்பு நிலைக்குள் வெடித்துத் தகர்க்கப்படுகிறான். மரண வாக்கியமாக இறுதிச் சொற்கள் எதுவும் அதில் இல்லை.

கண்ணுக்குத் தெரியாத கணக்கேட்டில் அவனுக்குத் தெரியாத எத்தனையோ மனிதர்கள் வரவு வைக்க அவனது துன்பங்கள் ஊதிப் பெருகியிருக்கின்றன. எத்தனையோ பேரைவிடவும் ஏன் எவரை விடவும் என்பதாகவே கூறலாம் – பெரிய துன்பங்களை நீண்ட காலம் அனுபவித்திருக்கிறான் யூகா. ஆனால் அந்த மனிதர்கள்மீதுதான் அவ்வளவு பரிவு காட்டப்படுகிறது.

அதிகாரியும் அவனுடைய ஆட்களும் இடுகாட்டிலிருந்து வெகுதூரம் சென்றுவிட்டிருந்தனர். யோகன் தொய்வோலாவின் வாழ்வு அதன் இயற்கையான முடிவை அடைந்திருந்தது. வழக்கமான பிரிவு உபசாரம் ஒன்றே பாக்கியிருந்தது. பிரிவு விழா காணும் அளவு முக்கியத்துவம் எதனையும் அதில் காண்பது கடினம். ஏனெனில் யூகா மரணமடைந்த காலகட்டம் அத்தகையது. அப்போது உள்நாட்டுக் கலகம் ஃபின்லாந்தை மிகக் கடுமையாகச் சூறையாடிக்கொண்டிருந்தது. மனித இனத்தின் எஞ்சிய பகுதியோ மகிழ்ச்சி என்றால் என்னவெனத் தீவிரமாக விவாதித்துக் கொண்டும் அதனை வென்றெடுக்கக் கடுமையாக முயன்றுகொண்டும்

இருந்தது. மங்கிய இந்த இரவில் இடுகாடு சென்று அங்கே ரத்த வெள்ளத்தில் பிணங்களுக்கருகே புதைகுழியுள் இறங்கி அங்கு நிலவும் மவுனத்தை ஒருவன் உற்றுக் கேட்கிறான் என வைத்துக்கொள்வோம். எதிர்காலத்தில் நடப்பவற்றை உணரும் திறன்கொண்ட ஒருவன் இதிலிருந்து ஏதாவதொன்றைக் கற்றுக்கொள்ளக் கூடும்.

ஒருவனை ஆதிக்கம் செலுத்தும் உணர்ச்சி பேரச்சம் அல்ல என நிச்சயமாகக் கூறலாம். வசந்த காலம் இடுகாட்டு மரங்களிலும் காற்றிலும் மிதந்துகொண்டிருக்கிறது. பறவையின் பாடலும் மலர்களின் மணமும் வரவிருப்பதை அது மற்றுமோர் முறை உறுதி கூறுகிறது. வளரும் தலைமுறை நாட்களுக்கு முழு ஆனந்தம் வருமென அது நம்பிக்கையூட்டுகிறது. மகிழ்ச்சி என்பதன் வரையறை பல நூறு ஆண்டுகளாக மனித இனத்தின் சிந்தனையில் இடம்பிடித்துக்கொண்டிருக்கிறது. முன்பு எப்போதுமில்லாதபடி அந்த மகிழ்ச்சியை நோக்கி அவர்கள் நெருங்கி முன்நகர்கின்றனர். ஸ்தூல உடம்பு, அதன் தேவைகள், சமுதாயம் இவை போன்ற பிற விஷயங்கள் அந்த மகிழ்ச்சியோடு மிக நெருங்கிய தொடர்புகொண்டிருப்பதாக இன்னும் அவர்கள் நம்புகின்றனர். இந்தத் தாழ்ந்த தளத்திலேயே கருத்துருவாக்கங்கள் இன்னும் இருக்கின்றன. இதனை ஏற்றுக்கொண்டாலும்கூட இந்தக் கருத்துருவாக்கங்கள் மாறுவதற்கு நீண்ட நெடிய காலம் இன்னும் இருக்கிறது. இந்த வெளிச்சத்தைப் பலர் தாம் இறக்கும் தறுவாயில் அனுபவமாக உணர்கின்றனர். இது ஒன்றே இடுகாட்டிற்கு ஒரே மாதிரியான சூழலைத் தருகிறது. மனித இனம் தொடர்ந்து வாழும்வரை ஏதோ ஒரு நாளில் வாழ்வின் ராஜாங்கத்தில் மகிழ்ச்சி மேலும் பரவும்.

பின்னுரை

மொழிபெயர்ப்பாளர் குறிப்பு

*1919*இல் ஃபின்னிய மொழியில் எழுதப்பட்ட இந்த நாவல் *1939*இல் நோபல் விருது பெற்றது. மொழிபெயர்ப்பிற்காக இந்த நாவலைத் திரும்பத்திரும்ப நிதானமாகச் சிரத்தையுடன் வாசிக்க வேண்டியதிருந்தது. அதனால் நாவலின் நுட்பங் களையும் ஆழத்தையும் உள்வாங்கிக்கொள்ள முடிந்தது. நாவலில் ஆசிரியர் வெளிப்படையாகக் கூறாது விட்டவை புலப்பட்டன; அவை நாவலுக்குக் கூடுதல் அழுத்தம் தருபவையாக இருப்பதையும் உணர்ந்துகொள்ள முடிந்தது. தொடர்பே இல்லாமல் தனித்து நிற்பதாக முதலில் தோன்றிய வாக்கியங்கள், நாவலின் முக்கிய நிகழ்வைச் சுட்டிநிற்பது பின்பு புரிந்தது. ஒரு நாவலை வாசிப்பது எப்படி என்பதை மொழிபெயர்க்கையில் கற்றுக்கொண்டேன். அதேநேரம் ஆகச் சிறந்த தமிழ் நாவல்களை மேம்போக்காக வாசித்தது என் நினைவுக்கு வந்து மனதை உறுத்தி, வெட்கமுறச் செய்தது.

இந்த நாவலில் நாம் காணும் நிலவுடைமையாளன், வைப்பாட்டிகள், அதிகாரம், பண்ணைக் கூலிகள், குத்தகை விவசாயிகள், சமூக அடுக்குகள், வறுமை, பட்டினி என அனைத்தும் நாம் நன்கறிந்த உலகம்தான். தன் தாய்மாமா வீட்டில் எடுபிடியாக வேலை செய்கிறான் யூகா. ஒரு பண்ணைக் கூலியைப் போலவே நடத்தப்படுகிறான். தனி மரியாதை என ஏதும் அவனுக்கு இல்லை. எனினும் பண்ணைக் கூலிகளான அவனுடைய கூட்டாளிகள் மாமாவை இளக்காரமாகப் பேசுகையில் அவனால் பொறுத்துக்கொள்ள முடியவில்லை. அவர்களிடமிருந்து சட்டென விலகிவிடுகிறான். இவ்விதம் மன ஆழத்தில் அனிச்சையாக உணரும் யூகாவின் வலியை நீங்களும் நானும் நெருங்கிய சொந்தபந்த உறவுகளில் அனுபவமாக உணர்ந்திருக்கிறோம். எல்லாவற்றையும் தாண்டிய, அனைத்தினின்றும் விலகிய அந்நியன் ஒருவன் நாவலில் ஊடாடுகிறான் – உண்மையின் பக்கம் நின்று சம்பவங்களை – விளைவை அளந்து உரைக்கிறான்;

மனதுக்கோ புத்திக்கோ எட்டாத சக்திகள் மனிதனின் விதியை எழுதிச் செல்கின்றன. இவ்விதம் இந்திய மனதிற்கு மிக அணுக்கமான வாழ்வை, வாழ்க்கைப் பார்வையை ஃபின்னிய தேசத்து நாவலாசிரியர் சீலன்பா நாவலில் முன்வைப்பதாகத் தோன்றுகிறது.

ஏறத்தாழ ஒரு நூற்றாண்டிற்கு முன்னர் *1919*இல், ஃபின்னிய மொழியில் எழுதப்பட்ட இந்த நாவல் *1936*இல் ஆங்கிலத்தில் மொழிபெயர்க்கப்பட்டது. சொற்றொடர்கள், உருவகங்கள் ஆங்காங்கே வரிவடிவங்கள் என அன்றைய ஆங்கில நடையில் நாவலின் சிற்சில பகுதிகள் இறுக்கம்கொண்டிருந்தன. இவற்றைத் துலக்கமாக வாசகனிடம் சேர்ப்பிக்கக் கடுமையான முயற்சியும் மெனக்கெடல்களும் வேண்டியிருந்தன. அத்தகு உழைப்பைக் கொடுத்தால் மட்டுமே இம்மொழிபெயர்ப்பை நிறைவாகச் செய்யமுடியும் என்பதை நான் புரிந்துகொண்டேன். மொழிபெயர்ப்பின் முழுமையான முதல் படியைத் தயார்செய்து முடித்த கணத்தில் அந்த நிறைவை மனமார உணர்ந்தேன்.

இந்நாவலை மொழிபெயர்க்க வாய்ப்பளித்த என் மதிப்பிற்குரிய சுந்தர ராமசாமியின் மகன் கண்ணன்,

மொழிபெயர்ப்பை ஆழமாக வாசித்து விமர்சனப்பூர்வமாக மொழி பெயர்ப்பின் நுட்பங்களைக் கற்றுக்கொள்வதில் பேருதவி செய்த கவிஞர் அபி அவர்கள்,

ஒரு வாசகனின் பார்வையில் சிடுக்கான வாக்கியங்களைச் சுட்டிக் காட்டித் திருத்தங்கள் கூறிய என் ஆத்ம நண்பன் ஹாஜா மைதீன்,

எழுதுவதிலும் மொழிபெயர்ப்பிலும் தொடர்ந்து நான் ஈடுபட வேண்டும் என்பதில் உண்மையான அன்புடன் என்னை ஊக்குவித்துக் கொண்டிருக்கும் நண்பர் பாவண்ணன்,

மொழிபெயர்ப்பு முழுவதையும் வாசித்து அதன் இறுதிப் படிவம் சிறப்பாக அமைய திருத்தங்கள் செய்து உதவிய எத்திராஜ் அகிலன்,

எப்போதும் எனக்கு உற்சாகமும் ஊக்கமும் தந்துகொண்டிருக்கும் என் பெரியண்ணன், நண்பர்கள் நரசிம்மன், ஜானகி நரசிம்மன், காலச்சுவடு பணியாளர் சுபா ஆகிய இவர்கள் அனைவருக்கும் என் நன்றிகள்.

கடையநல்லூர்
10.05.2017

முடவன் குட்டி முகம்மது அலி

முடவன் குட்டி முகம்மது அலி
மொழிபெயர்த்த காலச்சுவடு வெளியீடு

வாழும் நல்லிணக்கம்
(அறியப்படாத இந்தியாவைத்தேடி ஒரு பயணம்)
சபா நக்வி
ரூ. 300

இந்திரா காந்தி
இயற்கையோடு இயைந்த வாழ்வு
(வரலாறு)
ஜெய்ராம் ரமேஷ்
ரூ. 595